அப்பால் ஒரு நிலம்

அப்பால் ஒரு நிலம்

குணா கவியழகன்

எதிர்
வெளியீடு

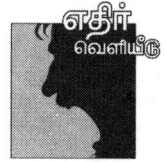

அப்பால் ஒரு நிலம்
குணா கவியழகன்

முதல் இரண்டு பதிப்புகள்: தமிழினி
எதிர் வெளியீடு முதல் பதிப்பு: ஜூலை 2024

எதிர் வெளியீடு,
96, நியூ ஸ்கீம் ரோடு, பொள்ளாச்சி – 642 002
தொலைபேசி: 04259 226012, 99425 11302

விலை: ரூ. 399

Appaal oru niLam
Kuna Kaviyalahan

Copyright © Kuna Kaviyalahan
First Edition: July 2024

Published by
Ethir Veliyeedu, 96, New Scheme Road, Pollachi – 2
Email: ethirveliyedu@gmail.com
www.ethirveliyeedu.com

ISBN: 978-81-19576-23-4
Cover Design: Santhosh Narayanan
Printed at Jothy Enterprises, Chennai.

All rights reserved. No part of this book may be reprinted or reproduced or utilised in any form or by any electronic, mechanical or other means, now known or hereafter invented, including photocopying and recording, or in any information storage or retrieval system, without permission in writing from the Publisher.

குணா கவியழகன்

யாழ்ப்பாணத்தைச் சேர்ந்த குணா கவியழகன் இளம் வயதிலிருந்து போராட்ட அரசியலில் பயணிப்பவர். ஊடகப் பணிப்பாளராக, அரசியல் ஆய்வாளராக, எழுத்தாளராக தமிழ்ப் பரப்பில் நன்கு அறியப்பட்டவர். ஐந்நூறுக்கும் மேற்பட்ட அரசியல், இராணுவ, சமூகக் கட்டுரைகளை எழுதியிருக்கிறார். ஐந்து நாவல்களையும் சில சிறுகதைகளையும் எழுதியிருக்கிறார். 'கடைசிக் கட்டில்' இவரின் ஆறாவது நாவல்.

இலக்கியத் துறையில் தனது முதல் நாவலுக்கு கனடா இலக்கியத் தோட்டம் இயல் விருதைப் பெற்றார். மேலும் காக்கைச் சிறகினிலே விருது, அமுதன் அடிகளார் விருது, வாசக சாலை விருது, தமிழ்நாடு பதிப்பாளர் சங்கத்தின் விருது போன்றன இவரது நாவல்கள் பெற்ற விருதுகள். இப்போது புலம்பெயர்ந்து பிரித்தானியாவில் வசிக்கிறார்.

இந்நூல்

தாய்க்கும் எந்தைக்கும்

01

கண்ணின் ஒளியை உறிஞ்சித் தின்றுவிடும் வெறிகொண்ட நீச வெயில். மரங்கள் தங்கள் பச்சையத்தை இனியும் உயிர்ப் பிணைப்பில் பிடித்து வைத்திருக்க முடியாமல் கைவிட, உதிர்ந்து விழுகின்றன இலைகள். மரங்களால் இந்தப் பாழ் வெயிலைத் தவிர்த்தும் வாழ இயலாது, அணைத்தும் வாழ இயலாது. உதிரும் இலைகளின் எஞ்சிய ஈரத்தைத் தின்றுவிடவோ என்னவோ காற்றள்ளிப் போகிறது எங்கோ. மரத்தின் சீவிதம் காக்க உதிர்ந்துபோகும் இலைகள்.

கண்களைப் பூஞ்சி, ஒளி தவிர்த்து தூரத்து அடர் மரங்களில் தெரியும் இருளைக் கண்டபடி வந்தான் வீரன். பூமியின் வெம்மையை, அதன் கொதிப்பை மட்டும் அவன் போட்டிருந்த இராணுவச் சப்பாத்து அவனை உணரவிடவில்லை. நடையில் மிடுக்கைத் தருகிறது அது. ஆனால் உள்ளே கால்கள் வேர்த்து அவிந்து அசௌகரியப்படுத்துகின்றன. ஒரு பொழுது மனம் அதைக் கழட்டி எறியத் தூண்டுகிறது; மற்றொரு பொழுது இந்த நிலம் கொதிக்கும் வெயிலுக்கு இதுவே தஞ்சமென உணர்கிறது. கருகிய புற்களடர்ந்த பாதையூடு போகும்போதே போரில் புண்பட்ட அந்தச் சூழலைப் போருட்டற்று பார்த்தபடி நினைவிகள் சுழரப் போகிறான்.

மேலே வெய்யில் கொதிக்கிறது. கிழே தரையோ தகிக்கிறது. போரின் முன்னணியிலிருந்து பின்னே வேவுக்காரனின் தளத்திற்கு வரும் வீரன் உடல் வியர்த்து தாகம் தவிக்க நடக்கிறான். தெரிந்திருந்தால் தண்ணீர் ஒரு ‘கான்’ல் கொண்டே வந்திருக்கலாம் அசட்டை செய்துவிட்டேனே என்று தன்னையே நொந்து கொண்டபடி போகிறான்.

தாகம் எடுக்கும்போது அந்தத் தாகத்தின் தவிப்பு அவன் நினைவுகளில் பிறிதொரு நினைவின்

அவசத்தை இழுத்துவந்து அவனையறியாமல் மனதைக் கிளர்த்திவிட்டது. எப்போதாவது இப்படி நிகழ்வதுதான். மனம் ஞாபகம் கொள்வதென்றாலும் சரி சிந்தனை கொள்வதென்றாலும் சரி தானறிந்த மற்றொன்றோடு பிணைந்துதான் செயலுருக்கொள்கிறது. ஆனால் வீரனுக்கு இந்த நினைவு பலமுறை வந்து அடித்துச் சாய்த்து விட்டுப் போயிருக்கிறது. அதற்கஞ்சி இப்போது மனதை அந்த நினைவிலிருந்து திருப்ப முனைகிறான். ம்ம் கூம்... முடியவில்லை. முயல முயல அது அந்த நினைவிலேயே போய் வீரியமாய்ப் படிகிறது. தவிரவும் காட்சிகள் கண்முன் வானத்தின் பேய்யுரு முகில்களாய் விரிகிறது. அகல மறுத்து வீம்புக்கு நிற்கிறது.

'ச்சா... அவனுக்கு நான் தண்ணீர் கொடுத்திருக்கலாம். அவன் தவிச்ச தவிப்பு என்னை ஏன் மனம் இளகப் பண்ணவில்லை. என்ன ஆகியிருக்கப்போகிறது? அவன் மரணத்தை நெருங்கி விட்டான் என எனக்குத் தெரிந்ததுதானே. ச்சா... எப்படித் தெரியும்? தப்பிவிடுவான் என்றுதானே நினைத்தேன். அதற்குத் தானே பாடாய்ப்பட்டேன். இருந்தாலும் இறுதியில் அவன் தப்புவது இயலாதென்று மனதில் பட்டதே. அப்போதாச்சும் தண்ணீர் கொடுத்திருக்கலாம். சரி கொஞ்சம் போலாவது கொடுத்திருக்கலாம். இல்லையே அவனைத் தப்பவைத்து விடலாமென்று எவ்வளவு முயன்றேன். அந்த நம்பிக்கையில் முயலும் போது முட்டாள் தனமாய் நான் எப்படி தண்ணீரைக் கொடுக்க முடியும். என்மீது எந்தக் குற்றமும் இல்லை. நான் தவறு செய்தவனும் இல்லை. ஆனாலும் சரி மரணத் தறுவாயில் தண்ணீர் இன்றி ஒருவன் சாவது எத்தனை கொடுமை. நானேன் அதை உணராமல் வீம்புக்கு நின்றேன். ஒருவேளை தண்ணீர் தேடி வெளியே போக பயந்தேனா.'

வீரனை நினைவுகள் சுழற்றிப் பந்தாடின. கூட நடப்பதற்கு யாரும் இருந்தால் பேச்சுத் துணையாய் இருக்கும். நடப்பதே தெரியாது. ஆனால் தனிமையில், இப்படி நீண்ட நடையில் வரும்போது நினைவுகள்தானே துணை. துணையா கொள்கின்றன இந்த நினைவுகள்? துக்கத்தின் பேராழிக்குள் அவனை இழுத்து மூச்சுத் திணற முக்குளிக்க வைத்துக் கழிந்தும் போகாமல் கூட வருகின்றன.

விதைப்பற்று தரிசான அந்த வயல் தரையிலிருந்து அனல்காற்று முகத்தில் அறைந்தபடியிருக்க எதிர்த்து நடக்கிறான் வீரன்.

மரணத் தருவாயில் தண்ணீர் கேட்ட தன் தோழனின் முகம் இறுதிக் கணத்தின் துல்லியமான கோலத்தோடு நினைவுக்கு வந்தது.

'ச்சா... அவன் எவ்வளவு கெஞ்சினான் 'தண்ணீர் குடித்துவிட்டு சாகிறன்ரா கொஞ்சம் தாடா' என்றானே. என்னால் இப்போது இந்தத் தண்ணீ விடாயயே தாங்க இயலவில்லை. அவனுக்கு எப்படி இருந்திருக்கும். எனக்கு அந்தத் தாகத் தவிப்பு இருந்திருந்தால் தண்ணீர் தராதவனை எப்படி எண்ணியிருப்பேன். தாயே!..' இந்த நினைவு மனதில் வர மனமே அதிர்ந்து நடுங்கியது வீரனுக்கு.

'சாகும் தருவாயில் என்னை அவனொரு மனிதனாகக் கூடப் பார்த்திருக்க மாட்டான்; பார்த்திருக்கவே மாட்டான். மரணத்தின் இறுதி மணித்துளியில் அவன் உயிர் என் முகத்தையே காவிச் சென்றிருக்கும். அவனுடைய முகத்தின் விகாரம் என்னைப் பற்றி எழுந்த உணர்வினால் ஆனதுதானா. நான் அவன் தன் ரணத்தின் வலியினால் அடைந்த முகவிகாரமது என்றல்லவா எண்ணியிருந்தேன். இருக்கலாம்; என் பற்றிய ஆத்திரமே உள்ளூர ஓடியிருக்கலாம். ச்சா... இருக்காது அவன் அனுபவமான போராளியாக இருந்திருப்பான். அவனுக்குத் தெரிந்திருக்கக் கூடும்: இம்மாதிரியான சந்தர்ப்பத்தில் எவரும் தண்ணீர் தரமாட்டார்கள் என்று. தவிரவும் நான் அவனுக்காக எப்படிப் பாடுபட்டேன் என்பதை நினைக்காமலா இருந்திருப்பான்.'

வீரன் தன்னைத் தானே சமாதானம் செய்ய விரும்பினான். மோதும் நச்சு நினைவிலிருந்து மனதைத் திருப்ப விரும்பினான். மனமோ அதை ஒரு பொழுது கழியும் பராக்காய் எடுத்து அதை விடாமல் ஒட்டி உரசிப் பின்தொடர்கிறது.

'தாகம் எடுத்தவன்; அதுவும் மரணத் தருவாயில் தாகம் எடுத்தவன் இந்த நியாயங்களை எல்லாம் நினைப்பானா என்ன? இதுவென்ன என் முட்டாள்தனம். நான் கொடுத்திருக்க வேண்டும், தவறுதான். கொஞ்சமேனும் கொடுத்திருக்கலாம்.'

இப்படி எண்ணி அந்த நினைவை விரட்ட முயன்றான். உண்மையில் கொடுத்திருக்க வேண்டுமென்பது வீரனின் உள்ளார்ந்த முடிவல்ல. ஆனால் அந்த நினைவில் இருந்து தப்புவதற்கு இப்போது அதற்கு முற்றுப்புள்ளி இட

வேண்டியிருந்தது. மனமோ இட்ட புள்ளியை உடைத்துக் கடக்கிறது. தாகத்தில் இருந்த அந்தத் தோழனின் இறுதிக் கணங்களுக்கு விக்ரமாதித்தனின் வேதாளம் போல மனம் மீண்டும் மீண்டும் தாவுகிறது.

அனல்காற்றின் வெம்மை வீரனுக்கு நெருப்பின் ஞாபகத்தையும் கிளப்பியது. விளாசி எரியும் நெருப்பின் சுவாலை தன் முகத்தில் பரப்பிய வெக்கையும், உடல் நெருப்பில் கருகும்போது காற்றில் கலக்கும் நெடியும் நாசியில் உறைப்பதாய்ப் பிரமை.

'இது அந்த நெடியின் உறுத்தல் மட்டும்தானா! ச்சா... அது ஒரு தோழனின் உடல் தீயில் கருகும் காட்சியின் மனப் படிவு. அந்த நெடியின் விகாரம் அதுதான். இதோ இப்படித்தானே இருந்தது. சனங்கள் ஊர்களை விட்டோடிய அனாதை நிலமாய் நின்றது அந்த இடம். யுத்தத்திற்கு அஞ்சி புதைய இடமற்றுத் தவித்த பூமி. இதுவோ வயல்களில் விதைப்புகளை நம்பி வாழ்ந்த மனிதர்களின் சீவித இடம். அதுவோ சிறு தோட்டங்களை நம்பி வாழ்ந்த மனிதர்களின் சீவித நிலம்.'

மனம் இந்தப் பாதையின் இரு கரையும் விரியும் மனித சஞ்சாரம் தொலைத்த வியாகுல வயற்தரையில் பார்க்கிறது. ஆங்காங்கே வெளிகளின் நடுவில் சிறு மரச் செறிவு அதோ தெரிகிறது யுத்தத்தில் தலையறுந்த ஒற்றைத் தென்னை. அதன் பின்னால் சிறு மரங்களின் செறிவு. அதுதான் மணியின் இடமாக இருக்க வேண்டும். இவன் போக வேண்டியது மணியிடம்தான். போகுமிடத்தை நினைக்க முயன்றான். ஆனாலும் முடியவில்லை துர்க்கனவொன்று அரை விளிப்பிலும் தொடர்வது போல அது தொடர்ந்தது.

'அந்தத் தீயிலிருந்து பரவும் நெடி அவர்களுக்கு என்ன உணர்வைத் தந்திருக்கும். அவர்களும் அந்தத் தீயைப் பார்த்தபடிதானே இருந்தார்கள். இரசித்தார்களா? அதுகும் ஒரு மனித வேட்கைதானா மனிதனுக்கும் இரங்குவதைக் காட்டிலும் இம்சிக்கும் குணம் கூர்மையாய் உள்ளதா? இது உருவாக்கப்படுகிறதா? உள்ளூறைந்து இருக்கிறதா? இல்லை உள்ளூறைந்திருக்கும் உறை நிலை உணர்வைக் கிளர்த்திவிடுகிறார்களா? அடக்கப்பட்ட ஆதி மனித விலங்கின் எச்சமா இது? போராட்டக்காரனுக்கும் கூலிப்படை வீரனுக்கும் உள்ள வேறுபாடு இதுதானோ. ஆயினும் அன்பில் வளர்க்கப்பட்ட ஒரு குழந்தை இம்சையில் எப்படி வேட்கை

கொள்ள முடியும்.? ஏன் முடியாதா? அவன் போன்று குரூரம் இல்லையென்றாலும் நானும் ஒரு வகையில் அதைத்தானே செய்கிறேன்.

'ச்சி... ஆபத்தில் இயங்கும் மனம் என்பது வேறு. விகாரத்தில் இயங்கும் மனம் என்பது வேறு. தர்மத்தை இங்கிருந்துதான் காணவேண்டுமோ? தன் சுற்றம் மீது கொண்ட அன்பினால் தானே ஒருவன் போராட்டக்காரன் ஆகிறான். அதன் நிமித்தம் தானே அவன் போர் செய்ய நேர்கிறது. இந்தச் சம்பவம் என்னைத் தாக்குவது போல் அவர்களையும் தாக்குமா? எப்படித் தாக்கும் அதை ரசிக்கத்தானே செய்தார்கள். என்ன மன உணர்வைப் பெறுவாரோ. தாயே! வெற்றியின் மா களிப்பாக இது கிறக்கம் தருமோ அவர்களுக்கு. ச்சா... யாருக்குத் தெரியும் ஒருவேளை யுத்தமில்லாத ஒரு பொழுதில் அவர்களுள் இவை தம் குரூர முகத்தைத் தமக்கே காட்டியவாறு மேலெழுந்து வரக்கூடும். வருமா அப்போதென்றாலும். அவர்களிடம் ஒரு எக்காளச் சிரிப்பு தெரிந்ததே; அந்தச் தீயின் சிவப்பு ஒளியில் செருக்கேறிய விகார முகங்கள். வெற்றியின் ஒரு போதையாய் அந்தத் தீ அவர்களுள் படர்ந்ததா.'

தீயின் சிவப்பு ஒளியில் தெரிந்த அவர்களின் முகங்கள் மீண்டு வந்தன மனதில். அப்பா நினைவுக்கு வந்தார். அம்மாவும் நினைவுக்கு வந்தாள்.

'அவள் இளமை தொலைந்தது வாழ்வின் பழுவினாலா இல்லை இப்படித்தான் துயரின் குருர நினைவின் பழுவில் அழுந்தியிருப்பாள்.'

'ச்சா... எதுக்கு இப்போ அதுவெல்லாம். இப்போது போவது வேவு நடவடிக்கைக் குழுவிடம். மணி நட்பான பொறுப்பாளன் என்பது மட்டுமல்ல; திறமையாளனும் என்று சொன்னார்கள். களமுனை எங்கும் அவன் சொல்லும் கதைகள் பிரசித்தம். கோபியும் கூட அங்குதான் இருக்கிறான். மற்றவர்களும் பரிட்சயமானவர்கள் தான் எனக்கு இங்கு போர் வாழ்வின் எதிர்காலமே மாறக்கூடும்' வீரன் தன் நினைவுகளைத் திசை திருப்ப முயன்றான் ஆனால் அதற்கு அவசியமன்றி இதோ நெருங்கிவிட்டது மணியின் இடம்.

02

சூழ்ந்த வயல் நிலத்தில் ஒரு தனித்த சிறு வீடு. சுற்றிலும் சிறு இளந்தென்னைகள் நுழைவாசலில் முண்டமாய் நிற்கிறது தலையறுந்த தென்னை. வீட்டின் முன்னே இரு அடர்ந்த மாமரங்கள் கொப்புகள் கீழ்ச்சரிய நிற்கின்றன. பக்கவாட்டாய் ஒரு கிணறு தெரிகிறது. கிணற்றின் அருகே ஒரு அத்திமரம் நல்ல பசுமை நிறம். பின்புறத்திலும் பேரறியா சிறு மரங்கள் ஒன்று அன்னமுன்னா பழமரம் போல இருக்கின்றது. அதுதானா?

வரும் பாதைகளில் இருக்கும் குண்டுகள் வெடித்த ரணங்கள் இந்த வீட்டுச் சுற்றத்தில் இல்லைபோல் பட்டது. அல்லது இன்னும் எஞ்சியுள்ள பசுமை போரின் புண்களை மறைத்து நிற்கிறதோ என்னவோ. உள்ளே பெடியள் யாரோ நிக்கிறாங்கள். யாரோ ஒருவன் கிணற்றில் குளித்துக்கொண்டிருக்கிறான் என்பது தெரிகிறது. வீரன் சாத்தியிருக்காத படலையைக் கடந்து உள்ளே போனான். புதுவிடம் புகும் ஒருவிதக் கூச்சம் நெஞ்சில் இருக்கத்தான் செய்தது. அல்லதிது போரில் இன்னொரு புதுமுக வாழ்க்கையில் நுழைகிறேன் என்ற அக உணர்வின் வெளிப்பாடாயும் இருக்கலாம். உள்ளே நுழையவும்...

“வாடா வீரா... சனியன் குடுக்க வெளிக்கிட்டா கூரையப் பிச்சுக்கொண்டு குடுக்குமாம். உனக்கு சனி உச்சமடா மவனே! இப்பத்தான் ‘பிளட்டூன்’ லீடர் ஆகினாய். அதுக்கிடையில் உன்னை வேவுக்காரனா தளபதி தெரிவு செய்திட்டார். இனி எழுப்பம்தான் கண்டியோ...”

வீரன் தன் உடுப்பு ‘பாக்’குடன் களத்தின் பின்பகுதியிலுள்ள சிறிய கொட்டகை வீடொன்றுக்கு வந்தபோது கோபி இப்படித்தான் வரவேற்றான். துவக்கைத் துப்பரவு செய்துகொண்டிருந்த கோபி இப்படிச் சொல்லவும் ராகுலன் கிணற்றில் அள்ளிய தண்ணியைத் தலையில் வார்த்துவிட்டுச் சொன்னான். “சேரா நல்லா தலையில அரப்பு பிரட்டி அனுப்பி இருப்பார். வா, வந்து குளிடா தலையில வீரா! கொஞ்சம் சூடு இறங்கட்டும்.”

“அட சும்மா போங்கண்ணை” வீரன் போலியாகச் சலித்து சுவர்கட்டில் தன் தோள்பையை வைத்தான்.

“அங்கற்றா... இப்பவே தளபதியாய்த் தன்னை நியமிச்சிட்டாங்கள் என்ற கணக்கில என்ன ஒரு தன்னடக்கமாப் பேசுறான். சரிதான் போ, நீ ஒருவேளை பிற்காலத்தில தளபதியாகினியோ நான் இயக்கத்தை விட்டு விலகக் கடிதத்தைக் குடுத்திற்று வீட்ட போய் விறகு வெட்டியாச்சும் செருக்காய் வாழுறதுதாண்டா” மூன்று கல்லு வைத்து அடுப்பாக்கி அதில் சட்டி வைத்து ஏதோ சமைத்துக்கொண்டிருந்த கவி சொன்னான்.

விடுதலைப் புலிகளின் சாள்ஸ் அன்ரனி படைப் பிரிவில் இதுவரை சிறப்புத் தளபதியாகிய அனைவரும் முன்னர் வேவுக்காரர்களாக இருந்து வந்தவர்கள்தான். இந்தப் படையணியில் வேவு பார்க்கும் வீரர்களுக்கு அத்தனை மதிப்பு இருந்தது. வீரன் இப்போது தெரிவு செய்யப்பட்டு வந்திருப்பதும் அதற்குத்தான். படைத்துறை சார்ந்த உளவுப் பிரிவை வேவுப்பிரிவென்றுதான் அழைப்பார்கள். வேவுக்காரனாவதென்றால் சும்மாவா!

வீரன் எல்லாரையும் சுத்திப் பார்த்துவிட்டுப் பொதுவில் பதில் சொன்னான். “அட போங்கடா... வீரனுக்கு மூக்குக்க பஞ்சு வைக்கிறதுக்கு முடிவெடுத்திட்டாங்கள் எண்டு நானிருக்கன். இதுக்குள்ள நீங்க வேற. வேலையப் பாப்பிங்களா... சும்மா கடுப்பேத்தாமல். அக்கடா எண்டு ஊரியான் வெட்டையில இரண்டு கிலோ மீற்றருக்கு ராசாவா இருந்தன். கண் பட்டுட்டுதே... வீரனுக்கு மூக்குக்க பஞ்சு வைச்சுப் பார்க்க ஆசை வந்திட்டுதே...”

வீரன், சாவுக்குத் தான் தெரிவு செய்யப்பட்டிருப்பது உங்களுக்கெல்லாம் கொண்டாட்டமாடா என்பதுபோல நண்பர்களுக்குப் பேசினான். அனேகமாக யுத்தக் காயத்தின் பாதிப்பால் நிகழும் மரணங்களால் சடலம் உடனேயே அழுன்றுவிடுகிறது. தவிரவும் உடலைச் சில நாள் பாதுகாக்கக் கூடிய ‘ஃபோமலின்’ என்ற பதார்த்தமும், வன்னிக்குக் கொண்டுவரப்படுவதற்கான அரசாங்கத் தடைப்பட்டியலில் உள்ள ‘பற்றி’யில் இருந்து முட்டை வரைக்குமான பொருள்களில் ஒன்று. அதனால் இறந்த உடல்களுக்கு அதிக ஃபோமலினை இப்போதெல்லாம் பாவிப்பதில்லை. இறந்துபோனால் உடலின்

ஊனம் முதலில் வடிவது மூக்கால்தான். எனவே மூக்கில் அதிகப் பஞ்சை அடைத்துவிடுவார்கள். அது எப்படியோ வெள்ளைப் பஞ்சு வெளித் தெரிந்தபடியே இருக்கும். மனிசனுக்குத் தங்கச் சங்கிலி போட்டாலும் பிறர் கண்ணுக்குக் குத்தாமல் இருக்கும். ஆனால் செத்த உடலுக்கு வெள்ளைப் பஞ்சு மூக்கில் துருத்தி நின்றால் எவர் கண்ணுக்கும் உறுத்தாமல் விடாது. இதனால் சாவைப் பற்றிப் போராளிகள் 'மூக்குக்க பஞ்சு' என்ற சொற்றொடர் கொண்டு எள்ளலுடன் உரையாடினார்கள் இந்தக் காலத்தில்.

'வீரனுக்கு மூக்குக்க பஞ்சு வைச்சுப் பார்க்க ஆசை வந்திட்டுதோ?' என்று வீரன் சொன்னாலும் அவன் முகத்தில் அச்சம் ஏதும் இல்லை. 'வேவுக்கு நான் தெரிவு செய்யப்பட்டதெல்லாம் ஒரு பெரிய பெருமையா என்ன? சும்மா விடுங்க' என்ற உடல் தோரணையே அவனிடம் இருந்தது. அவன் அதை அலட்சியமாக்கிக்கொண்டு மாமரத்தின் மாங்காய்க்குக் குறிவைக்க ஒரு தடியை எடுத்து மரத்திற்கு விசுக்கினான். குறி தப்பாமல் இரண்டு மாங்காய்கள் விழுந்தன. ஒன்று பிஞ்சு.

"வீரா... நீ ஆமின்ர மூக்குக்குள்ளால போய் வாய்க்குள்ளால வந்த ஆளெல்லே. அதுதான் தளபதியார் உன்னைத் தெரிவு செஞ்சிருக்கிறார். பெரிய நம்பிக்கை வைச்சிருந்திருக்கிறார்போல உன்னில" கோபி சொன்னான்.

"அட விடுங்கண்ணை. அது எங்க ஓடுறது எண்டு தெரியாம மூக்குக்க ஓடி, பயத்தில எங்க போறது எண்டு தெரியாம வாய்க்குள்ளால வந்த கதை."

வீரன் அதுவும் தனக்குப் பெருமையையோ திமிரையோ தரவில்லை என்பதுபோல அந்தச் சம்பவத்தைச் சிறுமைப்படுத்திக் கதைத்தான். அது உண்மையில் ஒரு பெரிய கதை. யாழ் குடாநாட்டைக் கைப்பற்றும் அரசப் படையின் 'சூரியக்கதிர்' நடவடிக்கையில் ஆமியிடம் கைதியாக அகப்பட்ட வீரன் அந்தப் பெரும் யுத்த சேனையிடமிருந்தும் பெரிய யுத்தக் களத்திலிருந்தும் மறுநாள் தப்பி வந்திருந்தான். அப்போது அவனுக்கு வயது சரியாகப் பதினேழு ஆகவில்லை. இளைய போராளிகளின் பார்வையில் அவனது தலைக்குப் பின்னால் ஓர் ஒளிவட்டம் சுற்றிக்கொண்டிருப்பதாகவே பட்டது.

புகழ் என்றாலே போதை... அதுவும் போர்க்களத்துப் புகழ் என்றால் சும்மா சாதாரணப்பட்டதல்ல.

“எங்க மணி அண்ணை? ஆளைக் காணோம்?” வீரன் கேட்டான்.

“அந்த மனிசன் ஒரு சம்பல் போடுறதுக்கு இலைகுழை தேடி அலையுது. ‘தேடிக்கொண்டு வாறன்’ எண்டு போனதுதான். ஆளைக் காணோம்” றாகுலன் சொன்னான்.

“கவி, அடுப்பில் என்னடா?” கேட்டுக்கொண்டே வீரன் அருகில் போனான். அதைப் பார்த்துவிட்டுப் புளுகம் பொங்க சொன்னான் “அட புட்டு... மச்சான் கலக்கிற்றாய்டா... ஒரு சம்பல் அரைச்சால் சொர்க்கமடா... சொர்க்கம்.”

வீரனின் புளுகத்தைப் பார்த்துச் சிரித்த கவி, “அந்தச் சட்டிய எடடா... புட்டக் கொட்டுறதுக்கு” என்றான். சட்டியைத் தூக்கிப் பிடித்து நாவூற நின்றான் வீரன்.

அடப்பாவி... நீத்துப்பெட்டிக்க இருந்து சோற்றைக் கொட்டுறான்.

நொடியில் வீரனுக்கு அசடு வழியிறதைப் பார்க்க இப்ப கவிக்குப் புளுகமாயிருந்தது.

“ஏன்டா நீத்துப் பெட்டிக்கை அரிசியைப் போட்டுச் சோறாக்கலாமாடா?” வீரன் இமைகளைத் தூக்கிக் கேட்டான்.

“பன்னாடை... நீராவியில அவியுமாடா அரிசி?”

“அதுதானே...”

“நீயெல்லாம் ஆமிட்ட பிடிபட்டு தப்பி வந்தாய்...! அதை நாங்கள் நம்பணும். உன்னை நம்பி மணியண்ணை வேவுக்குக் கூட்டிற்றுப் போனால் மணியண்ணைக்கு அதுதான்ரா கடைசி. மூக்குக்க பஞ்சு எண்டு இப்பவே முடிவாயிற்று” வீரனுக்குக் கடுப்பேற்றினான் கவி.

மணி ஆர்ப்பாட்டமாகச் சிறு மரங்கள் அடர்ந்த பின்வழிப் பாதை வழியே சருகுகள் மிதிபட வந்துகொண்டிருந்தான்.

“டேய் என்ட்றா... யாரடா எனக்கு மூக்குக்க பஞ்சு வைக்கிறவன்? பிறந்தானாடா ஒருத்தன்? இல்லை... இனிதான்

பிறப்பானாடா ஒருத்தன் மணிக்கு மூக்குக்க பஞ்சு வைக்க? ம்ம்...”

“நாசம்... மனிசன்ர காதில விழுந்திட்டுது. பாம்பு கடன் குடுத்த காது இந்த மனிசனுக்கு”க் கவி மெல்ல புறுபுறுத்தான்.

“வீரன் வந்துட்டான். இனி மணியண்ணைக்கு யாராலயும் பஞ்சு வைக்கேலா எண்டு சொன்னன்” என்றான் கவி.

“அப்பிடியா சொன்னாய்? எனக்கு மாறிக் கேட்டுச்சு...” பகிடியைப் பகிடியாக எடுத்துக்கொண்டு ஆர்ப்பாட்டமாய் முற்றத்துக்கு வந்தான் மணி. இந்தக் குடும்பத்தில் நேற்றிருந்த இருவர் இன்றில்லை. அந்தரங்கத்தில் துயர் சூழலும் அந்தக் குழுவையும் குடிலையும் மீட்கவேண்டிய பொறுப்பு மணிக்குத்தான் உண்டு.

மணி சிவலை நிறம் கொண்ட ஒல்லியான பேர்வழி. நடையில் ஒரு துள்ளல் இருக்கும். தானிருக்கும் சூழலை எப்போதும் சிரிக்க வைப்பதுதான் அவன் இயல்பு. பெரியவர்களிடம் பேசும்போது அத்தனை தன்னடக்கமாக இருப்பான். அவர்கள் இல்லாத சூழலில் சிரிப்பதற்குக் கதைசொல்ல அவர்களையும் ஒரு எள்ளல் பாத்திரமாக்கிவிடுவான். படையணித் தளபதியென்றாலும் சரி, வட போர்முனையின் கட்டளைத் தளபதி என்றாலும் சரி, ‘ஓஃவென்சிவ் ஒப்பறேசன் கொமாண்டர்’ என்று சொல்லப்படும் வலிந்த தாக்குதலுக்கான கட்டளைத்தளபதி றோமியோ என்றாலும் சரி, இதில் எவரும் விலக்கல்ல. ஆனால் அவர்கள் இவனிடத்தில் அதீத நம்பிக்கை கொண்டவர்களாகவே இருந்தனர்.

மணி கையில் கொண்டுவந்த இலைதழையை நீட்டி, குளித்துக்கொண்டிருந்த றாகுலனைக் கூப்பிட்டு “மச்சான் ஓடியாடா... இதையொருக்கா சம்பல் அரையடா... சாப்பிடுவம். உன்ர கைப்பக்குவம்தான்ரா தூதுவளை சம்பலுக்கு வாலாயம்.”

“அண்ணை, சண்டைக்குத்தான் உசுப்பேத்திறியள். சம்பல் அரைக்கவுமா? வேணாம். ஆனால் வையுங்க வாறன். வீரா, இலைய ஒடிச்சுப் போடடா... வாறன்” றாகுலன் ஒரு சாங்கமாய்ச் சொன்னான். நிலவன் இறந்தபின்பு இந்தக் குழுவின் இரண்டாவது பொறுப்புக்கு இப்போது றாகுலன்தான் நியமிக்கப்பட்டுள்ளான். அதனால் இந்தச் சின்ன வேலைகளைச் செய்து தன் மதிப்பைக் குறைக்க

நேரிடுமோ என்ற அச்சமும் அவனிடம் இருந்தது. உடனே தவிர்க்கவும் அவனால் முடியவில்லை.

"இதென்னண்ணே நீத்துப்பெட்டியில சோறு?" தூதுவளைக் கொடியில் இலைகளை ஒடித்துக்கொண்டே வீரன் கேட்டான்.

"நீங்களெல்லாம் பெரிய முன்னணி சண்டைப் போராளியள்... நாங்கள் பின்னுக்கு இந்த வீட்டில பயந்தாங்கொள்ளிகளாய்ப் பதுங்கி இருக்கிறம். அப்பிடி நினைச்சுத்தான் சப்ளைக்காரன் எல்லாருக்கும் சாப்பாடு குடுத்திட்டு கடைசியா இந்த வழியால போகேக்க இந்தச் சனியனுகளுக்கும் மிஞ்சிற சாப்பாட்டைப் போட்டுட்டுப் போறான்போல... பத்து மணிக்கு வாளிக்க சுடுசோறைப் போட்டு அடைஞ்சிடுவாங்கள்... இஞ்ச வர மூன்று அல்லது மூன்றரை ஆகும். சிலநேரம் நாலு மணிக்கு. உந்தச் சண்டைக்களங்களெல்லாம் திரிஞ்சிட்டு வர சோறு பயத்திலேயே வேர்த்து பிசுபிசுத்துப் போகுதுபோல. ம்ம்... அதப் பிறகு நாங்கள் தண்ணில குளிப்பாட்டி, வடிச்சு புட்டவிக்கிற மாதிரி இந்தா கவி இழைச்ச நீத்துப் பெட்டியில போட்டவிச்சு எடுத்தால் அப்ப வருமடா அம்மாவோட சோறு மாதிரிப் புதுச்சோறு..."

"ஓ... எங்களுக்கும் அங்க ஊரியானுக்கு வர மூண்டு மணியாகும். ஆனால், நாங்கள் சோத்தக் குளிப்பாட்டுறதில்லை. ஒரு தட்டில போட்டு சாதுவா காத்திலயும் வெயிலிலயும் காய வைச்சிருவம். பயத்தில வேர்த்த வேர்வையெல்லாம் சோத்துக்குக் காய்ஞ்சிடும். பிறகு சாப்பிடுவம். பொரிச்ச சோறுமாதிரி இருக்கும் ஹி ஹி.." வீரன் சிரித்து மறுத்தான் போட்டான்.

"ஓ... அப்பிடியா... சரி. சேரா என்ன சொல்லியனுப்பினார்?" சேரா என்பது இவர்கள் படையணியின் கட்டளைத் தளபதி.

"உங்களிட்டப் போகச் சொன்னார். நீங்கள் சொல்லுவியள் எண்டார்."

"அப்பிடியா? 'உன்னைத்தான்ரா படையணி நம்பி இருக்கு. உன்னட்ட ஒரு திறமை இருக்கிறதை நான் கண்டுகொண்டுதான் வாறன். அதை நீ முழுமையாகக் காட்டவேணும் இப்ப' எண்டு சுழட்டிச் சுழட்டிச் சாந்து பூசியிருப்பாரே..." சேரா போல உடலசைத்துச் சொன்னான் மணி. வீராவுக்குச் சிரிப்புத்தான் வந்தது. 'அட... இந்த மனுசனுக்கு எப்பிடித் தெரியும்?'

03

இரவு, மணி தன் போராளிகளை அழைத்துப் பொதுவாகக் கதைத்தான். அணித்தலைவர்கள் இடையிடையே இப்படிக் கதைக்க வேண்டுமென அறிவுறுத்தப்பட்டிருந்தனர். ஒரு படையமைப்பில் அணித்தலைவரின் கட்டளை இடும் அதிகாரத்தை நினைவுறுத்துவதற்காக இருக்கலாம். இப்படியான தருணங்களில் மணி மிகுந்த நிதானத்தோடு அணித்தலைவனின் அதிகாரம் வெளிப்படும் வண்ணம் கதைப்பான். ஆனாலும் பதினைந்து நிமிடம் கூட ஆகாது இந்த வகையான கதை. நடைமுறைகள், செய்யவேண்டியவை மற்றும் தவறுகள் பற்றி அறிவுறுத்துவதாக இருக்கும் இந்தக் கதை. பின்னர், தனது இயல்புக்கு மாறிவிடுவான். அது நட்பும் நகைச்சுவையுமாக இருக்கும்.

அன்றும் இப்படித்தான் புதியவர் வந்ததால் எல்லாரையும் கூட்டிக் கதைத்தான். அது முடியவும் வீரனை ஊக்கினான் மணி.

"வீரா நீ ஆமிட்ட பிடிபட்டு தப்பிவந்தனி என்று ஒரே உன்னை பற்றிதான் கொஞ்ச காலம் படையணியில கதையா இருந்திச்சு. வேவுக்காரன் என்னையே பெடியள் மறந்து போனாங்கள். அந்தக் கதைய ஒருக்கா சொல்லு."

"அண்ணை அங்க முன்னுக்கு சண்டை லைனில உங்கள பற்றிதான் கதை. ஹி ஹி... தாண்டி குளம் வேவு பார்கேக்க ஆமி என்ன செய்யேக்க கண்டனியள்... ஹி ஹி..." வீரன் அடக்க முடியாமல் சிரித்தான். அது ஒரு சில்மிசக் கதை. மணியிடம் பெடியளுக்கு சொல்லவென தீராத கதைகளிருக்கும். ஆனால் இன்றைக்கு அவன் வீரனைக் கதை சொல்லத் தூண்டுவதற்கு வேறு காரணம் இருந்தது. புதிதாக வந்த வீரனை அணியில் மற்ற போராளிகளுடன் இயல்பாக இணைத்துவிட இது உதவும். அதை விட அந்தரங்கக் காரணம், வீரனுக்கு இந்த அணியில் ஓர் அங்கீகாரத்தை ஏற்படுத்தி விடுவதும்தான். அவனும் ஒரு திறமைசாலிதான் என்பதை இது உணர்த்தும்.

"அண்ணை அந்த தாண்டிக்குளம் கதைய ஒருக்கால் உங்கட வாயல சொல்லுங்கோ" வீரனோ சிரிக்கும் ஆர்வத்தில் கேட்டான்.

மணி அவனின் முகத்தைக் கண்டு "அதை விடு மச்சான். நீ யாழ்ப்பாணத்தில 'சூரியக்கதிர்' சண்டையில ஆமியிட்ட மாட்டி எப்பிடித் தப்பிவந்தனீ? அதையொருக்கா இண்டைக்குச் சொல்லு. நானும் கனநாளா கேட்கிறன். நீயும் நழுவுறாய். இண்டைக்கு அந்தக் கதை தெரியத்தான் வேணும்" சொல்லி நிலத்தில் அடித்தான்.

"இண்டைக்குச் சொல்லத்தான் வேணும்" கவியும் நிலத்தில் அடித்தான்.

வெளியே காயும் நிலவுகூட உள்ளே வரமுடியாத முற்றத்து மரத்தின் கீழ், வேவுக்குழுப் போராளிகள் மண்நிலத்தில் இருந்தனர். அந்தச் சிறுவீட்டின் உள்ளே மாத்திரம் சிறு குப்பிவிளக்கு ஒரு புள்ளியாய்ச் சுடர்ந்தது. ஷெல்கள் இடையிடையே கொஞ்சம் முன்னே அந்தக் களப்பகுதிகளில் வீழ்ந்து வெடித்துக் கொண்டிருந்தன.

வீரன் முதலில் தயங்கினான்... இதுவரைக்கும் அவன் முழுதாய் யாருக்கும் இந்தக் கதையைச் சொன்னதில்லை. ஆனால் 'இவங்கள் இண்டைக்குச் சொல்லாமல் விடாங்கள் போல இருக்கு' என்று எண்ணினான். 'இன்றென்னவோ என்னை அந்த நினைவுகளே போட்டு ஆட்டி படைகின்றனவே.' வேறு வழியில்லை. மற்றவர்களைப் பார்க்க அவர்களோ இவனின் வாயில் இருந்து வரும் வார்த்தைக்காக இவனையே பார்த்தனர். இவன் சொல்ல முடிவு செய்துவிட்டது முகத்தில் தெரிந்திருக்கக்கூடும்.

வீரன் கீழே மண் தரையை விரல்கள் கிளற, தயங்கித் தயங்கி சொல்லத் தொடங்கினான். மணிக்குச் சந்தோசம், அவனைத்தான் ஊக்கிவிட்டேன் என்று. அன்றாட நடப்புகளிலிருந்து போரின் சாகச நினைவுக்கு அவனைத் திருப்பிவிட்ட வெற்றி யாரும் அறியாத மணியின் மனதில் இருந்தது.

"எனக்கு அதுதான் முதல் சண்டை. முன்னப்பின்ன சண்டை எப்பிடி இருக்கும் எண்டும் தெரியாது. பயிற்சி முடிஞ்சும் முடியாமல் சண்டை சப்ளை டீமில இறக்கிவிட்டாங்கள்.

புத்தூரில எங்கட ஆக்கள் இறங்கி அடிக்கிற சண்டைக்கு சப்ளை டீமில இருந்தன். போன ஆக்கள் மாட்டுப்பட்டதுதானே தவிர சண்டை வெற்றியளிக்கேல. நானும் இயக்கம் ஆமியின்ர 'முன்னேறிப் பாய்ச்சல்' நடவடிக்கைக்கு எதிராகச் செய்த 'புலிப் பாய்ச்சல்' நடவடிக்கை மாதிரி இருக்கும் எண்டும் ஆமிய ஒரே இரவில அடிச்சுத் துரத்திவிடுவாங்கள் எண்டும் நினைச்சன். ச்சா... அது நடக்கேல்ல.

"ஆமி ராச வீதிக்குள்ளால நீர்வேலிப்பக்கம் இறங்கி அடுத்த முனையில சண்டையத் தொடங்கினான். சப்ளை டீமில நிண்ட எங்களை எடுத்து தளபதி சண்டை டீம் ஆக்கினார். பிறகென்ன சண்டையில இறக்கி விட்டுடாங்கள். ச்சோ... இப்பிடி ஒரு சண்டையக் கண்டதில்லை. ஒவ்வொரு காணிக்கயும் ஷெல் விழுகிது. ஒரு மூச்சு இழுத்து விடுறதுக்கிடையில இரண்டு மூண்டு ஷெல் விழுகிது. எனக்கு அப்பவே விளங்கீற்று இது சாதாரணச் சண்டையில்லை.

"நீர்வேலி அச்செழுப் பக்கம் சண்டையில இறங்கினம். இறங்கினமென்ன? இறக்கிவிட்டுட்டாங்கள். நாங்கள் இந்தத் துவக்கால 'ட்டு ட்டு ட்டு' என்றதுக்கிடையில அவன்ர எல்.எம்.ஜீ வேலை செய்யத் தொடங்கிரும். அட பாழ்படுவார்! ஒரு இடத்தில எத்தினை எல்.எம்.ஜீ வைச்சிருக்கிறான்? அப்பிடித்தான் தெரியுது. துவக்கால சுடுற சத்தம் எப்பவும் இடைக்கிடைதான் கேட்டிச்சு. முதலில நூறு இருநூறு ஷெல் ஓரிடத்தில போட்டு அந்த இடத்தை அடிச்சு கிளியர் பண்ணிற்று அந்த இடத்துக்க ஆமியை இறக்குவான். இறங்கிறவனும் ஆர்.பி.ஜீ ஆல அடிச்சு கட்டடத்தை கிளியர் பண்ணிற்று எல்.எம்.ஜீ ஆல விளாசிக் கொண்டு வருவான். இதுக்குள்ள வாற ஆமியைச் சுடுறதுக்கு ஆர் தப்பிப் பிழைச்சு நிக்கேலும்?"

கேட்டு விட்டு வீரன் நிமிர்ந்து மற்றவர்களைப் பார்த்தான். அவர்கள் இவனையே கூர்ந்து பார்த்தபடி இருந்தனர். வீரன் கதையில் உற்சாகமடையத் தொடங்கினான். அவன் தன்னிலை மறந்து கடந்த காலத்துள் சிக்கிக்கொண்டு, நடந்ததை மீளவும் மனதுள் காணத் தொடங்கினான். அவன் முகம் மாறிவந்தது. தான் காணுவதைப் பிறகவன் சொன்னான்.

"எங்கட ஆக்களிட்ட இருந்து 'ஷெல்'லும் வராது. அந்த நேரம் எங்கத்தையால எங்களிட்ட ஷெல்? எங்கயாச்சும்

ஒன்றிரண்டு எல்.எம்.ஜீ இருக்கும். இருக்கிற 'றவுண்ஸ்' அடிச்சு முடிச்சால் சப்ளையும் இல்லை என்டது வலு கிளியறா விளங்கிச்சு. ஏனெண்டா சப்ளைக்கு நிண்டதே நாங்கள்தானே. எங்களிட்டயே அப்ப சப்ளைக்கு றவுண்ஸ் பெரிசா தந்துவிடேல்ல. காயக்காரரைத் தூக்கி எடுக்கிறதுதான் சப்ளையில எங்களுக்குத் தரப்பட்ட முக்கிய வேலை. இப்ப நாங்களும் சண்டையில இறங்கி 'றவுண்ஸ்' சுட்டுமுடிச்சால் பிறகு வாயாலதான் சுடவேணும். கள்ளன் பொலிஸ் விளையாட்டு விளையாடேக்க சின்ன வயசில சுட்டது மாதிரி... ஹி ஹி..."

வீரன் சிரிப்படக்காமல் சிரித்தான். மற்றவர்கள் அடுத்தது என்ன என்பதில்தான் ஆர்வமாய் இருந்தனர். அவன் இப்போது காண்பதெல்லாம் பழைய சண்டையின் காட்சிகளை! ஆனால் இப்போதுள்ள அனுபவத்தைக் கொண்டு அதை மீளக் காண்கிறான் என்றுதான் படுகிறது.

"சண்டைக்கு எங்கட ஆட்கள் அடிச்சுத் தந்தது எல்லாம் 'அடிடா அடிடா அடிடா' என்டதைத்தான். பாடையில போக...! அவன் முழங்கிற முழக்கத்துக்கு ஆமியைக் கண்ணால காண முன்னரே 'ஷெல்'லாலையும் எல்.எம்.ஜீ ஆலயும் இனி மேலயிருந்தும் எங்களைக் கொண்டு போடுவானுகள். மிஞ்சி யாரும் ஒன்றிரண்டு நிண்டால் நாங்கள் டொர்... டொர்... எண்டு சுட அவனுக்கு அது எறும்பு கடிச்ச மாதிரியல்லே இருக்கும். அவன்ட அடிக்கு எங்கட துவக்கெங்க...

"ஆனால் பகிடி என்னெண்டால் இதுக்குள்ளயும் நாங்கள் திருப்பியடிக்க ஆமி திரும்பி ஓடுறான். அந்தப் பகுதி முன்னேற்றத்தை நிப்பாட்டுறான். ஆனால், பிறகு திருப்பியும் முன்னுக்கு வாறான். அது வேற பாதையா இருக்கும்.

"எனக்கோ முதல் சண்டை. சண்டை எண்டால் எப்பிடி இருக்கும் எண்டதை அப்பத்தான் பார்க்கிறன். அச்செழுவில நிண்டம் நாங்கள். நீர்வேலி வாய்க்கால் தெரு பிள்ளையார் கோவிலடியை மேவி ஆமி வந்திட்டான். பக்கவாட்டா நீர்வேலி கந்தசாமி கோவில் பின்பக்கம் இருந்து பருத்தித்துறை றோட்டுப் பக்கமா அடிச்சு இறங்கச் சொன்னாங்கள். எங்கட லீடர் உண்மையில துணிஞ்ச ஆள். நல்ல சண்டைக்காரன். ஆனால் நாங்கள் அனேகமான ஆக்கள் புதுசு. அவன்ர துணிவிலதான் நாங்கள் சண்டை பிடிக்கிறம்."

“உண்மையைச் சொன்னால் எனக்கு பயமெண்டால் அப்பிடி பயமா இருந்திது. இடம் வலம் தெரியேல, எங்க நிக்கிறம், எங்கட ஆக்கள் எங்க, ஆமி எங்க எதுவும் தெரியேல்லை. றவுண்ஸ் முடிஞ்சால் தாறதுக்கோ, காயப்பட்டால் தூக்கிறதுக்கோ ஆளில்லை. சண்டை வழமை போல ஓர் இடத்தில இல்லையே. என்கை என்று நிக்கிறது. இத நினைச்சோடனைதான் பயம் வந்திச்சு. நான் லீடருக்குப் பக்கத்திலேயே நிண்டுகொண்டன். நல்ல சண்டைக்காரன்தான் அவன். அடிச்சடிச்சு உள்ளே போனம். ஆமி ஓடத் தொடங்கின உடன ஒரு விசர் துணிச்சல் மட்டுமில்லை, இந்த ஒப்பரேசனை நாங்கள் அடிச்சு நிப்பாட்டிடுவம் எண்டுதான் மனசில பட்டுது. நாங்கள் அடிச்சு உள்ள இறங்க அவன் ஓடின ஓட்டம், எங்களுக்கு ஏதோ நாங்கள் சாகசம் புரியவே பிறந்தது மாதிரி ஒரு வேகத்தைத் தந்தது. பத்துப் பத்தா மூன்று றீம் எங்கட லீடருக்கு. மிச்ச ஆக்கள் யார் வாறாங்கள் யார் செத்திட்டாங்கள் எதுவும் தெரியா. நாங்கள் யோசிக்கவும் இல்லை. கண்ணுக்குத் தெரிஞ்சதெல்லாம் ஆமி ஓடுறான் எண்டதுதான். புத்தி நினைச்சதெல்லாம் இந்தா முடிக்கிறம் இவன்ர கதைய. ச்சா... கொஞ்ச நேரத்தில அடிக்கத் தொடங்கினான் ஷெல். சும்மா இம்மை மறுமை இல்லாத அடி. அடியெண்டால் நம்பமாட்டீங்கள். ‘ஊ ஊ’ என்று ஷெல் கூவினபடி இருக்கு. எங்கடாப்பா ஒளியிறது... ஓடுறது. முழத்துக்கு ஒண்டு விழுகிது. அதில ஒண்டு நாங்கள் நிண்ட ஒரு சுவருக்குப் பின்னால விழுந்திது.”

வீரன் கதையை நிறுத்தித் தலையை இருபுறமும் ஆட்டினான். வாயை ‘ஊ’ என்றவாறு கோணிப்பிடித்திருந்தான். கண்ணில் மருட்சி தெரிய அது மற்றவர்களையும் ஈர்த்து வைத்திருந்தது. சூழவும் இருள். வீரனின் மினுங்கும் கண்களைத்தான் பார்த்துக்கொண்டிருந்தார்கள் மற்றவர்கள்.

“அவ்வளவுதான். செல் அதிர்வில எனக்குக் காதும் கேக்கயில்லை. புகை, கந்தகப்புகை நாசியில ஏறுது. நான் விழுந்திட்டன். நான் நினைச்சன் நான் முடிஞ்சன் எண்டு. புகை கலைய ஒரு சுவரோட போய் ஒட்டிற்றன். அடி அப்பிடி விழுகிது. முழத்திற்கு முழம் செல். இருபது நிமிசம் அடிச்சிருப்பான். கொஞ்ச நேரத்தால அடி நிண்டுது. அது வேற பக்கம் கேக்கத் தொடங்கிச்சு. அப்பதான் திரும்பி பார்த்தன் லீடர் முடிஞ்சு, வயித்துக்க இருந்து குடல் வெளிய வந்தபடி...”

“மற்ற இரண்டு பேரில ஒருத்தனுக்கு மண்டைய வெட்டி பாதி மண்டை இல்லை. அடுத்தவனுக்குக் கால் துடையோட சிதறி அவன்ர கால் கமக்கட்டுக்க இருக்கு. அவன்ர கையிலயும் காயம். ஆனால், அவன் உயிரோடதான் இருக்கிறான். எனக்கு ஒரு காயமும் இல்லை. மற்றவங்கள் எவனையும் காணேல்லை. எனக்கு என்ன செய்யிறதெண்டு தெரியேல. உலகமே இருளத் தொடங்கீற்று. மண்டை கிறுகிறுத்து மயக்கம் மாதிரி வருது.”

வீரன் கதை சொல்ல சொல்ல அந்த நினைவுச் சுழிக்குள் வீரனே இழுத்துச் செல்லப்படுவதை யாராலும் அவதானிக்க முடியவில்லை. காரணம் அவர்களும் உள்ளே இழுத்துச் செல்லப்படுகிறார்கள். நினைவின் சூக்குமச் சுழிக்குள் சிக்கின மனங்கள். அது அவர்களின் குரூரமான சொந்த போர் அனுபவங்கள் வாயிலாகவும் கிளர்த்திச் செல்லப்படுவதாய் இருந்தது.

மனம் எப்போதுமே சம்பவங்களைப் புரிந்துகொள்வது அதன் அனுபவ வாயிலாகத்தான். அனுபவங்களின் வகை மாதிரிகளுக்கேற்பப் புரிந்துகொள்ளுதலிலும் வகைமாதிரிகள் இருக்கலாம். நினைவுகள் ஒன்றுடன் ஒன்றைக் கொழுவி கிளர்தியபடியிருக்கும்.

கவி கிண்டலடிக்க நினைத்தான். ‘அந்தப் பாதி மண்டை வெட்டினவன் எழுந்து ஓடிட்டானா?’ என்று. ஆனால் மணி உட்பட எல்லாரும் உறைந்துபோய்க் கேட்டுக்கொண்டிருந்த விதத்தில் அதைக் கைவிட்டான். உக்கிரமான போர் எதையும் கவி உண்மையில் இன்னும் சந்திக்கவில்லைதான். வேவில் கொஞ்சம் பரீட்சயம் இருந்தது.வீரன் கதையை மேலும் சொல்லியபடி இருந்தான்.

“கால் சிதைஞ்சவனுக்குத் தனக்கு என்ன நடந்திட்டுது என்று அந்தக் கணத்தில தெரியேல. உண்மையில தான் விழுந்திட்டன் எண்டுதான் அவன் நினைச்சிருக்கவேணும். ஏனெண்டா அவன்தான் கத்திக்கொண்டிருந்தான். ‘டேய் படுங்கடா, எழும்பாதையுங்க... படுங்கடா டேய்’ என்று. ஷெல் அடி ஓய அவனுக்குத் தான் காயப்பட்டுட்டன் எண்டு தெரிஞ்சுது. அப்பதான் கத்தினான் ‘டேய் நான் காயப்பட்டுட்டன். வாங்கடா, வாங்கடா டேய்’ எண்டு. நான் அவனுக்கு மற்றவன் செத்திட்டான் எண்டதைச் சொல்லேல. கிட்டப்போய்ப் பார்த்தால் அவன் ‘தூக்கடா தூக்கடா’ என்று கத்தியபடி

தலையைத் தூக்கிப் பார்த்தான். கால் காயம் அப்பதான் அவனுக்குத் தெரிஞ்சுது.தாயே..!

“தன்ர இடப் பக்கக் கைக்கு அருகில சிதைஞ்சு இருக்கிற காலை மற்றக் கையால தொட்டுப் பார்த்தான். திரும்பிப் படுத்திட்டான். நான் என்ர ‘றைபிள் கோல்சர்’க்குள்ள இருந்து ‘ஃபீல்ட் கொம்றசர்’ எடுத்து அவன்ர காலுக்குக் கட்டுப்போட்டன். ரத்தம் பைப்பில தண்ணி வந்த மாதிரி வருகுது. பக்கத்து வீடொண்டுக்குப் போக முயன்றன். வீடு பூட்டு. அடுத்த வீட்டுக் கொடியில சாறம் ஒண்டு எடுத்துவந்து கட்டுப்போட்டன். ஆனால் முடியேல... அவன் ‘தூக்கடா தூக்கடா’ எண்டுறான். ஆமி வந்திடுவான் போலத்தான் பட்டுது. விட்டுட்டு ஓடுவமா எண்டால் அதுவும் என்னால முடியேல. எப்பிடிக் கட்டுப்போடுறது? கால் அந்தத் தோலில இன்னும் தொங்குது. ஒண்டில் அதைப் பிய்ச்சுக் காலை எறிஞ்சிட்டு கட்டுப்போடவேணும். இல்லையெண்டால் அதை நிமிர்த்தி இப்படியே கட்டுப்போட்டு ‘ஸ்டேச்சேர்’ல தூக்கவேணும். அது இப்ப ஏலாது. என்னால அதைப் பிய்ச்சு எறியவும் முடியேல. இப்ப முதலில பின்னுக்குப் போவம் எண்டு நான் நினைச்சன்.”

“எனக்கு அதுவும் முடியேல. அக்கம்பக்கமெல்லாம் ஓடிப் பார்த்தன். எங்கட ஆக்கள் யாரும் இல்லை. ஆமியையும் காணேல்ல. மனசில ஒரு வெறி வந்திது. எப்பிடி வந்திது என்று தெரியா. வந்து அவன்ர தொங்கிக்கொண்டிருந்த காலைப் பிய்ச்சன். அவன் கத்தினான். தசைகள் நரம்புகள் எலும்புகள் என்று வாழைப் பொத்தியை நிலத்தில் அடிச்சுச் சிதைச்ச மாதிரி இருந்தது அந்தக் கால். கண்ணை மூடி மற்றப்பக்கம் பார்த்த மாதிரி அதைப் பிய்ச்சன். எங்கட தோல் கூட எவ்வளவு பலம் எண்டு அப்பதான் தெரிஞ்சுது. நினைச்ச மாதிரி அதைப் பிய்க்க முடியேல. அவன் கத்துறான் குளறுறான். ‘வேண்டாமடா... வேண்டாமடா’ என்று கத்தினான். நான் அதைக் கேளாமல் பிய்ச்சு காலை எடுத்துத் தள்ளி வைச்சன். இப்ப சாறத்தால காயத்தைக் கட்டினன். ஆனால் கையெல்லாம் நடுங்குது. கட்டுப் போட முடியேல.

“என்ர தாயே ! என்ர கை என்ர சொல்லுக் கேக்குதில்லை. கட்டு இறுகுதில்லை. அவன்ர காலை நான் தூக்கிப் பக்கத்தில வைக்க ஒரு பிணத்தைத் தூக்கின உணர்வுதான் அதில

இருந்தது. இந்த நேரம் துவக்குச் சூட்டுச் சத்தம் வந்திது. எங்கட ஆக்களாக இருக்குமோ என்று நினைச்சிட்டு இருக்க, எல். எம்.ஜீ அடி பயங்கரமா வந்திது. கண்டிப்பா இது ஆமிதான். துவக்கத் தோளில போட்டு அவன்ர 'ரவுண்ஸ்' மகசின் ஒண்டையும் எடுத்து என்ர கோல்சருக்குள்ள வைச்சிட்டு ஆளைத் தூக்கினன்."

"அட எப்பிடித் தூக்கிறது..? இன்னொரு முழங்கால் இல்லாதவனை எப்பிடி ஏந்தித் தூக்கிறது...?ஆனால் தூக்கிக்கொண்டு ஒடுறன். என்னால முடியேல்ல. அவன் கத்தினான். நான் தூசணத்தால விட்டன் பேச்சு. 'ஆமியடா ஆமியடா... கத்தாத. காட்டிக்குடுத்துடுவாய்.' ஓடுறன்... ஆனால் எந்தத் திசையில ஓடவேணும் எண்டு தெரியேல. எந்தப் பக்கம் எங்கட ஆக்கள் எண்டும் தெரியேல. அவன்ர காயக்கட்டு அவிழுது. இதுக்கு மேல சரிவராது என்று கொஞ்சத் தூரம் ஓடி, ஒரு திறந்த வீடொண்டு இருக்கறதைக் கண்டு அதுக்குள்ள புகுந்தன். உள்ள கொண்டுபோய் அவனைக் கிடத்தினன். காயத்துக்குப் போட்ட கட்டு முழுசா அவிண்டு போச்சு.

"சாறம் ரத்தம் ஊறி அதுவும் ஒரு தசைபோல இருந்திச்சு. அந்த வீட்டுக்குள்ள வேற துணி தேடி எடுத்துவாறன். ரத்தம் அந்த அறையில பரவிப்போகுது. அவன் குரல் மெல்லக் கம்மித் தேயுது. கட்டுப் போட்டன். இரத்தம் முன்ன வந்த மாதிரி இப்ப இல்லை. குறைஞ்சிட்டு. அது எனக்குக் கொஞ்சம் ஆறுதலாய் இருந்திது. அவன் 'தண்ணி தண்ணி... தண்ணி தாடா...' எண்டான். தண்ணி குடுக்கப்படாது எண்டு எனக்குத் தெரியும். குடுத்தா இவனை ஒப்பரேசனுக்கு எடுக்கமாட்டாங்கள். இதை முன்னர் சப்ளைய டீமில இருக்கேக்க சொல்லியிருக்கிறாங்கள். காயப்பட்ட ஆக்கள் தண்ணி கேட்டா குடுக்க வேணாம் எண்டு. ஆனால் அவன் கெஞ்சினான்."

"அவன் கெஞ்சின கெஞ்சுக்கு ஒரு மனிசன் தண்ணி குடுக்கேல்லை எண்டால் அவன் மனிசனே இல்லை.

"அவன் சொன்னான், 'என்னைச் சாக விடடா. நான் சாகத்தான் போறன். கொஞ்சம் தண்ணி தாடா... ப்ளீஸ் கொஞ்சம் தாடா... என்னை நீ கொண்டுபோக மாட்டாய்... சுத்தி ஆமி போல இருக்கு கொஞ்சம் தண்ணி குடிச்சிட்டு சாகிறன்டா. கும்பிட்டுக் கேக்கிறன் கொஞ்சம் தாடா... டேய்

இரங்கடா, இரக்கங் காட்டடா. தாடா தண்ணி' எண்டு அழுது கெஞ்சினான்.

"ப்ச்... நான் தடுமாறினாலும் குடுக்கேல்லை. 'டேய்... உன்னை நான் தூக்கிற்று போறன்ரா பொறு' எண்டு சொன்னன்.

"அவனைத் தூக்கிக்கொண்டு திரும்பவும் ஓடினன். ஆனால் என்னால முடியேல. ஒரு வீட்டுக்குப் பின்னால நிண்டு அடிச்சான் ஆமி. அடியெண்டால் சும்மா செம அடி. ஒரு மதில் கரையோட அவனைப் போட்டுட்டு நான் குண்டைக் கழட்டி அந்த வீட்டுக்கு அடிச்சன். அதே சப்போர்ட்டோட எழும்பிச் சுட்டன். நான் சுடுறதை நிப்பாட்ட, எழும்பிச் சுட்டபடி வந்தாங்கள் இரண்டு ஆமி. குண்டைக் கழட்டி எறிஞ்சன். அந்த இடத்திலேயே சுருண்டு விழுந்தாங்கள். இவனைத் தூக்கிக்கொண்டு பின்னுக்கு ஓடினன். பிரச்னை என்னெண்டா எனக்குப் பின் எது, முன் எது எண்டு எதுவுமே தெரியேல்ல. சும்மா விசர் நாய் தண்ணியக் கண்டு ஓடுற மாதிரி ஓடினன்.

"நடந்தது என்னென்றால், நான் பின்னுக்குப் போறதா நினைச்சு ஆமியிற்றப் போட்டன். அதனால எதிர்த்திசையில இப்ப திரும்பி ஓடிப் பார்த்தன். சனங்களின்ர வேலியும் மதிலும் திசை பார்த்து ஓட விடேல்ல என்னை. பாதைகளால ஓடேக்க திரும்பியும் திசையைத் தவறவிட்டுட்டன் எண்டு நினைக்கிறன். ஆமி அடிச்சான் திரும்பி எங்கயோ இருந்து. அவனைக் கீழ போட்டுட்டு என்ர கடைசி 'மகசின் றவுன்ஸ்'சையும் சுட்டுத் தீர்த்திட்டன். அடிச்சு முடிஞ்சதும்தான் அது தெரிஞ்சுது. இனி சுடவும் எனக்கு வழியில்லை. அவனைத் தூக்கிக்கொண்டு வெறியும் பயமுமாய்த் திரும்ப ஓடினன். ஒரு மூன்று காணி கடந்து ஒரு பெரிய வீடிருந்தது. அதுக்குள்ள கொண்டுபோய் அவனைக் கிடத்தினன். அட... தாயே வைச்சபிறகுதான் தெரிஞ்சுது அவன் செத்திட்டான் எண்டு."

வீரன் சொல்லிவிட்டு மற்றவர்களைப் பார்த்தான். அவனது முதல் சண்டையின் உக்கிரம் மற்றவர்களின் மனதில் பேரலையை உருவாக்கிவிட்டிருந்தது. அது அனுபவங்களைக் கிளர்த்தி நெஞ்சை மோதியபடி இருந்தது. குறும்பு மனதின் முகங்கள் அங்கே தொலைந்துவிட்டன. தீவிரம் கொண்ட முகங்கள் அவன் தொடர்ந்து சொல்ல வேண்டுமென்பதாய் நீண்டு இருந்தன. அவன் சொன்னான்

“அந்த உடம்பு வெறும் உடம்பாகத்தான் இருக்குது. உயிர் இருக்கிற அசுமாத்தம் எதுவும் இல்லை. எனக்குப் பயம் வந்திட்டுது. கையில குண்டும் இல்லை ரவுண்ஸ்சும் இல்லை. இப்படியே இந்த வீட்டுக்க இருப்பம் எண்டு இருந்திட்டன். திசை தெரியாமல் எங்க ஓடுறது. பொறுமையா இருந்து அவதானிச்ச பிறகு ஓடுவம். இப்ப நான் தனியத்தானே! ஓடிடலாம் என்று நினைச்சன். ஆனால் பயம் மட்டும் கூடிற்று, முதல் இருந்ததை விட...”

கதையை நிறுத்தி அவன் மூச்சை இழுத்துவிட்டுத் தன்னை ஆசுவாசப்படுத்தி மற்றவர்களைப் பார்த்தான். கதையைக் கேட்டுக் கொண்டிருந்தவர்களும் மூச்சு இப்போதான் விடுகிறார்கள். அப்பதான் மணி கவனித்தான் - மேலே ‘வண்டின்’ இரைச்சல். திரும்பி வீட்டிற்குள் பார்த்தான். விளக்கு சிறு ஒளியுடன் மின்னிக்கொண்டிருந்தது. ஆனாலும் மேலே நிற்கும் வேவு விமானத்திற்கு -அதைத்தான் வண்டு என்பார்கள் - சூழலிலிருந்து வேறுபட்ட ஒளியாக இது தெரிய வாய்ப்பிருக்கிறது.

“டேய் கோபி, வண்டடா மேல... போய் விளக்கை அணையடா... டேய் ஓடு. இல்லையெண்டால் விடிய ‘கிபிர்’ வந்தாலும் வரும்.” மணி கோபியைத் துரத்தினான்.

கோபி ஓடிப்போய் விளக்கை அணைத்தான். மேலே பார்த்தான் வண்டு எங்கே என்று தெரியவில்லை அதன் ரீங்காரம் மட்டும் கேட்கிறது. கோபி திரும்பி வந்திருந்தான்.

“பிறகு என்னடா நடந்தது சொல்லு” கோபிதான் கேட்டான்.

“பிறகு என்ன நடந்தது... உம்ம்” அவன் சொல்லத்தான் வேணுமா என்பதுபோல இருந்தான்.

“நீ இன்னும் உன்ர கதைக்கு வரேல” றாகுலன் சொன்னான்.

“நான் இருளட்டும்... இஞ்ச இருந்து ஓடுவம் எண்டிருந்தன். காதை மட்டும் நல்லாக் கூர்மையாக்கி எங்கட ஆக்களின்ர சூட்டுச் சத்தம் எந்தப் பக்கமா வருது எண்டதைக் கவனிச்சன். நான் இருந்த வீட்டு குசினிப் பக்க மேற்குத்திசையிலதான் எங்கட ஆக்கள் நிக்கக்கூடும். ஆனால் திகைப்பு என்னண்டா அந்தச் சத்தம் தூரத்தில கேட்டதுதான். எங்கட ஆக்கள் அக்கம்பக்கத்தில நிப்பாங்கள் எண்டு நினைச்சன். அது

வெறும் கற்பனைதானோ என்டு பயம் வந்திட்டுது. நான் ஆமிக்குள்ளயா எண்டும் தெரியேல. அல்லது இந்த இடத்தை ஆமி இனித்தான் பிடிக்க வரப்போறானா எண்டும் தெரியேல. இந்தப் பகுதியில் ஷெல் வரேல்ல.

“அண்டைக்குப் பின்னேரம் ஆமி அந்த இடத்துக்கு வந்தான். எங்கட ஆட்களாய் இருக்கும் எண்டு மெதுவாய் மற்ற அறை ஜன்னல் சுவரோட மறைஞ்சு எட்டிப் பார்த்தன். ஹெல்மட்டைத் தலைகளில கண்டோடனை ஆமியெண்டு தெரிஞ்சுது. தாயே! அந்த நேர உணர்வை இன்னதெண்டு சொல்லேலாது. ஆமி அந்த ஒரு சொல்லுத்தான்... எதிர்த்துச் சண்டை பிடிக்க முடியாத நிலையில் மாட்டினவனுக்குத் துணை என்ன...?

“இதுதான் நான் சையனைட் கடிக்க வேண்டிய நேரம். குண்டும் இல்லை. துவக்கில றவுண்ஸ்சும் இல்லை. எங்கட ஆக்களும் இல்லை. துணைக்கு ஒரு ‘பொடி’ மட்டும்தான். அதுவும் காலில்லாத பொடி ஹி ஹி...”

வீரன் இந்த வரியைச் சொல்லி விரக்தியாய்ச் சிரித்தான்.

ஆனால், வீரன் முன்பு கதை சொன்ன பதட்டமான நிலையில் இருந்து உணர்ச்சி வசப்படாமல் கதை சொல்லும் மனநிலைக்கு மாறியிருந்தான். எள்ளலோடு தன் உத்தரிப்புகளைச் சொல்லிக் கடந்துவிடப்பார்த்தான். ஒருவேளை தன்னைக் குறித்து உணர்ச்சி வசப்பட்டு ஒப்புவிக்க விருப்பமில்லையோ என்னவோ!

“சையனைட் கடிக்கிறதைவிட வேறென்ன வழி? ஆனால் பாழாப்போக! சையனைட் என்னட்ட இல்லை. சப்ளை டீமில நிண்ட என்னை சையனைட் தேவையில்லையென்று விட்டுட்டாங்கள். பிறகு சண்டையில இருக்கேக்க சையனைட் தந்துவிடுகிற சூழல் இல்லை. நான் ஓடிப்போய் அந்த ‘பொடி’யில பார்த்தன். சையனைட் இருக்கா எண்டு. அவன்ர கழுத்தில சையனைட் கட்டியில்லை. என்னை நானே சுட்டுச் சாக துவக்கில ‘றவுண்ஸ்’சும் இல்லை. அப்பிடிச் செய்திருப்பனோ எண்டும் தெரியேல்ல...

“ஒரு கைக்குண்டைக் கழட்டி வீட்டுக்க எறிஞ்சான் ஆமி! அது வீட்டு ‘ஹோல்’ல வெடிச்சுது. நான் அறைச் சுவருக்குப் பின்னால...எனக்கு ஒண்டும் நடக்கேல. ஆமிக்காறன்

உள்ளவந்து அந்தப் 'பொடி'யைக் கண்டான். அப்படியே என்னையும் கண்டாங்கள். அவ்வளவுதான். ஆனால் அவங்கள் சுடேல்ல என்னை. ஏதோ கத்தினான். துவக்கைக் கீழ போடச் சொல்லுறான் எண்டதைப் புரிஞ்சுகொண்டன். கீழ போட்டன். பிறகென்ன... எழுப்பி என்னைக் கூட்டிக்கொண்டு போய் பின்னுக்கு ஒரு இடத்தில இருத்தினாங்கள். ஒரு ஆமிக்காரன் - அவன்தான் அந்தச் சின்ன அணியின்ர அதிகாரியாக இருக்கும், ஏதோ கேட்டான். நான் ஒண்டும் பதிலா சொல்லேல்ல. சுடப்போறாங்கள் எண்ட பயம்தான் மனம் முழுக்கலும் இருந்திது. இயக்கத்திலதான் ஆத்திரம். சையனைட் குப்பிகூட தராமல் திடுதிப் எண்டு என்னைச் சண்டையில விட்டதுக்கு அந்த நேரம் வந்திது ஆத்திரம்.

"ஆனால், இப்ப யோசிக்கத் தெரியுது. அந்தக் கணத்தில நான் பயத்தையும் தாண்டிய நிலைக்குப் போயிட்டன். ஏனெண்டால் பயம் கொஞ்ச நேரத்தில இல்லாமப் போயிற்று. எல்லாம் முடிஞ்சுது. சுடப் போறாங்கள். சாவு சர்வ நிச்சயமா நடக்கப் போகுது எண்டு தெரிஞ்ச பிறகு பயம் வரேல்ல. அப்படியே உறைஞ்சு போனன். எதையும் யோசிக்கவும் முடியேல. செய்யவும் முடியேல. அந்தப் 'பொடி'யை எடுத்து அவன் எரிக்கச் சொல்லிவிட்டானென்று நினைக்கிறன்."

வீரன் மீண்டு இந்த இடத்தில் தன்னை நிறுத்தி எச்சில் விழுங்கினான். மற்றவர்களுக்குள்ளும் ஒருவிதப் பதட்டம் தொற்றிக்கொண்டது. இருளில் கண்கள் மட்டும் பிரகாசமாய் இருந்தன. சற்று முன் வரை இருந்த சக தோழனைக் கண் முன்னால் எதிரியே தீயிட்டுக் கொளுத்துவதைக் கண்ணால் காண்பது எதிரிக்கும் வரக்கூடாத நிலைமை. இவனும் சுடப்படுவதற்குத் தயார்படுத்தப்பட்ட நிலையில் அது நடக்கிறது. வீரன் பிறகும் சொன்னான்.

"நான் நினைச்சது சரிதான். அக்கம்பக்கத்து வேலியில் இருந்த கட்டைகளைப் புடுங்கி வந்து ஒரு இடத்தில குவிச்சாங்கள். அவனை... அதுதான் அந்தப் 'பொடி'யை இழுத்துக் கொண்டுபோய் அதில போட்டாங்கள். ஒருத்தன் ஒரு போத்தலோட வந்தான். மண்ணெண்ணை கொஞ்சம் ஊத்திக் கொளுத்திவிட்டாங்கள். அவ்வளவுதான் விளாசி எரியுது நெருப்பு. அவன்ர ஒரு கால் எரிபடாமல் இருக்கும் இந்நேரம். நான் தானே அறுத்து எறிஞ்சன்.அந்த முகம் எரிய

என்னால தாங்க முடியேல்ல. அவனுக்கு நான் தண்ணியாச்சும் குடுத்திருக்கலாம். ச்சா... தண்ணி குடுத்திருக்கலாம் அவனுக்கு. நான் பிழை விடுட்டன்."

வீரன் கீழே குனிந்து தலையை அங்கும் இங்குமாய் ஆட்டினான். நிலத்தைக் கீறினான். துக்கத்தின் தீரா நஞ்சால் சப்பித் தின்னப்பட்டான். அவன் மீண்டும் அந்த இடத்திற்குப் போய்விட்டான் என்றே மற்றவர்களின் பார்வைக்குத் தோன்றியது. அவன் முகமே மாறிவிட்டது. சின்னதாய் வீசிய குளிர் காற்றுக்குக் கூதல் ஓட உடலை அனிச்சையாய் உதறினான். அது ஒரு திகிலைத் தந்தது மற்றவர்களுக்கும்.

"வேலிக்க கட்டைகளைக் கொண்டுவந்து தெருவில போட்டு, வாகனத்தில அடிபட்ட நாயை எரிக்குமாப் போல எரிச்சாங்கள்..." வீரன் இத்தனை நாள் தன் நெஞ்சில் அடைத்துக் கிடந்த துயரை கட்டுடைத்துப் பாய விடும் சித்தத்தில் இருந்தான். அவன் சொன்னான்,

"அந்த இடத்தில நினைச்சன் இவ்வளவும்தானா மனிச வாழ்க்கை? இவ்வளவும்தானா போராட்டம்? இந்தா... இதிலதான் இப்ப என்னையும் எரிக்கப்போறாங்கள். ஆனால், என்னை இன்னும் ஏன் சுடாமல் வைச்சிருக்கிறாங்கள் எண்டு எனக்கு விளங்கேல்லை.

"எனக்குத் தாகம் எடுத்திச்சு. தண்ணி கேட்டன். தந்தாங்கள். இந்த நேரம்தான் அந்த எரியிற நெருப்பைப் பார்த்துக்கொண்டிருக்க எனக்கு அப்பாவோட ஞாபகம் வந்திது. அந்த நெருப்பில ஒரு வித வாடை. அது மனிச கொழுப்பு உருகி எரியும் வாடை. அது என்னை முதலில உருக்குலைச்சுது. பிறகு ஏனோ எனக்குள்ள ஓர் ஆவேசம் வந்திச்சு. இந்த நாயளைக் கொண்டுபோட்டுச் சாகவேணும். சும்மா சாகப்படாது... அதுக்கு முயற்சி செய்யேக்க சுட்டுச் செத்தாப் பரவாயில்லை. அது வலியில்லாத மரணமாயும் இருக்கும் எண்டு நினைச்சன். நான் அந்த முயற்சியால தப்பிக்கவும் முடியும் எண்டு மனம் இருந்தாப்போல அடிச்சுக் கொள்ளத் தொடங்கிற்று. அப்பதான் ஒரு மூர்க்கம் பிறந்திச்சு. மூர்க்கம் பிறக்க இந்த நாயளை ஏமாத்துறது முடியும் எண்ட நம்பிக்கையும் வந்திது. அப்பத்தான் சாப்பாடு வேணுமா எண்டு தண்ணி தந்தவங்கள் கேட்டாங்கள். நான் 'ஓம்' எண்டு

சொல்லி இப்ப வாங்கிச் சாப்பிட்டன். நான் மனசில முடிவு எடுத்திட்டன்.

"சண்டைச் சத்தத்தில சும்மா நிலம் அதிர்ந்துகொண்டிருக்கு. இவங்கட மோட்டார், ஆட்டிலறி அடிக்கிற சத்தமும் காதைப் பிளக்குது. அவங்கள் என்னை ஒரு பொருட்டாக நினைக்கேல. ஒரு சின்னப் பொடிப் பயல் எண்டதுதான் நினைப்பு. ஒரு நாய்க்குட்டியைப் பிடிச்சுக் கொண்டுவந்து சுத்த நிண்டு விடுப்பு பார்க்கிற மாதிரிதான் பார்த்தாங்கள். என்னை மண்ணில இருத்தி வைச்சிருந்தாங்கள். அவங்கள் நிக்க, நான் அவங்களை அண்ணாந்து பார்த்தபடி இருந்தன். குனிஞ்சு கதை கேக்கிறாங்கள். என்ர பயத்தை ரசிக்க அப்பிடி ஆசைபோல நாயளுக்கு. என்ர உடம்பு கையெல்லாம் ஒரே இரத்தம். காயம் இருக்கா எண்டு பார்த்தாங்கள். இல்லை. அந்த அதிகாரி ஏதோ கேட்டான் சிங்களத்தில. எனக்கு விளங்கேல்ல. திருப்பிக் கேட்டான். எல்லாரும் சுத்தி நிண்டு சிரிச்சாங்கள். பிறகு ஒருவன் தண்ணி அள்ளி குளிச்சுக் காட்டினான். அதுவும் சைகையிலதான்.

"எதுக்கு குளிக்க கேக்கிறாங்கள். ஒருவேளை சுடாமல் கைதியாகவே கொழும்புக்கு அனுப்பப் போறாங்களோ எண்டும் நினைச்சன். அவங்கட அந்தச் சிரிப்பு மட்டும் அதை நம்பத் தூண்டுதில்லை. இரண்டு பேர் துவக்கோட நிண்டு என்னைக் குளிக்க வைச்சாங்கள். இரண்டு நாள் சாப்பாடில்லை இப்ப சாப்பிட்டு உடம்பில தென்பேத்திக் கொண்டிட்டன் கொஞ்சம். அடி தாயே! அந்த அதிகாரி நாய் ஒரு சாங்கமாய்ப் பார்க்கிறான் என்னை. நாறல் மீனைப் பூனை பார்த்த மாதிரிப் பார்க்கிறான்."

வீரன் நிமிர்ந்து மற்றவர்களைப் பார்த்தான். கோபி சொன்னான் "அட லூசா, அவன் உன்னை மற்ற அலுவலுக்குப் பயன்படுத்திற்றுச் சுடலாம் என்று யோசிச்சிருக்கிறான். அதுதான் சுடேல்லை. குளிப்பாட்டியிருக்கிறான். நீ அந்தச் சண்டைக்குள்ளயும் அவனுக்கு 'மூட்'டைக் கிளப்பீற்றாய் ஹி ஹி ஹி..." கோபி சிரிக்க எல்லாரும் சிரித்தாங்கள் வெடிச் சிரிப்பு.

"ம்ம்... அவன்ரய வெட்டிக்கொண்டு வந்திருப்பன் கையோட" வீரன் கடுப்பாய்ச் சொன்னான்.

"சொல்லு சொல்லு. பிறகு?" கவி ஆர்வத்தில் திளைத்தான்.

"கையைக் கட்டிப்போட்டு இயக்கம் பாவிச்ச 'பங்கர்' ஒண்டுக்க கொண்டுபோய் விட்டாங்கள். போச்சடா எண்டு நினைச்சன். இரவு எத்தினை மணியெண்டு தெரியேல. சாமம் கடந்திட்டு எண்டு நினைக்கிறன். என்னை வெளிவாசலுக்கு எடுத்தாங்கள். இப்ப அந்த அதிகாரியும் ஒருத்தனும் மட்டும்தான் நிண்டாங்கள். மற்ற ஆக்கள் இல்லை. அந்த அதிகாரி ஒரு வெள்ளி ஈய பேப்பருக்குள்ள எதையோ எடுத்து இரண்டு விரலில உருட்டி கொடுப்புக்குள்ள வைச்சான். பிறகு 'சாப்பிடுறியா?' என்று வாயில சோறு வைக்குமாப் போல சைகையில அதிகாரி கேட்டான். 'ஓம்' எண்டு சொன்னன். கைக்கட்டை அவிட்டு விட்டாங்கள். சொக்லேற் தந்தான். சீஸ் தந்தான். ரின் இறைச்சி தந்தான். அதையும் சாப்பிட்டன். சாப்பிட்டபடியே சுத்தி நிலைமையை அவதானிக்கத் தொடங்கினன்.

"தூரத்தில ஒருவன் சென்றி நின்றான். அதிகாரியிட்ட துவக்கு இல்லை. அந்த மற்ற ஆமி மட்டும் துவக்கு வைச்சிருந்தான். எனக்கு சாப்பாடு 'ட்டின்' வெட்டித் தரேக்க துவக்கை வைச்சிட்டுத்தான் வெட்டித் தந்தான். நான் முதலே கவனிச்சிருந்தால் அந்தத் துவக்கை எடுத்துச் சுட்டுட்டுத் தப்பி இருக்கலாம். மடத்தனம் பண்ணிற்றன் என்று அப்பதான் நினைச்சன்.

"கொஞ்ச நேரத்தில அந்த அதிகாரிக்கு பிஸ்கட் குடுத்தான் இவன். இவன் வெறும் எடுபிடி எண்டது அவன்ர தோற்றத்தில தெரிஞ்சுது. அந்த அதிகாரி, மீசை வழிச்ச கறுப்பு மூஞ்சை, என்னையே பார்த்துக்கொண்டிருந்தான். மூஞ்சையில குரோதம் இல்லை. எண்ணைப் பசையாய் ஒரு சாங்கமாய் இருந்தான். பிறகு அந்தச் சிப்பாய் துவக்கை வச்சிட்டு 'சீஸ் டின்' எடுத்து வெட்டினான். இதுதான் சரியான நேரம் இந்தா... இந்த துவக்கைப் பாய்ஞ்சு எடுத்து முதல்ல அதிகாரியை, பிறகு அவனைச் சுட்டாச் சரி. ஆனால் அந்தக் கணத்தில அதை நினைக்கப் பயம் வந்திட்டு. துவக்கு அந்த அதிகாரிக்குக் கொஞ்சம் தள்ளி இருக்கு. நான் எடுத்தால் அவனும் பாய்ஞ்சு அதை எடுக்கலாம். நான் விட்டுட்டன்

"சீஸ் குடுத்திட்டு அவன் திரும்பவும் இறைச்சி டின் வெட்டினான். அவ்வளவுதான் எனக்குத் தெரியும், பிறகு என்ன

நடந்தது எண்டு எனக்கே தெரியாது. என்ர கட்டுப்பாட்டில அது நடக்கேல்ல." வீரன் கதையை நிறுத்தி மற்றவர்களைப் பார்த்தான். அவர்கள் உறைந்து போயிருந்தனர்.

"ம்ம்... அவன் ட்டின் வெட்ட நான் துவக்கை ஒரே பாய்ச்சலில எடுத்தன். இந்த எலிதான். ம்ம் அவன் புலியெண்டே நினைக்கேல்லயே, ஒரு எலியைப் பூனை வைச்சு விளையாடுமாப் போலத்தானே விளையாடினாங்கள். எலி துவக்கை எடுத்துதா... அடிச்சுது ஆட்டம். எலிக்கே தெரியாத ஆட்டம். ஆனால் முதலில சுட்டது அந்த சிப்பாயத்தான். அதிகாரி பாயவுமில்லை புடுங்கவுமில்லை. திகைச்ச திகைப்பில நான் அவனையும் சுட்டன். கத்துறதுக்கு வாயைப் பிளந்தபடி சரிஞ்சு விழுந்தான். ஓடத் தொடங்கினன் ஓட்டம். எங்க ஓடுறன் எண்டு எனக்கே தெரியாது. இப்பதான் எங்கயிருந்தோ சுடுறாங்கள் என்னை நோக்கி. வெறும் துவக்குச் சூடுதான். இருட்டுக்க என்ன மயிரெண்டு குறி வைக்கிறது? நான் ஓடினவன்தான். ஓட்டமெண்டால் சும்மா இன்னது ஏது எண்டு இல்லை. உயிர்க்குலையில வெறிபிடிச்ச ஓட்டம். ஒரே நேர் திசையில மட்டும் ஓடினால் எல்லைக்குப் போகலாம் எண்டு மனம் சொல்லிச்சு."

வீரன் ஆசுவாசமாய் மற்றவர்களைப் பார்த்தான். மற்றவர்களும் இப்பதான் உடலை அசைத்துச் சரிசெய்து மீண்டும் கதை கேட்கத் தயாரானார்கள். கவி கைவிரல்களை நெட்டிமுறித்துக் கொண்டான்.

"இப்படியே சொன்னால் கதை முடியாது. அண்டு முழுக்க ஓடி ஆமியில முட்டுப்பட்டு அடிவாங்கிறதும் திருப்பி ஓடுறதும் பிறகு திரும்பி அடிவாங்கிறதுமாய் இருந்திச்சு. ஆனால் அந்த அடி வெறும் துவக்குச் சூடுதான். அதுவும் தற்செயல்தான். ஏனெண்டால் நான் அவங்களுக்கு உள்ள இருக்கிறன். பின்னுக்கு இருந்து நான் வருவன் எண்டதை எதிர்பார்க்க மாட்டாங்கள் தானே. கடைசியா ஒரு இடத்தில வரேக்க விடியிற நிலமை. எங்கட ஆக்களின்ர துவக்குச் சூடு மாதிரி சத்தம் கேக்குது. சண்டை தொடங்கின சத்தம். இவங்கள் ஆமி திருப்பி அடிக்கிறாங்கள்.

"இவங்கட ஷெல் போய் விழுகிற இடத்தையும், சூட்டுச்சத்தம் வாற இடத்தையும் வைச்சுப் பார்த்தால் நான் முன்னணி நிலைக்கு வந்திட்டன் எண்டது தெரிஞ்சுது. ஆனால்

விடியத்தொடங்கிற்று. பேசாமல் ஒரு வீட்டுக்க போய்ப் பதுங்கினன். கொஞ்ச நேரத்தில அயர்ந்து நித்திரையாப் போனன். உண்மையாத்தான். மூன்று நாள் சண்டையில நிண்டு நித்திரை இல்லை. திடுக்கிட்டு எழும்பி காலைமை வெயில் ஐன்னலுக்குள்ளால வர எட்டிப்பார்த்தன். ஆமி நடமாட்டத்தைக் காணேல்ல. வெளிக்கிட்டு மெல்ல முன்னணி நிலையப் பார்க்கப் போனன்.

"முன்னணி நிலைய கண்டுபிடிச்சிட்டன். நிறைய ஆமி நிக்கிறாங்கள். இதுக்குள்ளால இப்ப போகேலாது எண்டு தெரிஞ்சுது. வெங்காயம் அடுக்கின ஒரு கொட்டிலுக்க புகுந்து இருந்தபடி நிலமையை அவதானிச்சுக் கொண்டிருந்தன். நான் முன்னணி நிலைக்குக் கிட்டத்தான் இருக்கிறன். இரவு முயற்சி செய்யலாமென்று மனசுக்க பிளான் போட்டன். தண்ணி விடாய்க்கத் தொடங்கிச்சு. நாக்கு வறளுது. வெளிய போனால் கண்டிப்பா ஆமி காணுவான். வெங்காயக் கொட்டில் என்ன வெக்கையப்பா! பயங்கர புழுக்கம். அட! வெங்காயம் இப்பிடி வெக்கையா?

"அவிஞ்சு வேர்க்க தண்ணிவிடாய் தாங்க ஏலாமல் போச்சு. நான் அவனுக்குக் கடைசியாச் சாகேக்க கேட்டும் தண்ணி குடுக்கேல்ல எண்டதை நினைச்சன். அப்பிடித் தவிக்குது. தாகம் தாங்க முடியேல்ல. இன்னும் இருளவும் மாட்டுதாம். கடைசியா இருளத் தொடங்க, பக்கத்துக் கிணத்தடிக்குப் போய் தண்ணி குடிக்க நகர்ந்தன். பதுங்கிப் பதுங்கிப் போய் கிணத்தில தண்ணி அள்ளேலா. அங்க இருந்த வாளிக்கயும் தண்ணி இல்லை. கிணத்து கழிவுத் தண்ணி ஓடுற வாய்க்காலில கொஞ்சம் தண்ணி நிண்டுது. அள்ளிக் குடிச்சன். அது... அமிர்தம்... அமிர்தம்... அந்த ஊத்தத் தண்ணி! நாள்பட்ட கழிவுத் தண்ணிக்கு இப்படி ஒரு ருசியா?"

வீரன் சொல்லிவிட்டு அட்டகாசமாய்ச் சிரித்தான். அட! பெடியள் கதை கேக்கிற ஆர்வத்தில் இருக்க, இவன் சிரிக்கிறான்.

"திரும்பி வந்து வெங்காயக் கொட்டிலுக்க இருந்தன். சாமம் ஆனதும் முயற்சி செய்யலாம். நேரம் வந்திது. எலி புத்தை விட்டு - வெங்காயப் புத்தை விட்டு வெளிக்கிட்டுச்சு. துவக்குக்கு வேற கனக்க றவுண்ஸ் இல்லை. ஏழு றவுண்ஸ் அவங்களுக்குச் சுட்டிருப்பன். மகசினில மிச்சமுள்ளதுதான்.

சுட்டு அடிபட்டுத் தப்ப ஏலாது. களவாய்த்தான் தப்ப வேணும் எண்டு முடிவு செஞ்சிட்டன்."

"இரவு இரண்டு தரம் ஓட முயற்சி செய்து அவன்ர முன்னணி நிலையைக் கடக்க முன்னரே அடி வாங்கினன். ஆனால் ஒரு சூடும் நான் சுடேல்ல. திரும்ப ஓடி வந்திட்டன். மூன்றாம் முறை விடியப்போகுது எண்டு தெரிய, ஒரே மூச்சா ஓடுறது, அல்லது சாகிறது எண்டு முடிவு செஞ்சிட்டன். இரண்டு தரம் அடிவாங்கி ஓடிவந்ததில அவன்ர முன்னணி நிலை துல்லியமா இப்ப தெரியும். இடத்தை மட்டும் மாத்தி தெரிவு செய்ஞ்சன். அவ்வளவுதான், மெல்ல நிலம் வெளிக்கப்போகுது எண்டு தெரிய அந்தக் கசியிற ஒளியின்ர வெளிச்சத்தில தப்பி ஓட வெளிக்கிட்டன். வீரா... சாவுடா அல்லது தப்பு.

"எலி ஓடிச்சு ஓட்டம்... அதல்லோ ஓட்டம். அவன் சும்மா சாதாரண பங்கர்தான் 'பொயின்ற்' என்று வெட்டி இருந்தான். கடக்கிற இடத்தில ஒரு ஆமிதான் பங்கரில நிண்டான். பயத்தில ஒரு பத்து றவுன்ஸ் ஓட்டோவில அவனுக்குச் சுட்டிருப்பன். ஓட்டம்தான். அடக் கடவுளே! எங்க கிடந்து அடிக்கிறாங்கள் எண்டு தெரியேல்ல. தரித்திர நாயள் ஒரு எலிய இத்தினை துவக்கால சுடுறாங்கள். நான் குனியவும் இல்லை, விழுந்து படுக்கவும் இல்லை, திருப்பிச்சுடவும் இல்லை. ஒரே ஓட்டந்தான். என்ர இடதுகையில அவன்ர சூடு ஒன்று பறிஞ்சுகொண்டு போச்சுது. சரியா விடியாததால அவங்கட அடியொண்டும் குறியாய் இருக்கேல்லை. எலி ஓடிச்சு உயிர்க்குலை தெறிச்சு. முன்னால இருந்த ஒரு குளக்கட்டில ஏறிக் கடக்க வெளிக்கிட, அடி தாயே! அறுவார் முன்னால இருந்து அடிக்கிறாங்கள்.

"பின்னுக்கு இருந்து *l.M.G* ஆல அடிக்கிறாங்கள். முன்னுக்கு இருந்து டொள்... டொள்... என்று துவக்கால அடிக்கிறாங்கள். அப்பவே தெரிஞ்சுது. இது எங்கட செம்மறியள் எண்டு. குளத்துக்க தண்ணியில்லை. வெறும் தரை. காய்ஞ்சு வெடிச்சுப் பிளந்து போயிருக்கிற களித்தரை அது. உள்ள இறங்கினன். இனி ஆமியின்ர அடி உள்ள வராது. நிம்மதி. மற்றப்பக்கம் போய் கட்டில ஏற, திருப்பி அடிக்கிறாங்கள் எங்கட செம்மறியள். வெளிக்கு அங்கால ஊர்மனை தொடங்குது. அங்க இருந்து அடிக்கிறாங்கள். இடையில வெறும் வெளிதான். கத்தினன் 'டேய் நான்டா. அடிக்காதையுங்கோ. அடிக்காதையுங்கோ'

எண்டு. அவங்களுக்குக் கேக்க இல்லை. திரும்பித் தலைகாட்ட அடிக்கிறாங்கள். நான் குளக்கட்டு உள்பக்கம் படுத்திட்டன். என்னால ஏலாது. சரியான தாகம் வேற. மயக்கம் வாற அளவுக்கு ஏலாத தாகம். கைக்காயத்தில இருந்து இரத்தம் வழியுது. நாசியில திரும்பவும் இரத்தவெடில். கைமுறியிற அளவு பெரிய காயம் இல்லை. ஆனால் கை ஆடுது.

"திருப்பி ஒரு கையை மட்டும் உயர்த்தி உயர்த்திக் காட்டினன். ஒரு கைக்குச் சுடுறளவு கெட்டிக்காரங்களா? சுடேல்ல... திரும்ப எழும்பி ஓடுறன். அப்பவும் ஒரு செம்மறி சுடுது. மற்றவன் கத்துறான்... 'சுடாதை சுடாதை' என்று. அவ்வளவுதான், விழுந்து படுத்தனான். எழும்பேல்ல. என்னால இதுக்கு மேல முடியேல்ல.

"அவங்கள் நான் இயக்கம் எண்டோ, அல்லது சரணடைய வாற ஆமியெண்டோ நினைச்சிட்டாங்கள் என்று மனசில புரிஞ்ச கணமே என்ர சக்தியெல்லாம் போச்சு. எழும்பவே முடியேல்ல. அவங்கள் அடிக்கேல்ல. என்னால முடியேல்ல எழும்பி ஓட. அவ்வளவுதான். பிறகு என்ன நடந்ததென்று தெரியாது.

"வடமராட்சி மந்திகை ஆஸ்பத்திரியிலதான் மயக்கம் தெளிஞ்சு பார்த்தன். கையில ஒப்பிறேசன் செஞ்சு கட்டும் போட்டிருக்கு. காலிலயும் சின்ன பிளாஸ்ரர் இரண்டு போட்டிருக்கு. காலில காயம் இருந்ததே எனக்கு தெரியேல்ல என்றா பாருங்களன் நிலைமையை."

வீரன் எல்லாரையும் பார்த்தான், அவ்வளவுதான் கதை என்பதுபோல. மற்றவர்கள் மீள முடியாமல் நிலத்தில் ஒட்டப்பட்டதுபோல இருந்தார்கள். அந்தச் சிறுவீடும் முதிர் மாமரமும் தலையறுந்த தென்னையும் அன்றைய இருளும் கூட அவன் சொன்னதைக் கேட்டு உறைந்திருந்தன.

"ம்ம்" என்று திரும்பவும் பெருமூச்சு விட்டான் வீரன். கொட்டித் தீர்த்த ஆசுவாசமா?

"உன்னை மந்திகையிலயா கொண்டுபோய் விட்டாங்கள்... ஹி ஹி ஹி... சரியான இடம்தான்" கவி சிரித்தான். யாழ்ப்பாணத்தில் மந்திகை ஆஸ்பத்திரியில்தான் மனநோயாளிகளின் பிரிவு உண்டு. அதுதான் கவியின் இந்தக் கிண்டல்.

"மக்களே! படம் முடிந்தது. இவை யாவும் கற்பனையல்ல. எழும்பி ஒரு தேத்தண்ணி வைங்க. சென்றியை விடுங்க." மணி சொன்னபடி எழுந்தான்.

மணியின் மனதில் இவன் வேவுக்குத் தகுதியான மிகப் பொருத்தமான ஆள்தான் என்று பட்டது. திகைப்பில் இருந்து இத்தனைச் சுலபமாய்ச் சுதாகரித்து, அந்த இடத்தில் அனுபவசாலிகளாலேயே தப்பித்திருக்க முடியுமென்று தோன்றவில்லை. சூழலின் கைதியாகி உறைந்து போவதுதான் மரணத்தின் முன்னுள்ளவனுக்கு நிகழக் கூடியது 'அசத்தலான ஆளைத்தான்ரா சேரா அனுப்பி இருக்கிறார். தேவைப்பட்டால் இவனைதான்ரா கூட்டிக்கொண்டு போகப்போறான் மணி' என்று மணியின் உள்மனம் இரகசியமாய்க் குரல் வைத்தது.

04

வன்னியின் வடபோர்முனையில் நடக்கிறது இந்தக் கதை.

இந்தக் கதைக்கும் ஒரு சூழல் உண்டு. அது சும்மா இலேசுப்பட்ட சூழல் இல்லை. வலு வில்லங்கமான சூழல். 1995ஆம் ஆண்டு 'ரிவிரச' நடவடிக்கை மூலம் யாழ்குடா நாட்டைக் கைப்பற்றியிருந்தது அரசு. வவுனியாவில் இருந்து வடக்குநோக்கி யாழ்ப்பாணத்தை இணைக்கும் ஏ9 நெடுஞ்சாலையைக் கைப்பற்றிச் சிங்களப் பிரதேசமான தெற்குப் பகுதியோடு தமிழரின் வடக்கை இணைத்துவிடுவதுதான் இப்போதைய படைத்துறைத் தந்திரோபாயம். அதற்காக 'ஜெயசிக்குறு' என்ற படை நடவடிக்கையை நடத்தி வருகிறது. கிளிநொச்சியை 'சத்ஜய' என்ற நடவடிக்கை மூலம் அரச படைகள் கைப்பற்றிவிட்டன. இப்போது கிளிநொச்சி ஒரு பெரும் கூட்டுப் படைத்தளமாக உருவாக்கப்பட்டிருக்கிறது. கூட்டுப் படைத்தளமென்பது இராணுவ அர்த்தத்தில் படைத்துறைகளின் பல்வேறு பிரிவுகளை உள்ளடக்கிய ஒருங்கிணைந்த நடவடிக்கைக்கான தளம். இதை ஒரு கூட்டுப் படைத்தளமாக இராணுவம் அமைத்திருப்பதற்கான காரணம் ஏ9 வீதியைக் கைப்பற்றும் இராணுவ நடவடிக்கைக்கு இதை ஒரு புறப்படுதளமாகப் பயன்படுத்துவதற்காகத்தான். படைத்துறையில் இதனை 'லோன்ஞ்சிங் பாட்' என்று சொல்லுவார்கள்.

இந்தப் போர்முனையில்தான் இந்தச் சின்னஞ்சிறு வேவுக்குழு இயங்கிக்கொண்டு இருந்தது. இந்தக் குழுவுக்குத்தான் புதிதாக இணைக்கப்பட்டிருக்கிறான் வீரன். வேவுக்காரரின் கதைகளே ஒரு தனித் தினுசு. இந்த வள்ளிசில் 'இறுதி வெற்றி' என்ற திமிர்த்தனமான பெயரோடு நடக்கும் நீண்ட யுத்த களத்தில் வேவு என்பது சும்மா சாதாரணப்பட்டதல்ல.

போன வாரம்தான் வேவுக்குப் போன நிலவனும் நல்லவனும் வீரச்சாவு என்ற செய்தி வந்தது. இருவரின் உடலையும்கூட எடுக்கமுடியவில்லை. வேவுக்காரரை அடுத்தடுத்துப் பலி கொள்ளும் களமாகிவிட்டது இந்தக் கிளிநொச்சி தளம்.

யாராலும் உள் நுழைய முடியாத மாயப் பொறியாகிவிட்டது இந்தப் படைத்தளம்.

இந்தப் போர்முனையின் பின்தளத்தில் உள்ள இச்சிறு வீட்டின் முற்றத்தில் நிலவனும் நல்லவனும் திரும்பிவராத காலைப்பொழுது துயருண்டு விடிந்தது. போர்நிலத்து மக்களின் உறவுக்கும் வேறு நிலத்து மக்களின் உறவுக்கும் வேறுபாடு உண்டு. சமூகம் துயர் தாங்கும் ஒரு வினோத இழையால் பந்தம் கொண்டிருக்கும். அதிலும் குடும்பத்து உறவுக்கும் இளையவர்களின் நட்புவட்ட உறவுக்கும் வேறுபாடு உண்டு. அதையும்விட வேறுபட்டது போரில் தோழமை கொள்ளும் போராளிகளின் உறவு. போர் அனைத்தையும் அந்நியமாக்கித் தோழமையில் இறுகப் பின்னிவிடும் வலிமை கொண்டது. இந்தச் சிறு வேவுக்குழுவோ போர்முனையின் பின்னணியில் ஒரு சிறு வீட்டில் குடும்பம்போல வாழநேர்ந்த பாக்கியத்தையோ துர்ப்பாக்கியத்தையோ கொண்டிருந்தது.

கூடிவாழ்ந்த தோழர்கள் நேற்றுப் போவர், இன்று வரார் என்பது வெறும் யதார்த்தம் அல்ல, அதை மீறிய துயருண்டு அதற்கு. அதை வெளிக்காட்ட முடியாது. காட்டினால் அது தன்னையே தாக்கி வீழ்த்திவிடும். தன்னையே தன்னால் தக்க வைக்க முடியாது போகும்.

நிலவன், நல்லவன் இல்லாத அந்த முற்றத்து மாமரம் அன்று அழுதது. காணி சூழ்ந்து இளநீர் நிறைந்த தென்னைகள் அழுதன. பற்றைக் காட்டில் கானாங்கோழியிட்ட முட்டைகள் அழுதன. கிணற்றுத் தண்ணீரும் கமுக்கமாய் அழுதது. அந்த வீட்டில் வேயப்பட்ட பனையோலைக் கூரை அழுதது. கூடி வாழ்ந்த இந்த வேவுக்குழு வீரர் மட்டும் அழ முடியவில்லை. அவசம்... தாங்கவியலா அவசம்!

இருமுனை கொண்ட 'ஜெயசிக்குறு' என்ற ஏ9 றோட்டைப் பிடிக்கும் சமர் நடவடிக்கைக்குக் கிளிநொச்சி ஒரு முனை. எனவே இப்போது நடக்கும் யுத்தத்திற்கு ஒரு பிரதான பாத்திரத்தை இந்தக் கிளிநொச்சி கூட்டுப் படைத்தளமே கொண்டிருக்கிறது.

இதன் முக்கியத்துவத்திற்கு மற்றொரு காரணமும் உண்டு. அது ஆனையிறவுப் படைத்தளத்திற்கு ஒரு 'பஃவர்' (முன்காப்பு) ஆக கிளிநொச்சியை உருவாக்கி நின்றமைதான்.

ஆனையிறவுத் தளமென்பது யாழ் குடாநாட்டைப் பாதுகாத்து நிற்கும் மிக முக்கிய படைத்தளம். யாழ் குடாநாட்டின் நில அமைவைப் பொறுத்தவரை ஆனையிறவைக் கையில் வைத்திருக்கும் வரைதான் யாழ்ப்பாணத்தை எவருக்கும் வைத்திருக்கும் இயலுமை இருக்கும். குடாநாட்டின் நுழைவாசல் அதுதான். நுழைவாசலைச் சும்மா விடுவார்களா யாரும்? மற்றது, ஆனையிறவுப் பிரதேசம், போரைப் பொறுத்தவரை நிலைகொள்ளுபவருக்கே சாதகமான புவியியல் அமைப்புக்கொண்டது. தாக்க வருபவர்களுக்கு அது பொருத்தமான பகுதியல்ல. ஆனையிறவைப் பாதுகாக்கும் உறுதித் தன்மையை மேலும் வலுப்படுத்தவே கிளிநொச்சிக் கூட்டுத்தளம் பயன்படுகிறது. இன்னொரு வகையில் இதைப் படைத்துறை மொழியில் கேந்திர மையத்தின் முன்காப்பு வலயம் என்று சொல்லலாம்.

பழமைகொண்ட நகரம் சப்பாத்துக் காலடியில் கிடந்து நசுங்கியது. சூழ்ந்த வயற்காட்டில் மேவிவந்த தென்றலில் கந்தகநெடி நிலைத்து நஞ்சூட்டியது. நீரோடை காய்ந்து வாய்க்கால்களில் குறுமணல்கள் குருதி குடித்தன, பிணங்களைத் தின்றன. மணியோசை கேட்ட குலதெய்வங்கள் பீரங்கிகளின் வெறிமுழக்கத்தில் நெஞ்சதிர்ந்து நிலம்விட்டுக் குடிபெயர்ந்தன. முடிவிலாத் துயரத்தில் நகரம் பாழில் வீழ்ந்தது.

இந்தக் கிளிநொச்சி படைத்தளத்தைத் தாக்கி அந்த நகரத்தை மீட்டுக்கொண்டால் 'ஜெயசிக்குறு' நடவடிக்கையை முறியடிப்பதற்கான தந்திரோபாய வழி பிறக்கும். மேலும் அரசியல் ரீதியிலும் அரச படைகள் தோல்வியடைவதை இது இலகுவாகக் காட்சிப்படுத்திவிடும். எதிரிக்கு மிகுந்த மனச்சோர்வைக் கொடுக்கக்கூடியதும்கூட. இதனால் விடுதலைப்புலிகள் இருமுறை இதைக் கைப்பற்ற முயற்சி எடுத்தனர். ஆனால் அது வெற்றியடையவில்லை.

இவன் மணி 'சாள்ஸ் அன்ரனி றெஜிமன்ட்'இன் ஒரு வேவுக்குழுவின் பொறுப்பாளர். இது ஒரு சிறிய அணி. மொத்தம் ஒன்பது பேர்தான். அதற்குத்தான் மணி லீடராய் இருந்தான். இருபத்தி ஆறு வயசுதான் இருக்கும். இருந்தாலும் அடர்த்தி இல்லாத மீசையும் சரித்திழுத்த தலைமுடியும் எப்போதும் எதையும் விகடமாக்கிவிடும் பேச்சும் அவனை மேலும் இளைஞனாகவே காட்டியது.

இராணுவத்தின் மிகப்பெரும் படைத்தளங்களை வேவு பார்க்கும் காரியத்தில் வலு சுழுவான ஆள் இவன். இந்தத் துறையில் பக்காவான அனுபவம் இவனுக்கு இருந்தது. இப்போது இந்தப் படையணியின் தளபதி, மற்றும் துணைத் தளபதியாக இருப்பவர்களிடத்தில் முன்பு வேவைப் பழகிக்கொண்டவன். இதனால் அவர்களுக்கு இவனின் திறன் மீது நம்பிக்கை அதிகம். இங்கே கூட இருப்பவர்களின் விசுவாசத்தால் நம்பப்படுபவர்களும் உண்டு, வினைத்திறனால் நம்பப்படுபவர்களும் உண்டு. இதில் மணி இரண்டாவது வகை.

கிளிநொச்சி நகரத்தில் இருந்த இராணுவத்தை முன்னேற விடாமல் விடுதலைப் புலிகளின் பல படையணிகள் பாதுகாப்புப் போர்முறைக்குரிய தொடர் நிரந்தரக் காவலரண் அமைத்து நிலைகொண்டிருந்தன. ஏ9 வீதியால் முன்னேறுவதற்கு இரண்டு ஆண்டுகள் செய்த படை நடவடிக்கையால் இழப்புதான் ஏற்பட்டதே தவிர எந்த இறுதிவெற்றியும் படைக்குக் கிடைக்கவில்லை. அது இன்றோ நாளையோ நிறைவேறிவிடும் என்ற நம்பிக்கை இருக்கத்தான் செய்தது. தென்போர் முனையில் இராணுவம் மாங்குளத்திற்கு வந்துவிட்டது. இன்னும் அதிக தூரம் இல்லை இணைவதற்கு. இன்னும் பதினெட்டு கிலோமீற்றர் இருக்கலாம். ஒரே சமயம் பல முனை சண்டையை தொடுத்தது இராணுவம். நேர் கொள்ளாமல் சுற்றி வளைத்து முன்னேறி விட முயன்றன. இந்த வகையான முன்னேற்றம் பலதையும் இறுதி நேரச் சமரில் போராளிகள் முறியடித்திருந்தனர். இதன்பின் கிளிநொச்சி படைத்தளத்திற்கான விடுதலைப் புலிகளின் பாதுகாப்புப் பொறிமுறையை ஊரியான் கடற்கரையிலிருந்து குடமுருட்டிப் பகுதிவரை கிளிநொச்சியைச் சுற்றிவளைத்து நீட்ட வேண்டியதாயிற்று. இது ஏறத்தாழ 22 கிலோமீற்றர் நீளமுடைய பாதுகாப்புப் பொறிமுறையைக் கொண்டது. அதில் ஊரியான் பகுதியில் ஒரு ‘பிளட்டூன்’ அணி மூலம் 2 கிலோமீற்றர் நீளத்தைப் பாதுகாத்து நின்றவன் இந்த வீரன். அந்த இரண்டு கிலோமீற்றருக்கு அவன்தானே இராசா!

ஒருவகைத் துள்ளல் அல்லது துடுக்குத்தனம் முகத்தில் தெரியும். சமயத்தில் அது மறைந்தும் போகும். மெல்லிய தலைமுடியும் துறுதுறு கண்களும் உயரமில்லாத உருவமும் அவனை இளையவனாகவே எப்போதும் மற்றவருக்குக் காட்சிப்படுத்தும். அவனிடமுள்ள கூச்ச சுபாவமும் அவன்

சிறுவன்போலத் தோன்றுவதற்குக் காரணமாயிருக்கலாம். ஆனால் சென்ற மார்ச் மாதம் 8ஆம் திகதி அன்று அந்த நிலை மாறிற்று. ம்ம்... அன்றுதான் நடந்தது. கிளிநொச்சியில் இருந்து இரணைமடுவுக்கு முன்னேறும் அரச படை நடவடிக்கையை முறியடிப்பதற்காக முரசுமோட்டையில் நின்ற வசியினுடைய 'பிளாட்டூன்' அன்றைய சண்டையில் பங்கெடுத்தது. அந்த அணியில் ஒருவனாக இருந்தான் வீரன். அன்றுதான் அவன் பெயர் மட்டும் வீரன் அல்ல, அது அவனின் குணம் என்பதும் தெரியவந்தது. அதற்கு முன் தப்பி வந்த கதையையெல்லாம் எத்தனைபேர் நம்பினார்கள்?

கொடுங்களத்தில் பூமியதிர்ந்து நடுங்கியது. மரணத்தின் வலியறிய விரும்பாத வெறிகொண்ட போர். மனிதர்களையும் வாழ்வின் மகத்துவத்தையும் உருசித்துச் சுவைக்கும் போதைகொண்ட போர். வெற்றி! மகா வெற்றி! இதுதான் போதை! இது ஒன்றேதான் போதை! வாழ்வின் ஆதாரத்தோடு போராடுகின்றது ஒரு கூட்டம்.

இலங்கை இராணுவத்தின் ஐம்பத்தி மூன்றாவது டிவிசனின் ஒரு பிரிகேட்டும் ஐம்பத்தி ஐந்தாவது டிவிசனின் ஒரு பிரிகேட்டும் சமரில் பங்கெடுத்தன. இதில் சில பட்டாலியன்கள் முதற்சண்டையில் பங்கெடுத்தன. ஐம்பத்தி மூன்றாவது டிவிசன் அமெரிக்க பசிபிக் கட்டளைப் பிராந்தியத்தின் கீழ் 'கிறீன் பெறற்' அணியிடம் நவீனப் போர்ப் பயிற்சி பெற்று உருவாக்கப்பட்டிருந்தது. இந்த வன்னிப் போர்முனையின் நம்பிக்கை ஒளியாகவே அரச படைத்தரப்பு அதை உருவாக்கியது. மற்ற ஐம்பத்தி ஐந்தாவது டிவிசனும் கூட முன்னணிப் போர்களில் பங்குபற்றி வெற்றிவாகை சூடிய புகழுக்கும் அனுபவத்திற்கும் உரியதாக இருந்தது. இந்த இரு பிரிவும் இணைந்து விடுதலைப்புலிகளின் முன்னணிக் காவலரண் தொடரை உடைத்து வெற்றிகரமாக இரணைமடு நோக்கி முன்னேறின. டிப்போ சந்தியில் வைத்து அதை ஊடறுத்து முறியடிப்புத் தாக்குதலை நடத்த தளபதி மேலதிகமாக இறக்கிய முக்கிய இரு பிளட்டூன்களில் ஒன்று வசியினுடையது. முரசுமோட்டையில் நிலைகொண்டிருந்த இந்த அணி ஐந்து கிலோமீற்றர் ஓடிவந்து சண்டையில் குதித்தது ஆச்சரியம்தான். இதில் வீரனும் ஒருவன்.

இரண்டு பட்டாலியன் என்பது ஏறத்தாழ ஆறாயிரம் பேரை உள்ளடக்கியது. இரண்டு பிளட்டூன் என்பது தொண்ணூறு பேரைக் கொண்டது. அன்றுள்ள போர் உபாய நிலையில் இரணைமடுவைக் கைப்பற்றினால் ஏ9 வீதியைத் தொடுத்துவிடலாம். ஏ9 வீதியைக் கைப்பற்றிவிட்டால் விடுதலைப் புலிகளின் அழிவு பின் மெல்லென, ஆனால் நிச்சயமாக நிகழும். இதுதான் எதிர்பார்ப்பு. ஆக இந்தச் சமர் சாதாரண சமர் அல்ல. அதுபோலவே களத்தில் போரின் உக்கிரமும் சாதாரணமாக அன்று இருக்கவில்லை. கிளிநொச்சி என்ற அந்த இளம் பட்டினம் பூமி தாங்காத போரை அன்று கண்டது. வான்படையும் ஆட்லறிப் படைப்பிரிவும் முன்னேறும் இராணுவத்திற்கே வெற்றி நிச்சயம் என்று சொல்லுவதாய் புலிகளின் பகுதியைத் துவம்சம் செய்தபடியே இருந்தன.

போருக்கு மனசாட்சி இல்லை. ஆனால் மகிமை உண்டு. வெற்றியொன்றுதான் அங்கு சர்வ நிச்சயமான புனிதப்பொருள். அழிப்பதும் இழப்பதும்கூட அங்கு புனித காரியங்களே! புனித காரியங்களை நிறைவேற்றப் பின்நிற்பார்களா மனிதர்கள்? காக்கும் பொருட்டு ஒரு கூட்டம். அழிக்கும் பொருட்டு இன்னொரு கூட்டம். ஆனால் போர் ஒன்றுதான். மரணத்தின் நுகத்தடியில் பிய்ந்து கிழிகிறது வாழ்வின் பொன்னுடல்.

அந்தச் சண்டையில் லீடர் வசி வீரச் சாவடைந்துவிட்டான். வீரனின் 'செக்சன் லீடரும்' காயப்பட்டு வீழ்ந்தான். எதிரிப் படையை ஊடறுத்த இச்சிறு அணி வழிநடத்த ஆளின்றித் தனித்துச் சிக்கியது. எதிரியின் பட்டாலியனை திகைப்புக்குள்ளாக்கிப் போர் செய்த இந்த அணி இப்போது திகைத்து நின்றது செய்வதறியாது. நிலைமை திடீரென்று இப்படி சிக்கலாக மாறிவிட்டது. இந்த நேரத்தில்தான் வீரன் விழுந்த அணித் தலைவனின் தொலைத்தொடர்புக் கருவியை கையில் எடுத்தான். தன் செக்சனில் எஞ்சிய போராளிகளை இணைத்துச் சண்டை செய்தான். தன் பிளட்டூனை மறு இரண்டு செக்சன் லீடர்களுடனும் ஒருங்கிணைத்துச் சண்டைக்கான ஒருங்கிணைப்பை வழங்கி தலைமைத்துவம் கொடுத்தான். அவன் கட்டளைக்கு அபூர்வமாகக் கட்டுப்பட்டு அணித்தலைவர்களும் போராளிகளும் சண்டையை நடத்தினர். களத்தில் அவன் நின்ற விதம் ஏனைய போராளிகளைக் கட்டுப்படுத்தி உரம் வைத்தது நம்பிக்கையை.

போர்முனையின் கட்டளைத் தளபதி நடப்பதைத் தொலைத்தொடர்பில் கேட்டு ஆச்சரியத்தில் மூழ்கினார். யார் என்று அறியாத ஒரு போராளி எதிரிக்குள் நின்று சிதைந்த எங்கள் அணியை ஒருங்கிணைத்துச் சண்டை செய்கிறானே... யார் இவன்? மறுகணம், ஆச்சரியத்தில் இருந்து விடுபட்டு அவர் அவனை வழிநடத்தத் தொடங்கினார். என்ன செய்ய வேண்டும், எப்படிச் செய்யவேண்டும் என வீரனுக்கு உத்தரவிட்டார். ஏனைய பிற முனைகளை இதனோடு ஒருங்கிணைத்து அந்தக் களத்தை வழிநடத்தினார். இறுதியில் அன்றைய மாலையில் சமர் முடிவுக்கு வந்தபோது அரசப் படைகள் பேரிழப்போடு தங்கள் ஐம்பத்து மூன்றாவது டிவிசன் வீரர்களின் உடல்களையும் கைவிட்டுப் பின்வாங்கிக்கொண்டன.

இழந்த உயிர்களின் வலிகளை மேவி நின்றது வெற்றி தந்த ஆசுவாசம். வெற்றி அனைத்திலும் மகத்துவமானது. பொதுப்புத்தியில் வெற்றியின் வலிகள் உறைவதில்லை. அதற்குக் கண்ணீரும் தெரிவதில்லை, செந்நீரும் தெரிவதில்லை. பிணமும் நிணமும் கூடத் தெரியாது அதற்கு. ஊர் விட்டோடி காடுகளில் உத்தரிக்கும் மக்களுக்கோ வெற்றி என்பது வெறும் சொல் அல்ல. வாழ்வு. வேறு வழியற்ற வாழ்வு. வெற்றியின் சாட்சியாய் எதிரி உடல்கள் சர்வதேச செஞ்சிலுவைச் சங்கம் மூலம் அரசுக்குக் கொடுத்து அனுப்பிவைக்கப்பட்டன.

கட்டளைத் தளபதி அன்றிரவு அந்த அணியைச் சந்தித்தார். யார் வீரன் என்பதைக் கேட்டுத் தெரிந்துகொண்டார். அவனிடம் அன்றிருந்த நிமிர்வும் தன்னம்பிக்கையும் அவன் ஒரு சாதாரணன் அல்ல என்று தெரிய வைத்தது. சாள்ஸ் அன்ரனியின் தளபதி சேராவிடம் கட்டளைத் தளபதி சொன்னார், உடனேயே வீரனை லீடராக்கிவிடும்படி. சில மாதங்களில் அவன் பிளட்டூன் லீடராகவும் ஆக்கப்பட்டான். வெறும் வீரன் செயல் வீரனான கதை இதுதான். இதுதான் அசலான திருப்புமுனை. இங்கிருந்துதான் தொடங்கப்போகிறது வீரனின் புதுக்கதை. ஆனால் வீரன் அதை அப்போது அறிந்திருக்கவில்லை.

உடலுக்கு வயதாவதுபோல மனதுக்கும் வயதாகிறது. இந்த இரண்டும் ஒன்றல்ல. ஆனால் பொதுவாக மனிதர்களின் வயது என்பது உடல்வயதைக் கணிக்கும் ஒரு சொல்தான்.

காலத்தை வைத்துக் கணிக்கும் முறையில் வயது என்பது உடலினுடையதாகவே இருக்க முடியும். உடலின் முதிர்ச்சி காலத்தால் நிர்ணயிக்கப்படலாம். ஆனால் மனமோ வாழ்ந்த காலத்தில் வசப்பட்ட அனுபவங்களின் கொள்ளளவால் தன் வயதை அல்லது மூப்பை உருவாக்கிக்கொள்கிறது. ஒருவேளை, ஒரு நெருக்கடி நிலையில் - கொடும் யுத்தக் களத்தில் வீரனின் முதிர்ச்சி ஒரு தலைமைத்துவமாக வெளிப்பட்டதற்கு அதுகூடக் காரணமாக இருக்கலாம்.

இயக்கத்திற்கு வருவதற்கு முன்னர் வீரனுக்கு இருந்த உலகம் அம்மாதான். அம்மா என்ற உலகை அவன் சுற்றிவந்தான். அம்மா என்பது வெறும் உலகு அல்லவே. அது சாதாரண உலகும் அல்ல. அம்மா என்ற சின்ன உலகைச் சுற்றிவந்த துணைக்கோள்தான் வீரன். அம்மாதான் எவ்வளவு அழகாய் இருந்தாள் அப்போது. பழைய அம்மாவை இப்போ காணக்கிடைப்பதில்லை. கோவில், கலியாண வீடு என்று அம்மா வெளிக்கிட்டால் அம்மாவின் முகம் கொள்ளும் பொலிவு இன்னதென்று சொல்ல முடியாது. அம்மாவின் முகத்தில் எப்போதும் எல்லோருக்குமான குதுகலம் பொங்கிப் பெருகியபடியே இருக்கும். அம்மாவுக்கும் அப்பாவுக்கும் உள்ள அன்னியோன்னியம் போல் அவன் அயல் வீடுகள் எங்குமே கண்ணடதில்லை. சொந்தத்திலும் கண்டதில்லை. சண்டையும் சச்சரவும் வெறுப்பும் விரக்தியும் எங்கும் இருப்பதாகவே பட்டது. ஆனால் அம்மாவுக்கும் அப்பாவுக்கும் இடையில் எப்போதும் இனம்புரியாத நெருக்கம் இருக்கும். அப்பாவின் கிண்டல்களில் அம்மா கொள்ளும் முகம் அதை வெளிப்படுத்திய படியே இருக்கும். அம்மாதான் அதற்குக் காரணம்.

அம்மா இல்லாத வீடு கணத்தில் வெறுமையாகிவிடும். அப்பாவின் முகத்தில் கூட அது தெரியும். வீட்டு நாயின் முகத்திலும் அது தெரியும். அம்மா எப்போதுமே அப்பாவை எதிர்த்துப் பேசியதில்லை. அப்பா கோபம் கொள்ளும்போது அம்மா அமைதியாகிவிடுவாள். அவளுக்குக் காது மட்டுமே இருக்கும் வாய் இருக்காது. ஆனால் அவள் கேட்டதெல்லாம் பிறிதொரு நேரம் பார்த்துத் தன் வாதம் சொல்லத் தொடங்குவாள். ஆனாலும் முகம் சினம் கொள்ளாது. அப்போது அப்பா ஊமையாகி விடுவார். அம்மா பேசி முடிய அப்பா கொள்ளும் குழைவு அவர் செயலுக்கு

மன்னிப்பு வேண்டுவதாய் இருக்கும். அப்படிப் பார்த்தால் அம்மாதான் வீட்டின் தலைவி. அவள் முடிவுதான் வீட்டில் முடிவு. விதைப்போ அறுப்போ அம்மாவை ஆலோசிக்காமல் அப்பாவால் முடிவெடுக்க முடிவதில்லை. ஆனால் வெளியே அப்பாவின் கம்பீரம் அம்மாவிடமிருந்து வெளிப்படுவதாய் இருக்காது. அம்மா கோபித்து கதைக்காமல் விட்டால் அப்பா இரண்டு நாளில் நிலைகுலைந்து விடுவார். வெட்கமின்றி சரணாகதியை அடைந்ததுபோல் ஒருநாள் காலை தெரியும்.

அம்மாவின் பெயர் வதனா. இவனுக்கு வதனன் என்று அப்பாதான் பெயர் வைத்தார். அம்மாவுக்குக் கடைசியாய் கொள்ளி வைக்கவேண்டிய பிள்ளையல்லவா? அதனால்தான் அவளின் பெயரை இவனுக்கு அவர் வைத்திருக்கக்கூடும். அப்படி நினைப்பதும் சரிதான். ஆனால் அவரிடம் மிக அந்தரங்கமான வேறு காரணம் இருந்தது.

சிவகுமரன் என்ற வீரனின் அப்பா சிறுவயதிலேயே காதலித்துத் திருமணம் செய்துகொண்டார். அவருக்குத் தோட்டம்தான் தொழில். பரம்பரைத் தோட்டம் ஊரில் இருந்தது. ஊர் யாழ்ப்பாணம்; பண்டத்தரிப்பு. போட்டது பொய்க்காமல் விளையக்கூடிய பூமியது. பரம்பரை தந்த நிலம் மட்டுமல்ல, தந்த அனுபவமும் கூடவே இருந்தது. தோட்டத்தொழிலுக்கு அதுதான் அவருக்கு முதலீடு. அவரின் தகப்பன் காலத்தில் கட்டத்தொடங்கிய வீட்டை இவர்தான் கட்டி முடித்தார். இருந்தாலும் வீட்டுவேலை முடிந்ததாகச் சொல்லமுடியாது. குடியிருக்கக்கூடிய அளவுக்கு முழுமையிருந்தது. ஆனாலும் அது முடிவான முழுமையல்ல. வீட்டின் பூச்சுவேலை உட்பட கிணறு கட்டும் வேலையும் மீதியிருந்தது. இரு தலைமுறையின் உழைப்பை உறிஞ்சிய வீடது. அது மட்டுமல்ல, இரு தலைமுறையின் உத்தரிப்பும் அந்த வீட்டில் இருந்தது.

சீவியப்பாட்டுக்கு உழைக்கும் தோட்டக்காரன் குடும்பத்தில் வீடு என்பது வெறும் கற்களாலும் மரத்தினாலும் ஆனதா என்ன? அது தலைமுறைகளின் உழைப்பினாலும் உத்தரிப்பினாலும் ஆனது. கல்லூரியில் உயர்தரம் படித்து உயர்சித்தி பெற்ற வதனாவை இவர் கலியாணம் செய்தது மேற்படிப்பை இடைநிறுத்தித்தான். அதுபற்றி அவளுக்கு எந்த ஆட்சேபணையும் இருந்ததில்லை. பதினெட்டு வயதுவரை காத்திருந்து கலியாணம் செய்வதற்காகவே அவள் அதுவரை

படித்துக்கொண்டிருந்தாள். ஆனாலும் அவன் குடும்பத்தில் படித்து அரச உத்தியோகம் பார்த்தவர்கள் பெரும்பாலும் இல்லை என்பதால் வதனா குடும்பம் முதுகுக்குப் பின்னால் குறை சொல்லித்தான் வந்தது. அவள் குடும்பத்தில் அதிகம்பேர் அரச உத்தியோகத்தர்கள். அவள் படித்திருந்தால் உயர் அரச பதவிக்கு வந்திருப்பாள் என்று குடும்பம் புரணி சொல்லித் திரிந்தது. கல்லூரியிலும் அந்த எதிர்பார்ப்புத்தான் இருந்தது. காதலுக்கு படிப்பா முக்கியம்? இல்லை, அரச உத்தியோகம்தான் முக்கியமா? இந்த நினைப்பில் இருவரும் கலியாணம் செய்துகொண்டனர்.

பின்னாளில் சிவகுமரனுக்கு ஏற்பட்ட குற்றவுணர்வு காரணமாக அவளுக்குக் கொள்ளிவைக்கும் பிள்ளை அவள் கனவுகளை நிறைவேற்றிப் பெயர் சொல்லவேண்டுமென்று அவள் பெயர்கொண்ட ஓர் ஆண் பெயரைத் தெரிவுசெய்தார். வதனன் என்று பெயராகிற்று. முறைப்படி அவருக்கும் இவன்தான் கொள்ளி வைக்கவேண்டும். அவன் மட்டும்தானே குடும்பத்தில் ஆண்பிள்ளை? மூத்தது பெண்பிள்ளையாய் இருந்தாலும் அவள்தான் தனக்குக் கொள்ளி வைக்க வேண்டுமென்றும் அவர் சொல்லிவந்தார்.

'பொம்பிளைப் பிள்ளை சுடலைக்குப் போறதா?' என்ற கேள்விக்கெல்லாம் அவர் மறுகதை சொல்லும் ஆளில்லை. அவள் மீது அத்தனை பிரியம் இருந்தது. அவள்தான் அவருக்கு உயிராகி வந்த இன்னொரு ஜீவன் என்பது அவர் நினைப்பு. மகள் மேதா தாயின் சாயல் கொண்டிருந்ததும் அதற்குக் காரணமாய் இருக்கலாம். அல்லது காதலின் இனிய கனியாய்ப் பிறந்த முதற்குழந்தை என்பதும் காரணமாய் இருக்கலாம். குடும்பம் மூன்று பேரானபோது அவர் வாழ்வு காதலிலும் இனிதாய் மாறிப்போனது. பரவசத்தால் பொங்கிக் கழிந்த நாள்கள் அவை. மேதா என்ற பெயரும் விசித்திரமானதுதான். அவள் ஒரு மேதை ஆகப்போகிறாள் என்ற நினைப்புத்தான் குழந்தையை ஆஸ்பத்திரியில் இவர் கையில் நர்ஸ் தந்தபோது மனதில் படர்ந்தது.

காதலுக்குண்டான கனவுகள் முதற்குழந்தை வீட்டில் கை காலை அசைக்கும்போதும் வந்துவிடும். முடிவிலாது ஊற்றெடுக்கும் அன்பிற்கும் காதலுக்கும் வேறுபாடுதான் ஏதும் இருக்கக்கூடுமோ? காதலில் தனக்கென ஆகிய சகியின்

வாசமும், முதற்குழந்தையின் பிஞ்சுடல் படர்த்தும் வாசமும் முடிவிலா ஆனந்த மோகத்தைக் கிளர்த்துவன. இரண்டுமே முகரும்தோறும் இந்தப் பௌதீக உலகிலிருந்து ஜீவனுக்கு முக்தியளிக்கக் கூடியன.

கடைசியாய்ப் பிறந்தது கலை. அவளுக்கு இப்போதுதான் பத்து வயது. அவளது உலகம் அண்ணாதான். அடிபட்டாலும் சரி, அணைத்துக்கொண்டாலும் சரி, உலகென்று ஆனது அண்ணாவைச் சுற்றிய உறவுதான். உலகென்று ஆவது அவரவர் ஊடாடும் உறவைவிட வேறென்ன? விதிவசத்தால் அவளுக்குத் தன் நாள்களை மற்றவரோடு ஊடாடிக்கொள்ள வாய்ப்பு வசப்படவில்லை. விதியின் வஞ்சனை இது என்றாலும் அவளுக்கு இதுபற்றி ஆட்சேபணை இருந்ததில்லை. அண்ணா போதும், அவளே பெரிய உலகை உருவாக்கிக்கொள்வாள். அந்த உலகில் ஆயிரம் உன்மத்தமான வாழ்வோட்டங்கள் பொங்கிப் பெருக்கெடுத்து ஓடும். மாம்பழக் குருவியின் கூட்டில் பருந்து புகுந்தது ஒருநாள்.

05

பண்டத்தரிப்பை - அதுதான் இவர்களின் சொந்த ஊர். அதைத் தொண்ணூற்றி இரண்டில் ஒருநாள் இலங்கை இராணுவம் கைப்பற்றப் படையெடுத்தது. யாழ்ப்பாணத்தில் மையக்கேந்திர படைமுகாமாக இருந்த பலாலிப் படைத்தளத்தை விஸ்தரிப்பதற்காக இந்தப் படை நடவடிக்கை செய்யப்பட்டது. விமானத் தளம் கொண்ட பலாலியைக் காங்கேசன்துறை துறைமுகத்தோடு இணைத்து ஏற்கெனவே மூன்று படைகளினதும் வலுக்கொண்ட படைத்தளமாக இதை அரசு மாற்றிவிட்டது. படைமுகாம்களைத் தாக்கியழிக்கும் வலிமையைப் புலிகள் தொண்ணூறின் ஆரம்பத்தில் பெற்றபோது தனித்த படைமுகாம்களை அரசு இழக்க நேர்ந்தது. இந்தப் படைமுகாம்கள் தமிழ்நிலங்களில் ஆங்காங்கே அமைக்கப்பட்டிருந்த பேய்வீடுகள். ஒரு காலம் - எண்பதுகளின் முற்காலம், இந்தப் பேய்வீடுகளில் இருந்து நிசிகளில் வெளிவரும் பேய்கள் வீதிகளில் அலைந்து வீடுகளில் புகுந்து சன்னதமாடும். பேய்கள் வந்துபோன தடத்தை மறுநாள் காலையில் ஊரில் எங்கும் காணலாம். இரவில் பேய் புகுந்த ஊர் சுடலையாய் மாறும். பிணங்கள் தோட்டங்களில் இருக்கும். பெண்கள் பித்துப் பிடித்திருப்பர். பேயின் ஆவி குழந்தைகளில் குடியேறிவிட்டிருக்கும். இதெல்லாம் எண்பதுகளின் பிற்பகுதிகளில் புலிகள் அந்தப் பேய்வீடுகளைத் தங்கள் படைகொண்டு முற்றுகையிட்டதோடு கட்டுக்குள் வந்தது. தொண்ணூறுகளின் முன்பகுதியில் கடலினதோ விமானத் தளத்தினதோ தொடர்பற்றிருந்த படைமுகாம்கள் பலவும் புலிகளால் தாக்கியழிக்கப்பட்டன. கோட்டை, கொண்டச்சி, கொக்காவில், மாங்குளம் என நீண்டது இது.

கடலுடன் இணைந்த கூட்டுப் படைத்தளத்தை அமைத்து அரசு புலிகளின் வல்லமைக்கு அப்பாற்பட்ட சக்தி கொண்டதாகத் தனது இந்தப் படைத்தளங்களை மாற்றிக்கொண்டிருந்தது. தளத்தைக் கடலுடன் இணைத்து மேலும் பெரிதாக்கும்போது அது புலிகளின் தாக்குதல் வல்லமைக்கு அப்பாற்பட்டு அமையும் என்பதுதான் படைத்துறை கணக்கு. தவிரவும்

யாழ்ப்பாண நகர்ப்புறத்தை ஒருநாள் கைப்பற்றுவதற்கும் பண்டத்தரிப்பை நோக்கிப் படையெடுப்பது அவசியப்பட்டது.

அன்று தோட்ட மரக்கறிகள் பெரிதாக இல்லை. அதனால் சந்தைக்கு விற்கப்போகவேண்டி எதுவும் இல்லை. சிவகுமரனை வதனா சந்தைக்குப் போகவேண்டாம் என்று அன்றிரவே சொன்னாள். பிள்ளைகள் உறங்கி நெடுநேரம் கழித்துத்தான் இருவரும் உறங்கியிருந்தனர். சிவகுமரன் கொஞ்சம் அலுப்புத்தீர உறங்கட்டுமே இன்று என்பதும்தான் வதனாவின் அந்தரங்க நோக்கம். அது அன்பில் எழுந்த வார்த்தைகள்தான். இந்த அக்கறை அன்பில் சுருதி கொண்டிருந்தது. அன்போ காதலில் சுருதி கொண்டிருந்தது. காதலோ காமத்தில் சுருதி கொண்டிருந்தது. இரவு என்பது சூழலால் மட்டும் குளுமை கொண்டதல்ல மனதாலும் குளுமை கொள்வது. வானுயர்ந்து எழும் ஒல்லிப் பாக்குமரம் அதேயளவு நிலத்தில் ஆழ வேர் பாய்ச்சி அதன் ஆதாரத்தில் நிற்பதுபோலவேதான் வாழ்வில் இந்தச் சங்கதிகளும். இதில் வேர் எது? தலை எது? புரிந்துகொள்ளமுடியாத புதிர்கணக்கு. புரிய முயலும்தோறும் முட்டாளாக்கி முடிச்சில் மனிதரைச் சிக்க வைக்கும்.

விடியற்காலையில் சிவகுமரனுக்குப் படுக்கை கொள்ளவில்லை. எழுந்து வீட்டுத் தேங்காய்களைக் கொஞ்சம் உரித்துச் சாக்கில் கட்டினார். இருந்த தோட்ட மரக்கறிகளையும் கட்டினார். வதனா எழுந்து தடுத்துப் பார்த்தாள். போகவேண்டாம் எனப் படுக்கச் சொன்னாள். மனுசன் கேட்கவில்லை. அவள் அலுப்போடு எழும்பிக் கோப்பி வைத்துக்கொடுத்தாள். "வேண்டாம்... நீர் படும்... நான் சந்தியில குடிக்கிறன்" என்று சொல்லிப் பார்த்தார். வதனா அதைப் பொருட்படுத்தவில்லை. வீட்டு ஆம்பிளைகளுக்குப் பகலின் போதை வேலைதான். அந்தப் போதையையும் இழக்கமுடியாது. பழக்கப்பட்டுவிட்டால் அதுவும் தவிர்க்கவியலா போதை. சந்தைக்கு விடியற்காலையில் போய் நாலு பொருள் விற்று நாலு புதினம் தோட்டம் பற்றி, சந்தை நிலவரம் பற்றி, நாட்டு அரசியல் பற்றிப் பேசிவிட்டு வராவிட்டால் நாள் விடிந்ததாக இருக்காது அவருக்கு. அன்றும் இப்படித்தான் வெளிக்கிட்டுப் போனார்.

விடிவதற்குள் பூமியதிர பீரங்கிக் குண்டுகள் வந்து விழுந்தன. தாக்குதல் விமானங்கள் தாழப்பறக்கும் ஒலி எழுப்ப, மனதில் மரணம் மோதும் திகிலுடன் குண்டுகள் வீழ்ந்தன. மரணம்

துரத்த சனங்கள் விடியாதபொழுதில் ஊரை விட்டோடினர். பீரங்கித் தாக்குதலுக்கோ, விமானத் தாக்குதலுக்கோ ஊரை விட்டோடும் சனமல்ல இது. விடுதலைப் புலி போராளிகளின் முன்னணி நிலைகளைப் பிளந்து இராணுவம் முன்னேறிவிட்டதை அறிந்ததுதான் காரணம். சனங்கள் அவசியப்பட்டதை அவசரமாக எடுத்துக்கொண்டு ஊரை விட்டோடினர். சிலருக்கு அதையும் எடுக்க அவகாசம் கிடைக்கவில்லை.

சந்தைக்குப் போன சிவகுமரன் உயிர்க்குலையைப் பிடித்தபடி வீட்டுக்குத் திரும்பி ஓடிவந்து மனிசி பிள்ளைகளுடன் அடுத்த ஊரும் கடந்து சீரணிச் சந்திக்கு வந்துதான் மூச்சுவிட்டார். சீரணிச் சந்திக்கு வந்துதான் சனங்கள் தங்கள் உறவுகளில் யார் யார் வந்துவிட்டார்கள், யார் யார் வரவில்லை என்று கணக்கெடுத்துக் கொண்டிருந்தார்கள். அதைவிட முக்கியமாக எங்க இனி போறதென்ற முடிவையும் சீரணிச் சந்தியில் வைத்துத்தான் யோசிக்க அவகாசம் கிடைத்தது. முதல் வந்த சனம் சண்டிலிப்பாய் பள்ளிக் கூடங்களில் தஞ்சமடைந்தார்கள். அதனால் வதனாவின் யோசனைப் படி அங்கிருந்தும் இரண்டு ஊர் கழிந்து மானிப்பாய்க்கு நேரே சைக்கிளை விட்டார் சிவகுமரன். மானிப்பாயில் ஒரு பள்ளிக்கூடத்தில் வதனாவையும் பிள்ளைகளையும் விட்டுத் திரும்பிப் போனவர்தான். வதனா எவ்வளவோ மறித்தும் அவர் கேட்கவில்லை.

"சும்மா என்ன நிலைமையென்று சண்டிலிப்பாய்வரை போய் புதினமறிஞ்சிட்டு வாறனப்பா ஒருக்கா" என்று பொய் சொல்லி வெளிக்கிட்டவர்தான் சிவகுமரன்.

வதனாவுக்கு நல்லாத் தெரியும் 'இந்த மனிசன் வீட்ட போய் சேர்த்துவைச்ச சில சாமானையாச்சும் கொண்டு வந்திடலாமெண்டு நினைக்கக் கூடிய ஆள்' என்று. உழைத்து உடம்பை உருக்கிச் சேர்த்த பொருள்கள் ஒரே நாளில் இல்லையென்றானால் உழைத்தவன் செத்ததற்குச் சமன்தானே? காணாமல்போவது வெறும் பொருளா? இல்லையே... வாழ்வு முழுதும் காவி வந்த கனவல்லவா ஒற்றை இரவில் காணாமல் போய்விடும்? அதைத் தாங்க மாட்டாதவராய்த்தான் சிவகுமரன் திரும்ப வீட்ட போனார். சில சாப்பாட்டு சாமானையும், வீட்டு உறுதிப்பத்திரம், தோட்டத்து உறுதியையும், தோட்டத்துக்கு மருந்தடிக்கிற 'பம்ப்', தண்ணி இறைக்கிற பம்ப் இவற்றையும்

கொண்டுவந்திடலாம் என்றுதான் போனார். அவ்வளவுதான். ஆள் திரும்பி வரவே இல்லை. சிவகுமாரன் இல்லை.

தன்னந்தனியாக வீட்டை விட்டோடி ஊரை விட்டோடி வெறுங்கையோடு விட்டெறியப்பட்டாள் வதனா. பள்ளிக்கூடப் படலையைப் பார்த்துப் பார்த்து அழுது பத்து நாள் ஆனது. கேட்காத ஆட்களில்லை அவள். பிள்ளைகளைப் பக்கத்தில் இருந்த குடும்பத்திடம் பொறுப்புச் சொல்லி விட்டுட்டு மானிப்பாயிலிருந்து சீரணிச் சந்திவரை கால்நடையாய் வந்து வாறபோற சனத்திடம் விசாரித்துக் களைத்த அவளின் கோலத்தைக் கண்டு 'பைத்தியம்' என்று நினைத்து ஒதுக்கத் தொடங்கிற்று சனங்கள். அப்போதுதான் அதைக் கண்ட புலிகளின் சண்டிலிப்பாய் அரசியல் பொறுப்பாளர் அவளை விசாரித்து, திரும்பப் பள்ளிக்கூடத்தில் இருந்து வெளிக்கிட்டு அலையாதபடி ஆறுதல் சொல்லி, தான் தேடுவதாக வாக்குறுதி கொடுத்தான். தினமும் பள்ளிக்கூடத்தில் போய் தான் தேடியது பற்றி சில நாள் தகவல் சொன்னான். பொறுப்பாளர் இள வயதுதான். இருபத்தியொரு வயதுதான் இருக்கும். ஆனாலும் அவளை அவள் பிள்ளைகள் மீது பிடிகொள்ள வைத்தது அவன்தான். அவளை மெல்லென இழுத்துப்போன விசச்சுழியிலிருந்து நேரெதிரே நீந்த வைத்ததும் அவன்தான்.

வதனாவுக்கும் இயக்கப் போராளிகளுக்கும் இடையே உருவான முதல் உறவின் அனுபவம் இதுதான். இளையவள் கலைக்கு அப்போது ஐந்து வயது. மேதாவுக்குப் பதினாறு வயது. முதல் சில நாள்களின் நிவாரணத்தோடு அகதிமுகாமில் தொடங்கியது அவளின் தனித்த வாழ்க்கை. இன்று அவள் உழைத்துச் சம்பாதித்து, வீரன் வருவான் திரும்ப வீட்டுக்கு, அவனுக்கும் தொழில் செய்ய ஏதாவது சேர்த்துவைக்க வேண்டுமென்ற நிலைக்கு வந்துவிட்டது.

அன்று இந்த மனிசன் போயிராவிட்டால் அந்தச் சாமான்கள் பறிபோயிருக்கும் அல்லது ஆமியைப் போராளிகள் திருப்பித் தாக்கிப் பின்வாங்க வைத்தாலும் வீடு போகும்போது கள்ளரால் இந்தச் சாமான்கள் காணாமல் போயிருக்கக்கூடும். ஆனால் இப்பொழுது தன் மனிசனையே பறிகொடுத்தவளாக வதனா ஆகியிருக்கத் தேவையில்லை. அவளுக்கு அவரின்றி வேறேது சொத்து? காணாமல் போனவர்கள் பட்டியலுக்குள் சிவகுமரன் சேர்த்துக்கொள்ளப்பட்டுவிட்டார்.

06

ஊர் குலைந்து, வீடு குலைந்து, குடும்பம் குலைந்து பிள்ளைகளுடன் புருசனை இழந்து அகதியாக அன்று அவள் நின்றபோது கோயில் கோபுரத்தில் இடிவிழுவதுபோல அவளது வாழ்வும் கனவும் இடிந்து நொறுங்கின. கணவனும் காதலும் காலமும்கூட இனி இல்லை என்றானது.

சூழலுக்குள் தன்னைத் தப்பி வாழத் தகவமைத்துக்கொள்ளும், மனிதனுக்குள் இருக்கும் ஜீவ இயல்பினாலா? இல்லை, அவளிடம் இருந்த இயல்பான அறிவாற்றலினாலா? அல்லது பெண்களுக்குள் ஒளிந்திருக்கும் நெருக்கடியில் தீர்மானம் எடுத்தியங்கும் தனித்த திறமையினாலா? சரியாகச் சொல்லமுடியவில்லை. அவள் இருளில் இருந்தும் தன் கண்களைக் கொண்டே குழந்தைகளுக்கு ஒளியேற்றினாள்.

ஆனால் என்ன? கெடுகாலம் மனிதர்களைக் கண்டெடுத்து விட்டால் அவர்களைப் பந்தாடிப் பந்தாடி அவர்களின் உத்தரிப்பை உருசிக்காமல் விடாது. பள்ளிக்கூடத்திலிருந்து சில மாதத்தில் புனர்வாழ்வுக் கழகம் அமைத்த முகாமில் ஒரு குடில் வீடு கிடைத்து, அகதிமுகாமுக்குள் போய் வாழத் தொடங்கியபோது சில மாதங்களில பேரிடி விழுந்தது அவள் மீது. மேதா இயக்கத்துக்குப் போனாள் ஒருநாள். அப்பாவை எதிர்பார்த்து களைத்ததன் காயம்தான் அவளைக் கொண்டுபோய்ச் சேர்த்தது. ஆனால், முகாமில் கதை வேறாக இருந்தது. பெண் போராளிகளும், ஆண் போராளிகளும் முகாமில் உதவுவதற்காக வந்து நடமாடியதால் இளம்பிள்ளைகள் அந்தக் கவர்ச்சியில் இயக்கத்துக்குப் போனதாய்த்தான் கதையிருந்தது. வதனாவுக்குத் தெரியும், அதுவல்ல காரணம், அவளால் அப்பனைப் பிரிந்து ஒரு பொழுதேனும் இருக்க முடியாது. ஒரு நாளேனும் அவர் வேறு இடத்தில் தங்க நேர்ந்தால் இவள் வீட்டில் அமைதியிழந்து தவிப்பாள். அது சிறு வயதிலிருந்து பழக்கம். அவரும் அப்படித்தான். ஒட்டுப் பிறவிகள்போலத் தகப்பனும் பிள்ளையும்.

கணவனின் மரணமும் பிள்ளையும் பிரிவும் வாழ்வைப் பொருளற்றதாக்கியது. எஞ்சியுள்ள சீவன்களே இப்போது

வாழ்தலுக்கான பிடிமானமவளுக்கு. அதனால் இதையும் தாங்கினாள். அல்லது தாங்க நேர்ந்தது. ஆழத்தோண்டிய தன் மனதில் தானும் அறியாமல் இதையும் புதைத்தாள். முகாமில் கழிந்த சில மாதங்களிலேயே வதனா மறுபடி நிமிர்ந்துவிட்டாள். காலம் அவள் கவலைகளைத் தேய்த்துக் குறுக்கியதனாலா? இல்லை, குடும்பப்பொறுப்பு தலையிலேறிக் கனத்ததனாலா? தன் பிள்ளைகளைக் காக்கும் தாய்மையில் தவிக்கும் நேசத்தினாலா? இல்லை, யதார்த்தத்தை ஏற்கும் அவள் அறிவினாலா தெரியவில்லை. ஆனால் துக்கத்தைப் புதைத்துவிட்டு வருவதை எதிர்கொண்டாள். வதனா தன் அக உத்தரிப்பை உதைத்துத் தள்ளித்தள்ளி வாழ முயன்று கொண்டிருந்தாள். அகதி முகாமில் தொண்டு நிறுவனங்களின் பதிவு வேலைகளில் பங்கெடுத்தாள். படித்த பெண் என்ற பெயர் அவளுக்கு முகாமில் கிட்டியது. பதிவுகளைத் தமிழிலும் ஆங்கிலத்திலும்கூட எழுதத் தெரிந்திருந்தது அவளுக்கு. சில நாள்களில் தொண்டு நிறுவனமான புனர்வாழ்வுக் கழகத்தில் சிறு ஊதியம் பெறும் ஊழியரும் ஆகியமை ஆசுவாசம்தான். உணவு, நிவாரணமும் அந்தச் சிறு ஊதியமும் மிகையான திறமையும் கொண்டு குடும்பம் நடத்தினாள், குழந்தைகளுக்காக.

அவள் கொண்டிருந்த இயல்பழகும், கூடப் புருசன் இல்லை என்ற நிலையும்தான் இப்போது அவளுக்கு அச்சுறுத்தலைத் தந்தன அந்த முகாமில். ஒழுக்கங்கள் அகதி முகாம்களில் தஞ்சமுறும் ஒழுக்குக் கொட்டில்களைப் பொதுவில் விட்டுவைப்பதில்லை. ஒழுக்குச்சட்டி வைப்பதற்குப் பதிலாய்க் கூரையை எப்படிச் சரிபண்ணுவது என்ற மார்க்கம் அவளுக்குத் தெரிந்திருந்தது. பண்பான மனிதர்களிடம் அவள் தன் பழக்கத்தால் ஏற்படுத்திக்கொண்ட மரியாதை எந்த மழைக்கும் ஒழுகாக் கூரையாக அவள் கொட்டிலை ஆக்கிக்கொண்டது. மரியாதையானவர் என்ற விம்பம் மனதில் எழுந்துவிட்டால் பொதுவில் இச்சை மனதில் துளிர் கொள்ளுவதில்லை. அவளுக்கு அதைவிட வேறு மார்க்கமில்லை.

நாள்கள் நஞ்சூறிக் கழிகிறது.

போரில் ஒரு சமர் வென்றாலும் தோற்றாலும் அது சனங்களின் சில வீடுகளைத் தின்னத் தேடிவரும். போர் சன்னதம்கொள்ளும் பூமியில் களத்தில் இரத்தம் பெருகும்போது

அது களத்தோடு முடியும் காரியமாய் இருப்பதில்லை. அது வீடுகளின் வாசற்படி தேடிவந்து உலுக்கும். இரத்தமா, கண்ணீரா எது சகிக்க முடியாதது? போர் தின்னும் எந்த பூமிக்கும் இதன் விடை துல்லியமாய்த் தெரியும். இந்தக் காலத்தில்தான் புலிகள் 'தவளைப் பாய்ச்சல்' என்ற பெயரிட்டு பூநகரி படைத்தளத்தைத் தாக்கி அழித்தார்கள். நிகழ்ந்த மகா வெற்றியின் குறியீடாய் நவீனப் போர் டாங்கியைக் கைப்பற்றி புலிக்கொடி பறக்க ஊருக்குள் அது வந்தபோது சனங்கள் வெற்றிப் பிரவாகத்தில் திளைத்துத் திமிறினர். அந்தத் திமிறலில் மேதாவின் உடல் அகதிமுகாமுக்கு வந்தபோது வெற்றியின், வீரத்தின் இன்னொரு குறியீடாக அது ஆனதே தவிர, ரத்தத்தின், துக்கத்தின், கண்ணீரின் குறியீடாய் அது ஆகவில்லை. ஆனால், அந்தக் குடும்பத்திற்கு இது வெற்றிப் பொருள் கொள்ளுமா?

ஆயிரமாயிரம் எதிரிகளை வீழ்த்திப் படைத் தளத்தையே கைப்பற்றிவிட்ட வெற்றி. மகாவெற்றி. பழிதீர்க்கும் மனம் ஆதிமனிதனின் சாபம்போல, பூமியெங்கும் யுகம் மாறிப் பின்தொடர்கிறது. அந்த மகா சாபத்தில் வந்த பெரு ராஜ்ஜியங்களே யுகம் மாறி அள்ளுண்டு போகும்போது சிறு பையன் வதனன் என்ன செய்வான்? அக்காவைத் துயிலும் இல்லத்தில் அடக்கம் செய்தபோது வாசிக்கப்பட்ட சத்திய உரையால் உத்தரித்து மறுவாரமே அவன் போராடப் போனான். வதனா தன் கடைக்குட்டியை நெஞ்சோடு அணைத்தவாறு தன் உயிரை உடலில் பிடித்து வைத்திருக்க சாமங்களில் தூங்காது உழன்றாள். அப்பா எங்கே என்ற கேள்விக்குப் பதில்சொல்ல முடியாது திணறியவள் இப்போ அக்க எங்கே என்ற கேள்விக்கும் பதில் சொல்ல வேண்டியிருந்தது.

இருளின் வர்ணம் கருமையன்று; அது உலர்ந்த ரத்தத்தின் ஆழ் சிவப்பை இரகசியமாய் உள்ளே வைத்திருக்கிறது. காற்றின் குணமும் இதம் தருவதன்று; அது உள் உறையும் சூன்யத்தைத் தன் ஓசையால் வெளிப்படுத்தும் வெறிக்குணத்தைக் கொண்டதொன்றே எனக் கண்டாள். நிலவின் ஒளியும் குளுமையன்று; அது பசிய மரங்களைப் பேயுருக்கொண்ட கரிய நிழல்களாக்கி பூமியில் வீழ்த்தவே வருகிறது என்றுணர்ந்தாள்.

பெண் ஜனாதிபதியாய் சந்திரிகா சிறீலங்காவின் ஆட்சிக்கு வந்தபோது 'நான் ஒரு விதவை. துப்பாக்கிக்குப் புருசனைப் பலிகொடுத்த தாய். ரத்தத்தின் நிறம் என்ன என்பதை நான் அறிவேன்' என்று அவள் சொன்ன சொல்லுக்குத் தமிழ் நிலங்களிலும்தான் வீடுகள் விளக்கேற்றின. ஏற்றிய விளக்கே தீயாய்ப் பரவி வீட்டு முற்றத்தைச் சுடலையாக்கும் என யாரும் அப்போது நம்பியிருக்கவில்லை. போர் வந்தது மீண்டும்.

போர்... போர்... இறுதிப்போர், போர்... போர்... புனிதப்போர்... வெற்றி நிச்சயம் என முழக்கமிட்டன இரு தரப்பும். போராட்டம் இதுவரை கண்டிராத மகா போர் உருவாயிற்று. இடைவிடாத போர். ஓய்வில்லாத போர். பீரங்கிகளும் சுடலைகளும் செந்தணல் அடங்காத போர் வந்தது. சிவந்து மினுங்கிக் கண்களைக் கூசின அவை. அதன் வெக்கை காற்றில் பரவி குளுமையைத் தின்றது. வரண்டுபோன காற்றைச் சுவாசித்து வாழ்க்கை நெஞ்சினுள் திணறியது.

'ரிவிரச' என்று பெயரிட்டுப் போர் வந்தது. சூரியக் கதிர் என்பது அதன் அர்த்தம். சிங்களத் தரப்பினுடைய சூரியக்கதிர் இது. சுவாமி யோகர் சொன்னதுபோல யாழ்ப்பாணத்தை ஒற்றைப் பொழுதில் அது இருட்டாக்கிவிட்டது. இந்தப் பெருநகரம் ஒருநாள் ஒளியின்றி இருளில் மூழ்கிக்கிடக்குமென எப்போதோ முன் அறிவித்திருந்தார் யோகர். சன சமுத்திரமாய்ச் சனங்கள் யாழ்ப்பாணத்தை விட்டகன்றனர். ஒரு புராதன நகரத்தின் யுக துயரமாய் ஆனது அது. அந்தப் போரில்தான் வதனன், வீரன் என்ற் பெயரோடு போய் திசையறியாது அபிமன்யுபோல நீசர்களின் கரத்தில் சிக்கிக்கொண்டான். அவனின் கிருஸ்ணனுக்கோ அர்ச்சுனனுக்கோ தர்மருக்கோ சிக்கியது அசகாய சூரன் அபிமன்யு என்று அப்போது தெரிந்திருக்கவில்லை.

அவர்கள் இழந்தது ஒரு சாதாரணப் போராளி. அதுவும் சிக்கினான் என்றும் தெரிந்திருக்கவில்லை. உண்மையில் இவன் அபிமன்யுவும் இல்லையே. அப்படியானால் மீண்டும் வந்திருக்க மாட்டானே... அந்தப் பாதக வியூகத்தை உடைத்தல்லவா வந்தான் முன்னெப்போதும் போர் தெரியாத இந்த வீரன்.

யுத்தத்தில் எதிரியிடம் அகப்பட்ட வீரன் மீண்டுவந்த கதையெல்லாம் படையணியில் பலருக்கும் தெரிந்ததுதான். இளைய புதிய போராளிகளுக்கு இது ஒரு அமானுஸ்ய

கதைபோலப் பிரமிப்பூட்டுவது. சண்டை தெரிந்த போராளிகளைப் பொறுத்தவரை அது ஒரு தற்செயல் நிகழ்வென்றுதான் கொண்டிருந்தனர். ஆனால், கிளிநொச்சியில் 8ஆம் திகதி நடந்த சமரின் பின் தளபதியிடமே இந்த அபிப்பிராயம் முதலில் மாறிற்று. வீரனுக்குள் ஆபத்தில் இயங்கும் ஒரு மாவீரன் ஒளிந்திருக்கிறான் என்றே அவருக்குத் தோன்றிற்று.

07

பரந்தன் சந்தியில் இருந்து முரசுமோட்டைப் பக்கமாய் இரண்டு கிலோமீற்றர் முன்வந்து இராணுவம் தன் முன்னணிக் காவலரண்களை அமைத்திருந்தது. அதேபோல வீதிக்கு இதன் எதிர்திசையான பூநகரிப் பக்கமாய் இரண்டு கிலோமீற்றர் தள்ளி முன்னணிக் காவலரண் இருந்தது. ஏ9 வீதிக்குச் சமாந்தரமாக உள்ளன இந்த இரு பக்கக் காவலரண் தொடர்களும் கிளிநொச்சி நகர்வரை நீண்டு முன்வளைந்து முடிந்திருந்தன. இதை வெளிச் சுற்றி விடுதலைப் புலிகளின் காவலரண் தொடர் அமைக்கப்பட்டிருந்தது. இந்த முரசுமோட்டைப் பக்கம் நோக்கிய காவலரணிலிருந்து மேலும் ஒன்றரை இரண்டு கிலோமீற்றர் முல்லைத்தீவுக்குப் போகும் வீதியின் பின்னால் வந்தால் வலப்புறம் பத்து நிமிட மணல் பாதையின் நடையில் இந்த வீட்டை வந்தடையலாம்.

சனங்கள் விட்டோடிய காணிகளில் ஏழை விவசாயியின் வீடாக இருக்கலாம் இது. இரண்டு அறையும் ஒரு விறாந்தையும் கொண்ட, சீமெந்தால் கட்டப்பட்டு பனையோலையால் வேயப்பட்ட வீடு. குசினி பெரிதாகப் பக்கவாட்டில் இருந்தது. அந்தக் கிணறு மட்டும் அத்தனை குளுமை கொண்ட தண்ணீராய் இருக்கும். சுற்றியுள்ள மரச் சோலையே அதற்குக் காரணம். இந்த வீட்டை மணி தெரிவு செய்ததற்கு, இது மரங்கள் கொண்ட, வேவு விமானம் அவதானிக்க முடியாத வீடென்பது மட்டும் காரணமல்ல. அந்தக் கிணத்துத் தண்ணியும்தான். அத்தனை குளுமையும் உருசியும் கொண்டது அது. வேவுக்குப் போய் இரண்டு மூன்று நாள் எதிரிப் படைத்தளத்தில் மறைந்து இருந்துவிட்டு உயிர் களைத்து வரும்போது இந்தக் கிணற்றில் இழுகயிறு வாளி போட்டு அள்ளித் தலைமுழுகித் தண்ணீர் குடித்துச் சாப்பிட்டுப் படுத்தால் உயிர் மீண்டு வரும்.

முற்றத்தை மேல் மூடியபடி இரண்டு மாமரங்கள் முக்கியமானவை நடமாட்டத்தை வேவு விமானத்திடமிருந்து மறைக்கவல்லவை அவைதான். கிணற்றடியில் ஒரு பக்கம் அத்திமரம் நல்லதுதான். மறுபக்கம் தென்னைகள். முன்னால்

பெரிய தேசி மரம் காய்த்தபடி. வீட்டைச் சுற்றித் தென்னைகள் பின்வழிப் பாதையில் சிறு மரங்கள் என்று சிறு சோலையே பாதுகாப்பாய் இருந்தது அங்கு. படலை முகப்பில் நின்ற தென்னைமட்டும் 'செல்' பட்டுத் தலையறுந்து நின்றது. இந்தச் சூழலில் செல் அதிகம் விழாத இடம் இதுவென்பதும் மணிக்கு மனதில் உள்ளூறையும் காரணத்தில் ஒன்று. 'நல்ல மனிசர் இருந்த வீடு. நல்லபடி இருக்க விதி விட்டுவைச்சிருக்கும்போல' என்று மனதில் எண்ணியதும் உண்டுதான்.

பாதுகாப்புப் போர்முனையின் முன்னணி நிலையில் இருந்து சற்றுப் பின்தள்ளிய களத்தில் வேவு வீரர்களை நிலைகொள்ள வைப்பதற்குக் காரணம் உண்டு. இவர்கள் எப்போதும் எதிரியின் தளத்தில் தம் வாழ்நாளைக் கழிப்பவர்கள். அதிகமான நாள்கள் இவர்களுக்கு எதிரியின் குகையில்தான் வாழ்வு கழிந்துபோகும். எதிரி தம்மைப் பாதுகாத்துக்கொள்ள அமைக்கும் கனகச்சிதமான பாதுகாப்பு ஏற்பாட்டில் உள்நுழைவதும் அதனுள்ளே அலைந்து தகவல் கொண்டுவருவதும் சாதாரணமானதல்ல. புலிகளின் வேவுத் திறன் பற்றி இலங்கைப் படை நன்கு அறியும். வேவு வீரர்களை உள்நுழைய விடாமலும் உள்நுழைந்தால் நிலைகொள்ளவோ நடமாடவோ திரும்பி மீளவோ முடியாதபடி உள்ளே பாதுகாப்புப் பொறிமுறை அமைந்திருக்கும். தன் படைத் தளத்துக்குள்ளேயே ரோந்தில் ஈடுபடுகிறது இராணுவம் என்றால் அது புலிகளின் வேவுத்திறன் மீது கொண்ட பீதியுணர்வினாலேயே.

எதிரித்தளத்தில் உள்நுழைந்து தகவல் திரட்டி மீண்டும் வெளியேறிவருவது அமானுஸ்ய செயல் கொண்டவர்களாலேயே முடியும். இந்த வேவு வாழ்க்கையில் பதட்டம், மனஅழுத்தம், பசி, தாகம், நித்திரையின்மை போன்ற வலுவாய் வருத்தும் விடயங்கள் மனிதனை வதைத்துக்கொண்டே இருக்கும். இதனால் அவர்கள் தளத்திற்கு மீண்டதும் கொஞ்சமேனும் களத்தின் பின்பகுதியில் நிலைகொள்ள வைத்து ஓய்வுகொடுக்க வேண்டியிருக்கிறது. இங்கு குளிப்பதும், உண்பதும், உறங்குவதும்கூட மிக முக்கியமான முதலீடு.

மனம் அடையும் களைப்பால் உடல் பலவீனப்பட்டுவிடுகிறது. உடல் பலவீனமடையும்போது அது மன ஆக்கத்தைக்

கெடுத்துவிடுகிறது. மன ஊக்கம் கெட்டுப்போன நிலையில் ஒருவனால் தன் உடலை எங்கிருந்து எதன் மூலம் இயக்குவது? இந்த அனுபவம் கட்டளைத் தளபதி றோமியோவுக்கும் தளபதி சேராவுக்கும் நிறையவே உண்டு. அதனால்தான் மனதாலும் உடலாலும் சில நாளேனும் இவர்களுக்கு ஓய்வளிக்க விரும்புகின்றனர். இங்கு ஓய்வும் ஒரு முதலீடுதான்.

இதைவிட வெளிச்சொல்ல முடியாத சூக்கும காரணமும் இதற்குண்டு. முடிவிலாத போர் அனுபவத்தின் பெருந்தோட்டமாய் இருப்பவர் கட்டளைத் தளபதி றோமியோ. அந்தத் தோட்டத்தில் விளையும் கனிகள் மகத்துவமான சக்தி கொண்டவை. அந்தக் கனி ஒன்றில் இருந்துதான் இவர்களைப் பின்தளத்தில் தனியான இடத்தில் ஓய்வெடுக்க விடுவதற்கு மற்றொரு காரணம் பிறக்கிறது.

வேவு வீரர்கள் எந்த எதிரிப் படைத்தளத்தை இப்போது வேவு பார்த்துக்கொண்டிருக்கிறார்கள் என்பது படையில் சக போராளிகளுக்குத் தெரியக்கூடாது. தெரிந்தால் எமது அடுத்த சமர் எந்தப் படைத்தளத்தை நோக்கியது என்பது தெரிந்துவிடும். அப்படிப் பலருக்கும் தெரிந்தால் அது இரகசியம் அல்ல. இரகசியத்தை இழக்கும் எந்தப் போர்த்திட்டமும் அடிப்படையிலேயே பலவீனத்தைக் கொண்டிருக்கும். வித்திலேயே உயிர்ப்பிழந்தால் அது மரமாக முடியாது. அதைவிட ஆபத்தானது வித்திலேயே விசம் பாய்தல். வித்திலேயே விசம் பாய்ந்தால் அது பெருநாசத்தைத் தரும் பொறியைத் தன்னுள்ளே கொண்டிருக்கும். இதனால் களமுனையில் நிற்கும் மற்றைய போராளி நண்பர்களிடமிருந்து இவர்களைப் பிரித்து வைத்திருக்கவேண்டியதும் அவசியமானது. போரில் உறவும் பிரிவும்கூட தந்திரமாகிப் போகும் தருணங்கள் உண்டு.

மணிக்குத் தெரியும் வேவுவீரர்களை எப்படிப் புத்தூக்கம் செய்ய வைப்பதென்று. அல்லது தளபதி சேராவுக்கோ றோமியோவுக்கோ தெரியும் இது மணியினால்தான் தலைமைத்துவம் கொடுக்கக் கூடியதென்று. பகிடியாலும் பம்பல்களாலும் கூட்டு வாழ்வுணர்வினாலும் வேறொரு உலகத்திற்குத் தளம் திரும்பிய வீரர்களைக் கொண்டுவந்து விடுவான் மணி. நொதித்த சோற்றைப் புதிதாய் ஆக்கி அதற்கு அக்கம்பக்கத்தில் உள்ள பச்சை இலைகளைப் பிடுங்கிப் பச்சடி

செய்து புது உணவாய் ஆக்கி சாப்பிட வைக்கத் தெரிந்தவன் அவன். சாப்பாட்டையா இதில் புதிதாய் ஆக்குகிறான்? கள்ளன்... பழுதடையும் மனங்களையல்லவா இதில் புதிதாய் ஆக்குகிறான்!

வேவுக்குப் போன நிலவனும் நல்லவனும் சாவடைந்து இத்தோடு ஆறு நாள்கள்தான் ஆகிறது. வேங்கையும் இதயனும் நேற்று இங்கிருந்து புறப்பட்டார்கள். கட்டளைத் தளபதியின் இடத்தில் தங்கி திட்டத்தை விளங்கிக்கொண்டு இன்றுதான் அவர்கள் உள்ளே போவதற்கான முயற்சிகள் எடுக்கப்படக்கூடும். கிளிநொச்சியில் அரச படைத்தளமோ வேவு வீரர்களைப் பலி கேட்கும் படைத்தளமாகிவிட்டது. பசியடங்காமல் இந்தப் படைத்தளம் தின்ற வேவு வீரர்கள் கொஞ்சமல்ல. கடந்த ஆறு மாதத்தில் மணியின் அணியே பலிகொடுத்த வீரர்கள் அதிகம்தான். மணி நான்கு மாதங்கள் முன்தான் இந்தப் பொறுப்பிற்கு நியமிக்கப்பட்டிருந்தான். மணிக்கு முன் பொறுப்பிலிருந்த குகனைக் கிளிநொச்சி பலிகொண்டுவிட்டது.

போர் முனையின் பின்தளத்தில் இவர்கள் தங்க வைக்கப்படுவதற்கு மற்றொரு காரணமுமுண்டு. முன்னணி நிலைகளுக்கு அருகில் தங்க வைத்தால் எதிரியின் களைப்புற வைக்கும் தாக்குதல்களால் இவர்களை வீணாக இழக்க நேரலாம். அனுபவமுள்ள வேவு வீரர்களை இழப்பது சாதாரண இழப்பல்ல. இதுபற்றி றோமியோ ஒருமுறை சேராவுடன் கதைக்கும்போது சொன்னார். 'சேரா, வேவுலயும் வேவுப்போராளிகளிலயும் அதிக அக்கறை கொள்ளவேணும். உனக்கு இது தெரியாததில்ல. இருந்தாலும் சொல்லுறன். நல்ல வேவுப் போராளியை இழப்பது நல்ல வேவுத் தகவலை இழப்பதற்குச் சமன். நல்ல வேவுத் தகவலை இழப்பது நல்ல சமர்திட்டத்தை இழப்பதற்குச் சமன். நல்ல திட்டத்தை இழப்பது, சமரை இழப்பதற்குச் சமன். ஆக ஒரு வேவுப் போராளியை அநாவசியமாய் இழக்கிறது சமரை இழக்கிறதிலயும் போய் முடியலாம். உனக்கு அதில கவனம் வேணும்" என்றார்.

சாள்ஸ் அன்ரனி றெஜிமன்ட்டில் இன்னொரு வேவுக்குழு தென் போர்முனையில் இயங்கிக்கொண்டிருக்கிறது. அது திறமைவாய்ந்த ஒரு மூத்த கொம்பனி அணித் தலைவனால்

வழிநடத்தப்படுகிறது. இவன் சண்டைகள் மூலம் எதிரியின் தொலைத்தொடர்பு ஒட்டுக்கேட்கும் பிரிவால் இராணுவ மட்டத்தில் திறமையானவனாகப் பிரபலம் பெற்றிருந்தான். அதனால் அவனைத் தென் போர்முனையில் இயங்கச் செய்வதன் மூலம் எதிரியின் ஒட்டுக்கேட்கும் பிரிவைப் புலிகளின் தாக்குதல் எண்ணம் தென் போர்முனையிலேயே உள்ளது எனத் திசைதிருப்பலாம் என்பது றோமியோவின் உத்தி. மணி அதிகப் பிரபலமில்லாதவன். ஆனால், அதி திறமைசாலி என றோமியோ கணக்கிட்டிருந்தார்.

08

பின்னேரப் பொழுது இருளில் மயங்கும் நேரம் மணி, கவியை அனுப்பிவைத்தான் தளபதி சேராவின் இடத்திற்கு. அங்கு இவர்களுக்கு கொம்பாஸ் (திசையறி கருவி) ஜிபிஎஸ் (குளோபல் பொசிசன் சிஸ்ரம் - புவி ஆள் கூறை சற்றிலைட் உதவியுடன் கணித்துக்கொள்ளும் கருவி) பற்றி வகுப்பு எடுப்பதற்கு மாஸ்ரர் வருவார். அவரை இங்கு அழைத்து வரவேண்டும்.

இந்த அணியில் உள்ள அனேகருக்கும் இவை பற்றிய அறிவுண்டு. கவியும் வீரனும் புதியவர்கள். அதனால் சேரா மீண்டும் ஒருமுறை இதுபற்றி நினைவூட்டல் வகுப்பொன்றுக்கு ஒழுங்கு செய்திருந்தார். விடுதலைப் புலிகளின் படைத்துறை தந்திரோபாயப் பயிற்சிப் பிரிவிடம் இன்றைய வகுப்புக்காக ஒரு மாஸ்டரைக் கேட்டிருந்தார். அதற்காகத்தான் கவி தளபதியின் இடத்திற்குப் போகிறான்.

வீரன் முன்னர் செக்சன் லீடராக்கப் பட்டது கடைசியாக நடந்த இரண்டாம் மாதம் 8ஆம் திகதி சண்டையின் பின்தான். அதன்பின் சில மாதங்களிலேயே அவன் பிளட்டூன் லீடர்களுக்கான பயிற்சிக் கல்லூரிக்குச் சேராவால் அனுப்பி வைக்கப்பட்டிருந்தான். அங்குதான் இவன் வரைபடம், கோட் சீற் (இரகசிய சங்கேதச் சொல்), கொம்பாஸ், ஜிபிஎஸ் போன்றவற்றைக் கற்றறிந்தான். போர்த் தந்திரோபாயப் பயிற்சியுடன் இந்தப் பாடங்களும் இடம்பெறும். மேலும் படைத்துறைக் கல்விக்குழுவின் தலைமைத்துவப் பயற்சி நெறியிலும் பங்குபற்றியிருந்தான்.

இவன் அங்கு படித்திருந்தாலும் கொம்பாஸ் பற்றி அதிகம் விரிவாகப் படிப்பித்திருக்க மாட்டார்கள் என்பது சேராவுக்குத் தெரியும். இப்போதெல்லாம் ஜிபிஎஸ்தான் முக்கியமானது. அந்த நவீனக் கருவி இந்தக் காலத்தில் அறிமுகப்படுத்தப்பட்டு மோட்டார், பீரங்கித் தாக்குதல் அனுபவத்தை அணித் தலைவர்கள் பெற்றுக்கொள்வதற்குப் போரில் பயன்பட்டது. மிகத் துல்லியமான தாக்குதலை இதன் மூலம் நிகழ்த்தலாம்.

இலங்கை இராணுவம் இதுபற்றி அறிய முதலே விடுதலைப் புலிகள் இதனைப் போரில் பயன்படுத்தத் தொடங்கிவிட்டனர்.

போன கவி வோக்கி ரோக்கியில் (தொலைத்தொடர்புக் கருவி) மணியை அழைத்தான்.

"மைக் நைன்... மைக் நைன், கவி ஓவர்."

இருமுறை அழைப்பு வந்தது. மைக் நைன் என்பது மணிக்கான சங்கேதப் பெயர்.

"ஹலோ... கவி... கவி... மைக் நைன்... ஓவர்."

மணி பதில் குரல் கொடுத்தான்.

"ஹலோ அண்ணை... சாப்பாடு இண்டைக்கு இரவுக்கு வராதாம்."

"சரி."

"கிச்சினில கேட்டுப் பிறகு சொல்லுறதாம், எப்ப வருமெண்டு."

"சரி சரி... இருக்கிறத சாப்பிடுவம்... வா."

இதன் அர்த்தம் இன்றிரவு வகுப்பெடுக்க மாஸ்ரர் வரமாட்டாராம். பிறகு படைத்துறை பயிற்சிப் பிரிவிடம் கேட்டுத் தளபதி அறிவிக்கிறாராம் என்பதுதான்.

"ஹலோ... அண்ணை... ஹலோ..."

"ஓமடா... சொல்லு."

"அண்ணை, வாற வழியில வகுப்பெடுக்க ஒராள் நிக்குது... கூட்டிற்று வரட்டே?"

மணி இதைக் கேட்டு முதலில் குழம்பினான். என்னத்தையடா இவன் சொல்லிக் குழப்புறான்?

"என்னடா கவி... எந்த வகுப்பு?"

"அண்ணை அண்டைக்கு நிலவன் அண்ணா கூட்டிக்கொண்டு வந்தார் வகுப்பெடுக்க..."

மணிக்குப் பொத்துக்கொண்டு சிரிப்பு வந்தது. வீரச் சாவடைந்த நிலவன் அன்றொருநாள் கோழி ஒன்றைக் கண்டுபிடித்துக்

கொண்டுவந்தான். தளபதிக்குத் தெரியாமல் அதைச் சமைத்துச் சாப்பிட்டார்கள் எல்லாரும்.

மணி சிரித்தபடியே சொன்னான்.

"சரியடா... கூட்டிற்று வா. படிக்கத்தானே வேணும் நாங்களும் நல்ல படிப்பு" மணி சிரிப்படக்காமல் குமுட்டிச் சிரித்தபடியே சொன்னான்.

மறுமுனையில் கவி "அண்ணை மாஸ்ரர் இல்லை, ரீச்சர்தான் நிக்கிறா. கூட்டி வரவே?"

மணிக்குத் திரும்பவும் குழம்பிற்றுது. "என்னத்தையடா இவன் சொல்லித் துலைக்கிறான். நான் தப்பாப் புரிஞ்சிட்டனோ? யாரடா பொம்பிளையக் கூட்டிற்று வரப்போறன் எண்டுறான்" மணி திரும்பவும் கேட்டான்.

"ஹலோ கவி... சேராவோ தந்தவர் ரீச்சரை?"

என்ன எது என்று அறிய இப்படிக் கதையைப் போட்டான்.

"இல்லையண்ணை. வழியில சேரன்ர பழைய இடத்தில... ஓவர்."

"சரி... சரி... என்ன பாடம்? ஓவர்."

இந்தக் கேள்வி சந்தேகத்தைத் துலக்கிவிடுமென்று மனதில் ஓடிவர மணி கேட்டான்.

"நிலவனண்ணை கூட்டிவந்து எடுத்த பாடம்தான். நல்ல படிப்பு."

"அதுக்கு ஏன் ரீச்சர்? ஓவர்."

"அண்ணை... அண்டைக்கு நிலவண்ணை கூட்டிற்று வந்தது மாஸ்ரர். இது ரீச்சர்தான் நிக்கிறா."

"ஹி...ஹி...ஹி" மணிக்குக் கதைக்கமுடியாமல் சிரிப்பு வெடித்துக்கொண்டு வந்தது. கேட்டுக்கொண்டிருந்த றாகுலனும் சிரிப்புத் தாங்காமல் அப்படியே கீழே இருந்துவிட்டான். அன்றைக்கு நிலவன் பிடிச்சுக்கொண்டு வந்தது சேவல். இது பேட்டுக் கோழி என்பதைத்தான் கவி 'ரீச்சர்' என்று சொல்கிறான் என்பது இப்போதுதான் புரிந்தது. இதற்கு

அவன் பாவித்த சங்கேதச் சொல்லுதான் வலு நூதனம். மணி சிரிப்படக்க மாட்டாமலே சொன்னான்.

"ஹலோ கவி... மாஸ்ரரோ ரீச்சரோ கூட்டிற்று வா. படிக்கிறதுதான் முக்கியம். யாரிட்டப் படிச்சால் என்ன? ஓவர்."

மறுமுனையில் கவி சொன்னான் 'ஹி...ஹி...ஹி... சரியண்ணை சரியண்ணை. கூட்டியாறன்" இதற்கிடையில் வீரன் என்னென்று தெரியாமல் விழிக்க நாகுலன் அதை விளக்கிச் சொல்ல வயிறு குலுங்கச் சிரிக்கிறான் வீரன்.

"டேய் தம்பி, இருட்டிடப் போகுது. பச்சை மிளகாய்... தேசிக்காய் பிடுங்கி வையடா... ரீச்சர் வாறாவெல்லோ வகுப்புக்கு." மணி குதூகலத்துடன் சிரிப்பும் பேச்சுமாய் வீரனுக்குச் சொன்னான்.

கவி ஒரு கொழுத்த கோழியுடன் வந்தான். அதை நாகுலன் வாங்கி அறுத்து உரித்து கழுவியெடுத்துக்கொண்டிருந்தான். "அண்ணை தூள் இல்லை. என்ன செய்யிறது... குழம்பு வைக்கேலாது."

"கொஞ்சமும் இல்லையே?" நாகுலன் கவியைக் கேட்டான்.

"கிச்சினில கொஞ்சம்தான் அண்டைக்கு எடுத்துவந்தம். முடிஞ்சதுபோக மிச்சத்தை இதயனும் நல்லவனும் மாங்காயில உப்புத்தூள் பிரட்டித் திண்டு முடிச்சிட்டாங்கள்."

"படுபாவியள்... இப்ப என்ன செய்யிறது?" நாகுலன் கேட்டான்.

"டேய், உப்பவியல் போடுவம். பிரச்சினை இல்லை" மணி சொன்னான்.

"அண்ணை, எனக்கு உப்பவியல் வைக்கத்தெரியாது."

"நிறைய வெங்காயம் உரிச்சு வை. பச்சை மிளகாயும் நிறைய எடு. வாறன், துவக்கை கிளீன் பண்ணிற்று."

"சரியண்ணை. நான் வெட்டி வைக்கிறன் இறைச்சியையும்..."

கவி இறைச்சியை வெட்ட, வீரன் பச்சைமிளகாய், வெங்காயத்தை வெட்டினான். இறைச்சியை வெட்டியபின் மறுபடி கழுவக் கொண்டுபோகவும் அதைக் கண்டு மணி கேட்டான் "என்னடா செய்யப்போறாய்?"

"வெட்டிற்றன்... கழுவப் போறனண்ணை."

"உரிச்ச பிறகு கழுவினதுதானே?"

"ஓமண்ணை."

"பிறகென்னத்துக்குத் திரும்பி கழுவிற மடப்பயலே... கழுவிக் கெட்டது இறைச்சி. கழுவாமல் கெட்டது மீன்."

"என்னண்ணை?"

"அடேய்... இறைச்சிய கழுவினியோ உருசி கெட்டுப்போகும். கழுவ இல்லையோ மீன் கறி கெடும். மீனை நல்லாத் திரும்பத் திரும்ப மண்சட்டியோட அலசிக் கழுவவேணும். இல்லையோ மீன் குழம்பு ருசி கெடும்."

மணிக்கு நல்லா சமையல் தெரியும். றோமியோ சொல்லுவார், "தலைவர் சொல்லுறவர் சமைக்கத் தெரிந்தவனுக்குத்தான் சண்டைய நடத்தத் தெரியும் எண்டு. ஏனென்டால் அவனுக்குத்தான் கணிக்கத் தெரியும் எண்டு."

மணி தன் கீழ் உள்ள போராளிகளுக்குத் தானே சமைத்துக் கொடுப்பதில் சந்தோசமும் அடைபவன். அக்கம்பக்கத்தில் ஏதாச்சும் சாப்பிடத் தேடிக்கொண்டு வருவான். இப்போது இந்தக் குழுவின் மனநிலையும் வேறு.

மணி சமையலைத் தொடங்கினான். "டேய், ஒருத்தரும் சத்தம் போடாதையுங்கோ. அடுப்பு மூட்டப்போறன். 'வண்டு' வருகுதோ எண்டு நல்லா காதைக் குடுத்துக் கேட்டுக்கொண்டிருங்கோ. அப்பிடியே பெரிய வண்டும் வந்தாலும் வரும். அதையும் பாருங்கோ" என்றான் சிரித்தபடி மணி.

மணி 'வண்டு' என்று சொல்வது சிறீலங்கா விமானப் படையின் ஆளில்லா வேவு விமானத்தைத்தான். நெருப்பு மூட்டும்போது 'வண்டு' வெளிச்சத்தைக் கண்டால், கதை அவ்வளவுதான். அது இந்த இடத்தின் நிலையைக் கணித்துவிடும். சில நிமிடங்களிலேயே கொழும்பிலோ அனுராதபுரத்திலோ இருக்கும் 'கொன்றோல் றூமில்' இந்தத் தகவல் விமானப்படைக்குப் போக மறுகணமே 'கிபீர்' குண்டுவீச்சு விமானங்கள் துல்லியமாக இந்த இடத்தைத் தாக்கிவிடும். மணி 'பெரிய வண்டு' என்று சொன்னது சிலவேளை தளபதி

சேரா வரக்கூடும். அல்லது அவருடைய ஆட்கள் யாராவது வரக்கூடும் என்பதைத்தான். அதுவும் ஆபத்துதான். சனம் கைவிட்டு ஓடினாலும் இது சனத்தின் கோழிதானே. இதைப் பிடித்துக் காய்ச்சினதுக்குப் பிறகு ‘பனிஸ்மென்ற்’ கிடைக்கிறது உறுதி. அந்தாள் பிறகு முகம்கொடுத்துக் கதைக்காது. மூஞ்சிய நீட்டும். சிலநேரம் படையணி மானம் போகுமென்றும் கத்திச் சத்தம் போட்டுத் திட்டுவார்.

சட்டியில் வெங்காயத்தை நிறையப் போட்டு, நிறையப் பச்சை மிளகாயும் போட்டு, உப்பும் அளவாய்ப் போட்டு கொஞ்சம் தேங்காய் எண்ணையையும் விட்டு தூக்கி அடுப்பில் வைத்தான் மணி.

“இவ்வளவும்தானா?” வீரன் கேட்டான்.

“இவ்வளவும்தான். ஆனால் மிச்சம் வாறது கைப்பக்குவத்தில. அடுப்பு நல்ல நெருப்பு வர எரிக்கக்கூடாது. தணலில கொஞ்சம் நெருப்போட விடவேணும். இஞ்ச பார் இப்பிடி. நெருப்பு எரிஞ்சா கறி கெட்டுப்போகும். வெக்கையில வேகவேணும் கறி. கண்டியோ?” வீரன் ஆவென்று பார்த்துக்கொண்டிருந்தான். அவனுக்கு ஏனோ அம்மா நினைவுக்கு வந்தாள். ‘அவளிடம்தான் எத்தனை கைப்பக்குவம் இருந்தது. அம்மா மெலிந்திருப்பாளோ? இப்பவும் நான் இயக்கத்துக்கு வந்ததை எண்ணிச் சாப்பிடாமல் அழுவாளா?’

‘அக்கா இயக்கத்துக்குப் போனபோது எத்தனை நாள் சாப்பிடாமல் சமைத்து வைத்துவிட்டு அழுதிருக்கிறாள் அம்மா. பாவம் எத்தனை துயரத்தைத்தான் அவள் தாங்கிக்கொள்வாள்? நான் அவளைவிட்டு வந்திருக்கக்கூடாதோ? சரி இந்த யுத்தம் முடியட்டும். இப்ப சனமே சண்டைக்கு வாற காலமாயிற்றுது. நான் என்ன செய்யிறது?’ வீரன் நெருப்புத் தணலை வெறித்துப் பார்த்தபடி அம்மாவின் நினைவில் உழன்றான். வெக்கை முகத்தில் அறைய தணல் சிவந்து மினுங்கிக்கொண்டிருந்தது அடுப்பில்.

எவ்வளவோ நாள்கள் அம்மாவும் தங்கையும் என்ன ஆனார்கள் என்றே தெரியாமல் வீரன் யாருமறியாத் துன்பத்தில் உழன்றிருக்கிறான். யாழ்ப்பாண இடப்பெயர்வு நிகழ்ந்தபோது அம்மாவும் தங்கையும் யாழ்ப்பாணத்தில் அகப்பட்டுக் கொண்டார்களா, வன்னிக்கு வந்துவிட்டார்களா என்று

கூடத் தெரிந்திருக்கவில்லை. அப்போது அதனை வெளியே அறியும் வாய்ப்பும் அவனுக்குக் கிட்டவில்லை. அந்த நேரத்தில் முல்லைத்தீவு 'ஓயாத அலைகள் - 1' நடவடிக்கைக்காக விடுதலைப் புலிகளின் படையணிகள் பூநகரியில் கடும் பயிற்சியில் ஈடுபடுத்தப்பட்டிருந்தனர். தளத்தின் மையத்தை ஊடுருவித் தாக்குவதற்காக சாள்ஸ் அன்ரனி றெஜிமன்றில் ஒரு கொம்பனியும், அரசியல்துறையில் ஒரு கொம்பனியும் சேராவின் தலைமையில் பயிற்சியில் இருந்தன. முன்னேறிப் பாய்ச்சல் நடவடிக்கையை முறியடித்த சமரில் அரசியல் துறையின் இந்த அணி நல்ல மதிப்பும் பெற்றிருந்ததால் அது இந்த நடவடிக்கையில் ஈடுபடுத்தப்பட்டிருந்தது.

முல்லைத் தீவை மீட்ட பெரும் சமர் முடியவும், இராணுவம் கிளிநொச்சியைக் கைப்பற்றிவிட்டது. ஒரு நகரம் கைவிட்டுப்போக மறு நகரத்தைப் பிடித்தார்கள் போராளிகள். ஆனால், அடுத்த நகரம் கைவிட்டுப் போனது. அடுத்தடுத்து நகரங்கள் கை மாறின. சனங்களுக்கோ தீராப் பாடு. போராளிகளுக்கோ முடிவுறாத போர். நிலங்களும் மனங்களும் புண்ணாகின போரால்.

வீரன் தன் அணிகளுடன் வன்னியின் தென்போர் முனை தாண்டிக்குளம் பக்கம் போய்விட்டான். சில மாதங்களின் பின் மீண்டும் வடபோர்முனைக்கு வந்தபோதுதான் அம்மாவும் தங்கையும் வன்னிப் பக்கம் வந்துவிட்டதை அறிந்தான். ஏதோ இந்தளவில் மகிழ்ச்சியை அது தந்தது உண்மைதான். அம்மாவும் தங்கையும் விசுவமடுவில் இருக்கிறார்கள். அவன் முன்பொருமுறை போய்ப் பார்த்துவிட்டு வந்திருக்கிறான். அம்மாவைப் பார்க்கவே முடியவில்லை. பூத்துக் குலுங்கி பொலியும் அம்மாவின் முகம் காணாமல் போய்விட்டது. அம்மா பொலிவிழந்து தேய்ந்துவிட்டிருந்தாள். தாடை எலும்பு பிறிதாய்த் தெரிந்தது. பெண் கூலித்தொளிலாளியின் உருவம் கொண்டுவிட்டாள் அவள்.

"தம்பி, இங்க பார்... இறைச்சியில் இருந்துவந்த தண்ணி. இனி வத்தும் வரைக்கும் சட்டியை மூடாமல் திறந்துவிடவேணும். மூடினால் புழுங்கிப்போகும். பதப்படாது. இறைச்சி இப்ப முக்கால் பதம் அவிஞ்சிருக்கும்."

"ம்ம்..." என்றான் வீரன்.

வீரன் நெருப்பின் தணலை வெறித்தபடி நாடியில் கை வைத்துப் பார்த்துக்கொண்டே இருந்தான். மணிக்கு அவன் ஏதோ கடுமையாக யோசிக்கிறான் என்பது புரிந்தது. சமையலால் ஏற்பட்டது என்பதால் அது வீட்டு யோசனைதான் என்பதை ஊகிக்க மணிக்கு நேரமாகவில்லை.

“வீரா, ரீச்சர் கொஞ்ச நேரத்தில் உனக்கு சொல்லித் தரப் போறா பாடம்... பார். இதல்லோ படிப்பு என்றிருக்குமடா வீரா.” மணி அந்த ரீச்சர் பகிடியையே வைத்துச் சிரிப்புக்காட்டி வீரனின் சிந்தனையைத் திசைதிருப்ப முயன்றான்.

“இப்ப நான் பாடம் சொல்லிக்குடுக்கிறன் ரீச்சருக்கு. இந்தப் பாடத்திலதான்ரா ரீச்சருக்கு அறிவு வாறது” மணி சொன்ன சாங்கத்தில் வீரன் சிரித்தேவிட்டான்; கவியும் றாகுலனும்தான்.

தன் சமையலில் கறி உருசி கூடுதல் என்பதை அந்த ரீச்சர் பகிடியை வைத்தே மணியண்ணை ஓட்டுகிறார் என்றுதான் மற்றவர்கள் நினைத்தார்கள்.

“இந்தா... இப்ப தண்ணி வத்தீற்றுது பார்த்தியா? இப்ப அகப்பையைத் துளாவிப் பிரட்டிக்கொண்டே இருக்கவேணும். அப்பதான் இறைச்சியின்ர கொழுப்பு நெய்யாக உருகத் தொடங்கும். சேவல் கோழியில அதிகம் கொழுப்பிருக்காது. அது ஒரு நாளைக்கு பல தடவை மற்ற அலுவலில நின்றால் எங்கயிருந்து கொழுப்பு வரும்... ம்ம்...”

‘மற்ற அலுவல்’ என்று மணி அழுத்திச் சொல்ல குந்தியிருந்த வீரன் மண்ணிலிருந்து குண்டியை விழுத்திச் சிரித்தான்.

“ஓமடாப்பா... பேட்டுக் கோழி கொழுப்பு. முட்டை இட்டு ஓய்ஞ்ச கோழி இது. அதுதான் நல்ல கொழுப்பு. இந்தக் கொழுப்பு உருகின அந்த நெய்யில இந்த இறைச்சியைப் பிரட்டிப் பிரட்டி சாதுவா பொரியிற மாதிரி விடவேணுமடா வீரா” சொல்லியபடியே இறைச்சியைத் தணலில் வைத்துச் சட்டிக்குள் துளாவிப் புரட்டினான்.

நன்றாக இருட்டிப்போனது. இரவு இதயனும் வேங்கையும் வேவுக்கு உள்ளே போக இருக்கிறார்கள். ரோமியோ அவரின் இடத்திற்கு மணியையும் கூப்பிடக்கூடும், என்ன நடக்கும் என்பதைச் சொல்ல முடியாது.

“அண்ணே அடுப்பு நூந்திட்டுது” என்றான் வீரன்.

“இல்லையடா இப்ப வெறும் தணல் போதும்” மணி சொன்னவாறு, “இந்தா வாயில வச்சுப்பார். உப்பு சரியா இருக்கா எண்டு.” அகப்பையில் ஒரு துண்டு இறைச்சியை எடுத்து வீரனிடம் குடுத்தான். வாயில் போட்டு நாக்கால் உழட்டிச் சூட்டைத் தணித்தவன் மெல்ல சப்பி “ஆ... ஆகா... சூப்பர் அண்ணை... கொண்டு எழுப்புது...” வீரன் மெய்யாகவே அதன் உருசியில் உணர்ச்சிவசப்பட்டுச் சொன்னான்.

‘ரீச்சர் எண்டதால உனக்கு எழுப்புதுபோல வீரா... ஹி...ஹி... ஹி” மணி இரட்டை அர்த்தம் வைத்துச் சிரித்தான். அணியின் தலைவனே இப்படி நட்புணர்வோடு பகிடி பம்பல் விட்டுப் பழகுவது எல்லோருக்கும் வாய்ப்பதல்ல. இதனால்தான் கூட்டுணர்வு அதிகம் உருவாகும் என்று நம்புபவன் மணி.

கொழுப்பு நெய்யில இறைச்சி உருண்டு கொஞ்சமாய்ப் பொரிந்துவிட்டது.

“இப்ப கறிவேப்பிலையோ, றம்பை இலையோ, மிளகுத் தூளோ போட்டால் கறி கணகணப்பாய் இருக்கும்” வாயை உறிஞ்சியபடி சொன்னான் மணி.

”அண்ணை, மிளகு இருக்கு கொஞ்சம்.”

“இருக்காடா? குத்தடா கொஞ்சம். அடி சக்கையெண்டானாம்.”

குத்திய மிளகைப் போட்டுக் கறியை இறக்க வாசம் கிளம்பியது.

சட்டியைச் சுற்றி எல்லாரும் கூடிவிட்டார்கள்.

உடுப்புத் தோய்த்து காயப் போட்டுவிட்டு கோபியும் ஓடிவந்தான். “அடேய் என்னை விட்டுட்டு அலுவல முடிச்சிடாதைங்க.”

ஆளுக்கொரு துண்டு வாயில் எடுத்துப் போட்டுக்கொண்டார்கள்.

“அமிர்தம் அண்ணை அமிர்தம்” றாகுலன் சொன்னான்.

“என்னண்டு அண்ணை தூள், சீரகம், கடுகு, பால் ஒண்டுமே இல்லாமல் இப்பிடி ருசி?” கவி கேட்டான்.

“அதுதான்ரா மணியின்ர கைப்பக்குவம். உப்பிருந்தாப் போதும். மணிக்கு மிச்சம் தெரியும். சண்டையண்டாலும் சரி, சட்டி எண்டாலும் சரி... சரிடா தேசிக்காய் வெட்டு பாதி.”

வெட்டிய தேசிக்காயில் பாதியைப் பிழிந்து இறக்கிய இறைச்சியில் விட்டான். அடுப்பில் உள்ளபடி புளிவிட்டால் கெட்டுப்போய்விடும். இறங்கிய சூட்டில் விட ஒரு வாசமும் கூடவே வந்தது.

“அண்ணை, இனிமேல் படிக்கிறதுக்கு மாஸ்ரர் வேண்டாம். ரீச்சரிட்டத்தான் நான் படிப்பன்.”

கவி சொல்ல கோபி கவி முதுகில் அடித்துச் சிரித்தான்.

சுற்றியிருந்து சிரட்டையில் கறியை எடுத்துச் சாப்பிட்டுக் கொண்டிருந்தனர். சுடு கறியைத் தேங்காய்ச் சிரட்டையில் விடும்போது குழம்பு இறுகி ஒரு வாசமும் வரும். அது ஒரு தனிவகை. மாலை வந்த புட்டிலும் பெருங்கட்டிகளைத் தெரிந்தெடுத்து எறிந்துவிட்டுத் தூள் புட்டாகக் கொஞ்சத்தைச் சேர்த்துக்கொண்டனர்.

சாப்பிடும்போது மணிக்கு, நல்லவனும் நிலவனும் ஞாபகத்துக்கு வந்தனர். கடைசியாய்க் கோழி சாப்பிட்டது நிலவன் கொண்டுவந்து அவனே சமைத்த கோழிதான். இன்று நிலவனும் இல்லை, நல்லவனும் இல்லை. அவர்களின் உடலைக் கூட மீட்க முடியாமல் போனமை வலியாகக் குத்தியது இப்போது. மௌனம் உறைந்த அந்தச் சூழல் மற்றவர்களும் அதைத்தான் நினைக்கிறார்கள் என்பதை மணிக்கு ஊகிக்க முடிந்தது. மணி சுதாகரித்துக்கொண்டு அடுத்த பகிடியைத் தேடிப் பிடித்து விட்டான்.

“விஞ்ஞானக் குளத்துக்கு நான் வேவுக்குப் போகேக்க ஆமியின்ர பங்கர் பொயின்றுக்க பண்டி மூசுற சத்தம். என்னடா ஆமியின்ர பொயின்றுக்க பண்டி புகுந்திட்டுது எண்டு உள்ள எட்டிப்பார்த்தால், சனி பிடிச்சவன் ஜீன்ஸ்ச முழங்கால்வரை கழட்டி விட்டுட்டு ஒரு அம்மணமான பொம்பிளை போட்டோவைக் கையில பிடிச்சுப் பார்த்தபடி மூசுறான்.”

சாப்பிட்ட சாப்பாடு வாயிலிருந்து தெறிக்க சுத்தியிருந்த பெடியள் வெடியாய்ச் சிரித்தாங்கள். அந்தச் சூழலே சிரிப்பு வெள்ளமாய் மாறிற்று.

09

இரவு பதினொரு மணிக்கு, றோமியோவின் கட்டளை நிலையத்திற்கு மணி அழைக்கப்பட்டான். தொலைத்தொடர்புக் கருவியைப் பயன்படுத்தாமல் கூட்டிப்போக ஒருவன் நேரிலேயே வந்தான். றோமியோவின் தொலைத்தொடர்பு எதுவாயினும் எதிரியின் ஒட்டுக்கேட்கும் பிரிவு மிக நுணுக்கமாக ஆராய்ந்துகொண்டே இருக்கும். சங்கேதச் சொற்களைப் பயன்படுத்தினாலும் கூடச் சில சமயங்களில் அதன் முடிச்சு அவிழ்க்கப்பட்டுவிடும். நீண்ட காலத்தின் பின் களம் வந்திருக்கும் றோமியோவின் ஒவ்வொரு அசைவுகளையும் ஆராய்வது இராணுவத்தின் பாதுகாப்புக்கு அவசியமானது என அவர்கள் கண்டிப்பாய் எண்ணுவர். அநியாயத்திற்குத் தங்கள் படைத் துருப்புகள் றோமியோவை அஞ்சுகின்றன என உயர் இராணுவ அதிகாரிகள் பேசிக்கொண்டாலும் அவர்களுக்குள்ளும் றோமியோ குறித்த அச்சம் இருக்கத்தான் செய்தது.

மணி, றோமியோவின் கட்டளை நிலையத்திற்குப் போனபோது அங்கே தளபதி சேராவும் இதயனும் வேங்கையும் கூடவே நின்றிருந்தனர். உயர்ந்து மெலிந்த, கன்ன எலும்புகள் துருத்தித் தெரிந்த சேராவின் உருவத்திலும் நடத்தையிலும் அத்தனை எளிமை வெளிப்படும். போர் நடக்கையில் மட்டும் அந்த எளிமை தீவிரம் கொண்டு கண்டிப்பான பேர்வழியாய்க் காட்சி தரும். ‘ஸ்போட் கொமாண்டர்’ என்பதற்கு மிகச் சரியான உதாரணகாரர்களில் இவன் முக்கியமானவன்.

“மச்சான் நீ போறாய் இந்தமுறை, சும்மா அதிரப் போகுது கிளிநொச்சி” மணி இதயனைப் பார்த்துக் கூறியவாறே ஒரு கையால் தோளில் அணைத்தான். இவனை விட வேங்கை கொஞ்சம் வளர்ந்த உருவம். பார்த்ததும் எவருக்கும் தோழமை உணர்வு தோன்றும் முகம் அவனுக்கு. மணியுடன்தான் பலமுறை வேறுபகுதிகளுக்கு வேவு பார்க்கப் போயிருக்கிறான்.

“அடேய்.. மணியண்ணையின்ர கதையக் கேட்டு அங்க அதிர வச்சிடாதை மச்சான். மூக்குக்க பஞ்சுதான் வரும். கமுக்கமாய் போய் கமுக்கமாய் வரணும்டா. போறது வேவுக்கிடா”

வேங்கை வழமை போலவே தன் கையை முறுக்கி நெட்டி முறித்தவாறே தலையையும் சரித்து நெட்டி முறித்தபடி சொன்னான். எந்தக் கதைக்கும் ஓர் எதிர்க்கதை சொல்லாமல் விடான் இவன். நல்ல திடமான உடல். உடற்பயிற்சியில் ஒரு போதை இவனுக்கு. முற்றிய முகம்.

"சரிடா சரி, சென்று வாடா தகவல் கொண்டு வாடா" மணி விகடமாய்ச் சொன்னபடி வேங்கையின் கையைப் பிடித்து இறுகப் பற்றினான்.

காக்கா கடைச் சந்தியில் இருந்து திருவையாறு போகும் செம்மண் வீதியில் உள்ளிறங்கிய ஒரு தென்னை மரக் காணியின் வீட்டில் இருந்தது கட்டளை நிலையம். ஆனால் வீட்டில் தொலைத் தொடர்புக் கருவிக்கான 'அன்ரனா' கட்டப்பட்டிருந்த போதும் மறுகாணியின் மூலையில்தான் தாளப் பதிந்த கொட்டில் ஒன்றின் கீழ் நான்கடி பதிவாக வெட்டப்பட்டிருந்த நிலத்தில் அகன்ற மேசையும் அதன்மேல் வரைபடமும் விரிக்கப்பட்டிருந்தது. பக்கவாட்டுச் சுவரில் மிக அகன்ற 20:20 வரைபடம் தொங்கியது. அது எதிரி நிலைகள், புலிகளது நிலைகள் என இருதரப்புப் பாதுகாப்பு ஏற்பாட்டையும் துலக்கமாகக் காட்டியது. அதில் புலிகளதும் எதிரியினதும் முன்னணிக் காவல் நிலைகளுக்கான தொடர் இலக்கங்களும் குறிக்கப்பட்டிருந்தன. அந்தக் கொட்டிலின் முடிவில் தொடங்குகிறது பதுங்கு குழிக்கான வாசல். இதுதான் வலிந்த தாக்குதல் நடவடிக்கைக்கான கட்டளைத் தளபதி றோமியோவின் கட்டளைமையம். சற்றுநேரத்தில் வட போர்முனைக் கட்டளைத் தளபதி கில்மனும் அந்த இடத்திற்கு வந்தார். தனது களமுனை வாகனத்தில் இருந்து இறங்கும்போதே நட்பான சிரிப்பை இதழில் தவழவிட்டபடி வந்தார். இன்றைய நிலைமையில் போரில் மிக நம்பிக்கை தரும் தளபதி இவர். பாதுகாப்புச் சமரின் துணைத் தளபதியும் இவரே. பிரதம தளபதி தென் போர்முனையில் உள்ளார். கடின உழைப்பாளி. அதன் மூலம் திறமையை நிருபித்தவர் தளபதி கில்மன்.

உள்ளே நுழைந்த வட போர்முனைக் கட்டளைத் தளபதிக்கு விடுதலைப் புலிகளின் மரியாதை சல்யூட் வழங்கினர் அங்கிருந்தவர்கள். பதிலுக்கு மரியாதையாக அதை ஏற்று சல்யூட் வழங்கினார் அவர். றோமியோ சக தளபதி என்ற

வகையில் வரவேற்று "வாங்க கில்மன்" என்று மட்டும் அழைத்தார். ஒரு காலத்தில் கில்மன் றோமியோவின் கீழிருந்து போரைக் கற்றுக் கொண்டவர்தான். அதனால் கில்மனுக்கு இன்றளவும் றோமியோவிடத்தில் பெரிதான மரியாதை இருந்தது, இன்று அவர் சமனான நிலையை அடைந்துவிட்டபோதும் கூட.

கையில் ஊன்றுகோலுடன் றோமியோ மிடுக்காக வரைபடம் விரித்த மேசையின் முன் நின்றிருந்தார். அந்த ஊன்றுகோல் அவர் ஊனத்தை வெளிக்காட்டுவதற்குப் பதிலாக அவரின் மிடுக்கையும் நிமிர்வையுமே வெளிக்காட்டியது. சேர்ட்டை வெளியே விட்டு இடுப்பில் கைத் துப்பாக்கி கட்டியிருப்பது இவருக்குத் தனி அடையாள மிடுக்கு. யூனிபோர்ம் சேர்ட்டை வெளியே விடும் முறை படைத் துறையில் உயரதிகாரிகளுக்கான சீருடை முறை. விடுதலைப் புலிகள் இயக்கத்தில் தலைவரும் இவரும் மட்டுமே அவ்வாறு அணிய முடியும். மணிக்கு அவரைப் பார்க்க பிரமிப்பாக இருந்தது. அவர் அருகே தன்னடக்கமும் கம்பீரமும் ஒருங்கே கொண்டு கில்மன் நின்றார். இவர்களுடன் இன்று தானும் சேர்ந்து இந்த இடத்தில் நிற்கிறோம் என்பது மணிக்கு உள்ளூரக் கம்பீரத்தைக் கொடுத்தது. தன்னைக் கொஞ்சம் நிமிர்வாக ஆக்கிக் கொள்ளவேண்டும் என்று மனசு சொல்லிற்று.

"வாங்க வரைபடத்தைச் சுற்றி நில்லுங்கோ" என்றார் றோமியோ. சுற்றி நின்றார்கள். அவர் ஒரு கையில் ஊன்றுகோலும் மறுகையில் வரைபடத்தைச் சுட்டும் நீளக் குச்சியையும் வைத்திருந்தார்.பற்றியில் இயங்கும் மின்சார விளக்கொளி வரைபடத்தில் குத்தி நிக்குமாறு சரி செய்யப்பட்டிருந்தது. றோமியோ கதைக்கத் தொடங்கினார். வரைபடத்தில் குச்சி இடங்களைச் சுட்டிச் சுட்டி ஓடியது. சூழல் நிசப்தமாகி ஒருவகைத் தீவிரத் தன்மையைக் கொண்டது. நிசப்தம் பலவேளைகளில் சப்தத்தை விடத் தீவிரமானது. யுத்தக் களத்தில் இது இரட்டிப்புத் தீவிரத்தைத் தரவல்லது. அந்த மனத் தீவிரத்தை மேலும் இரட்டிப்புச் செய்தது றோமியோவின் கனத்த குரல்.

"இன்றைக்கு நாங்கள் கரடிப்போக்கு சந்திக்கு இருநூறு மீற்றர் பின்தள்ளி ஏ9 வீதிக்கு மேற்குப்புறமாக உள்ள பகுதிக்கதான் உள்நுழையவேணும். இதில எங்கட நிலைகள் கிளிநொச்சியின்ர

முன்பகுதியில் இருக்கிற மாதிரி நெருக்கமாய் இல்லாமல் எதிரியின்ர நிலைகளில இருந்து இருநூறு மீற்றர் பின்தள்ளி இருக்கு. நடுவில வெட்டை வெளியான பிரதேசம் எண்டதால இங்கால பின்தள்ளி அமைச்சிருக்கிறம். ஆமியின்ர இந்த நிலைக்கு ஏ41 என்று குறிச்சிருக்கிறம். எங்கட நிலைகளில டி35 என்று இருக்கு பாருங்கோ. இந்தப் பகுதியிலதான இன்றைக்கு முயற்சி செய்யப்போறம்" தன் கையிலுள்ள நீளக் குச்சியால் வரைபடத்தில் சுட்டிக்காட்டிச் சொல்லிவிட்டு அவர் சுற்றியுள்ளவர்களைப் பார்த்தார். பிரதிபலிப்பு எப்படியென அறிவதற்காக போலும்.

எதிர்மறையாகப் பிரதிபலிப்பு எதுவும் இல்லையெனக் கண்டு மீண்டும் வரைபடத்தைப் பார்த்துச் சொல்லத் தொடங்கினார். மணி தானும் அர்த்தத்துடன் கேட்பதாகக் காட்டி நின்றான். அமைதி ஒருவகை மனக்குமைச்சலைத் தந்தது. வரைபடத்தை விடப் புறச்சூழல் இருள் சூழ்ந்திருந்தது. இருட்டில் மெய்ப் பாதுகாவலர்கள் நின்றார்கள். வண்டையும் முக்கியமாய்க் கவனிக்க வேண்டும் அவர்கள்.

"கடைசித் தடவை எங்கட நிலை சி 28 பகுதியில இருந்த எதிரியின்ர நிலை பி57, 58, 59 பகுதியில நாங்கள் முயற்சி செய்திருந்தம். இது வீதிக்குக் கிழக்காகக் கரடிப்போக்கு சந்திக்கு முன்னுக்கு இருக்கு. கில்மன் தந்த ஒரு செக்சன் போராளிகளை வைச்சு மணியின்ர நிலவனையும் நல்லவனையும் ஆமியின்ர தளத்துக்குள்ள அனுப்ப முயற்சி செய்தம்.

"வழமையான எங்கட இரகசிய நகர்வு மூலம் இந்தத் தளத்துக்க போகமுடியாது என்றபடியால்தான் சின்னதா சண்டையத் தொடக்கி இந்த மூன்று பொயின்ரையும் ஒரு செக்சன் போராளிகளை வைச்சுக் கைப்பற்றி அதுக்கூடாக வேவுக்காரரை உள்ள தள்ள முயற்சி செய்தம். கிளிநொச்சியப் பொறுத்த வரை முன்பகுதி 'z' ல பதினைஞ்சு மீற்றருக்கு ஒரு பொயின்ற்றை ஆமி போட்டிருக்கிறான். பின்பகுதியில முப்பது மீற்றருக்கொன்று. 'ஃபோர்வர்ட் ஸ்லோப்' என்று சொல்லப்படுகிற மரபுசார்ந்த இந்தப் பாதுகாப்பு ஏற்பாட்டு முறையில இது உச்ச அமைப்பைக் கொண்டிருக்கு. சுற்றி 'பண்ட்'. இடையில 'சென்றி பொயின்ற்'றுகள். அதுவும் சரியான நெருக்கமாய். முன்னுக்கு முள்ளுக்கம்பி றோல். ஐம்பது மீற்றருக்கொரு 'போக்கஸ் லைற்' இருக்கு. இந்த

ஏற்பாட்டில இரகசிய நகர்வு சாத்தியமில்லை. கடந்த ஒரு வருசத்தில இந்தத் தளத்தின்ர மையப் பகுதிக்கு எந்த வேவுக்காரராலும் போக முடியேல. கடந்த ஆறு மாதத்தில தளத்துக்குள்ளேயே போக முடியேல."

றோமியோ சொல்லிச் செல்லவும் மணியின் மனதுக்குள் அது விசித்திரமாய் இருந்தது. 'அட... றோமியோ ஒரு காலமும் முடியேல்ல... முடியேல்ல என்றே சொல்லமாட்டாரே... இன்றைக்கு என்ன ஆச்சரியமாய் இருக்கு. இப்பிடிச் சொல்லுறார் என்டால் சுளுவான திட்டம் ஏதோ தீட்டீற்றாரோ? அல்லது வேங்கை, இதயன்ர மனதில பொறுப்பையும் நம்பிக்கையையும் கொடுக்கிறதுக்காக மனுசன் இப்படிச் சுத்திவந்து விளக்குதோ?' மணியின் மனதில் அது என்னவாய் இருக்கும் என்ற அவா உள் எழுந்தது. வேங்கையும் இதயனும் அவரின் அடுத்த வார்த்தைகளுக்காய்க் காத்திருக்கும் தீவிர முகபாவத்தோடு இருந்தார்கள். றோமியோ விளக்கிப்போகவும், மணி ஆர்வத்தோடு அவரைப் பார்த்தான். பின்னாலுள்ள வரைபடத்தைப் பார்த்தான். அதிலே விழுகிறது றோமியோவின் நிழலுருவம்.

அந்தக் கொட்டிலின் நடுவில் பொதுவான வெளிச்சத்திற்காகத் தொங்கவிடப்பட்டிருந்த 'லாந்தர்' விளக்கு அதனுள்ளே மெல்லிய மஞ்சள் ஒளியைப் பத்திரமாய்ப் பிரகாசிக்க வைத்துக்கொண்டிருந்தது. சுவாலை ஆடாமல் வான் குத்தாய் நிமிர்ந்து எரிகிறது. றோமியோவின் திட்டம் கேட்க வெளியே காற்றும் உறைநிலைக்கு வந்துவிட்டது. அந்த விளக்கின் ஒளி வரைபடத்தின் பக்கவாட்டில் றோமியோவின் நிழலைப் பெரிதாக விழுத்தியது. ஒரு கையில் ஊன்றுகோலும் மறு கையில் வரைபடத்தைச் சுட்டும் குச்சியுமாய்த் தெரிந்த அந்த நிழலின் வர்ணமோ, அல்லது இயல்பை மீறிய அதன் உருவ மாற்றமோ அத்தனை கவர்ச்சியாய் உள்ளது. நிழலின் கம்பீரமும் அதன் அசைவும் மணிக்குப் பிரமிப்பை ஊட்டின. ஊன்றுகோலும் குச்சியும் கூட றோமியோவின் சேர்ந்த அங்க நிழலாகும்போது வீரத்தின் திமிராய் மாறிப்போகிறது. றோமியோ தீர்மானகரமான குரலில் தொடர்ந்து விளக்கினார்.

"கடைசியா நாங்கள் செய்த முயற்சி: எதிரியின் இந்த பி 57, 58, 59 பொயின்றுகளை கில்மன்ர ஆக்கள் சண்டையத் தொடக்கிக் கைப்பற்றித் தர எங்கட வேவுக்காரரை உள்ள தள்ள

முயற்சித்தம். 'ஆட்லறி யுனிற்' றின்ர முயற்சியோட இது வெற்றி அளிச்சது. ஆனால் நல்லவனும் நிலவனும் உள்ள போக முயலவும் உள்ளுக்கு இன்னுமொரு இதே மாதிரி பாதுகாப்பு அமைப்பு இருந்திருக்கு. உள்ள இருந்த இரண்டாவது பாதுகாப்பு வரிசையின்ர அந்த முள்ளுக்கம்பிகளைக் கடக்க முயற்சிக்க அவங்கள் சுடப்பட்டிருக்கிறாங்கள். சுட்டது உள்ள இருந்த காவலரணில் இருந்துதான். இதை இந்த முதல்வரிசைக் காவல்நிலைகளைக் கைப்பற்றிய எங்கள் செக்சன் போராளிகள் உறுதிப்படுத்தியினம். அப்படியெண்டால் இந்த முன்வரிசை காவலரண் தொடர்போல உள்ளே இன்னொரு அடுக்கு ஏற்பாடு இருக்கு. இது நாங்கள் கிளிநொச்சி நகர் சந்தி வரையில் மாசி மாதம் கைப்பற்றினபிறகு எதிரி செய்துகொண்டதாக இருக்கலாம். ஏனெண்டால் என்னுடைய அனுபவத்தில இப்பிடி 'ஃபோர்வர்ட் ஸ்லோப்' பாதுகாப்புப் பொறிமுறையில் இலங்கை இராணுவம் இன்னொரு அடுக்கு பாதுகாப்பு அரண்தொடரை அமைக்கிறதில்ல. ஆக உள்ள இன்னொரு அடுக்குத் தொடர் காவலரண் இருக்கு என்று ஊகிக்கலாம். இது எதுக்காக இருக்கலாமெண்டால் ஒருவேளை நாங்கள் முன்னணி நிலைகளைக் கைப்பற்றினாலும் உள்ளே நுழையமுடியாது. உள்ளே பாதுகாப்பாக இருக்கும் கட்டளை மையம் திரும்பவும் படையை ஒருங்கமைச்சு முன்னணி நிலைகளைக் கைப்பற்றிவிடும். ஜெயசிக்குறு ஒப்பறேசனில் ஒரு முனையின் 'லோன்சிங் பாட் 'ஆக இந்தத் தளம் இருக்கிறதால கட்டளை மையம் அதிகப் பாதுகாப்போட இருப்பது அவனுக்கு அவசியம்தான்."

"அல்லது இன்னொரு விசயமும் இருக்கலாம். இந்த முன்னணிக் காவலரண் தொடருக்குப் பின்னால் நெருக்கமாகக் கொம்பனி அல்லது பிளட்டூன் தலைமையகங்கள் இருக்கலாம். அந்த மையத்தைச் சுற்றி ஒரு பாதுகாப்பு அரணை வேலிபோல அமைச்சிருக்கக்கூடும்."

சேராவுக்கு, முன்னர் தான் முல்லைத்தீவுத் தளத்தை வேவு பார்த்தபோது அந்தத் தளம் இருந்த அமைப்பு மனதில் விரிந்தது. அவர் பட்ட பாடும் மனதில் எழுந்தது. மறுகணமே அந்த வேவு முல்லைத்தீவை மீட்பதற்கு வழி திறந்தது மட்டுமல்ல, தான் இந்த தளபதி என்ற உயர்நிலையை அடையத் திருப்புமுனையாக இருந்தது என்பதும் மனதில் உறைத்தது. மனதால் எதையும் இன்னொன்றோடு ஒப்பிட்டுத்தான் பார்க்க

முடியும். அதற்கு வேறு வகையில் புரிந்துகொள்ளத் தெரியாது. அனுபவம் என்பதே அளவுகோல் ஆகிவிடுகிறது.

றோமியோ தொடர்ந்தார். “ஒரு வலிந்த தாக்குதலில நாங்கள் முன்னணி நிலைகளைக் கைப்பற்றினால் கொம்பனி ‘றிசேர்வ் ஃபோர்ஸ்’ இதை மீளக் கைப்பற்றும். அப்பிடி என்றால் உள்ள சிறு சிறு முகாம் முகாமாக முன்னணி நிலைகளைச் சுற்றி அமைக்கப்பட்டிருக்கவேணும். இப்ப வரைக்கும் எங்களால் இதை உறுதி செய்ய முடியேல்ல. இது என்ர ஊகம்தான். ஆனால் இது சொல்லுற செய்தி என்னெண்டால் முன்னணி நிலைகளைக் கைப்பற்றி வேவுக்காரரை உள்ள அனுப்பமுடியாது என்றதுதான்.”

றோமியோ சொல்லிவிட்டு அனைவரையும் பார்த்தார். அந்தப் பார்வை கடைசியில் தளபதி கில்மனில் வந்து நின்றது. அவரின் அபிப்பிராயத்தைக் கேட்பதுபோல இவரின் பார்வை இருந்தது.

‘ம்ம்... அப்படி இருக்கத்தான் வாய்ப்பு இருக்கு. பொயின்றை அடிச்சுப் பிடிச்சு உள்ள வேவுக்கு அனுப்ப ஏலாது” கில்மன் சொன்னார்.

“அப்ப இரகசிய நகர்வும் இந்த அமைப்பில எப்பிடிச் சாத்தியப்படும். வேறு வழி தேடினால்தான் முடியும்” சேரா சொன்னார்.

அனைவரையும் கூர்ந்துபார்த்த றோமியோ, தன் திட்டத்தை விளக்கத் தொடங்கினார்.

“இண்டைக்கு நாங்கள் எதிரியின்ர ஏ *41, 42, 40* பொயின்ர தாக்கப்போறம். ஆனால் கைப்பற்றப் போறதில்லை. இஞ்ச நாங்கள் தாக்குகிற அதேநேரம் *38, 39* பகுதிக்குள்ளால இதயனும் வேங்கையும் இரகசிய நகர்வில உள்ள போகோணும்.”

வரைபடத்தில் அவர் குச்சியால் சுட்டும்போது வேங்கையும் இதயனும் உள்ளார்த்தமாக ஒருவிதக் கிளர்ச்சியை அடைந்தனர். மறுகணம் அது தீவிரத்தனமாய் மாறியது. அடுத்த கணமே உள்ளே எதிரியின் நிலைகள் பற்றிய காட்சி கற்பனையில் விரியச் சங்கடமான மனஓட்டம் மனதில் தோன்றியது. றோமியோவின் திட்டத்தில் கவனமூன்ற வேங்கை தன்னைத்தானே தூண்டிக் கொண்டிருந்தான்.

றோமியோ திரும்பவும் நிமிர்ந்து பார்த்தார். வேங்கையையும் இதயனையும் கூர்ந்து பார்த்தார். அந்தப் பார்வையில் அவர்களிடத்தில் நம்பிக்கை தெரிகிறதா பதட்டம் தெரிகிறதா என அவதானிக்க முயன்றார். அதை வேங்கை சரியாக உணர்ந்தான். எதையும் வெளிக்காட்டாமல் இருக்க முயன்றான். ஆனால் மனதில் துளியும் நம்பிக்கை இல்லை. அதை றோமியோவும் புரிந்துகொண்டார். மீண்டும் கதைத்தார்.

“கரடிப்போக்குச் சந்திக்கு முன்னுக்குத்தான் இதுவரை நாங்கள் எல்லா முயற்சியும் செய்திருக்கிறம். ஆனால் இந்த சந்திக்குப் பின்னால எதிரியின்ற காவலரண்கள் நெருக்கமாக இல்லை. முப்பது மீற்றருக்கு ஒன்று என்றுதான் இருக்கு. இதிலயும் ஒன்றுவிட்ட ஒன்றிலதான் ஆமி நிக்கிறான். மற்றது ‘டம்மி பொயின்ற்.’ ஆக அறுபது மீற்றருக்கு ஒன்றுதான் சென்றி பொயின்ற் இருக்கு. முன்னுக்கு உள்ளதைவிட இங்க நாங்கள் ஒரு நகர்வைச் செய்ய வாய்ப்பிருக்கு. அதைவிடக் காவலரண் நெருக்கமில்லாமல் இருக்கிறபடியால உள்ள இருக்கக் கூடிய பாதுகாப்பும் நெருக்கமில்லாமத்தான் இருக்கும். நாங்கள் நினைக்கிறது சரியென்றால் உள்ளே ஊடுருவி நகர இடைவெளி இருக்கும். ஒருவேளை உள்ள இன்னொரு அடுக்கு தொடர் காவலரண்கள் இருந்தால் அதில் ஆமி இருக்க வாய்ப்பில்லை. இருந்தாலும் ஒரு ரகசிய நகர்வில அந்த முள்ளுக் கம்பிய வெட்டி ரகசியமா உள்நுழைய வேணும். உள்ள மைன்ஸ் இருக்க வாய்ப்பில்லை” முடித்தவர் மீண்டும் நிமிர்ந்து பார்த்தார்.

அந்தச் சூழல் மாய அமைதியைக் கொண்டிருந்தது. நம்பிக்கையின் ஒளியைக் காணவில்லை. நடவடிக்கையில் தீவிரம் இல்லாத செயல் வெற்றிபெறாது என்பது றோமியோவின் அனுபவ அறிவாக இருந்தது. அவர் தன் வெளிப்படுத்தலில் தனக்குள்ள சந்தேகங்கள்தான் அந்த நிலைமையை உருவாக்குகிறதா என்றும் எண்ணிக்கொண்டார். தன் திட்டத்தில் தன்னிடமே உள்ள கேள்விகளை மனதில் இருந்து விரட்டி ஒதுக்கினார். பிறகு தொடர்ந்தார், சுதாகரித்த மனதோடு.

“நாங்கள் கில்மன் தருகிற இரண்டு பேர எங்கட டி35இல் இருந்து ஆமியின்ர ஏ40க்கு இரகசிய நகர்வு போல அனுப்பப் போறம். நூறு மீற்றர் முன்னுக்குப் போனதும் ஆமி

காணக்கூடியவாறு அவர்கள் தற்செயலாக வெளிப்படவேணும். ஆமியின்ர தாக்குதல் ஏ40இல இருந்தும் ஒன்றுவிட்டதாய் இருக்கிற ஏ38 மற்றது ஏ42இல இருந்தும் இருக்கும். ஏ38இல ஆமி இல்லை. 39ஆமியின்ர பார்வை 40க்கு முன்னால இருக்கிற இந்த இரண்டுபேர் மேலயும் இருக்கும். இரண்டு பேர் என்றதால ஆட்டிலறி தாக்குதலோ வேறு தாக்குதலோ நாங்கள் செய்யப்போறது இல்லை. ஆனால் இவங்களை வேவுக்காரர் என்றுதான் எதிரி நினைப்பான். இந்த இடைவெளியப் பயன்படுத்தி 37 பகுதிக்குள்ளால வேங்கையும் இதயனும் உள்ள போகவேணும்" சொல்லிவிட்டு நிமிர்ந்து பார்த்தார். முகங்கள் முன்னரைவிட கொஞ்சம் திருப்தி அடைந்திருப்பதை அவர் அனுபவத்தில் உணர்ந்தார். "நீங்கள் என்ன நினைக்கிறீங்கள்... சொல்லுங்கோ" என்றார்.

மேசையைச் சுற்றி அமைதிதான் இருந்தது. அவரவர் தங்கள் தங்கள் அனுபவ வலைக்குள் சிக்கி இழுவுண்டு போயிருந்தனர். கில்மன் மௌனமாய் இருந்தார்.

"சொல்லுங்க... எங்களுக்கு இந்தப் பகுதியில உள்ள எங்கட காவலரண் போராளிகளின்ர தகவலை வைச்சு ஒன்றுவிட்ட ஒரு பொயின்ற்றிலதான் ஆமி இருக்கிறதை அறிஞ்சன். கடந்த பத்து நாள் இந்த முன்னணி நிலையில தங்கி நான் இரவு அவதானிச்சதிலயும் இதை உறுதிப்படுத்த முடிஞ்சுது." அவர் மேலும் இந்தத் திட்டத்திற்கு நம்பிக்கையூட்ட முனைந்தார்.

இந்த வேவு தவிர்க்க முடியாதது. தலைவரின் இறுக்கமான கட்டளை என்பதையும் புரிந்துகொண்டனர் இவர்கள். அதைவிட இந்த இடத்தில் வேறு தெரிவுகள் றோமியோவுக்குக் கிடையாது. ஒரு இந்தப் பணியைச் செய்ய வேண்டும். இல்லையேல் வெறும் பயலாக ஒதுங்கி மூலையில் இருக்கவேண்டும். அது முடியவே முடியாது. அவருக்கான இக்கட்டான நிலை அது.

'அட இந்த மனிசன் முன்னணி நிலையில போய் இருந்திருக்கிறாரே. விசர் மனிசன்... ஏதும் நடந்திருந்தால்...' இப்படித்தான் சேரா நினைத்தார். மணிக்கும் அப்படித்தான் இருந்தது. வேங்கையும் இதயனும் திகைத்துவிட்டனர். 'தங்களுடைய பாதுகாப்புக்காக இந்த மனிசனே முன்னணி நிலையில போய் நின்றிருக்கு. நாங்கள் உள்ள போறதில் என்ன மறுப்பிருக்கேலும்' என்று நினைத்துக்கொண்டனர்.

ஆக கில்மனுக்கு மட்டும்தான் றோமியோ முன்னே போனது தெரியும். எவ்வளவோ சொல்லி மறுத்தும் அவர் கேட்கவில்லை. கடைசியில் தளபதி கில்மன் தனது போராளிகளை மேலதிகமாக அந்த இடத்திற்கு அனுப்பி அப்பகுதியில் பாதுகாப்பை மேலும் பலப்படுத்தியிருந்தார்.

றோமியோ அங்கு போயிருந்தபோதுதான் வன்னியின் மேற்குப் பிரதேசத்தில் சில மக்கள் அமைப்புகள் ஒன்றிணைந்து போர்க்களத்திற்குப் போராளிகளுக்கான உலர் உணவுகளை அனுப்பி வைத்திருந்தனர். பொது அமைப்புகளைச் சார்ந்த ஊர்ப்பெரியவர்களும் கூடவே கல்லூரி மாணவர்களும் களமுனைப்பகுதிக்கு வந்திருந்தனர். ஜெயசிக்குறு என்ற சமர் சனங்களுக்கு வெறும் யுத்தமல்ல. ஊர்களை விட்டுக் காடுகளில் தஞ்சம் புகுந்த மக்களுக்கு யுத்தம்தான் விதி செய்தது. யுத்தம் துரத்திய மக்கள் யுத்தத்தைத் துரத்த எதுவும் செய்வது என்ற வாழ்வின் நிர்ப்பந்தத்துக்குள் இறுக்கப்பட்டிருந்தனர். ஒருநாள் யுத்தம் வெல்லப்பட்டுவிடும் என்ற நப்பாசையில்தான் ஊர் விட்டு ஊர் பெயர்ந்து, காடு விட்டுக் காடு பெயர்ந்து நாள்களைக் கடந்துகொண்டிருந்தனர்.

வடக்கைச் சிங்களப் பகுதியோடு இணைத்துவிடும் இந்த வீதியைப் பிடிக்கும் பெருஞ்சமர் சிங்கள தேசத்தில் எவ்வளவுக்கெவ்வளவு சாகச அரசியலானதோ அவ்வளவுக்கவ்வளவு இங்கே சாவோடும் வாழ்வோடும் பிணைந்துவிட்ட ஒன்றானது. அங்கே தெற்கில் 'வேண்தாமரை இயக்கம்' என்ற அமைப்பை உருவாக்கிப் போருக்கு ஆதரவு தேடியும் ஊக்குவித்தும் மறைமுகமாக இயங்குகிறது அரசு. அதனால் இங்கே எதிரி முயற்சியைத் தடுத்து நிறுத்திய ஒவ்வொரு சமர்ச் செய்தியும் சனங்களின் காட்டு வீடுகளில் கோலம் போட்டது. வெற்றிக்காக வீழ்வது பெரு வணக்கத்துக்குரியதாகியது. வெற்றியின் சாட்சியமாய்க் கைப்பற்றப்பட்ட எதிரி ஆயுதங்கள் பத்திரிகையில் கொண்டுவரப்பட்டபோது அவை பழி உணர்வின் பசி தீர்க்கும் பண்டங்களாகின. வெற்றியின் மாயத் திறவுகோலாக அதைச் சனங்கள் கொண்டாடினர். வாழ்வு சலிக்காத மக்கள் என்பதற்கு, காடுறைந்த அவர்களின் வாழ்வு மட்டுமல்ல, களம் தேடி வரும் அவர்களின் மனமும்தான் சாட்சியாயிற்று.

வந்த சனங்களை றோமியோ சந்தித்தார். சனங்களுக்கோ தீராத திமிர் ஏறியது. களத்தில் போய் றோமியோவைக் கண்டு கதைப்பதென்றால் சும்மாவா? ஊர் மனைகளிலும் காட்டின் சிறுபட்டணங்களிலும் றோமியோ போர்க் களத்திற்கு மீண்டும் வந்துவிட்டார் என்ற கதை பரவியது. செய்தியறிந்து அடுப்பில் வைத்த சிறட்டை கூடச் சீறி எழுந்துதான் எரிந்தது.

சேரா கதைத்தார் "அண்ணை, நாங்கள் இன்னும் இரண்டு பேரை ஏ34 இல நகர வைச்சால் 36இல உள்ள ஆமியின்ர கவனமும் மற்றப்பக்கம் திரும்பும். நடுவில வெளிக்கிற 37க்குள்ளால நகர வசதியா இருக்கும்" சொல்லிவிட்டு றோமியோவையும் கில்மனையும் பார்த்தார்.

"இல்லை. சேரா, இரண்டு நகர்வு இருந்தால் அதை ஆமி வேவு என்று எண்ணமாட்டான். தாக்குதலோ, களைப்பூட்டும் தாக்குதலோ என்றுதான் நினைப்பான். அப்பிடி நினைச்சால் அந்தப் பகுதி முழுதுமே அலேட் ஆகிடும். பிறகெப்படி 37க்குள்ளால இரகசிய நகர்வு செய்யிறது?" கில்மன்தான் இதைச் சொன்னார். அவரது தோற்றம் எடுப்பான தோற்றம் இல்லைதான். குரலும் மெல்லியதுதான். ஆனால் அனுபவ அறிவைக் காட்டும் அவரது யோசனை கம்பீரத்தை எப்போதும் கொண்டிருக்கும்.

'சரியாய்ச் சொன்னியள். அது சாத்தியமில்லை..." என்றார் றோமியோ. அது புரியவும் சேராவுக்கு இதை ஏன்தான் கவனிக்காமல் விட்டேன் என்று கூச்சமாக இருந்தது. அவர் கில்மன் என்ன நினைக்கிறார் எனக் கமுக்கமாகப் பார்த்தார். மணி அதை எப்படிப் புரிந்துகொண்டான் என அசட்டுத்தனமாய் அறிய முயன்றார். அவரின் சங்கடச் சூழலை றோமியோ புரியாமல் இல்லை.

"சேரா, நீ சொல்லுறதும் சரிதான். ஆனால், நாங்கள் தொடர்ந்து இந்தப் பகுதிகளில முயற்சித்து வந்ததால இப்ப அது சரிப்பட்டு வராது" றோமியோ இப்படிச் சொன்னார். இந்த இடத்தில் சேரா தன் கருத்தால் கூச்சப்பட ஏதும் இல்லை என்பதை அவர் காட்ட விரும்பினார். அது உண்மையில் சேராவுக்கு ஆறுதலாகவும் இருந்தது. சேரா ஒரு திறன் மிக்கத் தளபதி என்பதை றோமியோவும் அறிவார்.

இந்த நேரத்தில் மணி ஏதோ சொல்ல எத்தனிப்பதையும் சொல்லாமல் தவிர்ப்பதையும் தன் இரகசியக் கண்களால் றோமியோ கண்டார்.

“சரி ஏதாவது சொல்லப் போறீங்களா?...”

அமைதி.

“மணி, சொல்லு உன்னோட அபிப்பிராயத்தை” என்றார் றோமியோ மறுபடி.

“இல்லையண்ணை...” அவன் முடிக்காமல் இழுத்தான். ஏதோ சொல்ல விரும்புகிறான் என்பதை உணர்ந்து றோமியோ “சொல்லு மணி...” என்றார். “இல்லையண்ணை... சிலவேளை ஒன்றுவிட்ட ஒரு பொயின்ற்றில ஆமி இருந்தாலும் தொடர்ந்து அதே பொயின்ற்றிலதான் இருப்பான், இருக்காமல் விடுவான் என்று நம்பமுடியாது. ஒவ்வொரு நாளும் மாறி மாறி இருக்க வாய்ப்பிருக்கு.”

மணி இப்படிச் சொன்னாலும் தான் சொன்னது தவறோ இந்த இடத்தில் என்று சங்கடப் பட்டது மனம். ஆனால், றோமியோ அந்த விசயத்தால் கொஞ்சம் திகைத்துத்தான் போனார். அவருக்கு அதற்கு வாய்ப்பிருக்கு என்றுதான் பட்டது. அந்தக் கேள்வி அவரிடமும் இருந்தது. கடந்த நாள்களில் அவர் அதை அறிய முன்னணியில் முயன்றுதான் இருந்தார். ஆனால் அதை சொல்வது இங்கு போகிறவர்களுக்கு உளஉரனை தராது.

“சரிதான் மணி. ஆனால் எங்கட முன்னிலையில இருக்கிற போராளிகள் தாற தகவலின்படி அவன் அப்படி மாற்ற இல்லை. எங்கட போராளிகள் மாதக் கணக்கில் ஒரே இடத்தில இருக்கிறாங்கள். அவங்களுக்கு ஓரளவு இது பற்றித் தெரிந்திருக்கும். நானும் அவதானிச்சிட்டன். மாறி நிலை கொள்ளுறதக் காண முடியேல்ல. நான் அப்படி நினைக்கேல்ல” றோமியோ நம்பிக்கை ஊட்டினார். ஆனால் உள்ளூர ஒரு சந்தேகம், பயம் இருக்கத்தான் செய்தது.

“ஏ40இல் முன்னகருகிற போராளிகள் நூறுமீற்றர் நகர்ந்ததும் வெளிப்படுவினம். ஆமி தாக்குவான். சரியா இந்த இடத்தில ஒரு மண்பிட்டி இருக்கு. இதில தங்களைக் காப்பெடுத்துக் கொள்ளவேணும் அவங்கள். பிறகு எங்கட உதவித் தாக்குதல் சூட்டாதரவு கிடைச்சு பின்வாங்கிறமாதிரி அவர்கள்

பின்னுக்கு வரவேணும். ஆனால் இவங்களுக்கு எங்கட வேங்கையும் இதயனும் உள்ளே நகருகிற விசயம் தெரிய வேண்டாம். அதை நீங்கள் பார்த்துக் கொள்ளுங்கோ கில்மன்.”

“ம்ம்...”

“கடைசியா நான் உங்களுக்கொரு கதை சொல்லுறன்” றோமியோ சிரித்துக்கொண்டே வேங்கையையும் இதயனையும் பார்த்தார். பிறகு ஒரு சிரிப்போடு மீண்டும் சொன்னார். “என்ர பாட்டன் நெடுகலும் கதையள் சொல்லுவார். அவர் ஒரு வேட்டைக்காரன். அந்தக் கதையில ஒண்டு. செண்பகம் எண்டு ஊரில அரிதா ஒரு பறவை இருக்கும். உங்களுக்குத் தெரிஞ்சிருக்கும். அந்தப் பறவை முட்டை இடுகிற காலத்தில கூடு கட்டும். அந்தக் கூட்ட யாராலயும் கண்டுபிடிக்க ஏலாது. அவ்வளவு இரகசியமா எங்கயோ கட்டும். அதைக் கட்டுறதுக்குப் பல்வேறு மூலிகைக் குச்சிகளக் கொண்டுவந்து சேர்க்குமாம். அந்தக் குச்சிகளில் ஒண்டு சக்திக் குச்சா இருக்குமாம். அந்தச் செண்பகக் கூட்டக் கண்டுபிடிச்சிட்டால் அந்த சக்திக் குச்ச மனுசன் எடுக்கலாம். அந்தக் குச்சுக்குத் திறபடாத இரும்புப் பூட்டே கிடையாது. அந்தக் குச்சும் மனுசக் கண்ணுக்கு அடையாளம் தெரியாது. ஆனால் அந்தக் கூட்டைப் பிரிச்சு ஓடுற ஆத்தில கொண்டுபோய்ப் போட்டால் ஆறு அத அள்ளிக்கொண்டுபோயிரும். ஆனால் அந்த ஒரு குச்சு மட்டும் ஆற்றை எதிர்த்து நிற்கும். அதுதான் சக்திக் குச்சு. அந்தக் குச்சைக் கொண்டுவந்திட்டால் எந்த இரும்புப்பூட்டும் திறக்குமடா பேரா எண்டு சொல்லுவார். சின்ன வயசில மடத்தனமா செண்பகக் கூட்டைத் தேடியிருக்கிறன். பிறகு எனக்குத் தெரிஞ்சிதடா எது சக்திக்குச்சு எண்டு. இப்ப நீங்கள் உள்ள போய்க் கொண்டுவரப் போற தகவல்தான் இந்த ஜெயசிக்குறு சமரையே வென்று திறக்கக் கூடிய சக்திக் குச்சு. அதுதாண்டா உண்மையில சக்திக் குச்சு” அவர் சிரித்துச் சொன்னாலும் மனதில் தீவிரத்தைக் கிளப்பியது அது அப்போது.

10

இரவு இரண்டு மணிக்கு நகர்வு தொடங்கியது. திட்டம்போல் எல்லாம் நடந்தது. நடவடிக்கையின்போது றோமியோவுக்கு ஓர் அச்சம் இருக்கவே செய்தது உள்ளூர; மணி சொன்னதுபோல ஆமி ஒவ்வொரு நாளும் பொயின்ற்றை மாற்றி நிலைகொள்ளக்கூடும் என்று.

நடவடிக்கைக்காக தளபதி றோமியோ அந்தப் பகுதிக்கு நேரில் சென்றுவிட்டார். அந்தப் பகுதி கொம்பனி லீடருடைய நிலையத்தில் இருந்து இந்த நடவடிக்கையை வழிநடத்தினார். கிளிநொச்சி தளத்தின் உள் அமைப்பை, அதன் வடிவ ரகசியத்தைக் கண்டுபிடித்து விடுவிக்காமல் அதனைத் தாக்க முடியாது. மாங்குளத்தை அண்மித்திருக்கும் இலங்கை இராணுவம் அதைக் கைப்பற்றுமுன் கிளிநொச்சியைக் கைப்பற்றியாக வேண்டும். தவிர றோமியோ தனது வீழ்ந்த போராற்றலை மீண்டும் நிரூபித்துமாக வேண்டியுள்ளது இயக்கத்திற்குள்.

யாழ்ப்பாணத்தைக் கைப்பற்றுவதற்காகக் கடந்த வருடம் முன்னெடுக்கப்பட்ட புலிகளின் ஒரு சமர் முயற்சி தோல்வியடைந்ததனால், பிரதம தளபதி என்ற பொறுப்பில் இருந்து றோமியோ விடுவிக்கப்பட்டிருந்தார். ஒன்றரை வருடம் ஒரு பெரும் தளபதிக்குக் கிடைத்த ஓய்வு உண்மையில் ஓய்வல்ல. அது ஒரு வதை. ஒரு செயல்வீரனுக்குச் செயலற்ற நீண்ட ஓய்வு ஒரு வதையன்றி வேறென்ன? அதிலும் போரின் நாயகன் ஒதுக்கப்பட்டு கட்டாய ஓய்வளிக்கப்படும்போது அந்தப் படைக்குள்ளும், மக்களுக்குள்ளும் உருவாகும் அபிப்பிராயம் பற்றிய நினைவுகளால் அவர் அலைக்கழிக்கப் படுகிறார். அது பெரும் மன அவசமாக மாறிவிடுகிறது. அந்த அவசம் தரும் வேதனை போர்க்காயங்களை விடவும் வலிதாய் இருந்தது றோமியோவிற்கு.

பின்னர் சாதாரண ஒரு கொம்பனி லீடராக இளநிலைத் தளபதியின் கீழ் தென் போர்முனைக்கு அனுப்பப்பட்டிருந்தார். அவருக்கு எப்படி இளநிலை தளபதி கட்டளை வழங்குவது என்பது பெரும் சங்கடம். அவரை முன்னணியில் விடாமல் பாதுகாக்க முயன்றனர் இளைய தளபதிகள். ஒரு சமரில்

அவரின் அணிப் போராளி ஒருவன் முன்னணிக் களத்தில் தன்னுயிரைக் காவு கொடுத்து எதிரியின் டாங்கியில் ஏறி குண்டு போட்டு நிறுத்திய அந்தச் சம்பவம் களமுனையையே அதிர வைத்தது. அந்தப் போர்முனையின் முன்னிலைக்கு றோமியோ அடம்பிடித்து நேரில் வந்தது போர்முனை போராளி மனங்களில் றோமியோவின் வீரத்தை விஸ்வரூபம் கொள்ளவைத்தது. அது அனுதாபமாகவும் மாறியது. தம் தளபதிக்காக வீரர்கள் மனம் கசிந்துருகினார்கள்.

இப்போது மறுபடி ஒரு பணிக்காக றோமியோவுக்குச் சந்தர்ப்பம் கிடைத்திருக்கிறது. அவர் இந்த நடவடிக்கையில் தன்னை நிரூபித்தாக வேண்டும். இது அசாதாரணப் பணி. தலைமைப்பீடத்தில் உள்ளவர்களின் திறனே இதுதானே. இந்தத் தருணத்தில் றோமியோவுக்கு வழங்கப்படும் பொறுப்பு அதிக உழைப்பை உறிஞ்சி வினைத்திறனைக் காட்டும் என்பது தான் அனுமானம். போரின் தர்மம் வெற்றிதான். அதன் பொருட்டு எல்லாம் நியாயம்தான். றோமியோவுக்கு இப்போது வேறுவழியில்லை. தன் முழு ஆற்றலைக் காட்டி வழி கண்டுபிடித்தேயாக வேண்டும்.

அவரது அந்தத் திட்டம் வெற்றியளித்தது. பிற தாக்குதல்கள் இராணுவத்தை ஏமாற்ற ஏ37 எதிரிநிலைக் கூடாக அன்றிரவு வேங்கையும் இதயனும் உள்ளே நுழைந்துவிட்டார்கள். இனி தகவலுக்காகக் காத்திருக்க வேண்டியதுதான். மணி தன் குழுவின் முரசுமோட்டை நிலைக்குத் திரும்பினான். இச்செய்தி அறிந்து ஓர் ஆறுதல் இப்போதைக்கு நிலவியது.

காலையில் வேவு வீரர்கள் தங்கியிருந்த அந்தச் சிறிய வீட்டில் சந்தோசம் அசாதாரணமாய் நிலவியது. வேங்கையும் நிலவனும் உள்ளே நுழைந்துவிட்டமை ஒரு சாதனையாகத்தான் இருந்தது. இத்தனை காலம் எவ்வளவு முயன்றும் முடியவில்லையே, எத்தனை பேரை இழந்துவிட்டது அந்த வேவு அணி. அதற்கு அர்த்தமில்லையென்றால் துக்கம் துரத்தாமல் விடுமா? வெற்றியின்போது வீரர்கள் இழப்பைப் பற்றி அதிகம் சிந்திப்பதில்லை. தோல்வியின்போது நிலைமை அதுவல்ல. தொடர்தோல்வி படையை மனதளவில் சாய்த்துவிடும், சிறு அணி தாங்குமா என்ன.

“அடேய், இந்தக் கிளிநொச்சியை வேவு பார்த்து அதுகின்ர ரகசிய முடிச்சை நாங்கள் அவிழ்க்கயில்லை என்டால் துரத்தித்

துரத்தித் துப்புவாங்கடா மற்றப் படையணிகள். சாள்ஸ் அன்டனி படையணி மானம் கப்பலேறாதுடா பிளேனில ஏறும்" மணி தன் துவக்கை கழட்டிப் பூட்டிக்கொண்டே சொன்னான்.

"எங்களால முடியாததை மற்றப் படையணிகளால புடுங்கிட ஏலுமோ மண்ணாங்கட்டி" முற்றத்தைத் தென்னம்பாளையால் கூட்டித் துப்புரவு செய்துகொண்டிருந்த ராகுலன் சொன்னான்.

"அடேய், மேல உள்ளவங்கள் செக் வைச்சு விளையாடுவாங்கள். அடுத்த படையணி வேவுக்காரரை இறக்கேக்க அவங்களுக்குப் புதுத்தெம்பு வரும். 'தாங்கள் இதைப் புடுங்கிக் காட்டினா தாங்கள் தான் சாள்ஸ் அன்ரனி றெஜீமன்ட்டை விடப் பெரியாக்கள்' என்று. இப்படி உருவேத்தி விட்டால் வருவாங்களடா. அவங்கள் இறங்கிப் பாத்திட்டாங்களோ எங்கள துப்பாமல் விடமாட்டாங்கள்."

"சும்மா போண்ணை! வந்து மூக்குக்கதான் பஞ்சு வைக்கலாம். வந்து முக்கிப் பார்த்தாத்தான் தெரியும். மூக்குக்குப் பஞ்சுதான் வருமெண்டு" அடுப்பில் தேத்தண்ணிக்குத் தண்ணி கொதிக்க வைத்தபடியிருந்த கவி சொன்னான்.

"அடேய், மாலதி படையணியில மைதிலியக்கா நல்ல வேவுக்காரி என்று பேர் எடுத்த ஆள். மகளிர் படையணியும் துப்புமடா பார். ஹி ஹி" சொல்லிவிட்டு மணி கெக்கட்டம் விட்டுச் சிரித்தான். தேத்தண்ணி கொண்டுவந்து கவி எல்லாருக்கும் கொடுத்தான்.

"ராகுலன், விட்டுட்டு வந்து தேத்தண்ணி குடி. அங்காலப் பக்கம் கூட்டாதை. அங்க மேல மரங்கள் இல்லை. 'வண்டு' வந்தா வலு கிளியரா படமெடுத்திடும்."

மனிதர்கள் புழக்கத்தில் இல்லாத இடமாக இந்தச் சூழலைப் பேண வேண்டியது பாதுகாப்புக்கு மிக முக்கியம். 'வண்டு' வேவு விமானம் இன்றைய நவீனத் தொழில்நுட்பம் கொண்டது. மனிதர்களால் வானத்திலிருந்து களைப்பில்லாமல் தொடர்ந்து நிலத்தை அவதானிக்க முடியாது. ஆனால் இயந்திரம் சலிப்பில்லாமல் வேலை செய்யும். அதற்குக் களைப்புமில்லை. சலிப்புமில்லை.

"என்னடா வீரா... துள்ளித் துள்ளி நடக்கிறாய்?" மணி கேட்டான்.

"ஒண்டும் இல்லை. கொஞ்ச நாளா குதிக்காலில் குத்துது."

"இஞ்ச வந்தாப் பிறகுதானோ? குத்தும் குத்தும்" றாகுலன் நக்கலாகச் சொன்னான். அதன் அர்த்தம் புதிதாய் வேவுக்கு வந்திருக்கும் காரணத்தால் வீரன் பயம் பிடிச்சு நடிக்கிறான் என்றதாகத்தான் இருந்தது.

"விசர்க்கதை கதையாதண்ணை" வீரனுக்குக் கோபம் வந்தது. எல்லாப் போராளிக்கும் வேசிமகன் என்று சொல்வதற்கு ஒப்பான கோபம் வரும் சக போராளிகள் முன்னிலையில் தன்னைச் சண்டைக்குப் பயந்தவன் என்று சுட்டுவது.

மணி கதையை மாற்றினான் "வீரா, நீ அந்த எட்டாம் திகதி சண்டை கதையச் சொல்லடா ஒருக்கா. என்ன மச்சான் நடந்தது. அடிச்சனியோ ஆமி சாப்பாட்டுக்கு நேரம் ஆச்சு எண்டு திருபிட்டானோ."

"சும்மா போண்ணை."

"இல்லையடா. எனக்கு வேவுதான்ர தெரியும் அந்த மாதிரி சண்டையெல்லாம் சும்மா இலேசுப்பட்டதில்லை. நாங்களும் ஆமியின்ர தளத்திலதான் திரியிறனாங்கள். ஒருவேளை உன்ர கதை உதவுமல்லேடா. சொல்லடா" இறைஞ்சிக் கேட்பதுபோலக் கேட்டான். அதன் மூலம் அணியின் தலைவன் என்ற நிலையிலிருந்து நட்பையும் அவனுக்கு ஒரு மரியாதையையும் சக போராளிகள் முன் அவன் கொடுத்தான். றாகுலனின் நக்கல் தந்த மனநிலையை மாற்றத்தான் அவன் அப்படிச் செய்தான். இந்த அணுகுமுறையெல்லாம் கற்று வந்ததல்ல. இல்லை, கற்றுத்தான் வந்தது. ஆனால் நூலிலிருந்தல்ல, வாழ்விலிருந்து. போரின் புதிரான வாழ்வு தந்த முடிவிலா அனுபவத்தின் ஒரு துளி.

"பெடியள், இரவைக்கு கொம்பாஸ் உம் ஜீ.பி.எஸ் உம் படிப்பிக்க மாஸ்ரர் வருவார் என்று சேரா சொல்லிவிட்டவர்" மணி எல்லாருக்கும் கேட்கச் சொன்னான்.

வீரன் நடக்கும்போது தன் குதிக்கால் வலியை வெளியே காட்டாமல் நடக்க முயற்சி செய்தான். இருந்தாலும் குதியில் வலி சுண்டிச் சுண்டி இழுக்கிறது. எதனால் என்று தெரியவில்லை. குதிக்காலில் ஏதாவது குத்தியிருக்குமா என்றால் எதையும் காணோம். அடையாளம் கூட இல்லை. ஆனால், சூரை முள்ளு உள்ளிருந்து குத்துவதுபோல வலி.

11

விசுவமடுவில் வீரனின் அம்மா வதனா தன் கொட்டில் வீட்டைப் பிரித்து புதிதாய் ஒரு மண் வீடு போடும் முயற்சியில் இருந்தாள். இந்த இடத்திலும் வாழ்வு நிச்சயமில்லைதான். இருந்தாலும் அவள் வாழ்ந்த சூழலில் இப்போ அவளுக்கு ஒரு மரியாதை வரத்தொடங்கியதால் இது அவசியமென்று நினைத்தாள்போலும்.

அதைவிடவும் ஒரு ரகசியமான காரணம் அவளிடம் இருந்தது. ஒருவேளை தன் மகன் வதனன்... அவன்தான் வீரன் இயக்கத்தில் இருந்து விலகி வீட்டுக்கு வந்தால் இந்த வீட்டில் எப்படி இருப்பது எல்லாரும்? அவன் விலகக் கேட்டால் இயக்கம், தண்டனை இல்லாமல் வீடிற்கு விட்டுவிடும் என்று எதிர்பார்த்தாள். காரணம் ஏற்கெனவே ஒரு பிள்ளை மாவீரர், மற்றது அப்பாவும் காணாமல் போய்விட்டார். இந்தக் காரணங்கள் போதும், அவன் வீட்டுக்குப் போக விரும்பினால் இயக்கம் அதை அனுமதிக்கும் என்று அவள் எதிர்பார்க்க.

இப்போது அவள் சுயமாகச் சம்பாதித்துக் கொஞ்சம் காசு வேறு வைத்திருந்தாள். முன்னர் இருந்தது வீடென்று சொல்லக்கூடியதல்ல. அது ஒரு குடில். யாழ்ப்பாணத்திலிருந்து இடம்பெயர்ந்து வந்தபோது கிளிநொச்சியில் இருக்காமல் நேராக விசுவமடு வந்தது ஒரு புத்திசாலித்தனமான முடிவென்று இப்போது தெரிகிறது. கிளிநொச்சியில் இருந்திருந்தால் ஆமி கிளிநொச்சியைப் பிடிக்கும்போது இன்னொரு இடப்பெயர்வைக் கண்டிருக்க வேண்டியிருந்திருக்கும். யுத்த பூமியில் எதுவும் நிச்சயமற்றவைதான். ஊகிக்கவும் முடியாதவைதான். யுத்தத்திற்கே யுத்தத்தின் போக்கு தெரிவதில்லை. அது அநிச்சயமான பாதைகளின் ஊடாகப் பயணம் செய்யும், பயணவெளி எங்கும் பெருநாசத்தைப் பரவ விட்டபடி.

விசுவமடுப் பள்ளிக்கூடத்தில் இருந்த சனங்களை வேறு இடத்தில் குடியமர்த்த இயக்கத்தின் அரசியல்துறை முயற்சி எடுத்திருந்தது. பள்ளிக்கூடத்தையும் நடத்தவேண்டுமே! தவிர இடப்பெயர்வால் நிறையச் சிறுவர்கள் கிராமத்தில்

இருக்கிறார்கள். பள்ளிக்கூடம் போகாமல் இருப்பது சிறுவர்களுக்கு நல்லதல்ல. இருக்கிற பள்ளிக்கூடத்தைப் பெருப்பிப்பதற்காக இயக்கத்தினுடைய கல்விக் கழகம் நீளக்கொட்டில் போட்டு வகுப்பறையை உருவாக்குகிறது. இந்த நேரத்தில்தான் கைவிடப்பட்ட காணிகளை இந்த இடம்பெயர்ந்த குடும்பங்களுக்குக் கொடுத்து குடியமர்த்த அரசியல் துறை முயற்சித்தது. தொடர்போர் நிகழ்ந்த போதும் கல்விக் கட்டமைப்பைக் குலையாமல் பாதுகாக்கும் புலிகளின் நோக்கத்திலும் கல்விக்கழகத்தின் திறனில் வெளிநாட்டுத் தொண்டு நிறுவனங்களே ஆச்சரியப்பட்டுத்தான் போயின.

வதனா மாவீரர் குடும்பம் என்பதாலும், குடும்பத் தலைவன் இல்லாத ஒரு குடும்பம் என்பதாலும் மகன் போராளி என்பதாலும் அவளுக்கு முன்னுரிமை வழங்கப்பட்டது. இதனால் விசுவமடுவில் இருந்து தர்மபுரம் போகிற வீதியில் சுண்டிக்குளம் சந்திக்கு அருகில் வதனாவுக்கு நீண்ட காலம் கைவிடப்பட்ட காணி ஒன்று கிடைத்தது. அந்த நேரம் இந்தப் பகுதியில் சனங்கள் அவ்வளவாக இல்லை. ஆனால் இப்ப கிளிநொச்சி இடப்பெயர்வுக்குப் பிறகு இந்த இடமும் சனங்கள் நிறைந்த இடமாகியது மட்டுமில்லை, முக்கியமான போக்குவரத்து வீதியாகியும் விட்டது. இதனால்தான் அவளால் சோளம், வேர்க்கடலை அவித்து விற்கும் கடை போட்டுப் பிழைப்பு நடத்தவும் முடிந்தது.

காணி எடுத்து, துப்புரவு பண்ணி, அரசியல்துறை தந்த கிடுகு, காட்டுமரம், வளை, தடி கொண்டு ஒரு கொட்டில் போட்டிருந்தாள். சுற்றிவரக் கிடுகால் தட்டி கட்டி சுவருக்குப் பதிலாக வைத்திருந்தாள். வேளைகளில் தானும் ஒரு கூலியாய் நின்றாள். மண்சுவர் வைக்க அப்ப வசதியில்லை. சிலநாள் பிறகு, சுற்றிவர தண்ணி உள்ளே வராமல் இருக்க இரண்டடி உயரத்தில் வீட்டைச் சுற்றி தானே மண் அணை வைத்தாள். சீவியத்திற்கு நிவாரணத்தில் தங்கியிருந்த நிலை மாறிய சில மாதங்களில் காணி முகப்பில் ஒரு பத்தி இறக்கினாள். அது மழைக்குத் தாங்காது. ஆனால் வெயிலுக்குத் தாங்கும். அந்த இடத்தில் சோளம் அவித்து விற்கத் தொடங்கினாள். விற்றது போக எஞ்சும் சோளம் சாப்பாட்டுக்கு. அதிலும் மிஞ்சினால் அக்கம்பக்கக் குழந்தைகளுக்கு.

நாளாந்த வாழ்வு உத்தரிப்பாகும்போது அந்த நித்தியப் போராட்டத்தின் துயரங்களை மீட்டுத் துய்ப்பதற்கும் அவளுக்கு அவகாசம் இருப்பதில்லை. அவள் ஓயாது உழன்று கொண்டிருந்தாள். இந்த நிலையிலும் தன் பிள்ளைகளின் கௌரவமான வாழ்வுக்காக அவள் ஏதாவது செய்யும் உந்துதலைக் கொண்டிருந்தாள். இதை அவளின் கொடை என்பதா, இல்லை திறன் என்பதா, இல்லை பழி என்பதா? அவள் இருந்த நிலைக்கு இது இழிநிலைதான். ஆனால் சொந்தக்காலில் சீவியம் என்ற திருப்தியில் வாழ்வைக் கடத்தினாள் வதனா.

வீட்டைப் புதுப்பிக்க வேண்டும். பழைய கொட்டில் போட்டு இரண்டு வருடமாகி விட்டது. ஓலைக்கொட்டில் ஒழுகவும் தொடங்கிற்று. கூரைத்தடிகள் கூட உளுத்துக் கொட்டத் தொடங்கிவிட்டன. அவை வெடுக்குநாரி மரத்தடிகள். கிராம அபிவிருத்திச் சங்கத்தின் மூலம் அரசியல்துறை கிடுகு வழங்கியது. அதைப் பெற்றுக்கொள்வதில் இவளுக்குச் சிரமம் இருக்கவில்லை. ஏனென்றால் இவள் இப்போ கிராமிய அபிவிருத்தி சங்கத்தின் உறுப்பினரும் கூட. ஆனாலும் தந்த நூறு மட்டை கிடுகு போதுமானதல்ல. தவிரவும் அவை ஒழுங்கற்று அலங்கோலமாய் இருந்தன. இதைவிட அவை வட்டக்கச்சி கிடுகுகள் போல இருந்தன.

உப்புக் காற்றுப் பிடிக்காத ஊர்க்கிடுகுகள் ஒரு வருடத்தில் நீர்த்துப் போய்விடும். ஓலை வைரிப்பது உப்புக்காத்தில்தான். உப்புக்காத்து படாத ஓலைக்கிடுகுகள் நீண்ட நாள் நின்றுபிடிக்காது. இவள் தன் வீட்டுக்கு முன்னுள்ள தென்னங்காணியில் முன்னர் கிடுகு இழைத்திருந்தாள். காணிக்காரன் ஒரு மட்டைக்கு ஒரு ரூபா கொடுப்பார். ஐம்பது மட்டை இழைப்பாள். ஆனால் இப்போது போவதில்லை.

ஒருநாள் காணிக்காரன் கேட்டன் "தனிச்சிருக்கிறது கஷ்டம்தானே?"

"பின்ன என்ன, சொந்த ஊரில எண்டால் வேற. இன சனம் இருக்கும் சுத்தி... இஞ்ச..." அவள் அப்பாவித்தனமாய்ப் பதில் சொன்னாள்.

"யாருக்கும் ஒரு துணை வேணும். இல்லையோ?" கிடுகு பின்னிக் கொண்டிருந்த வதனா அவன் இதை சொன்னபோதுதான்

அவனின் முகத்தைப் பார்த்தாள். அது வேறு பொருள் கொண்டிருந்தது. இப்படித் தொடங்கியதுதான் அந்த தொழில் மீதான சங்கடம். அது மெல்லென பெருகிப்போனதே தவிர குறையவில்லை.

உடனடியாய் வேலையை விட முடியவில்லை. அவன் அநேக நாள்கள் வேலை தந்தான். வேலை கிடைப்பது இங்கே பெரும்பாடு. வயிறு கழுவ அகதி வாழ்வில் வழிவேண்டுமே.

பிறகுதான் இந்தக் கடை வைச்சு பிழைக்க முடிவுசெய்தாள்.

இப்போது கிளிநொச்சி இடப்பெயர்வின் பின் இந்தப் பகுதியில் போக்குவரத்தும், சனமும் அதிகரித்துவிட்டதால் வியாபாரம் நன்றாய் ஓடுகிறது. வேர்க்கடலையும் சேர்த்து அவித்து விற்கிறாள். வேறு சில தின்பண்டங்களும் உள்ளன. இதனைப் பலசரக்குக் கடையாக்க முடியும்தான். அதற்கு அவளின் ஆண்பிள்ளை வதனன் வீடு வரவேண்டும். அதனை எதிர்பார்த்துத்தான் பல காரியங்கள் அத்திவாரமாய்ப் போடப்பட்டிருக்கின்றன அவளால்.

கிடுகு இழைக்கப்போன இடத்தில் காணிக்காரன் கண் இவளில் மொய்த்ததனால்தானே அது இவளைக் கடை வைத்துப் பிழைக்கத் தூண்டியது. காணிக்காரன் தாரமிழந்து தாயோடு ஒண்டிவிட்ட தனிக்கட்டை. முன்ன பின்ன தெரியாத ஆள். ஊருக்குள்ள என்ன கதை உருக்கொள்ளும் என்றும் தெரியாது. இந்தத் தொழிலும் இவளின் ஓர்மைதான். சுதந்திரமான பிழைப்பு. அவள் ஊரில் வாழ்ந்த வாழ்வுக்கு இது கௌரவமான பிழைப்பில்லை. ஆனால் தன்மானம் கெடாத பிழைப்பு.

இந்த வீடு கட்டுவது, சிறு தோட்டம் வைத்தது, சீட்டு பிடிப்பது, கிராமிய அபிவிருத்திச் சங்கத்தில் சேர்ந்தது, எல்லாமே வதனன் வீடு வந்தால்... என்ற எதிர்பார்ப்பில் நடப்பவைதான். ஆசைதானே மனித வாழ்வை உந்தித் தள்ளுகிறது. இவளுக்கு இந்தச் சிறு ஆசை.

கிராமிய அபிவிருத்திச் சங்கத்தில் ஊர்ச்சனமெல்லாம் அவளை உற்சாகப்படுத்தி உறுப்பினராகத் தெரிந்தெடுத்துவிட்டனர். இதனால் இங்கும் அவளுக்கு ஒரு சமூக கௌரவம் கிடைக்கத் தொடங்கிற்று. படித்தவள் என்பது இதற்கு ஒரு காரணம்,

மற்றது கடை வைத்தமை. அதைவிட அவளறியாத ஒன்றும் உள்ளது.

விசுவமடுப் பள்ளிக்கூடத்தில் அகதியாக வந்திருந்தபோது இயக்க அரசியல்துறை காணி தரும் சமயத்தில் அவள் செய்த காரியம் சனங்களுக்கு முக்கியமானது. மாவீரர், போராளிக் குடும்பங்களுக்கும் அரச உத்தியோகத்தர்கள் வன்னியை விட்டு வெளியேறாமல் இருப்பதற்காக அவர்களுக்கும், காணி வழங்குவதில் முன்னுரிமை கொடுக்கப்பட்டது. மற்றவர்களுக்கு முகாம் அமைக்கப்பட்டது. பள்ளிக்கூடத்தில் கண்தெரியாத ஒரு முன்னாள் போராளி தன் மனைவியுடன் இருந்தான். அவனுக்குக் காணி வழங்குவதில் தயக்கம் காண்பித்தார்கள். அவர்களின் பார்வையில் இவர்கள் போராளி, மாவீரர் குடும்பம் அல்ல. அதனால் வழங்க முடியாது. இவள் வதனா காணி வழங்குபவர்களோடு சண்டை போட்டாள் இவர்களுக்காக, "போராளி போராளி தானே? முன்னாள் என்ன பின்னாள் என்ன? அவர் முன்னாள் விடுதலைப் புலி உறுப்பினர். ஆனாலும் இன்றும் அவர் போராளிதான். உங்களுக்குப் பாரமாக இல்லாமல் அவர் விலகி வந்து தன் பாட்டைத் தானே கவனிக்கிறார். இந்த நிலையில அவரால் போராட முடியாது. இவரை நீங்கள் பாராட்ட வேணுமோ அவமதிக்க வேணுமோ?" என்று கேள்வி கேட்டு காணி வழங்குபவர்களைச் சங்கடத்தில் ஆழ்த்திவிட்டாள். முன்னர் முகாம் நிர்வாகத்தில் வேலைசெய்த அனுபவம்தான் இவளுக்கு இப்படியெல்லாம் கதைக்க தைரியம் தந்திருக்க வேணும்.

இதை எல்லாச் சனங்களும் பார்த்திருந்தனர். அந்தக் கணத்தில் சுற்றியிருந்த சனங்களுக்கு அவள் மீது ஏற்பட்டது சாதாரண மரியாதை அல்ல. காணி வழங்குபவர்களின் முகத்தில் சங்கடத்தைக் கண்ட தருணம் சனங்களுக்கு ஒரு சந்தோசம் உள்ளூறியது. தனக்கு ஒருவர் மீதுள்ள கோபத்தை மற்றவர் தீர்த்துக் கொள்ளும்போது ஒரு ஆசுவாசம் உருவாகிறது. தவிரவும் தீர்த்துக் கொண்டவரைத் தன் தலைவனாக ஏற்றுக்கொள்ள மனம் இசைந்தும்விடுகிறது.

காணி வழங்க வந்தவர்களுக்கு அது நியாயம் என்று தெரிந்துவிட்டது. ஆனாலும், அந்தச் சனங்களின் முன் தங்கள் அதிகாரம் அவமதிக்கப்படுவதான உணர்வு அநியாயத்துக்கு அவர்களுக்குக் கிளம்பியது. அதனால் அவர்கள் மறுத்தார்கள்.

அதிகாரம் அவமதிக்கப்படக் கூடாது எச்சமயத்திலும் எனக் கருதினார்கள் போலும்.

இறுதியில் வதனா "எனக்குத் தந்த காணி ஒரு ஏக்கர் நிலம். அதில ஒரு துண்டை அவையளுக்கு வீடு போடக் குடுங்கோ" என்றாள்.

இந்த வாதத்திற்கு அந்தச் சபையின் ஆதரவு திடீரெனக் கொண்ட அமைதியினூடாக வெளிப்பட்டது. அவர்கள் மௌனித்து விட்டார்கள். கலைந்த குளவிக்கூட்டின் இரைச்சலில் இருந்த சபை அமைதியாகி அவள் பக்கம் திரும்பியதால் காணி வழங்க வந்தவர்கள் இனியேனும் ஒரு காணியைக் கொடுத்துவிடுவார்கள் என்றுதான் பட்டது. ஆனால் அது நடக்கவில்லை. அவர்கள் ஒரு பெண்ணிடம் இந்தச் சபையில் தோற்றுப்போக விரும்பவில்லை. சபையைப் பார்த்தார்கள். சனங்களும் அமைதியாகினர். ஒரு சாங்கமாய் கழுத்தைத் திருப்பினான் அவன் அங்கும் இங்கும். தன் கர்வம் குறுகிப் போகாதவாறு உடலை நிமிர்த்திக் கண்களை மேல்நோக்கிப் பார்த்தான். குரலைக் கொஞ்சம் தடிமனாக்கிப் பேசினான். 'அது உங்கட விருப்பம்'. தங்கள் மதிப்பு இறங்கிப்போகாமல் சமரசம் கண்ட திருப்தி அந்தப் பணியாளர்களுக்கு.

அன்று முதல் அந்தக் குடும்பம் இவள் காணியின் பின் துண்டில் தான் இருக்கிறது. இவள் அரை ஏக்கர் பிரித்து எடுக்குமாறு சொல்லியும் அவர்கள் மறுத்துவிட்டார்கள். பின்னாளில் அந்தக் காணியில் இருந்த ஒரு மண் கிணறை தூர்வாரி ஆழவெட்டித் தண்ணி கண்டபோது அந்தக் குடும்பமும் அதைப் பகிர்ந்துகொண்டது. அவர்கள் இவளை அக்கா என்றுதான் அழைத்தார்கள். போரில் கண் தெரியாமல் போன அந்தப் போராளியை அவனின் சொந்த மச்சாள் திருமணம் செய்திருந்தாள். அவனுக்குக் கண் தெரியாவிட்டாலும் ஒரு கண்ணால் பகல் பொழுதில் நிழலாக உருவங்களை அடையாளப்படுத்தக் கூடியதாக இருந்தது. அதை வைத்து அவன் பகலில் வீட்டினுள் உதவியின்றி உலவினான். அவனை வள்ளிபுனம் 'இனிய வாழ்வில்லம்' என்று விடுதலைப் புலிகள் இயக்கம் அமைத்த விழிப்புலனற்றவருக்கான கல்விக் கூடத்தில் விரல்களைத் தடவி எழுத்தை வாசிக்கப் பழக வதனாதான்

கொண்டுபோய்ச் சேர்த்துவிட்டாள். அவர்களுக்கு இவள்மீது அன்பு மட்டுமல்ல, மரியாதையும் அதிகம்.

வதனா விசுவமடுவில் உள்ள மரக்காலையில் போராளி குடும்பத்துக்கான கழிவு விலையில் மரங்களை வாங்கினாள். காசுக்கு வாங்குவதால் நல்ல மரங்களை வாங்க முடிந்தது. முன்பு மரங்களின் தன்மை பற்றித் தெரிந்திருக்கவில்லை. இப்போது வன்னி மக்களின் உறவும் அனுபவமும் மரங்களைப் பற்றியும் அறிய வைத்தன. கப்புக்காலுக்கு முதிரை மரத்தையும், வளைக்கும் பாய்ச்சுதடிக்குக் காய மரத்தையும் தெரிந்தெடுத்துக்கொண்டாள்.

முன்காணியில் இருநூறு மட்டை கிடுகு வாங்கினாள். "கிடுகை தெரிஞ்சு எடுக்கவோ நான்" வதனா கேக்கவும் அவன் முகத்தில் சந்தோசமாய் வார்த்தையில் வேறாய் பதில் சொன்னான்.

"நீங்கள் நல்ல கிடுகை தவத்தி எடுத்தால் சொத்தை கிடுகை நான் யாருக்கு விக்கிறதாம். சரி சரி எடுங்கோ. பழகிற்றியள் பக்கத்தில இருக்கிறியள் பகைக்க ஏலுமே."

அவள் அவனை ஏனோ பார்க்க விரும்பவில்லை. வீண் சங்கடம். வேறு இடத்தில கிடுகு எடுத்தால் ஏத்துக்கூலி உட்பட பல சிரமம். அவளே கிடுகுகளைத் தெரிந்தெடுத்துக் கொண்டாள். அசலான அகலக் கிடுகுகள் அவை. காணிக்காரன் "பணத்தை இப்ப அவசரமாகத் தரத் தேவையில்லை வதனா" என்று சொல்லிவிட்டார். அந்த மனுசனும் இவளின் மனதைக் கரைய வைக்க முடியாதா என்றுதான் ஏங்கித் தவிக்குது. கிடைத்த சந்தர்ப்பத்தைப் பயன்படுத்த வேண்டாமா! இவளும் முதலில் மறுத்தவள் பிறகு என்ன நினைத்தாளோ அரைவாசிப் பணத்தைக் கொடுத்துவிட்டு வந்தாள். பணத்தைக் கொடுக்கும் போது பார்த்தள். முன்போல அவர் கண்கள் திருட்டுத்தனமாக மொய்க்கவில்லை, இருந்தாலும் ஒரு தவிப்பு இருக்கத்தான் செய்கிறது என்று பட்டது வதனாவுக்கு. அது எரிச்சலைத் தராதளவில் சரிதான்.

ஒரு கூலியாளைப் பிடித்து சுவருக்குக் கல்லு அறுத்தாள். இப்போதெல்லாம் யாழ்ப்பாணத்தில் இருந்து வந்த சனங்கள் அப்படித்தான் செய்கின்றனர். சீமெந்துக் கல்லு அரிவது போல மண்ணைக் குழைத்து அச்சில் போட்டு அறுக்கின்றனர். அது வெயிலில் காய்ந்ததும் சீமெந்து கொங்கிறீற் கற்கள்போல

அழகாக இருக்கின்றன. பின்னர் அவற்றைப் பாவித்து சிமெந்துக் கட்டடம் கட்டுவதுபோல கட்டிப் பூச்சும் பூசி, சுண்ணாம்பால் வெள்ளையும் அடித்து விடுகின்றனர். அசல் கல் கட்டடம் போல இருக்கும் மண் கட்டடங்கள்.

போர் தந்த முறையிது. சனங்கள் போரால் துரத்தப்படும்போது காடுகளில் மண்ணால் வீடு கட்டினர், கடைகள் கட்டினர், அலுவலகம் கட்டினர், பள்ளிக்கூடமும் கட்டினர். கவிஞன் ஒருவன் சொன்னதுபோல இவை 'மண் பட்டினங்கள்.' சரிதான். போர் துரத்தும் மக்களின் பட்டினங்கள் இவை. வாழ்வின் அடங்காத சுதந்திர இச்சையைக் காட்டி நிற்கும் மண் பட்டினங்கள் இவை. வாழ முடியாமல் ஆனாலும் வாழத்துடிக்கும் போர்நிலத்து மக்களின் மனமாய், வாழ்வாய் எழும் மண் பட்டினங்கள். அதிசயமான இந்த வாழ்வின் காட்சிக்கோலங்கள் இந்த மண் பட்டினங்கள். இதற்குச் சாட்சிகளும் இந்த மண்பட்டினங்கள்தான்.

காணியின் பின் துண்டில்தான் கொஞ்சம் களித்தனத்திற்கான பசைப்பிடிப்பு இருக்கிறது என்று கல் அறுக்க வந்தவன் கண்டு சொன்னான். முன்பகுதியில் றோட்டு இருப்பதால் மழை வெள்ளம் காணியில் வழிந்து ஓடும். வழிந்தோடும் இடத்தில் களித்தன்மை மண்ணில் இருக்காது. அடுத்த காணிக்கு அப்பால் ஒரு வாய்க்காலில் இந்த வெள்ளம் போய் விழும். எனவே இவளின் பின்துண்டுக் காணியில் கொஞ்சம் பசைப்பிடிப்பு இருந்தது. ஆனால், அது கண் தெரியாத அந்தக் குடும்பத்தினுடையது. மண் வெட்ட அவர்களிடம் இவள் சங்கடத்துடன் அனுமதி கேட்டபோது அவர்கள் பதைபதைத்துவிட்டார்கள்.

"என்னக்கா இது... உங்கட மண், நீங்க தந்த மண், அதை எடுக்க ஏன் கேக்கிறீங்கள்" என்றாள் அந்தப் பெண். போதாததற்குக் கல் அறுக்கச் சின்னவள் கலை தண்ணி சுமந்து வந்து ஊற்றுவதைப் பார்த்துவிட்டு அந்தப் பெண்ணும் தண்ணி சுமந்தாள். அன்று வதனா சோளக்கடையைக் கவனிக்க வேண்டியிருந்தது.

அறுத்த கல் மூன்று நாளில் காய்ந்தது. வெயிலில் காய்ந்தால் ஒரு நாளில் காயும். ஆனால் வெடிக்கும். நிழலில் காய்ந்தால் மூன்று நாளாகும். ஆனால் வெடிக்காது. இரவு நிலவு காய்ந்ததால் வதனா கற்களை கருக்குவெட்டி வைத்து வீடு போடும்

இடத்திற்கு அருகாய் அடுக்கினாள். ஒரு தச்சுக் கூலியாளை வைத்துக் கடையைப் பூட்டிவிட்டுத் தானும் மகளுமாய் உதவிக்கு நின்று வீடு கட்டினாள். கண் தெரியாத புருசனுக்குக் காலையிலேயே சமைத்து வைத்துவிட்டு அந்த இளம் பெண்ணும் உதவிக்கு வந்தாள். அட... முன் காணிக்காரனும் உதவிக்கு வந்தார். வதனாவுக்குச் சங்கடமாகிவிட்டது. அவர் கண்களில் கள்ளத்தனத்தை இப்போ அவள் காணவில்லை. காணவில்லையா? தெரியவில்லையா? இருந்தாலும் 'கிடங்கு கிண்டவும் மரங்களை எடுத்துக்கொடுத்து உதவவும்தானே! உதவி தேவையில்லை' என்று மறுத்துவிட்டாள். ஆனால் பண்பாகத்தான் மறுத்தாள்.

உதவிக்கென்று வந்தவரை வீட்டினுள்ளே அழைக்கவும் முடியவில்லை. முற்றத்தில் வைத்துக் கதைக்கவும் முடியவில்லை. வந்தவர் எவராயினும் வீட்டினுள்ளே அழைத்துப் பேசும் பண்பாடு ஊர்ப்பண்பாடு. அதற்கு முரணாக நடக்க மனம் கூசியது. இன்னொரு மனம் அப்படிச் செய்யாதே இங்கு என்று தடுத்தது. மற்றொரு மனம் இந்தச் சங்கடச் சூழலில் இருந்து உடனே விலகிவிடு என்றது. ஆனால் அந்த மனுசன் நாளைக்குத் தானும் இன்னும் இருவரும் வந்து கூரையை வேய்ந்து கொடுப்பதாகச் சொன்னான்.

"இல்ல இல்ல. நான் காசு கொடுக்கிறன், வேயுறதற்கு ஆள் பிடித்துத் தாருங்கோ போதும்" என்றாள்.

"இந்த யாழ்ப்பாணத்துக்காரர் வந்துதானே இதுக்கெல்லாம் கூலி கொடுத்து காரியம் பார்க்கிறாங்கள். இதுவரைக்கும் இங்க வன்னியில வீடு வேயக் கூலி கொடுக்கிறதில்லை யாரும்." காணிக்காரன் 'உதவிக்கு வந்தாலும் சந்தேகப்படுவியா' என்பதுபோல முகத்தோரணையை வெளிப்படுத்தி இயல்பாகச் சலித்துக் சொன்னான். வதனாவுக்கு அசட்டுத்தனமான சங்கடம் மனதில் உருவாகிற்று.

இவள் ஆச்சரியத்தில் கேட்டாள் "அப்ப எப்படி நடக்கும்?"

"இதெல்லாம் மனிசன் சக மனிசனுக்கு செய்யிறதுதான். பிறகென்ன? சுற்றமும் உற்றமும் நாளைக்கு வீடு வேயிறம் என்று அக்கம்பக்கத்தில் சொன்னாச் சரி. எல்லாரும் வருவாங்கள். வீட்டுக்காரர் காலைச் சாப்பாடும் தேத்தண்ணியும் தரவேணும். அவ்வளவுதான் எங்க ஊர் முறை" என்றார்.

'அட' அவள் ஆச்சரியத்தில் விழியுயர்த்தி இருந்தாள். காணிக்காரன் அவளை நேர்கொண்டு பார்த்தான். அந்தப் பார்வையின் நேர்மையில் அவளுக்கு ஒரு வித குற்றவுணர்வாகிற்று.

சிவகுமரனும் சொல்வார். 'நான் சின்னவயதில் இருக்கும்போது தோட்டத்தில் அனேகமாய்க் கூலிக்கு ஆள் பிடிப்பதில்லை. குடும்பமே செய்வதுதான். நாற்று நடுதல், புல்லு புடுங்குதல், வெங்காயம் கிண்டுதல் போன்ற பெரிய வேலைக்கு அக்கம்பக்கத்துத் தோட்டக்காரருக்குச் சொன்னால் சரி, எல்லாரும் வந்து செய்து கொடுப்பார்கள். அப்படித்தான் அவங்கட தோட்டத்திற்கு நாங்கள் போவம்.'

வதனாவுக்கு இந்த வீடு போடத் தொடங்கியதில் இருந்து ஏதோ சிவகுமரனின் ஞாபகம் வந்துகொண்டே இருந்தது. கூடவே ஊரின் ஞாபகமும் அந்த வாழ்வும் வந்து தொந்தரவு தந்தன. ஊரில் அந்தப் பெரிய கல்வீட்டைக் கட்ட அத்தனை பாடுபட்டார்கள். மன உளைச்சலும், உடல் உழைப்பும் சாதாரணமானது அல்ல. ஆனால் வீடு எனும் கட்டுமானம் எழுப்பும்தோறும் மனம் கொள்ளும் பூரிப்பு இருக்கிறதே, அதை இன்னதென்று சொல்லமுடியாது. முதல் குழந்தையின் ஒவ்வொரு அங்கத்தையும் ஒவ்வொரு அசைவையும் பார்க்க ஆசைகொள்ளும் தாயின் அடங்கா மனத்தின் தவிப்பு அதில் இருக்கும். அதன் பூரிப்பும் அப்படி இருக்கும்.

நகை விற்று, சீட்டு கட்டி, தாலிக்கொடி அடைமானம் வைத்து, போதாதற்குக் கடனும் பட்டுக் கட்டிமுடித்தும் எச்சவேலைகள் உள்ள வீடு அவர்களின் ஊர்வீடு. மாமனார் தொடங்கிய வேலை அது. இரு தலைமுறையின் உழைப்பும் கனவும் அது. ஒற்றை நாளில் ஊர் ஓலமிட்டோட கலைந்துபோனதே! வீட்டையா இழந்தேன்? குடும்பமே குலைந்துபோனதே. அந்த வீட்டுக்காக அவர் பட்டவையும் அதைச் சுற்றித் தன் தொடக்க காலத் திருமண வாழ்வும் வரிசையிட்டு முட்டிமோதி வந்தன.

ஆயிரம் வகைத் துன்பங்கள் இருந்த அந்த வீட்டைச் சுற்றி ஆயிரம் வகை இன்பங்களும் இருந்தன. கடன் தந்தவர்கள் வீடு எழும்பும்தோறும் கசப்பைக் காட்டினார்கள். வட்டி மட்டும் ஒழுங்காய் வாங்கினார்கள். சொந்தமும் பந்தமும் அழகான வீடு என்றார்கள். ஆனால் அவசரப்படக்கூடாது, அகலக்கால் வைக்கப்படாது என்றார்கள். அநியாயத்திற்கு வீடு கட்டி

நொடிந்து போனதாய் எப்பவோ வாழ்ந்தவர்களின் வரலாறு வேறு சொன்னார்கள். சுற்றமும் உற்றமும் இவர்களைக் கருமிகள் என்றார்கள். 'கஞ்சன், மாங்காயையும் ரகசியமாய்ச் சந்தையில் விற்று வீடு கட்டுறான் பாருங்கடா' என்று குசுகுசுத்தார்கள். ஆனால், இவையெல்லாம் ஒருவிதத்தில் தங்கள் சமூக அந்தஸ்து உயர்கிறது என்பதைத்தான் சிவகுமரன் தம்பதியை உணரவைத்தது. மாமனாரும் சரி, சிவகுமரனும் சரி, வதனாவும் சரி அந்த வீட்டைப் பார்க்கும்தோறும் பெருமிதம் தோன்றாமல் போவதில்லை அவர்களுக்கு. மாமனாருக்கு அவர் பேச்சில் கர்வமும் வெளிப்படும். பட்ட தோல்விகளின் வலிகள் ஒருநாள் வெற்றிகாணும்போது தகமை உள்ளவனுக்குத் தோன்றும் கர்வம் இது.

ஒருபுறம் ஞாபகங்களை எழுப்பித் துக்கிக்க வைக்கிறது மனம். மறுபுறம் தனக்குள்ள பொறுப்பில் எழுந்த நம்பிக்கை துளிர்த்து முன்தள்ளுகிறது இன்னொரு மனம். சிவகுமரனுடனான ஊர்வீட்டின் ஞாபகங்கள் மட்டும் என்றுமில்லாதவாறு இந்த நாள்களில் அவளைத் துன்புறுத்தின. இரவுகளில் குளிரை மீறிய வெம்மையை அவள் உடலில் உணர்ந்துகொண்டே இருந்தாள். அவள் தூங்காது உழன்றாள். ஒருபொழுது துக்கம் தின்றது தூக்கத்தை. இன்னொரு பொழுது தாய்மை தின்றது தூக்கத்தை. மற்றொரு பொழுது தனிமை தின்றது தூக்கத்தை.

அன்று மாலையே வீடு மரத்தினால் ஆகி ஒரு பெரிய மிருகத்தின் எலும்புக்கூடு போலவோ அல்லது குழந்தை கீறிய கோட்டோவியம் போலவோ இருந்தது. மறுநாள் முன் காணிக்காரன் தன் இரு அயலவருடன் வந்து வீட்டை வேய்ந்து கொடுத்தான். கீழே இருந்து பெண்கள் கிடுகுகளை மேலே எறிந்து உதவி செய்தனர். ஒருவன் றேடியோவைக் கூரைமேலே வைத்துப் பாட்டும் போட்டபடியே வேய்ந்தான். பகிடியும், பம்பலும், நையாண்டிக் கதையுமாக வேலை ஓடியது.

இவளைச் சிரிக்க வைக்கத்தான் அந்தக் காணிக்காரன் எத்தனை பாடுபட்டான்! அவன் சொல்லும் கதை தனக்காகத்தான் என்று இவள் மட்டும் அறியும்போது இவளையறியாமல் இவள் நாணிச் சிரிப்பது இவளுக்குத் தெரியவே இல்லை. அவன் இவளிடம் முன்னெப்போதும் கண்டிராத இந்த நாணச் சிரிப்பு கணப்பொழுதில் தோன்றி மறையும்போது களிவெறி கொண்டான். அதில் விரசம் இல்லை. அறியாதோர்

இன்பம் இருந்தது. அது அவன் கண்ட காமம் தராத இன்பம். பக்குவம் விரித்த மனப்பாயிலும் காதல் ஒருநாள் படுத்துறங்க வரலாமென்ற தவிப்போ என்னவோ?

அவளின் பின்கழுத்தின் எஞ்சிய முடிகள் முன்கழுத்து வேர்வையில் ஒட்டிச் சிறிதும் பெரிதுமான கரிய சித்திரக் கோடுகளாய்த் தெரிந்தன. அவை அந்தக் கழுத்தின் மோக வாளிப்பை மேலும் துருத்திக் காட்டிற்று. வெய்யிலில் மினுங்குகிறது கழுத்தின் வேர்வை. அவள் இடையினில்தான் இன்னும் எத்தனை இளமை மிச்சமாய் இருக்கிறது.

சட்டென மற்றவர் அறியாவேளையில் அவன் பார்வையில் தோன்றி மறையும் திருட்டுத்தனத்தை இவள் கண்டாள். கள்ளன்! அதில் காமத்தின் வாடை கொஞ்சமும் இல்லை. மீண்டும் அவன் அப்படிச் செய்கிறானா என்று இவளின் உள்மனக்கண் ஒன்று இவளை அறியாமல் இரகசியமாய் ஆராய்ந்தது.

பின்னேரப் பொழுதுக்கிடையில் வேய்ந்து முடிந்தது. இருநூறு மட்டையில் அழகாக நேர்த்தியாக வேய்ந்துவிட்டார்கள். அபிவிருத்திச் சங்கம் தந்த கிடுகுகள் மிச்சமிருந்தன. அழகான கொட்டில் ஒன்று உயர்ந்து நின்றது. முன்காணிக்காரன் சொன்னான் "வதனா, இந்தக் கிடுகையும் பழைய வீட்டைப் பிரிச்சு எடுக்கிற சில நல்ல தடிகளையும் வைச்சு உன்ர முன் கடையை ஒழுங்கான கொட்டிலாய்ப் போடலாமே..."

"இதுக்கே செலவு தின்னுது" இவள் சொன்னாள்.

"என்ன செலவு? அதுக்கு மரம் நட்டு பாய்ச்சுத்தடி இறுக்க அரைநாள் கூலி நூற்றம்பது ரூபா போதும். நாங்கள் சும்மா தானே வேய்ஞ்சு தரப்போறம். இரண்டு மணித்தியாலம் போதும் எங்களுக்கு. பிறகு வசதிப்படுற நேரம் சுத்தி நாலு சுவர் வைச்சிட்டாய் என்றால் ஒரு கடையாயிரும். மழையெண்டாலும் பிரச்சினை இல்லை. இரவில வீட்டுக்குச் சாமானுகளைச் சுமந்து விடிய திரும்ப கடைக்குச் சுமக்கிற வேலையும் இல்லை."

அவன் சொல்லவும் இவளுக்கு மௌனமாய்ச் சிந்தனை ஓடிற்று.

அவன் மேலும் அக்கறை காட்டினான். முகத்தில் பொறுப்பான பார்வை கொண்டிருந்தான். போக்கிரித்தனம் அதில் இல்லவே இல்லை என்று பட்டது.

முன் வேலியோரத்தில் நின்ற முதிர் பாலை மர நிழலில் இவள் கொடுத்த தேநீரைக் குடித்த படியே அவன் சொல்லிக்கொண்டிருந்தான். இவள் அதை அசட்டையாய்க் கேட்டபடி கையில் தேநீர் கேற்றிலோடு நின்றாள். வெயிலின் புளுக்கதிற்கும் களைப்பிற்கும் அந்த நிழல் இதமாய் இருந்தது.

"ஒரு நேரம் சுவரும் வைச்சிட்டாய் என்றால் நாலு சாமான் வாங்கிப் போட்டு கடை நடத்தலாம். நெடுகலும் சோளனும் வேர்க்கடலையும் அவிச்சு விக்க ஏலுமே? சனம் ஒருநாள் வாங்கும், ஒருநாள் விடும். தோதா நாலு சாமான் கூடப்போட்டால் வியாபாரம் நடக்குமே!"

இவள் மௌனமாக நின்றாள். ஆனால் அவன் சொல்வது சரி என்றுதான் பட்டது. இப்போதைக்கு இந்த மீதமாகிற கிடுகையும் தடிகளையும் வைத்து அதைச் சரிப்படுத்தி விடுவதுதான் என்று தீர்மானித்தாள். அதற்குச் சம்மதித்தாள். அவனுக்குப் பெரிய சந்தோசம். ஏன் என்று தெரியவில்லை. தன் கருத்து கேட்டு நடக்கின்றாள் என்றா?

ஒரு கருத்து கருத்துக்காக மட்டும் கேட்கப்படுவதில்லை, உறவுக்காகவும்தான் கேட்கப்படுகிறது. உறவு சொந்தத்தால் மட்டும் வருவதில்லை, கொள்ளும் பந்தத்தாலும்தான் வருகிறது. பின்வீட்டுப் பெண் இவளை அக்கா என்று கொண்டதுபோல...

வீடு கட்டி முடிந்தது. இரண்டு சிறு அறை மண்வீடு. மேற்குவாசல் வீடு. முன்னுக்கும் பக்கவாட்டிலும் பத்தி இறக்கிய வீடு. முன்பத்தியில் இருப்பதற்குச் சிறு குந்து திண்ணைபோல. ஏனென்றால் இப்போ வீரனின் பெயரைச் சொல்லி, போராளிகள் வருகிறார்கள். வீட்டுக்கு வரும் விருந்தினர்கள் அவர்கள்தான். உறவும் அவர்கள்தான்.

பாழாய்ப்போக! அவர்கள் அம்மா என்று வேறு கூப்பிட்டுத் தொலைக்கிறார்கள். 'வீரனம்மா' என்று அவர்கள் வட்டத்தில் இவளுக்குப் பெயராகிற்று. 'அம்மா' என்கிற சொல்லில்தான் எத்தனை வாஞ்சையிருக்கிறது. அதுவும் தங்கள் தாயைப் பிரிந்து போராட வந்த இந்த இளையவர்கள் 'அம்மா' என்று அழைத்தால் அதில் அத்தனை வாஞ்சை இருக்கும். அதுவும்

தன் பிள்ளையும் தன்னைப் பிரிந்து களத்தில் நிற்கும்போது, களத்தில் நிற்கும் இன்னொரு பிள்ளை அவன் பெயர் சொல்லி 'வீரனம்மா' என்றால் இவள் கரைந்துபோகாமல் என்னதான் செய்வாள்! இப்போ தாய்மை கொண்ட அழகும் கூடிவந்தது அவளிடம். அவர்களிடத்தில் அவள் காட்டும் வாஞ்சையே தனி.

வேரைப் பிடுங்கி போர் விசுக்கி எறிந்துவிட்ட இந்த ஜீவன்களுக்குச் சாப்பிடுவதும், சாப்பாடு கொடுப்பதும் வயிறு நிறைக்கும் காரியம் அல்ல. மனதில் வாழ்வாகி வரும் அரிதான தருணம் அது. வாஞ்சை கொள்வதும் வாஞ்சை துய்ப்பதும் போர் குலைத்த வாழ்வில் பேரின்பம் தரும் பொருள்.

பக்கவாட்டுப் பத்தியை சமையல் கட்டாக ஆக்கிக்கொண்டாள் வீரனம்மா. முன்காணிக்காரன் வீடு கட்டிய நான்கு ஐந்து நாள்களும் காலை மாலை வந்து பார்த்துவிட்டுப் போனான். வீட்டுக்குத் தன்னிடமிருந்த ஒரு ஜன்னல் நிலையையும் கொண்டுவந்து கொடுத்தான்.

"வைத்துக்கொள் வதனா. சும்மா அங்க இருக்கிறதுதானே! உன்ர வீட்டுக்குக் காத்து வரட்டும். உள்ள காத்து பிடிக்காமல் அது என்ன வீடு?"

மறுக்க முயன்றும் முடியாமல் சங்கடத்தோடு அவள் இருக்க, கூலிக்கு வந்தவர் அதை வாங்கி வைத்துக்கொண்டார். "இருக்கட்டும் பிள்ளை, அது நல்லதுதானே" என்றார்.

எஞ்சிய பொருட்களில் கடைக்கு ஒரு சிறு கொட்டில் தயாராகிவிட்டது. வாய்ப்பு வசதி கிடைக்கும்போது சுவர் வைத்துக்கொண்டால் அது கடையாகிவிடும். அவள் நினைத்ததுபோல ஒருவேளை வீரன் இயக்கத்தை விட்டு விலகி வீட்டுக்கு வந்தால் அவனுக்கு ஒரு கடையைத் தொழிலாக்க வேண்டுமென்ற அவளின் கனவுக்கு இதுவொரு முதற்படியாக அமையும்.

முன் காணிக்காரன் வீட்டுக்கு வெள்ளையடிக்கச் சொல்லி வற்புறுத்தினான். இவள் அத்தனை சொல்லியும் அவன் விடுவதாயில்லை. இந்தளவு வேலை முடிந்த வீட்டுக்கு ஐம்பது ரூபாக்கு வெள்ளை அடிக்கவேண்டாமா?

“அதெல்லாம் வேணாம். சனங்களுக்கு கண்ணுக்க குத்தும். அகதியாய் வந்து தேவையா இது.”

அவன் விடுவதாயில்லை “போர் இது முடியிற போரில்லை இருந்து பார். எங்க பிழைப்ப நாங்கதான் பாக்கவேணும்.”

அவள் வேறு காரணம் சொன்னாள் “சுண்ணாம்புக்கு எங்க போறது? காசும் வேணும் இனி” அவள் மறுத்தாள்.

“கடையில சுண்ணாம்பு ‘பைக்கற்’ வாங்கினால்தான் நிறைய காசு முடியும். உதுல உடையார்கட்டில சுண்ணாம்பு சூளையிருக்கு. ஐம்பது ரூபாக்கு அரைவாசி உரப்பையில தருவான். கொண்டுவந்து இரண்டு நாள் தண்ணில ஊறவைச்சால் திறமான வெள்ளை ஆகிடும். நான் அதை வீட்டுக்கு அடிச்சு விடுறன். சின்னவள் உதவி செய்வாள். இரண்டு மணித்தியால வேலை.”

சொன்னவர் சொல்லோட நிறுத்தாமல் செய்தும் விட்டார். சிறு வீடொன்று தயாராகிவிட்டது.

முதல் நாள் வீட்டுக்குப் பால் காய்ச்சி குடிபுகப் பின்வீட்டுப் பெண்ணும், முன்காணிக்காரனும், அபிவிருத்திச் சங்கப் பெண்ணொருத்தியும் தற்செயலாய் ஒரு போராளியும் உறவென்று வந்தனர்.

அன்றிரவு புதிய வீடு நிறைவையும் கிளர்த்தியது, சிவகுமரனின் நினைவையும் கிளர்த்தியது. தூங்கமுடியாது உழன்றாள் அவள். மனம் உள்ளே புரளும்போது தூக்கம் எங்கிருந்து வரும்?

புதிய வீட்டின் கூரைக் கிடுகின் ஓலைவாசம் வீட்டினுள்ளே பரவிக்கொண்டிருந்தது. வகையறியாத காம உணர்வை அது தூண்டித் துன்புறுத்தியது. கலியாணம் நிச்சயிக்கப்பட்ட முதற் கிழமையிலிருந்து நினைவுகள் அடுக்காய்க் காட்சிகளாகி மனதில் விரிந்தன. நாணம், இன்பம், ஊடல், கோபம், சோகம், துக்கம் என விரிந்தெழுந்து வந்தன அடுக்கடுக்காய்.

பட்டென எதிர்காணிக்காரன் கூரையிலிருந்து அந்த மாலை வெய்யிலில் கூரை வேயும் காட்சி தோன்றி மறைந்தது. வெறும் மேனியில் மடித்துக் கட்டிய சாரத்தோடு அவன் கூரையிலிருக்கிறான். மாலை வெயில் அவன் தேகத்தில் பட அவனின் கருமை நிறம் மினுங்குகிறது. எண்ணைப் பற்றான தேகத்தின் மார்பில் அடர்ந்த ரோமங்கள், கைகளிலும்தான்.

ஏதோ சொல்லியபடி கிடுகைத் தூக்கிப் புரட்டும்போது இவளை அவன் பார்க்கும் ஒளி மனதில் கடக்கிறது.

அவள் படுக்கையைவிட்டு எழுந்துபோய் வெளிக்குந்தில் இருந்தாள். குளிர்ந்த இரவின் காற்று தொட்டுப்போகிறது அங்கே. இரவின் ரகசிய ஒளி அங்கும் அவளை விடுவதாயில்லை. பழைய வேலியோரப் பாலை மரம் கருமையாய்த் தெரிந்தது. அங்கும் புதிய ஓலையின் வாசம் நாசியில் ஏறுகிறது. 'சிவகுமரன், என் இனியவன் எங்கே இருப்பான்? இருப்பானா? ரகசிய முகாம்களில் இப்படிக் கைதான பலர் இருப்பதாகச் சொன்னார்களே! என்னை ஆற்றுவதற்காகத்தானா? இப்படி இருந்தவர்கள் யாரோ பின்னர் விடுதலையானதாகவும் சொன்னார்களே' அவள் அதனை மனதில் ஓட்டி மீட்டாள். சின்னவள் அம்மாவின் வாசம் அருகில் அற்றுப்போனதை உணர்ந்து தூக்கம் கலையாத நடையில் வெளியே வந்தாள். தாயின் மடியிலமர்ந்தாள்.

12

காலை பத்துமணியளவில் ஏ31 பகுதி எதிரியின் காவலரண் அருகே போராளிகள் சூட்டுச் சத்தத்தைக் கேட்டனர். அடுத்தடுத்து இரண்டு கைக்குண்டுகளின் வெடியதிர்வு. உசாரடைந்த போராளிகள் தங்கள் காவல் நிலையில் தாக்குவதற்கு ஆயத்தமாகினர். அந்தத் துப்பாக்கிச் சூடேதும் தங்களை நோக்கி வரவில்லை என்றுணர்ந்தனர்.

சில விநாடிகளில் இருவர் எதிரியின் காவலரணைக் கடந்து ஓடி வருகின்றனர். ஒரு போராளி சுடுகிறான் மற்றவன் "டேய் சுடாத சுடாத. எங்கட ஆக்களடா" என்று கத்தினான்.

இவர்கள் ஓடிவருவதற்குப் பக்கவாட்டில் இரு காவலரண்கள் தள்ளி இடப் புறமாக இங்கே ஓடி வருபவர்களை நோக்கி ஆமிக்காரர்கள் சுடுகிறார்கள். துப்பாகிகள் முழங்குகின்றன. இப்போ வலப் புறமாக ஒன்றுவிட்ட காவலரணில் இருந்தும் சுடுகிறார்கள்.

"டேய் முள்ளுக் கம்பியால பாயடா பாயடா" என்று கத்துகிறான் இதயன்.

போராளிகளின் காவலரணில் "டேய் அது எங்கட ஆக்கள். வலப் பக்கம் சூடு வாற பொயின்றுக்கு அடிடா அடிடா" என்று கத்திக்கொண்டே இடப் புறம் இருந்து வருபவர்களைத் தாக்கும் ஆமி பொயின்றை நோக்கிச் சரமாரியாகச் சுட்டான் மற்றவன்.

இப்போ எதிரியின் சூடு மேல்நோக்கிப் போகிறது. நிலைதளம்பி இலக்கற்றுச் சுடுகிறார்கள் என்பது தெரியவந்தது. "அடிடா... தொடர்ந்து அடி... அவங்கள் இஞ்சால வரும் வரைக்கும் அடி" கத்துகிறான் போராளி ஒருவன்.

குனிந்தபடி ஓடிவந்த வேங்கை முள்ளுக் கம்பி றோளைப் பாய்ந்து கடக்க முயற்சிக்க கம்பியில் சிக்குப்பட்டு உடல் தரையோடு மோத விழுகிறான். இதயன் பாய்ந்து கடந்து விட்டான். திரும்பிப் பார்க்கவும் வேங்கை வீழ்ந்தது தெரிந்தது. ஆனாலும் அவகாசமில்லை; ஓடிவந்தான். நாலு எட்டு

ஓடியவன்தான், ஏதோ உணர்வு உந்தவும் திரும்பி வேங்கையைத் தூக்க ஓடினான். போராளிகள் சூட்டாதரவு வழங்கி எதிரியைத் தடுக்கிறார்கள் என்பதால் இருக்கலாம். அல்லது விட்டு வருகிறோமே என்ற குற்ற உணர்வு மேலெழுந்ததால் இருக்கலாம். அல்லது மூளை நிலைமையைக் கிரகித்து முடிவெடுக்கச் சில கணங்களை எடுத்துக்கொண்டதன் காரணமாய் இருக்கலாம். இதில் ஏதோ ஒன்று.

இதயன் வேங்கையை முள்ளுக் கம்பியில் இருந்து இழுத்தெடுக்க அவனது ஜீன்ஸ் முள்ளுக் கம்பியில் சிக்குப்பட்டுக் கிழிந்து தொங்கியது ஒரு துண்டு. நிலத்தில் கிடந்தவனை இழுத்துவிட்டுத் திருப்பி ஓட இதயன் எத்தனிக்க முதுகில் பாய்கிறது ஒரு சன்னம். இதயன் தரையில் தன் வசமிழந்து விழுந்தான். சரமாரியான சூட்டுச் சத்தம். குனிந்தபடி இரண்டு எட்டு ஓடிய வேங்கை, இதயன் விழுந்ததை உணர்ந்து அந்த இடத்தில் விழுந்து படுக்கிறான்.

முன் அரணில் இதைப் பார்த்தபடி இராணுவ அரண்களைத் தாக்கும் போராளிகளின் மனதில் பதட்டம் பரவுகிறது. தளபதி கில்மனின் கட்டளை மையத்தில் பரபரப்பு. முன்னணி நிலைகள் *D30-40* பகுதிக்குரிய செக்சன் லீடர் நிலைமையைத் தொலைத்தொடர்பு மூலம் கில்மனுக்கு அறிவிக்கிறான்.

“வருவது எங்கட வேவுக்காரர். அவங்களுக்குச் சூட்டாதரவு குடுத்து அவங்களை வெளியே எடு” என்று கில்மன் உத்தரவிடுகிறார். மேலும் பிளட்டூன் லீடருக்கு அறிவித்தார். “கிட்டு பீரங்கி மோட்டார் படையணியின் எறிகணைத் தாக்குதலை அந்த எதிரி நிலைகள் மீது ஒருங்கிணைத்து தாக்கு.” அவர் நிலைமையை உடனே தளபதி றோமியோக்கு அறிவிக்க, றோமியோ மறுகணம் பரபரப்போடு அந்த இடத்திற்கு எவருக்கும் சொல்லாமல் தன் மெய்ப் பாதுகாவலரின் மோட்டார் சைக்கிளில் ஏறிப் போகிறார்.

றோமியோ அந்த இடத்திற்குத் தனியே போகிறார் என்பதை றோமியோவின் மெய்ப் பாதுகாப்புக்குப் பொறுப்பானவன் கில்மனின் கட்டளை மையத்திற்கு அறிவிக்கிறான். இது அவருக்கு ஆபத்தானது.

வேங்கை படுத்தபடியே பின்னால் நகர்ந்து போகிறான். முன்னால் இருந்த காவலரணில் இருந்து “போகாதை வாடா...

போகாதை வாடா! நாங்கள் அடிச்சுத் தாறம் வாடா” என்று தொண்டைகிழியக் கத்துறார்கள் போராளிகள். வேங்கை பதட்டமில்லாமல் தரையோடு தேய்ந்து பின்னால் நகர்ந்து போகிறான்.

“விசரன் போறான்... டேய் அந்த *60mm* மோட்டரால போடடா இரண்டு போடு அந்த ஆமி பொயின்ற்றுக்கு. அவங்கள இவனுக்கு அடிக்க விடாதை, அடிடா அடிடா டேய்” செக்சன் லீடர் பக்கத்து அரணில் ஒரு மோட்டார்காரனுக்குக் கட்டளை கொடுக்கிறான். அடுத்தடுத்து நான்கு குண்டுகளை அவன் ஏவினான். பிளட்டுன் லீடர் கிட்டு பீரங்கிப் படையணி மோட்டார் அணிக்கு அறிவித்தும் இன்னும் உதவி கிடைக்கவில்லை.

இந்த *60mm* மோட்டார் எதிரி நிலையில் விழுந்து வெடிக்க வேங்கை இதயனுக்கு அருகில் சென்று இதயனை இழுத்தான். அசைவில்லை. இழுத்துப் புரட்டினான்.

மார்பால் கனரகத் துப்பாக்கியின் குண்டு தசைகளை அலங்கோலமாய்ப் பிய்த்து வெளியேறி இருந்தது. முதுகில் சிறு ஓட்டைதான். மார்போ பிய்த்து பிளந்து இருந்தது.

இதயன் இறந்துவிட்டான்.

உடலை இழுத்துக் கொண்டுவர முயற்சித்தான். ஒருவேளை உயிர் இருக்குமோ, வாய்ப்பே இல்லையென்று தெரியும். இழுக்க முடியவில்லை.

எதிரியின் எறிகணை வீழ்ந்து வெடித்த அந்த இடத்தில் மறுபடி இன்னொன்று.

“டேய் வாடா, வாடா ஓடி வா” முன் காவலரணில் இருந்து கத்துகிறார்கள்.

இப்போ வேங்கை குனிந்தபடி எழும்பி ஓடத்தொடங்கினான்.

இதைக் கண்டுவிட்டு எதிரியும், எதிரிக்கு இவனது சகபோராளிகளும் தாக்கினர். வேட்டோசையில் சூழல் அதிர்கிறது. அருகே சீறும் சன்னங்கள் காற்றைக் கிழிக்க காது கூசுகிறது. வேங்கை ஓடிவந்த வேகத்தில் புலிகளின் காவலரண்களை இணைத்துப்போகும் நகர்வுஅகழிக்குள் ஒற்றைப் பாய்ச்சலில் குதித்தான்.

போராளிகள் தாக்குதலை நிறுத்திக்கொண்டனர். ஆமி இப்போதும் சுடுகிறான். இப்போதான் ஆமியின் நிலைமீது அடுத்தடுத்து கிட்டு பீரங்கிப்படையணியின் இரண்டு எறிகணைகள் வீழ்ந்து வெடிக்கின்றன.

“டேய், அந்த விசரங்கள நிப்பாட்டச் சொல்லி அறிவியடா” பிளட்டூன் லீடர் கத்துகிறான். பிறகு தானே கிட்டு பீரங்கி படையணியை மோட்டார் தாக்குதலை நிறுத்தச் சொல்லி அறிவித்தான்.

சிறு மோட்டார் போலக் கனரக மோட்டார்களையோ பீரங்கிகளையோ வேகமாக இயக்கிவிட முடியாது. தேவையான இடத்தில் புவியாள்கூறு எடுத்து, காற்றின் வேகம் அறிந்து, கருவியில் எறிகணை கோணம் தீர்மானித்து ‘ஷெல்’லை ‘லோட்’ பண்ண நேரம் எடுக்கும். அடுத்தவருக்கு இது விளங்காது.

றோமியோ அந்தப் பகுதி கொம்பனி கொமாண்டரின் கட்டளை நிலைக்கு வரவும் வேங்கை வந்துவிட்ட செய்தியும் இதயன் வீழ்ந்து விட்ட செய்தியும் கொம்பனி கொமாண்டருக்கு வந்தது. அதை அவன் றோமியோவுக்குத் தெரிவித்தான். றோமியோவைப் பதுங்கு குழியின் உள்ளே போகுமாறும் கேட்டுக்கொண்டான். ஆமி ஷெல்லடிக்கிறான் என்றும் சொன்னான்.

இதயன் வீரச்சாவு என்று கேட்டதும் கொம்பனி கொமாண்டர் மீது றோமியோ கடும் கோபமுற்றார். “நீர் இங்க என்ன செய்து கொண்டிருக்கிறீர்? முன்னுக்கு இவ்வளவு நடக்குது. உமக்கு இங்க என்ன வேலை வேண்டியிருக்கு? ஏன் நீர் முன்னுக்குப் போகேல்லை?”

“இல்லையண்ணை; வோக்கி தொடர்பிலதான் இருந்தனான்” பயத்துடன் வெளிவந்தன வார்த்தைகள்.

“எனக்கும் இங்க தொடர்பிருக்கு தம்பி” கடும் சொற்களாக றோமியோவின் வார்த்தைகள் வந்து விழுந்தன. அவர் கோபமடைந்தால் “நீர்” என்று விழித்துக் கதைப்பார் என்பது அவனுக்குத் தெரியும். மற்றும்படி ‘நீ’ என்றே விழிப்பார். ‘நீர்’ என்று அந்நியத்தனமான சொல் றோமியோவின் வாயில் இருந்து வந்தால் போராளிகளது, அணித்தலைவர்களது மனதைக் குத்தும்.

அவன் மௌனமாக அவர் முகத்தைப் பார்க்க மாட்டாதவனாய் நின்றான்.

அவரும் மேற்கொண்டு எதுவும் பேசவில்லை. அவனைக் கண்டிக்கும் அதிகாரம் தனக்கு இல்லை என்பதை அந்தக் கணத்தில் உணர்ந்தார். இவர்களுக்கான அதிகாரமுடையவர் வடபகுதிப் போர்முனைக் கட்டளைத் தளபதி கில்மன்தான். அவரது அதிகாரத்திற்கு உட்பட்டதுதான் இந்தப் பாதுகாப்புப் பொறிமுறையும் அதன் போராளிகளும்.

இதற்கிடையில் றோமியோ அங்கு போவதை அறிந்து கில்மன் அந்த இடத்திற்கு வந்துவிட்டார். றோமியோ கில்மனுக்கு குருவைப் போன்றவர். கில்மன் வந்ததும் நிலைமையை அறிந்து அவரும் கோபத்தில் கொம்பனிக் கொமாண்டரைக் கேள்வி கேட்டார். கேள்வியில் கடுமையிருந்தது.

“நீ ஏன் முன்னுக்குப் போகாமல் இஞ்ச நிண்டனி? பிளட்டூன் லீடரின்ர இடத்திற்கு நீ போனால்தானே அவன் முன்னுக்குப் போவான்?” ஆனால் அவன் முன்னுக்குப் போய்விட்டான்தான்.

“இல்லையண்ணை! எனக்கு எங்கட ஆக்கள் உள்ள இருந்து வாறாங்கள் எண்டது தெரியாது. வழமையான ஆமியின்ர தொல்லைத் தாக்குதல் எண்டு நினைச்சிட்டன் முதலில.”

“ஏன் தெரியாது உனக்கு? உன்ர பிரதேசத்துக்குள்ளாலதானே இரவு அவங்களை உள்ள விட்டது” கோபமடைந்தார் கில்மன்.

கில்மனின் இந்த வார்த்தைகளைக் கேட்க றோமியோவுக்கு ஆறுதலாக இருந்தது.

“நீ என்ர இடத்திற்குப் போ துவக்கைக் கொண்டு! விசாரணை அறிக்கை எடுத்ததும் பார்க்கலாம். நான் விமலை இஞ்ச பொறுப்பெடுக்கக் கூப்பிடுறன்” முகத்தைப் பார்க்காமலேயே கில்மன் உத்தரவிட்டார்.

இவன் கில்மனின் கட்டளை நிலையத்திற்குப் போனான். விமல் புதிதாய் வந்து இந்தக் கொம்பனியை உடன் பொறுப்பெடுத்தான். இதயனின் உடல் இரு பகுதி முன்னணி நிலைகளுக்கிடையில் மாட்டிக்கொண்டது. வேங்கையும் கட்டளை நிலையத்திற்குக் கூட்டி வரப்பட்டான். நடந்தவற்றைச் சொன்னான் வேங்கை. கில்மனும்

றோமியோவும் கொம்பனி கொமாண்டரின் நிலையில் நின்றுவிட்டனர். திரும்பித் தங்கள் இடத்திற்குப் போகவில்லை.

மணிக்கு நிலைமை என்னவென்று அறிவிக்க, அவன் முரசுமோட்டையில் இருந்து ஒரு சைக்கிளை எடுத்துக்கொண்டு வந்துவிட்டான். கோபியும் கூடவே வந்தான். உடலை எப்படியாவது எடுக்க வேண்டுமென்றார் றோமியோ. கில்மனும் அதற்கு உடன்பட்டார்.

இந்த வேவுத் திட்டம் முழுமையானதில்லை என்ற உறுத்தல் றோமியோவுக்கு முன்னரே இருந்தது. ஆனாலும் இதைவிட வேறு மார்க்கம் ஏதும் அப்போது இருந்திருக்கவில்லை. மேலிருந்து வேவை முழுமைப்படுத்தித் தாக்குதல் திட்டத்தைத் தயார் செய்யுமாறு கடும் அழுத்தம் இருந்தது. தவிரவும் சென்ற வருட தை மாதம் நடத்தப்பட்ட ஆனையிறவுத் தளம் மீதான தாக்குதலில் பரந்தனில் ஆட்லறிகளைக் கைப்பற்றியும் முன்னேற முடியாமல் போன தவறுக்காகத் தண்டிக்கப்பட்டு போர்க்களத்தில் இருந்து விலக்கி வைக்கப்பட்டிருந்தவருக்கு வேறு தெரிவையோ அவகாசத்தையோ பெறமுடியாதபடி கொடுக்கப்பட்ட அழுத்தத்தின் துர்விளைவோ இது என்ற எண்ணம் அவருக்கே இருந்தது.

பெரும் செயல்வீரர்களை, புகழின் மகுடத்திற்குச் சொந்தக்காரர்களைச் செயலற்று வெறுமனே விட்டுவைப்பது போல அவர்களுக்கு அளிக்கக்கூடிய பெருந்தண்டனை வேறு எதுவாகவும் இருக்கமுடியாது.

ஒரு வருடம் இந்தச் செயலற்ற உத்தரிப்பிலும் அவமானத்தின் உத்தரிப்பிலும் இருந்து இப்போதுதான் சிறு மீட்சி கிடைத்திருக்கிறது. அவர் இந்தத் தாக்குதல் திட்டத்தை முழுமைப்படுத்தித் தன்னை மீண்டும் நிரூபிக்கவேண்டியிருந்தது. தன்னால்தான் இன்று இதயன் வீழ்ந்தானோ என்ற ஒரு குற்ற உணர்வு குறுக்கறுத்து ஓடியது அவர் மனதில்.

எதிரியின் எறிகணை வீச்சுகள் அங்கொன்றும் இங்கொன்றுமாய் வீழ்ந்து கொண்டிருந்தன. இவர்கள் நிற்கும் இடத்திற்குப் பின்னால் உள்ள வீதியில் அவை விழுந்து வெடிக்கிறது. மோட்டார் அணி நிலை கொண்ட இடத்தின்மேல் அடுத்தடுத்து மூன்று செல் வீழ்ந்தன. அவர்களைச் செயல் இழக்கப் பண்ணுவதற்காக இப்படிச்

செய்வது படைத்துறை தந்திர வழக்கம். இதை 'கௌண்ட பற்றிக்' என்பார்கள். படைத்துறையில் ஒரு மோட்டார் அல்லது ஒரு பீரங்கி யுனிற்றைப் 'பற்றிக்' என்பார்கள். எதிரி 'பற்றிக்கை' தங்களது படை மீது தாக்கவிடாமல் செயலிழக்கப் பண்ண பரஸ்பரம் இப்படித் தாக்குவார்கள். ஆனால் இத்தகைய சிறிய மோதலுக்கெல்லாம் 'கௌண்ட பற்றிக்' பண்ண விடுதலைப் புலிகளின் மோட்டார், பீரங்கி அணியிடம் வசதி கிடையாது. உலகக் கடல்வழிப்பாதையால் ஷெல்களை வன்னிக்குக் கொண்டுவந்து சேர்ப்பது சாகசப்போர் போன்றது. அது இலகுவான காரியமல்ல. எத்தனை நாடுகளின் கடற்படைகளின் கண்ணில் மண்ணைத் தூவி வரவேண்டும்.

பகலில் இதயனின் உடலை எடுப்பது பற்றி ஆராயப்பட்டது. எப்படி யோசித்தாலும் அது சாத்தியப்படக் கூடியதல்ல. எதிரிக்குப் பொதுவில் தெரியும், புலிகள் தங்கள் போராளிகளின் உடலையும் இலகுவில் கைவிடமாட்டார்கள் என்று. எதிரிகள் மேலதிகத் தாக்குதல் வலுவை அந்த இடத்தில் ஒருங்கிணைத்து இப்போது காத்திருப்பார்கள். இதற்கு முயன்று போராளிகளை இழக்க நேர்ந்தால் மேலே பதில் சொல்லிக்கொள்ள முடியாது.

"ஸ்மோக் (புகைக்குண்டு) அடிச்சு முயற்சி செய்து பார்ப்பமா" என்றான் விமல்.

"அதுதான் வழி. நான் போறன், இதயனை எடுத்திட்டு வாறன்" என்றான் மணி. கில்மன் எதுவும் பேசாமல் றோமியோவைப் பார்த்தார். அவரின் உடல் அசைவு எந்த உணர்வையும் தீர்மானத்தையும் வெளிக்காட்டக் கூடாதென்பதாக இருந்ததை றோமியோ புரிந்துகொண்டார். றோமியோவுக்கு மிக நெருக்கமாக இருந்த சீடர் அவர். கில்மனின் ஒவ்வொரு அசைவின் அர்த்தத்தையும் அவர் அறிவார். அந்த முயற்சி சாத்தியமில்லை, வீண் இழப்பைச் சந்திக்க நேரும். ஆனால் அதைச் சொல்லி எவர் மனதையும் புண்படுத்தக்கூடாது என்பதுதான் அதன் அர்த்தம் என்று றோமியோவுக்கு விளங்கியது.

"இல்லை, இரவு வரைக்கும் பொறுத்திருப்பம். ஆமின்ர நடவடிக்கைகளைக் கவனிச்சுக் கொண்டிருப்பம். விடிய இரண்டு அரைக்குத் தூக்குவம். நான் என்ர பெடியள் இரண்டு பேரை விடுறன். இரண்டு பி.கே(கனரக ஆயுதம்)யை அந்த

இடத்துக்கு விட்டு அடிச்சுத் தாங்கோ கில்மன்! நாங்கள் எடுக்கிறம்” றோமியோ தீர்மானமாகச் சொன்னார்.

“இல்லை. நாங்கள் அதை எடுத்துத் தாறம். விமல், இரவு எடுக்கிறதுக்கு ஒழுங்குபடுத்து” கில்மன் மறுத்துத் தான் ‘பொடி’யை எடுப்பதாய்ச் சொன்னார். அவருக்குத் தெரியும் றோமியோவிடம் இப்போது அணிகள் ஏதும் இல்லை என்பது. அவரது உதவியாளர்களையும், பாதுகாப்பு சிறு அணியையும் தவிர அவரிடம் எந்தப் படையும் இல்லை இப்போது.

“இல்லையண்ணை, அதை நான் எடுக்கிறன். நானும் கோபியும் போறம்” மணி அதை மறுத்துச் சொன்னான். கோபி அவசரமாய்த் தலையாட்டிச் சம்மதித்தான், தாங்கள்தான் செய்யவேண்டும் என்பதுபோல.

“இல்லை மணி, நீ போகவேண்டாம்” தீர்மானமாய் மறுத்தார் றோமியோ. அதன் அர்த்தத்தை கில்மன் அறிவார். வேவுக்காரர்களை இழப்பது சாதாரண இழப்பல்ல. அனுபவம் வாய்ந்த வேவுக்காரர்களை உருவாக்கிக்கொள்ள முடியாது. தவிரவும் மணி ஒரு கொம்பனி கொமாண்டராக இருக்கத் தகுதியானவன். பிளட்டூன் லீடராக வழிநடத்திச் சாகசச் சண்டையெல்லாம் பிடித்திருக்கிறான். மேஜர் நிலைக்குரியவன். வீணாக அவனை இழக்க நேரக்கூடாது.

“விமல் நீதான்”... கில்மன் சொல்ல முனையவும் ‘டொம்ம்மீர்ர்...’ அருகே ஒரு ஷெல்லொன்று வீழ்ந்து வெடித்தது. “அண்ணை, உள்ள போங்கோ. உடன போங்கோ. இன்னும் மூன்று ‘ஷெல்’ வரும்” அங்கிருந்த பிளாட்டூன் லீடர் ஒருவன் கத்தினான். அதட்டும் தொனி கூடக் குரலில் இருந்தது அந்த இளைஞனிடம். அதன் அர்த்தம் பங்கருக்குள் போகவேண்டியது கட்டாயம். ஒருவகைக் கட்டளையும் கூட. இப்படியான தருணத்தில் சிறியவர்கள் பெரியவர்களுக்கு இடும் கட்டளை அது.

மறுபேச்சில்லாமல் இரண்டடி ஆழமும் மூன்றடிக்கு மண்மூட்டையும் கொண்டு உருவாக்கப்பட்டிருந்த அந்த கொம்பனி நிலையில் இருந்த அதன் பதுங்கு குழிக்குள் சென்று இருந்துகொண்டனர். விமல் உள்ளே போகவும் அடுத்த ஷெல் வீழ்ந்து வெடித்தது. மறுபடி இன்னொன்று முன்பகுதியில் வீழ்ந்தது.

றோமியோவும் கில்மனும் பங்கருக்குள் வரைபடத்தை விரித்துப் பார்த்துக்கொண்டிருந்தனர். “தம்பி உள்ள வாடா!” விமல் அந்த பிளட்டூன் லீடரை அழைத்தான். “ஓம் ஓம்” என்று சொல்லியபடி அவன் பங்கர் வாசலில் நின்றபடி ”ம்ம்... மோட்டார் இல்லை, ஆட்லறிதான். அனேகமாய் இன்னொன்று வரும்” சொல்லிவிட்டு அந்தப் பங்கரை ஒருமுறை பார்த்தான். உறுதியானதுதான். இருந்தாலும் றோமியோவும் கில்மனும் அங்கிருப்பது பதட்டமாக இருந்தது.

அடுத்த ஷெல் வந்து அருகில் இருந்த மரத்தில் பட்டு வெடித்திருக்க வேண்டும். மண்ணில் விழுந்து வெடித்த சத்தம் அல்ல அது. சன்னங்கள் இவர்களின் பங்கர் மீது விழுந்து தாக்கின.

“அநேகமாய் இவ்வளவுந்தான்” சொல்லியபடி மூச்சை இழுத்து விட்டான் அந்த பிளாட்டூன் லீடர். அவன் முகத் தோற்றத்தில் திறமைசாலிக்குரிய கூர்மை இருந்தது.

நல்ல உயரமும் திடமான உடலும் கொண்ட சிவலை நிறம் இந்த பிளட்டூன் லீடர். கோபியைப் போல இருப்பான். ஆனால் கோபி கறுப்பு. இந்தக் கொம்பனியின் தலைமையகத்தில் இருக்கும் மேலதிக பிளாட்டூன் லீடர் இவன். ஆமி முன்னணி நிலைகளை உடைத்து முன்னேறினால் கொம்பனி ‘றிசேர்வ் ஃபோர்ஸ்’ஐக் கொண்டு முறியடிப்புத் தாக்குதலில் ஈடுபடவேண்டியது இவன்தான். பொதுவில் நல்ல சண்டைத்திறனுடைய அனுபவசாலிகளைத்தான் கொம்பனி கொமாண்டர்கள் தங்கள் தலைமையகத்தில் மேலதிக பிளட்டூன் லீடராக வைத்துக் கொள்வார்கள்.

‘ஸ்குவார்ட்’ டில் மூன்று சேர்ந்து ஒரு செக்சன். மூன்று செக்சன் ஒரு பிளாட்டூன். மூன்று பிளாட்டூன் ஒரு கொம்பனி. மூன்று கொம்பனி ஒரு பட்டாலியன். விடுதலைப் புலிகளின் படையில் பட்டாலியன் கொமாண்டர் எனப்படுவது அந்தப் பகுதி களமுனைத் தளபதியைத்தான் குறிக்கும். வடபோர்முனை பாதுகாப்புப் பொறிமுறை *D, Z, B* என்று மூன்று பகுதிகளைக் கொண்டது. இந்தப் பகுதி *D* இல் வருகிறது. இந்தப் பகுதி புலிகளின் கொமாண்டர் போனவாரம் கடும் காயச்சலால் பின் தளத்திற்கு கில்மனால் அனுப்பி வைக்கப் பட்டிருந்தார். முன்னணிக் காவலரண் தொடரில் இது ஒரு பகுதித் துண்டு. களமுனைத் பகுதி தளபதிகளை ஒருங்கிணைப்பவராகக்

கட்டளைத் தளபதி இருப்பார். பிரதம தளபதி என்பவர் வட, தென் போர்முனைகளை ஒருங்கிணைப்பவர். வட போர்முனைக் கட்டளைத் தளபதிதான் கில்மன்.

இலங்கை இராணுவக் கட்டமைப்பில் பட்டாலியன்களும், பட்டாலியன்களை இணைத்து பிரிகேட்களும், அவற்றை இணைத்து டிவிசன்களும் இருந்தன. ஒவ்வொரு அலகுக்கான ஆள்தொகை கணக்கும் அதிகம்.

அதிர்ந்த செல் தாக்குதல் ஓய்ந்துவிட்டது.

"என்னடா தம்பி, முடிஞ்சுதோடா? அதென்ன கணக்கு நாலு செல்?" றோமியோ கேட்டார்.

"இந்தப் பகுதிக்கு ஆமி ஒருங்கிணைச்சு வச்சிருக்கிற ஆட்லறி 'பற்றிக்'கில நாலுதான் நிக்குதுபோல. நாலடி அடிப்பான். மோட்டார் செல் என்றால் ஆறு வரும்." அந்தப் பிளாட்டூன் லீடர் சொன்னான். இவன் பெயர் கதிர்.

இது கொம்பனி தலைமையகம் என்றதால் இந்தப் பகுதியின் சண்டைகளுக்கான கட்டளை வழங்கும் மையம் இது. இந்தப் பகுதியில் ஏதாவது என்றால் எதிரியின் தொல்லைத் தாக்குதல் இந்தக் கொம்பனி தலைமையகம் மீது கண்டிப்பாய் இருக்கும்.

வரைபடத்தைப் பார்த்துக்கொண்டிருந்த றோமியோ சொன்னார். "எங்கட நிலைகளின் படி D38க்கு முன்னால் பொடி இருக்கு. ஆமியின்ரயில A31..." சொன்னபடி யோசித்தார்.

"விமல், நீ ஆட்களை ஒழுங்கு செய்" கில்மன் சொன்னார்.

'யோசிக்காதைங்கோ அண்ணை. விமலண்ணையும் இப்பதான் வந்தவர். நான் ஒழுங்கு செய்து பொடியைக் கொண்டுவாறன். நானே போறன்." பிளாட்டூன் லீடர் கதிர் சொல்ல கில்மன் எதுவும் பேசவில்லை. இவன்தான் பொருத்தமானவன் என்று தெரிந்தது.

"சரி... அந்தப் பகுதி செக்சன் லீடர் யாராள்?"

"சத்தியன்."

"அவனும் நீயும் இதைச் செய்யுங்கோ. இப்பிடி வா" கில்மன் கட்டளையிட்டார். வரைபடத்தின் அருகே வருமாறு அழைத்தார். பங்கருக்குள் புழுக்கம் அதிகமாக இருந்தது. அவர்

விளக்கத் தொடங்கினார். பங்கர் துவாரத்தினுடாக வரும் ஒளி போதாமல் இருப்பதால் விமல் வரைபடத்தில் ‘ரோச்’ அடிச்சு வெளிச்சமாக்கினான். லேசர் ரோச்சால் இடத்தைச் சுட்டிக்காட்டி வரைபடத்தில் விளக்கினார் கில்மன். அந்தச் சிவப்பு வர்ண லேசர் கதிர் கம்பீரமாய் வரைபடத்தில் ஓடித் திட்டத்தை விளக்கியது.

“செக்சனில இருக்கிற இரண்டு போராளிகளை முதலில ‘பொடி’யிருக்கிற இடத்துக்கு அனுப்பவேணும். சும்மா போகேலாது. அதுக்கு எங்கட D38இல் இருந்து இவங்கள் ஓடிப்போறதுக்கு 15 செக்கன் ஆகக்கூடியது போதும். கொம்பனியில இருக்கிற இரண்டு ‘ஹெவி வெப்பன்சை’ D36 லயும் D40லயும் நிலைப்படுத்து. ஒன்று ஆமியின்ர மூன்று பொயின்ர கவர் பண்ணி பதினைந்து செக்கன் செறிவாகத் தாக்கவேணும். ஆமின்ர A31, 33 லை ஒரு ஹெவி வெப்பனும் மற்றது A30, 29, 28ஐயும் கவர் பண்ணட்டும். இந்தத் தாக்குதல் சூட்டாதரவு கிடைக்கிற நேரம் அந்த இரண்டு பேரும் ஓடிப்போய் ‘பொடி’க்குப் பக்கத்தில நிலையெடுத்து முன்னால உள்ள பொயின்ர குறிபார்த்துச் சுடக்கூடிய தூரத்தில படுப்பினம். அடுத்த பதினைந்து செக்கனில நீயும் செக்சன் லீடர் சத்தியனும் ஓடிப்போய்ப் பொடிக்குப் பக்கத்தில நிலையெடுத்து முன்னால உள்ள பொயின்ற் இரண்டையும் குறிபார்த்துச் சுட்டுக்கொண்டு இருக்கவேணும். அவங்கள் இரண்டுபேரும் உங்கட கவர் ‘ஃபயறிங்’கில எழும்பி பொடியை தூக்கிக்கொண்டு ஓடி வருவாங்கள். அதுக்கு இருபது செக்கன் ஆகும். இந்த நேரத்தில ஆமின்ர A31 க்கு ஆர்.பீ.ஜீயால ஒரு ஷெல் அடிப்பம். A30, 32க்கு 60mm மோட்டாரால மூன்று மூன்று செல் போடுவம். ‘கெவி வெப்பனாலயும்’ சூட்டாதரவு கிடைக்கும். ஆமி நிமிர்ந்து குறிபார்த்துச் சுடக்கூடிய சூழல் அங்க இருக்காது. நீங்கள் திரும்ப ஓடிவரவேணும். இதுக்கு ஆகக்கூடினது 15 செக்கன் ஆகும். மொத்தம் 65 செக்கன். இது ஆகக்கூடிய கணக்கு 55 செக்கன் போதும் வேகமாக இயங்கினால்... விளங்கிற்றா... சரியா 2.30க்குத் தொடங்க வேணும்.”

மிகத் தெளிவாகக் கதிருக்கு விளக்கினார் கில்மன். கேட்டுக் கொண்டிருந்த றோமியோவுக்குத் திருப்தியாய் இருந்தது.

“இந்த நடவடிக்கைக்கு நீதான் பொறுப்பு” கில்மன் பிளாட்டூன் லீடர் கதிருக்குக் கூறினார்.

“விமல் உங்களுக்கு நடவடிக்கையை ஒருங்கிணைச்சு கட்டளை வழங்குவான். விளங்கிச்சா? ஏதாவது குழப்பம் இருக்கா?”

‘சரியண்ணை, ஆனால்... இவ்வளவு பேரையும் பகல் பின்னுக்கு எடுத்து ஒரு ஒத்திகைப் பயிற்சி குடுத்தால் நல்லது” பிளாட்டூன் லீடர் கதிர் சொன்னான். முறியடிப்புத் தாக்குதலுக்கான பிளட்டூன் லீடர் என்பதால் பயிற்சியில் அதிக அக்கறை எப்போதும் இவனிடம் இருக்கும்.

“சரியாய்ச் சொன்னாய். ஒத்திகை பார்த்திட்டால் நடவடிக்கை பழகிடும். பிறகங்க பயத்துக்கோ பதட்டத்துக்கோ இடமில்லை” றோமியோ தன் கையை உயர்த்தி ‘மிகச் சரியான சொல்லு’ என்பதுபோலச் சொன்னார் கதிரிடம். அதில் உற்சாகம் அடைந்தான் கதிர். ஒரு பெரும் யுத்தத் தளபதியிடம் இருந்து நேரில் பெற்ற அரிதான பாராட்டு அது. றோமியோ பாராட்டினால் சும்மாவா!

தான் பெற்றுக்கொண்ட பெருமிதத்தை மறைக்க முடியாதவனாய்த் தன் தோளை அசைத்தான் கதிர்.

“அண்ணை, நான் அந்த செக்சன் லீடரின்ர பங்கரில நிண்டு சூட்டாதரவைக் கவனிச்சுக் கொள்ளுறன்” மணி சொன்னான்.

“இல்லை தேவையில்லை. விமல் அந்த இடத்துக்குப் போவான்” கில்மன் சொன்னார்.

‘சரி. கோபி நின்று கொள்ளட்டும் அங்க” றோமியோ சொன்னார். கில்மன் மறுக்கவில்லை.

தளபதி கில்மனுக்குத் தெரியும், இந்தச் சிறு நடவடிக்கைக்கு ஒரு பிளாட்டூன் லீடரை ஈடுபடுத்த வேண்டிய அவசியம் இல்லை என்பது. ஆகக்கூடினது ஒரு செக்சன் லீடர் போதும். ஆனால் இந்த விடயத்தில் தாங்கள் அத்தனை அக்கறையாக இருக்கிறோம் என்பதை றோமியோவுக்குக் காட்ட விரும்பினார். றோமியோவும் வேவுப் போராளிகளுக்கு அவர்களின் விடயத்தில் விசேட கவனம் தாங்கள் எடுப்பதைக் காட்டியாக வேண்டும் என்பதை கில்மன் அறிவார். தவிரவும் இந்தப் பகுதி கிளிநொச்சியின் முன்பகுதி போலப் பதட்டமானது அல்ல. எனவே இப்பகுதியில் சண்டையில் பழக்கமில்லாத

புதிய போராளிகளைத்தான் கில்மன் ஈடுபடுத்தியிருந்தார். இந்தச் சந்தர்ப்பத்தில் தங்களுக்குத் தலைமை தாங்கும் அணித்தலைவர்கள் துணிச்சலும் அர்ப்பணிப்பும் திறமையும் கொண்டவர்கள், தங்களுக்கு முன் செல்லக் கூடியவர்கள் என்பதைக் காட்சிப்படுத்தி இப்பகுதிப் போராளிகளுக்கு நிரூபித்துவிடமுடியும். இது ஓர் அரிதான சந்தர்ப்பம். அவர்களின் நம்பிக்கையை, மனோதிடத்தை இந்தச் சிறு நடவடிக்கை மூலம் ஒரே கணத்தில் இது கட்டி எழுப்பிவிடும். அதற்காகத்தான் பிளாட்டூன், செக்சன் லீடர்களையும் இறக்குகிறார். கொம்பனி கொமாண்டரை முன்னிலைக்கு அனுப்புகிறார். இவரைப் போலச் சாமர்த்தியசாலிகளால்தான் பெரும்போரைச் சிறு படைகொண்டு எதிர்கொள்ள முடிகிறது. ஒரு கல்லில் பல மாங்காய்கள்.

“அண்ணை, கொஞ்ச நேரத்தில திரும்பி ஷெல் அடிப்பான். நீங்கள் இந்த இடைவெளிக்குள்ள போறது நல்லது. சாப்பாட்டு நேரம் வந்தால் றோட்டால சாப்பாட்டு வாகனம் வர ஷெல்லடிப்பான். வெளிக்கிடுங்கோ இப்ப” பிளாட்டூன் லீடர் கதிர் சொன்னான்.

“சரிதான்... வெளிக்கிடுவம்” கில்மன் சொல்ல...

“மணி நீ என்ர மோட்டார் சைக்கிளில வேங்கைய கூப்பிட்டு ஏத்திக்கொண்டு போ. அவன் இங்க நிக்க வேண்டாம். நான் கில்மனோட போறன். உன்ர சைக்கிளைப் பிறகு கோபி கொண்டு வருவான்” றோமியோ சொன்னார்.

வேங்கை முன்னணி நிலையிலிருந்து வந்து அடுத்த அகழியில் இருந்தான். அவன் மனதில் பதட்டம் இருந்ததை றோமியோ உணர்ந்தார். சண்டையின் கணத்தில் பொங்கும் வீரம், சண்டையின் முன்னோ பின்னோ இருப்பதில்லை. இழப்பு, மரணம் மனத்தில் தாக்குவது அந்தச் சூழலைவிட்டு விலகிய பின்தான். அபாயம் சூழ்ந்து ஒரு வீரனைத் தன்னுள் இழுக்கும்போது அதை நீந்திக் கடப்பது ஒன்றுதான் மனதின் வேட்கையாக இருக்கும். வேங்கை இப்போதான் நிகழ்ந்த மரணத்தின் விளைவாய்ப் பதட்டத்தை உணர்ந்தான். அந்த மரண நெருக்கடியான நிமிடங்களில் ஒரு போராளியிடம் செயல் தீவிரம் பொங்கும். ஆனால் அதே நிலை பின் அமைதி நேரத்தில் பதட்டத்தின் மனத்தீவிரமாக மாறலாம்.

அபாயத்தின் தீச்சுழியை, அதை நீந்திக் கடந்த பின்தான் மனம் அசை போடுகிறது.

கில்மனின் 'ஜீப்' இல் ஏறி றோமியோவும் போனார். மணி வேங்கையை ஏற்றிக்கொண்டு தனது தளம் திரும்பினான். 'ஜீப்'; கட்டளை நிலையத்திற்குப் போனபோது கதவைத் திறக்கவும் கந்தக வெடியின் மருந்து வாசம் நாசியில் அறைந்தது. இராணுவத்தின் ஷெல் ஒன்று அப்போதுதான் சரியாக வாசலில் விழுந்து வெடித்திருந்தது. கொஞ்சம் முன்னர் வந்திருந்தாலும் இவர்கள் ஜிப் நிறுத்தும் வழமையான இடத்தில் விழுந்திருப்பதால் உயிர்கள் போயிருக்கும். விலைமதிப்பற்ற உயிர்கள்.

தமிழர் தரப்பின் யுத்த நாயகர்கள் இவர்கள். இவர்களின் இருப்பே மறுதரப்புக்கு ஒரு அச்சுறுத்தல்தான். சாதாரண சனங்கள் இவர்களைக் கண்டாலே உற்சாகம் கொள்வர். ஒரு மனத் தீவிரம் பொங்கி வரும். கண்கள் அறியாத ஒளி இவர்களைச் சூழ்ந்திருப்பதுபோலப் பிரமை இருக்கும். உள்ளே இருந்து கில்மனின் உதவியாளன் ஓடிவந்தான்.

"அண்ணை, உள்ள ஓடியாங்கோ. இந்தப் பக்கம்தான் அடிக்கிறான்." அவர்கள் நடந்தே கட்டளை பங்கருக்குள் போனார்கள். மேலும் இரண்டு ஆட்லறி ஷெல் அருகே எங்கோ வீழ்ந்து நிலம் அதிர்ந்து வெடித்தது. போராளிகளின் முன்னிலையில் ஆபத்தை ஒரு பொருட்டற்றதாக ஆக்கினாலே தவிர ஒரு யுத்தத் தளபதி போர் வீரர்களின் நம்பிக்கையைப் பெற்ற யுத்தகள நாயகன் ஆகமுடியாது.

கில்மன் கட்டளை நிலையத்திற்கு வந்து விமலுக்கு அறிவித்தார். "அந்த நடவடிக்கையில் ஈடுபடும் நால்வரில் யாராவது ஒருவேளை காயப்படக்கூடும். அப்படி நடந்தால் அவர்களை மீட்கவும் ஆயத்தமாக உன் ஆட்களில் இருவரைத் தயார் செய்" என்று. கில்மன் நடவடிக்கையில் ஈடுபடும் போராளிகளின் மனதில் எதிர்மறை உணர்வை விதைக்க அந்தக் கணத்தில் விரும்பவில்லை. அதனால்தான் அது பற்றிக் கதைக்கவில்லை என்பதை றோமியோ அங்கு நின்றிருந்தபோது தனக்கு எழுந்த சந்தேகத்திற்கு விடையாகக் கொண்டிருந்தார். அது சரிதான் என்பது அந்தக் கணத்தில் நிச்சயமானது. குரு அறியாத சீடனா?

13

மணியும் வேங்கையும் தங்களிடத்திற்குப் போனபோது அந்தச் சிறிய வீடு சோகத்தில் மண்டிக் கிடந்தது. சுற்றியிருக்கும் வெளிகளால் சுழன்றடிக்கும் காற்று வீசவில்லை. அனல் வெக்கையால் புழுக்கம் தாங்க இயலவில்லை. அந்தச் சிறு வீட்டின் முற்றத்தில் சிறு மரங்களின் துயர் நிழல் விழுந்து பரவிக்கிடக்கிறது. கருமை வர்ண நிழலில் இலைச்சருகுகள் வர்ணம் இழந்து தெரிகின்றன. மணியை அழைத்து அவன் போனபின்பே றாகுலன் வடபோர்முனைக் கட்டளை மையத்துடன் தொடர்புகொண்டு தளபதி கில்மனின் உதவியாளிடம் விபரத்தை அறிந்துவிட்டான். யாரும் யாருடனும் பேசவில்லை.

முற்றத்தில் கூட்டாமல் விட்ட மரச்சருகுகள் காற்றின் சிறு அசைவுக்கும் உருண்டு புரண்டு இருப்பற்று அலைகின்றன.

"இதயன் இனி வரமாட்டான்" என்றான் மணி திண்ணையில் சாய்ந்தபடி.

"......."

எதுவும் கதைக்க எவருக்கும் விருப்பமில்லை.

கரும்பாறையைத் தவறி விழுங்கிவிட்டதுபோல வேங்கை தன் நெஞ்சடைப்பை உணர்ந்தான். வேங்கை உள்ளே போய் படுத்துக்கொண்டான்.

'போர் என்பது நிச்சயம் என்றாகிப்போன இந்த மண்ணில் வாழ்வென்பது அநிச்சயமானதுதான். போரில் உழலும் வீரர்களுக்கோ அனுதினமும் அல்லது அணுக்கணமும் வாழ்வு அநிச்சயமானதுதான். ஆனால் போர்வீரர்களும் சாதாரண மனிதர்கள்தான். மனிதமனம் எப்போதும் நித்தியத்துவத்தையே அவாவுகிறது. சர்வ நித்தியத்துவத்தை! துப்பாக்கி தூக்கினால் மட்டும் இந்த மனதின் நியதியை விட்டு விலக முடியுமா, விடுதலை கொள்ள முடியுமா? இதைக் கடக்க முடியாது போனால் பின்னென்ன போர்வீரனவன்! போர்வீரன் நியதிகளைக் கடந்தவனா?' மணியின் மனதில் விசாரம்.

கூரையின் கீழ் தொங்கவிட்ட துவக்கொன்று ஊசலாடிக் கொண்டிருந்தது. காற்றின் இரைச்சல் கூட இல்லாமல் நிலைக்கும் பிரபஞ்ச அமைதி அந்தச் சிறுதளத்தின் மூலை முடுக்கெல்லாம் படிந்து உறைந்தது.

மறு திண்ணையில் கவி நெற்றியையும் இமைகளையும் சேர்த்துச் சுருக்கிப் பிடித்தவாறு வெளியே விரியும் தரிசு நிலத்தை வெறித்துப் பார்த்துக்கொண்டிருந்தான். வெளியே கொளுத்தும் அனல் வெக்கையினாலா? உள்ளே கனலும் சிந்தையினாலா?

மணி சுதாகரித்துக்கொண்டு எழுந்தான். உள்ளே போனான். "வேங்கை எழும்பு. வா குளியடா. முதலில குளி... குளிச்சிட்டுப் படு" மணி சத்தம் போட்டு எழுப்பினான். மணி எப்போதும் கலகலப்பானவன். அவன் பேசாதிருந்தால் சூழலே ஊமையாகிவிடும்.

"வாடா... எழும்பு! நானும் குளிக்கப்போறன்" மணி வேங்கையைக் கட்டாயப்படுத்தி எழுப்பிக் கூட்டிவந்தான். விட்டால் இவன் குளிக்கமாட்டான் என்று தெரிந்து விருப்பமில்லாமலே தானும் குளிக்கப்போனான்.

தலையில் குளிக்கும்போதுதான் மனதின் பாரம் கழுவி விடப்படுகிறது. மனச் சூழலை உடனடிக்கு மாற்ற வேண்டுமென்றால் தலையில் குளிப்பதுதான் சிறந்த வழி. அதனால்தான் மணி வேங்கையைக் கட்டாயப்படுத்தி அழைத்துப் போனான்.

"கவி, எழும்பி தேத்தண்ணி வை உடன" மணி கட்டளையிட்டான். தொனியில் இருப்பது வேண்டுகோளல்ல, கட்டளை!

"வீரன், சாப்பாடு வந்திருக்கும். வாளியைக் கழுவி எடுத்துக் கொண்டு றோட்டுக்குப் போ! சாப்பாட்டை எடுத்திட்டு வா" இதுவும் கட்டளை.

"ராகுலன், நீங்க மெடிசின்காரரற்ற இடத்துக்குப் போய் 'பரசிற்றமோல்' குளிசையும் புண்ணுக்கு ஒட்டுற 'பிளாஸ்ரரும்' 'கோர்ஸ்'சும் அதோட 'டேற்றோ'லும் வாங்கிற்று வாங்கோ! வேங்கைக்குக் கம்பி கீறின காயங்கள் இருக்கு" மணி எல்லாருக்கும் கட்டளையிட்டான். இவற்றின் நோக்கம்

தேவைகள் மட்டுமல்ல. தேங்கிய உளநிலையை உடைப்பதாயின் மனிதர்களை எழும்பி நடமாட வைக்கவேண்டும் என்பதை அவன் அறிவான். மனதில் வேறொரு செயலுக்குத் திருப்பவும் வேண்டும்.

14

நள்ளிரவு கடந்து ஒன்று முப்பது மணிக்கு கில்மன் றோமியோவையும் அழைத்துக்கொண்டு c 1 பகுதி கொம்பனி தலைமையகத்திற்கு வந்துவிட்டார். அங்கு நின்ற விமல் அவர்களை அருகில் வேறொரு இடத்தில் நிற்குமாறு சொன்னான். பகல்பொழுதே புதிதாய் அமைக்கப்பட்ட 'மெடிசின்' பங்கர் ஒன்றைப் பூர்த்தி செய்வித்திருந்தான். அவனுக்குத் தெரியும் இவர்கள் இங்கு வரக்கூடும். நடவடிக்கையின்போது எதிரியின் தாக்குதல் கண்டிப்பாய் இந்தக் கொம்பனி தலைமை நிலை மீது இருக்கும். அதனால் இதுவரை பாவித்திருக்காத இடமாயின் அதை எதிரி அறியமாட்டான் என ஊகித்து, புதிதாய் ஒரு இடத்தைத் தெரிவு செய்துகொண்டான். இந்த இடத்தில் இருந்து அது ஐந்நூறு மீற்றர் பக்கவாட்டாக இருந்தது.

கில்மன் இரண்டு ஷெல்களை இந்த நடவடிக்கைக்குப் பாவிக்க கிட்டு மோட்டார் பீரங்கிப் படையணியிடம் வேண்டிக்கொண்டார். அவர்களும் சம்மதித்திருந்தார்கள். தாக்குதலைத் தொடங்கும் போது 'பொடி'க்கு நேர் எதிரே உள்ள எதிரிநிலை மீது ஷெல்லால் தாக்கி நிலைகுலைய வைத்துவிட்டுப் பொடியைக் கொண்டுவரலாம் என்றார்.

விமல் சொன்னான், "தொடங்கும்போது தாக்காமல் பொடி எடுத்தபின் கதிரும் செக்சன் லீடரும் திரும்பி வருவதற்காக அதைப் பாவித்தால் நல்லது. ஏனென்றால் முதலே 'ஷெல்'லை அடித்தால் ஆமி பெரிய தாக்குதல் என எண்ணி அந்த இடத்திற்குத் திருப்பி 'ஷெல்'லடிக்கக் கூடும். அப்படி நடந்தால் இவங்கள் திரும்பி வருவது கடினமாகியிருக்கும். மற்றது, தொடங்கும்போது ஆமி திகைப்பில் இருப்பான், சில நொடிகள் ஆகும் திகைப்பில் இருந்து மீண்டுவர. அந்த நேரம் ஷெல் பாவித்தால் நல்லது."

அதை மறுத்த கில்மன், "இல்லை விமல், நாங்கள் 55 செக்கனில வேலைய முடிக்கப்போறம். ஆமி தன்ர ஆட்லறி 'பற்றிக்'குக்கு அறிவிச்சு ஷெல் வர குறைஞ்சது மூன்று தொடக்கம் நாலு

நிமிடம் ஆகும். குடுக்கிற திகைப்ப முதலே ஒழுங்காகக் குடுத்தால் 55 செக்கன் தாக்குப்பிடிக்கும்."

அது சரிதான் என்பதை விமல் உணர்ந்துகொண்டான். நேரம் நெருங்கியது. சின்னஞ்சிறு நடவடிக்கைதான். ஆனால் துல்லியம் இல்லாவிட்டால் வீணான உயிரிழப்பு இன்னும் வரலாம். பொடி எடுப்பதற்கு மேலும் உயிர்களை இழந்தால் பின்னர் சமராய்வுப் பிரிவின் விசாரணையில் பதில் சொல்ல முடியாது.

நேரம் சரிய நிலம் அதிர்ந்தது. நிச்சயித்தபடியே இதயனின் உடல் எடுக்க சிறு மோதல் நடந்தது. கிட்டு பீரங்கிப் படையணியின் அந்தப் பகுதி 'பற்றிக்' கொமாண்டர் செந்நிலாவால் ஏவப்பட்ட மோட்டார் மிகத் துல்லியமாக எதிரி அரணில் வீழ்ந்தது. மற்றது சற்று அருகில். அவ்வளவுதான் சில விநாடியில் காற்றலையே அதிர்ந்தது.

போரின் மொழியாய் ஆயுதங்களின் முழக்கம். காற்று அதிர்கிறது. கில்மன் மௌனமாக இருந்தார் சில விநாடிகள்.

செய்தி வந்தது 'கொண்டுவந்துவிட்டோம். யாருக்கும் சேதம் எதுவுமில்லை.'

றோமியோ ஆசுவாசமாக மூச்சை இழுத்துவிட்டார். ஓர் உடலை எடுக்கப்போய் இன்னும் உயிர்களை இழந்துவிடக்கூடாது என்பது சிறு மன அலைச்சலைத் தந்திருந்தது.

துப்பாக்கிச் சத்தங்கள் ஓய்ந்துவிட்டன. ஆனால் ஆமியின் 'ஷெல்'கள் அந்தப் பகுதியெங்கும் வீழ்ந்து வெடித்தன. ஒரே முழக்கம். பூமி அதிர்ந்தது. புலிகளின் தாக்குதல் ஒற்றை நிமிடத்தில் நின்றுவிட்டது. காரியம் முடிந்தது.

"ஆமி இப்பதான் சண்டையத் தொடக்குகிறான்போல" கில்மன் நையாண்டியாய் முகத்தைச் சுழித்துச் சிரித்துக்கொண்டே சொன்னார்.

"நாங்கள் ஒரு ஷெல் பாவிக்க எவ்வளவு யோசிக்கிறம். எங்கட பீரங்கிப் படையணி தரவே மாட்டுதாம். ஆமி அநியாயத்திற்குச் சரவெடி கொளுத்துறான்" றோமியோ சொல்லியபடி சிரித்தார். "யுத்தத்தில சத்தவெடி போடுறது முக்கியமில்ல. சத்தவெடிக்குக் கலங்காமல் இருக்கிறதுதான் முக்கியம்." மறுபடி சொன்னார் தன் எதிரியை எள்ளி.

இதயனின் இறப்பு தந்த துக்கம் போய் இப்போ இழப்பில்லாமல் உடலைக் கொண்டுவந்துவிட்ட வெற்றிதான் அங்கே மனதில் நின்றது.

வெளியே போர் நிலத்தின் வானத்தில் சிறு முகிலை மூடிமறைத்த பெருமுகில்கள் அள்ளிப் போகின்றன. இருளைக் கலைத்து நிலவு காய்கிறது.

இரண்டாம் நாள் இதயனின் வீரச்சாவு நிகழ்ந்தது. வீடு உடையார்கட்டில். வீரச்சாவுக்குப் போவதற்கு வேவுக் குழு கேட்டதற்கிணங்கி சேரா சம்மதித்தார். 'உடல் விசுவமடு துயிலும் இல்லத்தில் அடக்கம் செய்யப்படுவதால் துயிலும் இல்லத்திற்கு மட்டும் போய்வாருங்கள். வீட்டிற்கு வேறொரு நாள் போகலாம்' என்ற செய்தியையும் சேர்த்தே தெரிவித்தார். வீட்டில் உறவினர்களின் அழுகையும் வீட்டின் துயரநிலையும் சிலவேளை வறுமையும் கூட இவர்களின் மனதைப் பாதித்துவிடும் என அஞ்சினார். அதுதான் இந்த முடிவு. இவர்கள் ஒருவேளை மனம் குழம்பி யாராவது விலகிக்கொண்டால் அதன் பாதிப்பு அவருக்குத்தானே. மனக்கணக்கு எல்லா மனிதர்களிடமும் இருக்கத்தான் செய்கிறது. அவரவர் நிலையில் அவரவர்க்கென ஆகும் மனக்கணக்கு. ஆனால் தங்களைத் துயிலும் இல்லம் போகச் சம்மதித்ததே பெரிய விடயம் எனக் கொண்டனர் இவர்கள். போர்முனையில் இருப்பவர்களைப் பொதுவாக இப்படிப் போக அனுமதிப்பதில்லை. அது எப்போதும் சாத்தியமும் இல்லை.

மறுநாள் மாவீரர் பணிமனையுடன் தொடர்புகொண்டு சரியான நேரம் அறிந்து 'துயிலும் இல்லம்' எனப்படும் போராளிகளுக்கான மயானம் போனது அந்த வேவுக்குழு.

சூழ உள்ள காடு வளர்கிறதோ இல்லையோ கல்லறைகள் மட்டும் படர்ந்து பரவி வளர்கின்றன. வெப்ப வலயக் காடுகளை விடவும் போர் வலயக் கல்லறைகள் வளர்வது இயற்கையின் நியதிதானே.

துயிலும் இல்லத்தில் இவர்கள் காத்திருக்க 'உடல்' அலங்கரிக்கப்பட்ட வாகனத்தில் கொண்டுவரப்பட்டது. பின்னால் ஒரு 'பஸ்'ஸில் பெற்றாரும் உறவினரும் அழைத்து வரப்படுகின்றனர். துயிலும் இல்லத்தைக் கண்டதும்

உள்ளே அழுகை ஒலி. குரல்கள் மோதி இரைகின்றது சூழல். துயிலுமில்லத்தில் ஒலிக்கவிடப்பட்ட பாடல் ஒலிபெருக்கியில் நிறுத்தப்படுகின்றது. அது மயானம் மௌனத்தில் துயருற்று மற்றொரு உடலை வரவேற்பதாய் அந்தரங்கக் கதி கொள்கிறது.

அந்தச் செம்மண் வீதியிலிருந்து துயிலும் இல்லத்தினுள்ளே போராளிகள் பெட்டியைச் சுமந்து வந்தனர். மரியாதைக்கு மலர் போடும் பீடத்தில் வைத்துத் திறக்கின்றனர். வந்த சனங்கள் சூழ்ந்து நிற்கின்றன. இதயனின் அம்மாவும் தங்கையும் கதறியழுது பெட்டி மேல் விழுகின்றனர். இரு பெண் போராளிகள் அவர்களைத் தாங்குகின்றனர். இழப்பின் துயரை ஆசுவாசப்படுத்த இவர்களால் முடியுமா? அதில் ஒருத்தி என்ன நினைத்தாளோ அந்தக் கணத்தில் அவளும் கூடவே கண் கலங்குகிறாள்.

பெட்டி வைக்கப்பட்டதற்குப் பக்கவாட்டாகப் போய் இந்த வேவு வீரர்கள் நின்றுகொண்டார்கள். சாய்வாக உயர்த்தி வைக்கப்பட்ட பெட்டியில் சீருடையில் இதயன் படுத்திருக்கிறான்.

வானம் மூட்டமாய் இருக்கின்றது. மயானம் சூழ்ந்த காட்டிலும் ஓர் ஆதி மௌனம் உறைகிறது. மனங்கள் குமைகின்றன.

அந்த உறவினரும் மக்களும் மலர் தூவி வணங்கி அப்பால் செல்கின்றனர். இயல்பு மீறி இதயன் அந்த ஒடுங்கிய பெட்டிக்குள் அடங்கிப் படுத்துக் கிடக்கிறான். இப்போது அவன் பெயர் உடல்.

மூட்டமாய் இருந்த வானம் கருமை கொள்கிறது. மழை மெல்ல துமிக்கிறது. சனங்கள் சட்டை செய்யாமல் மழைத் துமியில் நனைந்தபடி மலர் தூவி விலகுகின்றனர்.

மழையின் தூறலை இப்போதுதான் உணர்ந்த இதயனின் அம்மா தன் முந்தானைத் தலைப்பைப் பிடித்தபடி இதயனின் தலைமாட்டிற்கு ஓடிப்போகிறாள். 'எங்கடா ஓடுகிறாள் திடீரென' என்று எண்ணவும் சேலைத் தலைப்பை விரித்து மகனின் முகத்தில் தூறல் விழாமல் பிடித்தாள். தாய்க்குத் தெரியுமா உடலுக்கும் உயிருக்கும் வித்தியாசம். சனங்கள் இதைக் கண்டு திகைப்படைந்தன.

வெடிக்கக் காத்திருந்த இலவங்காய்போல இதைக் கண்ட மாத்திரத்தில் போராளி என்ற மிடுக்கழிந்து கவி குமுறி வெடித்து அழுதான். அதைப் பார்த்த மாத்திரத்தில் வேங்கை தான் அடக்கிய அத்தனை துயரத்தையும் இதனால் கைவிட்டுக் குமுறினான். இந்த இடத்தில் இப்போ மரண நிகழ்வு வேங்கைக்குத்தான் நிகழ்ந்திருக்கவேண்டும். இவனைக் காப்பாற்ற வந்தல்லவா இதயன் இறந்தான். இதோ இந்தக் கணத்தில் இவனின் சீவிதம் இதயன் உயிர் துறந்து கொடுத்த பிச்சை. பிச்சையா... அல்லது வரம்? அல்லவே அல்ல. அப்படியா அவன் நினைத்தான். தோழமை என்றொரு சொல். அது வெறும் சொல்லல்லவே.

இந்த நினைவின் உத்தரிப்பு, இரு நாள் பட்ட அவஸ்தையின் பெருவெடிப்பாய் ஆனது இப்போது. மயான வெளியில் சூழ்ந்த மற்றவர்களையும் அழத் தூண்டிற்று இவர்களின் கோலம். இந்தப் போராளிகள் அழவும் கூடி நின்ற சனங்களில் இதுவரை அழாதவர்களும் அழுதார்கள். அது விரிந்து சூழ்ந்து இந்தப் போராளிகள் மீதான அன்பாகி அகமனங்களைக் கசிந்துருக வைத்தது. மரணத்தின் முன் நிற்கும் இளைய மனிதர்கள் இவர்கள்.

இங்கே நிற்கும் இவர்கள் அழுவதைக் கண்டதும் இதயனின் அப்பாவும் தங்கையும் இவர்கள் இதயனுடன் கூட நின்ற போராளிகளாய் இருக்கவேண்டுமென உணர்ந்து கொண்டனர். கூட்டமும் அதை ஊகித்துவிட்டது. இல்லாவிட்டால் போராளிகள் இப்படி அழ வாய்ப்பில்லை. அப்பாவும் தங்கச்சியும் ஓடிவந்து இவர்களைக் கட்டிப்பிடித்து அழுதனர். தங்கச்சி சின்னவன் கவியைக் கட்டி அழுதாள். அப்பா, மணிதான் இதன் தலைவன் என்று ஊகித்திருக்கவேண்டும். அவனைக் கட்டி அழுதார். கூட்டமே அழுகிறது. பொல்லாக் காட்சியது. மரணத்திலும் கொடிய பொல்லாக் காட்சியது.

மலர்தூவி முடிந்து போர்ப் பாடலுடன் மேடைக்கு உடல் கொண்டுவரப்பட்டு மையப் பீடத்தில் வைக்கப்பட்டது. அங்கே சத்திய வசனத்தை வாசித்தார் ஒரு போராளி. மிடுக்கான குரலில் சரளமாக வாசித்தார். புதிதாகத் துயிலும் இல்லம் வந்தவர்கள் மனதில் அது ஒரு வீரியத்தைக் கூட்டுவதாய் இருந்தது. முடியவும் மரியாதை வேட்டு தீர்த்தார்கள் போராளிகள். மையப் பீடத்தின் நான்கு மூலையிலும்

மேடையில் நின்று மரியாதை வேட்டுத் தீர்த்தது வேங்கை, மணி, கவி, நாகுலன்தான்.

இதயனின் அம்மா சேலைத்தலைப்பால் தன் பிள்ளையின் முகத்தை மழைத்தூறலில் இருந்து காத்தபோது கவி அடக்க முடியாமல் அழுததற்கு வேறொரு காரணம் இருந்தது. நிலவன் வீரச்சாவடைந்தபோது அங்கு போயிருந்தான் கவி. கவியும் நிலவனும் சாக்கும் சக்கரையும் போல வலு ஒட்டுறவானவர்கள். நிலவனின் இழப்பு கவியை ஆட்டுவித்தது. இப்படியிருக்க, துயிலும் இல்லத்தில் நிலவனின் அப்பா கொளுத்தும் வெயில் காலைச் சுட திடீரெனத் தன்னுணர்வு பெற்று நிலவனின் முகத்தில் வெயில் பிடிக்காமல் தன் இரு கைகளையும் அணைத்து நிழல் கொடுத்த காட்சி இன்று மனதில் ஓடி வந்திருக்கும் கவிக்கு. அந்த அழுகையின் வெடிப்பு இதயனுக்கானது மட்டுமல்ல, அது நிலவனின் நினைவைக் கிளறியும் வந்ததுதான்.

குழியில் மண்தூவும்போது துயிலும் இல்லத்தின் ஒலிபெருக்கியில் ‘எங்கள் தோழர்களின் புதைகுழியில் மண்போட்டுச் செல்கின்றோம்’ பாடல் இசைத்துக் கொண்டிருந்தது. வானத்தில் கருமுகில் கூட்டம் கலையவில்லை. காட்டில் சூழ்ந்த மௌனமும் கலையவில்லை.

விடுதலைப் புலிகளின் இராணுவ மரியாதையுடன் உடல் அடக்கம் செய்யப்பட்டது. அதுவும் ஒரு சடங்குதான். இராணுவச் சடங்கு. இதற்கும் ஒரு சம்பிரதாயம் இருக்கத்தான் செய்கிறது. சடங்குகளையும் சம்பிரதாயங்களையும் நிறைவேற்றும்போது ஒரு முழுமை அந்நிகழ்வுக்கு உருவாகிவிடுகிறது. துயர நிகழ்வின் சடங்கும் சம்பிரதாயமும் துக்கத்தின் உடனடி வடிகாலாகி விடுகின்றன. அந்தத் துக்கத்தை மனம் ஏற்றுக்கொள்ளும் நூதன அமைப்பை இது கொண்டிருக்கிறது போலும். உருவாகும் முழுமை எஞ்சிய மனிதர்களுக்கு ஒருவகையில் துக்கத்திற்கான பரிகாரம்தான், சடங்கும் சம்பிரதாயமும் நூதன இழை கொண்ட மனிதனின் அனுபவக் கண்டுபிடிப்புகள். அதனால்தானோ என்னவோ மதமற்ற அமைப்பிலும் ஏதோ சடங்கும் சம்பிரதாயமும் உருவாகிவிடுகிறது எங்கும். அல்லது இவையெல்லாம் வேண்டியிருக்கிறது.

சனங்கள் இந்த வேவுப் போராளிகளின் மீதுதான் கவனம் கொண்டார்கள். இதயனின் குடும்பத்தின் அன்பு அவர்கள் அங்கிருந்து பிரியும்போது இவர்களிடத்தில் வெளிப்பட்டது. சனங்களிடம் இந்த வேவுக் குழு மீது அன்பு சுரந்து வந்தது. ஏதோ ஒரு பிரிவுத் துயர் அவர்களுக்கு.

தாய் இவர்களின் முகத்தைத் தடவித்தடவி அழுதாள். அந்தத் தாயின் வியாகுலத் தோற்றம் ஒரு உயிருள்ள சித்திரமாய்ப் படிந்தது வேங்கையின் மனதில்.

15

அடுத்து வந்த நாள்கள் வேவு அணியின் அச்சிறு வீட்டில் அமைதி நிலவியது. மணி மீண்டும் கலகலப்பை உருவாக்க முயன்றுகொண்டிருந்தான். அதில் மெல்லென வெற்றியும் கண்டு வந்தான். மாங்காயில் கறி வைத்தான். ஆமை பிடித்து வந்து கறியாக்கினான். சேர்ந்து சதுரங்கம் விளையாடினான். நித்தம் ஏதோ ஒன்று.

அங்கே றோமியோ மிகுந்த சலிப்பை நீக்க முயன்று கொண்டிருந்தார். ஏதாவது முற்றும் புதிதான திட்டத்தை உருவாக்கவும் அதில் வெற்றி பெறவும் வேண்டும் அவர். இது அவருக்குக் கடைசிக் கட்டம் போன்றது. உயிர்கள் போனதே தவிர சில மாதங்களாக ஒரு இஞ்சிதானும் திட்டம் நகரவில்லை.

வீரனுக்குச் சில நாளாகவே குதிக்கால் வலிப்பதை உணர முடியாதளவு நினைவுகள் வலி தந்தன. இதயனின் தாய் துயிலும் இல்லத்தில் இவர்களின் முகத்தை மீண்டும் மீண்டும் தடவிப் பிரிய மனமின்றிப் பிரிந்த காட்சி மனதில் ஓடிக்கொண்டே இருந்தது. அந்தத் தாயின் உள்ளங்கையின் ஸ்பரிசம் முகத்தில் ஒட்டிவிட்டதுபோன்ற பிரமை வீரனுக்கு.

அவள் காட்டியது அன்பா, இரக்கமா, பரிதாபமா? ‘ப்ச்...’ சொல்லத் தெரியவில்லை. இனி தன் மகன் மீது காட்டமுடியாத அன்பை இவர்கள் மீது காட்டத் தூண்டியதா அந்தத் தவிப்பு? இல்லை, தன் பிள்ளை போல இவர்களும் தங்கள் பெற்றவரை சகோதரத்தைப் பிரிந்து எப்படியெல்லாம் கஸ்டமும் துன்பமும் கொண்ட வாழ்வை அனுபவிக்க நேர்கிறது என்ற நினைவின் இரக்கமா அது? இல்லையெனில் அநியாயத்திற்கு இவர்களும் ஒருநாள் தங்கள் இளமையில் இறந்துதானே போவார்கள், அது நாளையோ நாளை மறுதினமாகவோ கூட இருக்கலாமென்ற நினைப்பின் பரிதாபமா? எதுதான் அது? அந்த ஸ்பரிசம்...

கவி குமுறி வெடித்து மெய்மறந்து அழுதபோது வடிந்த கண்ணீரை உணராமல் அவன் இடுப்பைக் கட்டி அழுதாளே இதயனின் தங்கச்சி! அண்ணன் என்றால் அத்தனை உயிரோ அவளுக்கு? வீரன் பாடாய்ப் படுத்தும் அந்த நினைவுகளை

உதறித்தள்ளி உருப்படியாக ஏதாவது செய்யலாமென நினைத்தான். ஆனால் முடியவில்லை.

தளபதி சேரா புதிதாக ஒருவனை வேவு அணிக்கு அனுப்பிவைத்தார். அவன் பெயர் தசன். வேவு அணிக்குப் புதியவர்களை இணைத்துப் புது இரத்தம் பாய்ச்சவேண்டும் என அவர் எண்ணினார். ஏற்கெனவே ஒன்றாக நெடுநாள் வாழ்ந்த அந்தச் சிறு அணியில் பலர் வீரச்சாவடைந்துவிட்டதால் அது அணியை மோசமாகப் பாதித்திருக்கும் என்று உணர்ந்தார். அந்த இழப்போடு தொடர்பற்ற புதியவர்களை இணைத்தால் அணியில் துவளும் சோகமோ, நம்பிக்கையீனமோ திசைதிரும்பும் என அவர் எண்ணினார். பெரும் படையணியை நிர்வகிக்கும் அவரிடம் சில காலமாக இந்தச் சிறு வேவுக்குழு பற்றிய கரிசனை அதிகரித்து வந்தது. வேவு என்பது வாளின் கூர்முனை போன்றதல்ல. போர்வாளின் கைப்பிடி போன்றது அது என்பதை அறிவார் அவர்.

படைத்துறைப் பயிற்சிப் பிரிவில் இருந்து வந்து கொம்பாஸ் மற்றும் ஜீ.பி.எஸ் பற்றி வகுப்பு எடுத்தார்கள். படையணித் தளபதி சேரா அடிக்கடி இவர்கள் தளத்திற்கு வந்து போனார். றோமியோ சேராவிடம் சொல்லியனுப்பினார். அதிகாலை இவர்கள் உடற்பயிற்சி கண்டிப்பாகச் செய்ய வேண்டும். மூன்று கிலோ மீற்றராவது ஓடவேண்டும் என்று. அதன் அர்த்தம் சேரா அறிவார். உடற்பயிற்சி துயரம் துய்க்கும் மனதின் தூங்குநிலையை மாற்றித் திசை திருப்பவல்லது என்று.

சேராவின் அறிவுறுத்தலின் படி, உடற்பயிற்சி மற்றும் படைத்துறை வகுப்புகள் அல்லது அணித் தலைவர்களுக்கு நடக்கும் படைத்துறைக் கல்விக்குழுவின் தலைமைத்துவப் பயிற்சி நெறி என மாறி மாறி இவற்றில் தன் போராளிகளை ஈடுபடுத்தினான் மணி. தளத்தில் எஞ்சிய நேரத்தை ஏதாவது சமைத்துச் சாப்பிட அது இலைகுழையோ அல்லது பூச்சி பறவையோ முக்கியத்துவம் கொடுத்து ஈடுபடுத்தினான். சேரா சமையல் பகுதியிலிருந்து கொஞ்சம் மிளகாய்த்தூளும் வெங்காயமும் உப்பு போன்றவையும் கொடுத்தனுப்பினார். இது வழமைக்கு மாறானது. ஆனால் இது அவர்களுக்கு அவசியமென அவர் கருதினார். புதிய சதுரங்கப் பலகையும் வந்தது. நாளின் முழுநேரத்தையும் ஏதோ ஒன்றில் ஈடுபடுத்தி வைத்திருப்பது அவசியம் என்பதைக் கற்றறிவாலும் பட்டறிவாலும் தெரிந்து வைத்திருப்பவர் அவர்.

வந்த மூன்றாம் நாளே தசன் என்ற அந்தப் போராளி தான் வேவு அணியில் நிற்கப்போவதில்லை, தனக்கு விருப்பமில்லை என்று மணிக்குச் சொன்னான். மணி தளபதியுடன் கதைக்குமாறு சொன்னான். தசன் கதைக்கத் துணிவற்றுக் கடிதம் மூலம் எழுதி மணியிடம் கொடுத்தான். தளபதியின் முகத்தை முறித்து முடியாது என்று சொல்ல அவனால் இயலாது. தசன் மீது தளபதி சேராவுக்கு மிகுந்த நம்பிக்கை இருந்தது. அதனால்தான் தன்னை வேவுக்குத் தெரிவு செய்தார் என்றும் அவன் அறிவான். ஆனால் வேவு அணியில் இருக்கக்கூடாது என்பதில் உறுதியாக இருந்தான்.

படையணியிலும் வேவு அணி பற்றி பீதி எழுந்துவிட்டதை இது சேராவுக்கு உணர்த்தியது. கல்விக்குழுவின் தலைமைத்துவப் பயிற்சிநெறியில் மனோதிட வகுப்பில் முன்னேற்றமில்லாத, வெற்றியில்லாத இழப்புகள் வீரர்களின் மனோதிடத்தைப் பாதிக்கும் என்று சொன்னபோது சேரா தனது கேள்வியாக மாற்று அபிப்பிராயத்தைத் தெரிவித்திருந்தார். “நாட்டு இராணுவங்களுக்கு இந்த விதி பொருந்தலாம். ஆனால் போராட்டத்தில் ஈடுபடும் போராளிகளுக்கு இழப்புகள் மேலும் மன ஓர்மத்தை அதிகரிக்கும்” என்றிருந்தார்.

மாஸ்ரரோ “இப்போ நாங்களும் பேணிக்கொள்வது முறைசார் இராணுவக் கட்டமைப்பின் இன்னொரு வடிவமே, தவிரவும் வீரர்கள் எங்கும் வீரர்கள்தான். எனவே இந்த விதியைக் கவனத்தில் கொள்ளத்தான் வேண்டும்” என்றிருந்தார். இப்போ சேராவுக்கு அதன் மெய்யைப் பச்சையாக - இரத்தமும் தசையுமாக உணர முடிந்தது. மனோதிடத்தை வீழ்த்தும் பிற காரணிகளும் சூழலும் கூட நினைவுக்கு வந்து வகுப்பை ஞாபகமூட்டியது.

தசனை மீள எடுத்து, ஆனால் அவனது அணியில் மீண்டும் விடாமல் தனது கட்டளை மையத்தில் வைத்துக்கொண்டார். அவன் வேவுக்கு மறுத்த கதை படையணியில் பரவிவிடக் கூடாது என்பதனாலாக்கும். ஒரு படையணியின் தளபதியாக இருப்பதற்கு வெறும் போர்த் தந்திரமும் வீரமும் மட்டும் போதாது. படைய முகாமைத்துவம், ஆளணிகளைக் கையாளும் கலை, தீர்மானம் எடுக்கும் திறன் என்பனவும் கூடிவரவேண்டும். வகுப்பில் கற்றுக்கொண்டவை பட்டுக்கொள்ளும்போது அவை புதிய ஒளி தருகின்றன.

16

றோமியோ தன் தளத்தில் இரவும் பகலுமாய்ச் சிந்தித்துக் கொண்டே இருந்தார். வேவுக்கு எப்படிப் புதிய பாதையைத் திறப்பது என்று. பதிந்த அந்தக் கொட்டிலில் மேசையில் விரித்த வரைபடத்தைச் சதா பார்த்துக்கொண்டே இருப்பார். ஒரு நாளிரவு திடீரென ஒரு திட்டம் உதித்தது.

தாக்கியழிப்பு சமர் போல முன்னரங்குகளில் போலியான ஒரு சண்டையை நிகழ்த்தி விடுபடும் சில காவலரண்கள் ஊடாகச் சில வேவுக்காரரை உள்ளே அனுப்பி சில நாள்கள் உருமறைப்பில் பதுங்கி இருந்துவிட்டுப் பின்னர் எழுந்து வேவில் ஈடுபட்டால் ஒருவேளை சாத்தியமாகக்கூடும். பல திசையால் சில வேவுக்காரரைத் தனித்தனியே உள்ளே விடும்போது ஒருவராவது வெற்றியுடன் வரக்கூடும். ம்ம்... சரிதான். இதுதான் சிறந்த திட்டம். கடைசி வழியும் இதுதான். வேங்கை தப்பி வந்து சொன்ன தகவலின்படி இது சாத்தியம்தான்.

வேங்கை ஆமித்தளத்தில் தானும் இதயனும் உள்ளே போனதில் இருந்து தப்பி வந்ததுவரை தன் அவதானத்தைத் தளபதி றோமியோவிடம் ஒப்புவித்திருந்தான். அதன்படி அவர்கள் அன்றிரவு வெற்றிகரமாக உள்ளே போய்விட்டார்கள். நுழைந்த பகுதிக் காவலரணில் ஆமி இல்லை. ஆனால் நுழைந்த இடத்தின் பின்னால் இன்னொரு காவலரண் வரிசை இருந்திருக்கிறது. ஆனால் முன்னணி நிலைபோல காவலரண்கள் செறிவாக நெருக்கமாக இல்லை. சுற்றி முள்ளுக்கம்பி றோல்கள் அதிகமாய்ப் போட்டிருக்கிறார்கள்.

அதனால் விடியும் தறுவாய்வரை உள்ளே இவர்கள் இந்த இரண்டுக்கும் இடைப்பட்ட நிலத்தில் வளர்ந்த புற்களும் செடிகளும் உள்ள இடத்தில் படுத்து மறைந்துகொண்டார்கள். அதிகாலை கொஞ்சம் வானம் வெளிச்சம் தந்த தருணத்தில் அவதானித்தபோது அந்த இரண்டாவது வரிசை ஒரு முகாம் அமைப்பாகவே இருக்கும் போலப்பட்டது. இரண்டாவது இந்தக் காவலரண் வரிசை இருக்க வாய்ப்பில்லை. அப்படி என்றால் கொஞ்சம் பக்கவாட்டாக நடந்தால்? ஒருவேளை ஊகித்ததும் சரியென்றால் மேற்கொண்டு தளத்தினுள் நுழைந்து

விடலாம். உள்ளே நுழைந்துவிட்டால் பாதுகாப்புத் தேடிப் பதுங்கிக்கொள்ளவும் முடியும்.

றோமியோ வேங்கை சொன்னவற்றை மேலும் அசை போட்டார். "வானம் வெளிக்கிறதுக்கு முன்னம் இதயனின்ர யோசனைப்படி மெல்ல இடப்புறம் பரந்தன் பக்கத்திசையில் நடந்தம். கொஞ்சதூரம்தான் நகர முடிஞ்சுது. ரோந்துபோன இரண்டு ஆமிக்காரர் நடந்து வந்தாங்கள். ரோந்துதான் அது. நாங்கள் பதுங்கிற்றம், பக்கத்தாலதான் நடந்து போனாங்கள். எங்களைக் காணேல்லை. நாங்கள் பதுங்கினதுக்கு அடுத்த அரணில ஆமி இருக்கிறான். இந்த நேரம் மெல்ல விடியவும் தொடங்கிற்று. மேல நகர முடியேல. அந்த இடத்திலேயே பதுங்கிற்றம்.

"விடிஞ்சதும் நாங்கள் நிலையெடுத்துப் பதுங்கிய இடம் பாதுகாப்பில்லை என்பது புரிஞ்சது. ஆனால் நகர முடியாது. திரும்பவும் எட்டு மணியிருக்கும் அதே மாதிரி வந்தாங்கள் இரண்டு ஆமிக்காரர். காணுவாங்கள் கண்டிப்பாய் என்று சுட வெளிக்கிட்டம். ஆனால் அவங்கள் கதைப்பிராக்கில எங்கள காணேல்லை. திரும்பவும் பின்னுக்கிருந்து மதியம்போல இரண்டு பேர் வந்தாங்கள். அவங்கள் எங்களக் கண்டுட்டு தூரத்திலயே ஏதோ சிங்களத்தில கேக்க நாங்கள் அசைய இல்லை. பின்னால இருந்து வந்தபடியால அவங்கள் எவ்வளவு தூரத்தில நிக்கிறாங்கள் என்றதை அவதானிக்கவும் முடியேல்லை. அவங்கள் ஏதோ கத்தினபடி 'ரைஃபிள் சேவ்ரி கிளிப்'பைத் தட்டுற சத்தம் கேக்க நான் எழும்பிச் சுட்டன். இதயன் குண்டைக் கழட்டி எறிஞ்சான். நாங்கள் முன்னால இருந்த காவலரணைக் கடந்து ஓடிவர முயற்சி செய்தம். அவன் சுட்டுக்கொண்டே இருந்தான். நாங்கள் ஓடிவந்தம். நல்லவேளை மைன்ஸ் ஏதும் வெடிக்கேல. ஆனால் முள்ளுக்கம்பி றோளைக் கடக்க நான் அதில சிக்கி விழுந்திட்டன்."

அவன் சொல்வதை நிறுத்தி மேற்கொண்டு சொல்ல முடியாமல் விக்கித்ததை றோமியோ ஞாபகம்கொண்டார்.

ஆக, தான் எண்ணியதுபோல கொம்பனி மற்றும் பற்றாலியன் தலைமையகங்களைச் சுற்றி காவலரண் உள்ளே இருக்கக்கூடும். இது இரண்டாவது முன்னணி நிலை என எண்ணத் தேவையில்லை. அப்பிடி என்றால் இப்போதைய இந்தத் திட்டம் வெற்றியளிக்குமென்று அன்றிரவு எண்ணினார்.

மறுநாள் காலை தன் தளத்தின் முன்னுள்ள தொலைத்தொடர்புக் கருவிகள் கொண்ட சிறிய வீட்டின் அறையில் தொங்கிய வரைபடத்தைப் பார்த்துக்கொண்டிருந்தபோது தனது திட்டம் அபத்தத் திட்டமென்று அவரை எண்ண வைத்தது.

தனக்கு என்ன நடந்தது? உண்மையில் நான் திறமையிழந்து விட்டேனா? அதனால்தான் போரில் இருந்து ஒதுக்கி வைக்கப்பட்டேனா? புதிய போரின் போக்கை என்னால் விளங்கிக்கொள்ள முடியவில்லையா என்றும் ஒரு கணம் தன் மதியால் தாக்கப்பட்டார். அந்தக் கணத்தில் தன்னைப் பற்றிய சுயகர்வம் மழைக்கு அஞ்சி புற்றில் பதுங்கும் ஒரு கருநாகத்தைப் போலச் சுருண்டு படுத்தது.

தான் திறமையற்றவன் என்பதை மறுகணமே மனம் நம்ப மறுத்தது. தன்னிடம் போரைக் கற்றுக்கொண்ட கில்மன் இன்று புகழ்கொண்ட தளபதி. தன்னால் ஏன் முடியாது? தான் பிறர் வஞ்சகத்தால் தள்ளிவைக்கப்பட்டேன். அல்லது மேலும் வேறு காரணம் இருக்கலாம். இப்போ மீண்டும் நான் தேவைப்படுகிறேன். ஆனால் என்னை நான் நிரூபிக்கவேண்டும்.

அப்போதிருந்த அவருடைய திட்டம் - தாக்கியழிப்பு சமர் ஒன்றைப் போலியாக, ஆனால் உண்மையாக நடத்த வேண்டும். பிடிபடும் பாதைகளூடாகப் பல முனைகளில் பல வேவுக்காரர்களை அனுப்ப வேண்டும். உண்மைச் சமர் போன்ற ஒன்றைச் செய்யும்போது பல உயிரிழப்புகள் வரலாம். பெரும் ஆயுதத் தளபாட, வெடிபொருளைப் பயன்படுத்தவும் வேண்டும். உள்ளே போகும் வேவு வீரர்கள் திரும்பி வருவார்களா என்பது சந்தேகம். தவிரவும் இது ஒரு போலிச் சமர் என்பது வெளியே தெரியாததால் ஒரு சமரைத் தோற்கடித்துவிட்ட உளவுரன்தான் எதிரிக்கு உருவாகும். போராளிகளுக்குத் தோற்றநிலையால் உளவுரன் குறையும். எதிரியின் போர் அரசியல் வலுப்படும். மொத்தத்தில் இது அபத்தத் திட்டம். இதைத் தலைவரிடம் கொண்டுபோயிருந்தால் திட்டு வாங்க நேர்ந்திருக்குமென்றும் பட்டது.

திருவையாற்றில் றோமியோவின் கட்டளை நிலையம் இருந்த அந்தத் தென்னங்காணியில் யுத்தத்தின் வடுப் பட்டுத் தென்னைகள் காய்க்கவில்லை. சூம்பிச் சுருண்ட மலட்டுக் காய்களையே வடுப்பட்ட தென்னைகள் தந்தன. கிளிநொச்சி வயல்கள் விதைக்கப்படாத போர்

நிலமானதால் நீர்ப்பாசனத்திற்கு இரணைமடுக்குளம் திறந்துவிடப்படவில்லை. இதனால் காணியின் முன்னுள்ள திருவை ஆறு வற்றிக் கிடந்தது. காணியின் வெறுமையில் ஒண்டிக் கிடந்த றோமியோவின் தளம் விரக்தியைத் தருவதாய் இருந்தது. ஆறு பாயாததால் சுற்றிப் படர்ந்த பசிய புற்கள் காய்ந்து பழுப்பேறிவிட்டன.

மனம் அமைதியிழக்கும் அரிய தருணங்களில் அவர் ஓரிடம் போவதுண்டு. அது வன்னியின் அடர்ந்த காடொன்றில் இருக்கும் ஒரு சின்னஞ்சிறிய கோவிலும், அங்குள்ள பூசாரிக் குடும்பமும். இந்திய இராணுவக் காலப் பகுதியில் காடுகளில் அலைந்தபோது அந்தக் குடும்பம் பேருதவியாய் இருந்தது. வன்னிச் சனங்களிடம் ஒரு ஐதீகம் உண்டு. அந்தக் கோவிலில் விளக்கு வைத்து கண்ணீர்விட்டு வேண்டினால் துன்பம் விலகுமென்று. அதன் பெயர் மம்மில் காட்டுக்கோவில்.

இவருக்கென்னவோ அந்த ஆதிக்கோவிலும் சுற்றி ஆழக் காடமைந்த அதன் சூழலும் அதைப் பராமரிக்கும் ஒற்றைக் காட்டுக்குடும்பமும், அவர்களின் அன்பும் சூக்குமம் நிறைந்த சக்தி இரகசியம் கொண்டிருப்பதாய்த் தோன்றும். அந்த இடத்திற்குப் போய் அவர்களிடம் வாங்கிச் சாப்பிட்டு வருவதுண்டு. காடுகளில் அலைந்த, இந்திய இராணுவத்துடனான யுத்த காலத்தில் பசியாறிய இடமது.

மறுநாள் தன் சாரதியை மட்டும் கூட்டிக்கொண்டு அங்கு போய் வந்தார்.

இந்திய இராணுவப் போர் தலைமறைவுக் காலத்தில் உணவு தந்து உயிர்காத்து உதவிய குடும்பமல்லவா அது? தம் பிள்ளை வந்ததுபோலப் பூரிப்பு அதற்கு.

17

வேவுப் போராளிகளின் தளத்திற்கு சேரா அடிக்கடி போய்க் கதைத்து வந்தார். பயிற்சிகளும் வகுப்புகளும் நடந்தன. மணி தன் அணியைப் புத்தூக்கம் கொள்ள வைக்க முயன்று கொண்டிருந்தான். கொக்கு, அரிவாள்சொண்டன், கூழக்கிடாய் போன்ற பறவைகளைச் சுட்டுவந்து கறிசமைத்தான்.

மணி முன்பிருந்தே இலைகுழை தேடிப் பச்சடி செய்யப் போவதற்கும், பறவைகள் தேடிப்போவதற்கும் இரகசியமான வேறொரு அந்தரங்கக் காரணமும் இருந்தது. முரசுமோட்டைப் பின்பகுதியில் சனங்கள் இடம்பெயர்ந்து போய்விட்டாலும் தங்கள் வீடுகளை மாதத்தில் இருமுறையோ ஒருமுறையோ வந்து பார்த்து தேங்காய், மாங்காய் இருந்தால் அவற்றை எடுத்துக் கொண்டு போவதுண்டு. விறகுக்காக வருபவரும் உண்டு. இப்படி வரும் சனங்களைக் காண்பதில் மணிக்குப் படுஉற்சாகம். பொதுவாகவே போராளிகளுக்குப் போர்முனையில் நிற்பதால் சனங்களைக் காணும் வாய்ப்பு கிட்டுவது அரிது. அப்படிக் காணும்போது அது இயல்பு மீறிய சந்தோசம் தரும்.

மணி சைக்கிளை எடுத்துக்கொண்டு இப்படிப் போய் சனங்களைச் சந்தித்த இடத்தில் விழுந்து போனான். யாருக்கும் தெரியாது. ம்ம்... உண்மை. பாழாய்ப்போன காதலில் விழுந்து போனான். காதலில் வீழ்ந்தவன் கதை நல்லாவா இருக்கும்? ஆனால் காதல் நல்லாய் இருந்தது மணிக்கு.

மணியைப்போலவே அவளும் சிறு உருவம். மெல்லென நெளிந்து துவளும் முடி. பொது நிறத்தைவிடவும் கொஞ்சம் சிவலை நிறம். சிறியமுகம். எப்போதும் படபடத்துக் கதைக்கும் அவளியல்பு குறும்புத்தனமாய் வெளிப்படும். குரலின் படபடப்பு போல இமைகளும் எப்போதும் படபடக்கும். அந்தச் சிறிய அழகிய உருவம் நடக்கையில் இடையின் அசைவும் அதனால் அசையும் அரைப் பாவடையின் நுனிகளும் நளின நடனம்போல எப்பவும் இருக்கும். எப்போதும் மணியுடன் வம்புக்கு நக்கலும், நையாண்டியும், குத்தலுமாய்ப் பேசும் அவள் கண்களிலிருந்து இவனுக்கேயான

அன்பும் காதலும் சுரந்துகொண்டே இருக்கும். அது ஒரு அட்சய சுனை. வற்றப்போவதில்லை.

அவள் பெயர் அருளினி. அப்பா பெயர் தியாகு. மாதம் இருமுறை வீடுபார்க்க வருவார்கள். வந்த இடத்தில் எதேச்சையாகச் சந்தித்து கதைத்துப் பழகி உறவாகிற்று. இவன் களமுனைப் போராளி என்று தியாகுவிற்கும் அன்பு அதிகம். நட்பாகிப் போனதால் இப்போது எதேச்சையாய் வருவதுபோல வந்து சந்திப்பான். சைக்கிளில் தாயையும் சிலவேளை அருளினி ஏற்றிவருவதுண்டு. குடும்பமே நட்பாயிற்று. தன்னை விரும்புகிறான் என்று அருளினிக்கு வலு தெளிவாக விளங்கியது; அதுபோலவே இவன் தன்னிடம் காதலைச் சொல்லவும் மாட்டான் என்பதும் விளங்கியது. அத்தனை கூச்ச சுபாவம் கொண்டவனாய் இருந்தான் மணி.

எத்தனை நாள் எத்தனைமுறை அவள் தன் அன்பை வேறு வேறு செய்கையால் வெளிப்படுத்தியிருப்பாள். அதற்காக அவள் சொற்களைத் தேர்ந்து உரையாடலில் கோர்த்து இவன் காதுகளுக்கு விட்டிருப்பாள். மக்கனுக்கு இது விளங்கவில்லையா. பெரிய போராளி வீரன் காதலைச் சொல்ல துணிவில்லாமல் நிற்கிறானே' என அவள் பலமுறை மனதில் செல்லமாய்த் திட்டினாள். தன் மீதுள்ள அன்பும் ஆசையும் அவனையும் அறியாமல் வெளிப்படுவதை அவள் ரசிப்பாள். சில நேரம் அவனின் இந்தத் தயக்கமும் அவளுக்குப் பிடித்தது. பலநாள் ஓடிற்று. தவிப்புதான் கூடியதே தவிர அவன் காதலைச் சொல்வதாய்க் காணோம்.அவளுக்கோ காதலைத் துய்க்கும் ஆசை அடங்க மறுத்து பொங்கியது. கடைசியில் அவள்தான் தன் காதலைச் சொன்னாள்.

போராளியின் காதலி! சொல்லிலேயே எத்தனை செருக்கு இருக்கிறது. அன்றிலிருந்து அருளினி ஆளே மாறிப்போனாள். உற்சாகம் உள்ளூறிக் கொண்டேயிருக்கும் ஒரு போதை. போதை தவிப்பாய் எழுந்து சிலவேளைகளில் வீழ்த்திவிடும். உறவின் தித்திப்பை உணர்ந்தாள். பிரிவின் விசத்தையும் உணர்ந்தாள். காதல் ஒரு பொல்லாப் பிழைப்பு.

காதலித்தும் காதலைச் சொல்ல முடியாத கூச்ச சுபாவமுள்ள அல்லது சொல்லும் துணிவற்ற ஒருவனுக்கு அவன் விரும்பியவளே வந்து காதலிக்கிறேன் என்றால் எப்படி இருக்கும்? அவன் சைபீரியன் வாத்துபோல வானில் சிறகுகளை

அகல விரித்து எங்கெங்கோ மிதந்து திரிந்தான். உறக்கம் கெட்டு மனதில் சிரித்தான், கதைத்தான் அதை வெளியே காட்டிக்கொள்ளக் கூடாதென்றும் தவித்தான். ஓர் அழகி தேர்ந்தெடுத்த காதலன் அவன். போர்முனைப் போராளி. கர்வம் உள்ளூறுகிறது. காதலின் கர்வம்!

இவன் வவுனியா குஞ்சுக்குளத்தைப் பிறப்பிடமாகக் கொண்ட விவசாயக் குடும்பம், பல அண்ணன்மார் கொண்ட கூட்டுக்குடும்பம். குஞ்சுக்குளம் ஒரு காடு சுற்றிய கிராமம். பெரும் வயல்கள் இவர்களின் குடும்பச் சொத்து. எல்லா அண்ணன்மாரும் சேர்ந்து ஒன்றாய் விதைத்து ஒன்றாய் அறுவடை செய்யும் குடும்பம். சேனைப்பயிர்ச் செய்கையால் காட்டில் குடியேறி இவன் தாத்தாமார் சேர்த்த சொத்துகள் அவை.

இவள் அருளினி ஒரேயோரு பெண்பிள்ளை தியாகுவுக்கு. மற்றது முகிலன். நெடுநாள் விட்டுப் பிறந்த ஆண்மகன். அவர்கள் கிறிஸ்தவக் குடும்பம். தியாகு தமிழ்ப்பற்றாளர். அவரின் அப்பா அந்தக் காலத்து தமிழரசுக் கட்சி போராட்டக்காரர். அதனால் வந்ததோ வளர்ந்ததோ மட்டுமல்ல தமிழ்ப்பற்று. விவசாய மண்ணின் வாழ்வும் வாசமுமாய் வந்தது இந்தத் தமிழ்ப்பற்று. அதனால்தான் தன் பிள்ளைக்குத் தமிழ்ப்பெயர். அருளினி என்பது வெறும் பெயராகவா இருக்கு மணிக்கு?

அடுப்படியில் பூனை நுழைவதுபோலச் சத்தம் சலனமின்றி நுழைவது தெரியாமல் மனதில் நுழைந்துவிட்டிருந்தது காதல். எல்லா வாசல்களும் திறந்துவிட்டதுபோல ஓர் உணர்வு. அவளோடிருந்த காட்சிகள் வசப்படாமல் காற்றாடிப் பறந்தன. அதன் சிறகுகளில் இவனையும் அள்ளிப்போனது அது. வர்ண வர்ணமாய் மனவெளியில் பறந்தன பட்சிகள். வசந்த காலத்தில் ஊருக்குள் வரும் மாம்பழக் குருவியின் மூவர்ணமாயும் அதன் மென்மையாயும் ஆனது மனம்.

அருளினியின் அப்பாவோ அம்மாவோ எந்தச் சந்தேகமும் கொள்ளவில்லை. போராளிகள் மீது கொண்ட இரக்கமாகவோ அன்பாகவோதான் மகள் மணியுடன் பழகிக்கொள்வதைப் புரிந்து கொண்டனர். இது பொதுப் பண்பாகச் சமூகத்தில் புழக்கமாகி விட்டது. காதலாய்க் கருதாததற்கு வேறு இரு காரணங்கள் இருக்கலாம். ஒன்று இவர்களுக்கும் மணிமீது

இனம்புரியாத பற்று வந்துள்ளமை, மற்றொன்று அருளினி தன் ஊர்ப் பையன்கள் பலர் காதல் கடிதம் கொடுத்தபோதெல்லாம் உடனேயே தாயிடம் வந்து சொல்லிவிடுவாள். அது மட்டுமில்லாமல் அந்தச் செயலை வீட்டில் சொல்லிச் சிரிக்கவும் செய்வாள். “அவனுக்குச் சொன்னியா?” என்று தாய் கேட்டால் “அவனுக்கு உடனயே சொல்லிற்றன், ஆனால் கடிதத்தைக் கிழித்தோ எறிந்தோ அவனுக்கு அவமானத்தைத் தரக் கூடாதென்று கொண்டுவந்தன்” என்பாள். இதனால் தன் பிள்ளை காதலுக்குள் சிக்கமுடியாத ‘விபரமான’ பிள்ளை என்ற திடம் பெற்றவருக்கு வந்துவிட்டது. இதுதான் இப்போ காதலுக்கு வசதியாகிவிட்டது. பெற்றவர்கள் நினைப்பது போலக் காதல் என்பது வெறும் பருவத்தின் தடுமாறலா என்ன?

மணி எப்போதாவது அவர்கள் வீட்டிற்கும் போவதுண்டு. கண்டாவளையில்தான் அவர்கள் இடம்பெயர்ந்து இருந்தார்கள். இவர்கள் ஊருக்கு அடுத்த ஊர் அது. இதனால்தான் சொந்த வீட்டை அடிக்கடி வந்து கவனித்துக்கொள்ளவும் வளவு வரும்படிகளைக் கொண்டுசெல்லவும் முடிந்தது. இது மாதச் செலவின் ஒரு பகுதிக்கு உதவியது பெரும் ஆறுதல்.

அருளினிக்கு மணி தன்னை விரும்பியது அடங்காத பெருமிதத்தைத் தந்தது. அவன் ஒரு அணித் தலைவன் என்பது வேறு அவளுக்குத் தெரிந்திருந்தது. அம்மாவுக்கு அவன்மீது பற்று வந்ததும், அப்பா அவனை ஆதரித்துப் பேசுவதும் அவளுக்குப் பெரும் ஆறுதலைத் தந்தது. அநியாயத்திற்குப் போராளிகள் பற்றி சர்ச்சையைத் தொடக்கிவிடுவாள் வீட்டில். மணி பற்றி யார் கதைத்தாலும் அது உள்ளூரக் கள்ளூறும் போதை தரும். ஒருநாள் இல்லை ஒருநாள் இந்தக் காதலுக்கு அனுமதி பெற்றுவிடலாம் என்றுதான் தோன்றியது. ஒரு களமுனைப் போராளியின் காதலி என்பது உள்ளூர அவளுக்குக் கர்வத்தைக் கொடுத்ததும் ஒருவகையில் உண்மைதான்.

இப்போதெல்லாம் மணி தன் அணிப் போராளிகள் மீது அதிக அன்பு காட்டினான். அதிகச் சுதந்திரம் வழங்கினான். அதிக நட்போடு பழகினான்.

வீடு பார்க்க அருளினி வரும்போதெல்லாம் அப்பாவும் அம்மாவும் வளவு வேலைகளைக் கவனிக்க, அருகிலுள்ள தேவாலயத்திற்கு அவள் வந்துபோவது வழக்கம். அந்தத் தேவாலயம் யுத்தத்தால் பாழில் விழுந்த கோவிலாக இருந்தது. ஆனால் அதுதான் அருளினிக்கும் மணிக்கும் தனிமையில் கதைக்கும் வாய்ப்பைத் தந்த ஒரே இடமாக இருந்தது. மணி உள்ளே போவதில்லை. அவள் உள்ளே போய் பத்துநிமிடம் பிரார்த்தனை செய்வாள். அவள் செபிக்கும் குரல் அமைதியான அந்தச் சூழலில் அந்தப் பாழ் கட்டடத்தை மெல்லென அதிரவைத்து இவன் காதில் இனிமையாக விழும்.

அவள் உள்ளே போய் வந்ததும் அந்த வீதியில் எதேச்சையாகச் சந்தித்ததுபோல நின்று கதைப்பதுதான் இவர்கள் கண்டுபிடித்த உத்தி. இப்படிப் பத்து நிமிடம். பின்னர் சைக்கிளில் அருகருகாய்ப் போனபடி ஐந்தோ பத்தோ நிமிடம். முடிந்தளவு சைக்கிளை எவ்வளவு மெதுவாய் ஓட்டமுடியுமோ அவ்வளவு மெதுவாய் ஓட்டினார்கள். அட நாசம்! இத்தனை இடைவெளியிருந்தும் மின்சாரம் போல ஏதோ அலைகள் பாய்ந்துகொண்டே இருக்கும். அவளின் வீடு வரப்போகிறதென்று தெரிந்ததும் விட்டுவிலக முடியாதபடி அந்தப் பாயும் அலைகள் பிணைந்து நிற்கும். பெரும் துன்பம் அதையறுத்து விலகுவது என்பது.

அருளினிக்கு இருபத்தியொரு வயசு. மிடுக்கான சுபாவம் ஆனாலும் தனிமையில் தன்னுடலைத் தானே பார்க்கும் ஆர்வம் முன்னெப்போதும் இல்லாதளவு பொங்கிப் பிரவாகித்து வந்தது. குளிக்கும் போது உடலில் ஒட்டும் உடை தன் உடலின் அந்தரங்க நெளிவுகளைக் காட்டும். அப்போதெல்லாம் தானே தன்னையறியாமல் தனக்குள் நாணமுற்றாள். நாணம் அவளை அள்ளிச்செல்லும் வேளையில் உள்ளூர அத்தனை சுகம் பிறக்கும்.

பரந்தன் பக்கம் தாக்குதல் சத்தம் வெடியாய் அதிரும்போது நிலைகொள்ள முடியாத பதட்டத்தில் உத்தரிப்பாள். கெட்ட நினைவுகளில் உழலுவாள். போராளியின் காதலே எத்தனை அவஸ்தை என்பதை அந்தக் கணங்கள் அவளின் அனுமதியின்றி மனதில் குத்தும். ஆனால் மறுபடி பார்க்கக் கிடைத்தால் அதன் நிலை வேறு.

அன்றும் ஒருநாள் தியாகு வீடுபார்க்க வந்த சமயத்தில் மணிக்கு ஒரு குலை செவ்விளநீர் வெட்டிக் கொடுத்துவிட்டார். அன்றும் அருளினியின் அம்மா சோற்றுப் பழந்தண்ணி கொண்டு வந்திருந்தார். பச்சைமிளகாய், சின்னவெங்காயம் நறுக்கிப்போட்டு தேங்காய்ப்பாலும் கொஞ்சம் ஊறுகாயும் சேர்த்துப் பிசைந்த பழந்தண்ணீர் சொல்ல முடியாதளவு சுவையைத் தரும். கொளுத்தும் வெயிலில் எடுக்கும் தாகத்திற்கு அது அமிர்தமாகிவிடும். வயிறு குளிரும். ஆனாலும் இது மற்றவருக்கு. மணிக்கும் அருளினிக்கும் இதன் சுவை வேறு கதை.

தென்னை மரம் சூழ்ந்த அந்தக் கிணற்றுக் கட்டில் இருந்து இந்த நிழலையும் அதன் குளுமையையும், இதம் தரும் வயற்காற்றையும் வாங்கிக்கொண்டு காதலின் அந்தரங்கச் சுரம் மீள பழந்தண்ணி குடிக்கும் பரவசம் வாழ்க்கையில் முன்னெப்போதும் வாய்க்காத சுகானுபவம். தற்செயலாய் அந்த இடம்விட்டு அம்மாவோ அப்பாவோ விலக நேர்கையில் கிடைக்கும் இருவருக்குமேயான தனிமை இருக்கிறதே - இன்னதென்று சொல்லமுடியாது அந்தக் கணத்தில் பரவும் பரவசத்தை. அவளது ஒரு பார்வையே வாழ்வின் முடிவான சுகமென்று ஆகிவிடும் கணங்களும் உண்டு. உருசிப்பது பழந்தண்ணீரை மட்டுமல்ல.

அன்று தியாகு வெட்டிக் கொடுத்த செவ்விளநீர் குலையைக் கொண்டு மணி போனபோது பெடியளுக்கு அது சந்தோசம். "எங்கையண்ணை வெட்டிக்கொண்டு இப்பிடி றோட்டால கொண்டுவரியள்?"

அப்போதுதான் மணிக்குத் தன் மடத்தனம் உறைத்தது.

"சேராவுக்குத் தகவல் போய்ச்சுதோ... இல்லை அவரே கண்டாரோ இண்டைக்கு இரவே காத்துப்போகும் உங்களுக்கு" கோபி சொன்னான்.

"காத்துப்போகும்" என்று போராளிகள் சொல்வது அவர்களின் அதிகார நிலை பறிபோகும் என்பதுதான். 'அட இவங்களே போட்டுக் கொடுப்பாங்கள் போல இருக்கு.'

"அடே! அது அங்க வீடுபார்க்க வந்த சனம் நான் அதால போகேக்க தந்துவிட்டது" மணி தான் களவாய் வெட்டவில்லை என்பதைச் சொன்னான். காரணம் நாளைக்கு இவங்களும்

அக்கம்பக்கம் வெட்டிக்கொண்டு வரத்தொடங்கினால் பொறுப்பாளர் என்ற வகையில் தன்னால் கேள்வி கேட்கவோ கண்டிக்கவோ முடியாது போகும்.

"இந்தப் பக்கம் எங்கயண்ணை சனம் வருகுது வீடு பார்க்க? அது அங்க பின்னுக்குப் போகவேணுமே. அங்க அந்தளவு தூரமா போயிற்று வாறிங்க? அடி சக்கையெண்டானாம்" கோபி கையைத் தட்டி உள்குத்து வைத்துச் சொன்னான். மணிக்குச் சிரிப்பு வந்துவிட்டது, தான் மாட்டிக்கொண்டேன் என்று.

"அடேயப்பா, அந்த வெட்டையில் கொக்கு நிக்கும் எண்டு துவக்கோட இப்பிடியே தேடித் தேடிப் போனன். சனம் கண்டுட்டு தந்துவிட்டுதுகள் இதை" மணி சப்பைக்கட்டுக் கட்டினான்.

"அண்ணை, சரி... சரி சரி கொக்கு தேடிப்போறியள். நீங்க வைச்ச குறியில சூடு பிடிக்காமல் கொக்கு சிரிச்சுப்போட்டு காத்தில எழும்பி பறந்திச்சோ, அப்ப தெரியும் கொக்குவேட்டைக்குப் போற வலி" சில நாளாய் தனக்குள் தாண்டுபோன வேங்கை திடீரென்று படுத்திருந்த திண்ணையிலிருந்து எழுந்து சொன்னான் இரட்டையர்த்தம் வைச்சு.

'என்ன வேங்கையண்ணை ஊர்ல ஒரு கொக்கு டட்டா டட்டா' காட்டிற்று எழும்பிப் பறந்திட்டு போல! உணர்ச்சி வசப்படுறியள்" இளநீரை வெட்டியபடியே கவி சொன்னான். தான் உணர்ச்சி வசப்பட்டது அப்போதுதான் வேங்கைக்குத் தெரிந்தது.

"கொக்கு எழும்பிப் பறக்கவில்லையடா! அறுவார் ஆரோ கலைச்சுவிட்டுட்டாங்கள்." வேங்கை சொல்ல வெடியாய்ச் சிரித்தார்கள் அவன் சொன்ன சாங்கத்தைக் கேட்ட வீரனும் மணியும் கவியும்.

"இஞ்ச கொண்டாடா... எனக்கு முதலில இளநியை" மணி வாங்கிக் குடித்தான்.

"இந்த இளநியை நான் தொட்டு நீட்டினாலும் இப்ப அது தங்கத் தண்ணிதானோ" குத்துக் கதைக்குரிய குறும்பு முகச் சுழிப்பு றாகுலனிடம்.

“கவனம் அண்ணை. கொக்கு உங்களைச் சுட்டிடும்” சொன்னபடியே விலகினான் கவி.

“மணியை ஆமியால இத்தனை வருசமா சுடமுடியேல்ல. கொக்கு சுடுமோ?” மணி பொத்திய கையால் நெஞ்சில் குத்தி அட்டகாசமாய்ச் சொன்னான். நாடியால் இளநீர் வழிந்தது.

“வழியுதண்ணை துடையுங்கோ” என்று கோபி சொல்ல வெடித்துச் சிரித்தார்கள் பெடியள்.

“என்ன வழுக்கல் பதமோ, குரும்பையோ” வேங்கை நமட்டுச்சிரிப்போடு மணியைப் பார்க்காமல் தன் இளநியைக் குடித்தபடியே கேட்டான்.

“முட்டுக்காயடா” வேங்கையிடம் அவனின் உள்குத்து முகபாவத்தைக் கவனிக்காத மணி அப்பாவித்தனமாய்ப் பதில் சொல்ல அந்தச் சூழலே வெடித்துச் சிரித்தது.

“அட நாசமாய்ப்போக! முட்டுக்காயா வாய்ச்சுது?” வேங்கை நிலத்தின் திண்ணையில் அறைந்து சிரிக்க வீரன் குடித்த இளநீர் வெளியே சீறிச் சிந்தச் சிரித்தான். சூழலே கும்மாளமாய் மாறியது.

மணிக்குத் தான் அப்பாவித்தனமாய் இவங்களின் இரட்டை அர்த்தக் கேள்விக்குள் மாட்டிவிட்டது தெரியவும் அசடு வழிந்தது. இவர்களின் முன்னிலையில் முகத்தை எப்படி வைத்துக் கொள்வதென்றே தெரியவில்லை. முகம் கட்டுக்குள் நிற்காமல் தன்னிச்சையாய்க் கோணியது.

18

றோமியோ இரவு தூக்கம் வராமல் வரைபடத்தைப் பார்த்தபடியே கதிரையில் சிந்தனையில் மூழ்கிவிட்டார். சில நாள்களாகவே இவர் இப்படித்தான். உதவியாளர்களிடம் அடிக்கொருதரம் தேநீர் கேட்டுக்கொண்டே இருந்தார். சீனி போடாமல் தேநீர் கொடுக்க வேண்டும். அவர் தனக்குள் உழன்று கொண்டிருப்பது வெளிப்படையாய்த் தெரிந்தது. சிங்கம் குகைக்குள் அலைந்து திரிவது போல அந்தச் சிறு கொட்டிலில் நடப்பதும் வரைபடத்தைப் பார்ப்பதும் தேநீர் குடிப்பதுமாய் இருந்தார்.

சிலநாள் முந்திப்பெய்த மழையில் இரணைமடுக்குளம் நீர்மட்டம் கூடிவிட்டதனால் கலிங்கைத் திறந்து நீர்மட்டத்தைக் குறைக்க தண்ணியை ஓடவிட்டார்கள். நீர் அடித்துப் பாய்ந்து முன்னே உள்ள திருவையாற்றில் சலசலத்து ஓடியது. இரவின் அமைதியில் நீர் உற்சாகம்கொண்டு துள்ளி ஓடியது.

இரவு ஒரு மணியளவில் கீஉரென றோமியோ பெடியனை அழைத்துத் "தம்பி ஒரு தேத்தண்ணி தாடா. என்ன இவனொருத்தன் தேத்தண்ணி கேட்டுத் துன்பப்படுத்திறான் என்று நினைக்கிறியோ?" தன்னைத் தாழ்த்தி உரையாடினார். உற்சாகம் கொண்டால்தான் இவர் இப்படிக் கதைப்பது வழமை. "இல்லையண்ணை" சிரித்துக்கொண்டு சொன்னான். "கொண்டா கொண்டா" புது உற்சாகம் இந்த மனிசனில தெரிய பொடியளுக்கு படுசந்தோசம். இப்படி இந்த மனிசன் கதைத்து எத்தனை நாளாகிற்று.

வந்த தேத்தண்ணியைக் குடித்தபடியே வரைபடத்தைப் பார்த்தார். ம்ம்... சரிதான், மனிசனுக்கு வேவுப் பாதைக்கு வெளிச்சம் கிடைத்துவிட்டது மனதில். மீண்டும் மீண்டும் பல கேள்விகளைத் தன் திட்டத்திற்கு எதிராய் எழுப்பிப் பார்த்தார். கேள்விகள்தான் பலவீனமாய் இருந்தன. திட்டம் பலம் கொண்ட காட்டுக் குளுமாடு போல கேள்விகளைத் தட்டி உடைத்துத் திமிறியது. பிடி கொள்ளாத சந்தோசம் குகையில் நித்திரை இல்லாமல் அலைந்த சிங்கத்துக்கு! சேராவுக்குத்

தொலைத்தொடர்பில் செய்தி அனுப்பினார். நாளை காலை மணியையும் கூட்டிக்கொண்டு தனதிடத்திற்கு வருமாறு.

இரவு அந்தத் தென்னஞ்சோலை முற்றத்தில் நிலவு காய நெடுநேரம் ஊன்று கோலுடன் நடந்து திரிந்தார் ரோமியோ. இனம்தெரியாத பறவைகள் உயர வானத்தில் பறப்பதைக் கண்டார். இப்போ சனங்களின் சஞ்சாரமற்று நிசியில் உறைந்த அந்த நகரம் ஒருநாள் மீண்டும் உயிர் பெற்றுவிடும். சேரவுக்கு அறிவித்தல் போயிருக்கும் நாளை விளக்க வேண்டியவற்றை அசைபோட்டார்.

இந்த அறிவித்தல் வரும்போது சேரா தென் போர்முனையில் உள்ள பாதுகாப்புப் போர் நடவடிக்கையின் பிரதம தளபதி கூட்டிய அவசரக் கலந்துரையாடலில் இருந்தார். விடுதலைப் புலிகளின் எட்டுப் படையணிகள் மற்றும் சிறப்பு அணிகள், போரின் உபநிர்வாகப் பிரிவுகள் ஆகியவற்றின் தளபதிகள், பொறுப்பாளர்களுக்கான அவசரக் கலந்துரையாடல் அது. முதல் நாள் தென் போர்முனையில் இராணுவத்தின் பெரும் முன்னேற்ற முயற்சி நிகழ்ந்தது. அதில் பங்கெடுத்தது ஜயந்தன் படையணி, சோதியா மற்றும் அன்பரசி படையணிகள்தான். ஒரு பிளாட்டூன் சாள்ஸ் அன்ரனி அணியும் முறியடிப்பில் கலந்துகொண்டிருந்தது. நடவடிக்கை வெற்றிகரமாக முறியடிக்கப்பட்டு விட்டது. புலிகளின் தரப்பில் அறுபத்தியொருவர் வீரச்சாவு. சிறிதும் பெரிதுமாக முன்னூறு பேர் காயம். இராணுவத்தில் நூற்றியெண்பது பேர் உயிர் இழந்ததாக நம்பப்படுகிறது. கைப்பற்றப்பட்ட ஆயுதத்தளபாடங்கள் பட்டியலாய்ப் பத்திரிகையில் வந்தது. இராணுவ உடல்கள் சர்வதேச செஞ்சிலுவை சங்கத்திடம் ஒப்படைக்கப்பட்ட காட்சியும் வந்தது. ஊரெல்லாம் ஒரே உற்சாகம். புதல்வர்களின் வெற்றிப்பெருமிதம் மக்கள் மனங்களில் பொங்கி நுரைக்கிறது. தெருவெல்லாம் இது பற்றியே பேச்சு. ஒருநாள் மீண்டும் ஊர் போய்விடலாம் எனும் நம்பிக்கை அகதி மனங்களில். போராளிகளுக்கு இரத்ததானம் கொடுக்க வரிசையில் நிற்கிறது சனம். பல வீடுகளில் களமுனைக்கு அனுப்ப உலர் உணவுப் பண்டங்கள் தயாராகின்றன.

இது மாங்குளத்தைக் கைப்பற்றுவதற்கான இராணுவத்தின் நான்காவது முயற்சி. அறிவித்தல் வந்தபோது சேரா பிரதம

தளபதிக்கு றோமியோ அழைக்கிறார் என்பதைச் சொல்லாமல் மறைத்துத் தன் துணைத்தளபதியிடமிருந்து தகவல் என்றே சொன்னார்.

சமரின் பிரதம தளபதிக்கும் றோமியோவுக்கும் வெளிப்படையாக எதுவும் இல்லை. ஆனால் உள்ளூர உறவு மோசமாக இருந்தது. றோமியோவின் வீழ்ச்சியின் பின் எழுந்தவர் இவர் என்பதால் றோமியோ மீண்டும் களம் வந்திருப்பதும் அவரின் பணிகள் முன்னேற்றம் காண்பதும் இவருக்கு உவப்பானதாய் ஒருவேளை இருக்காதோ என்ற சந்தேகம் சேராவுக்கும் இருந்தது. பிரதம தளபதியைப் பொறுத்தவரை இந்த வேவு நடவடிக்கை முழுமையாகச் சாத்தியப்படாத ஒன்று; எனவே அரைகுறைத் தாக்குதல் திட்டம் மீண்டும் ஒரு தோல்வியிலேயே போய்முடியும். றோமியோ காலாவாதியாகிவிட்ட தளபதி என்பது நிரூபணமாகும் என்ற மனக்கணக்கு அந்தரங்கமாய் இருக்கக்கூடும். றோமியோவின் நடவடிக்கைகளின் முன்னேற்றத்தில் இவரும் ஒரு கண் வைத்துத்தான் உள்ளார்.

தென் போர்முனையில் அன்று நின்ற சேரா இரவே திரும்பி வந்தார். காலையில் மணியின் இடத்திற்கு மோட்டார் சைக்கிளில் போய் மணியையும் ஏற்றிக்கொண்டு வந்தார் றோமியோவின் இடத்திற்கு. றோமியோ ஏதோ வழி கண்டுபிடித்து விட்டார் போலும் என ஊகித்தார் தளபதி சேரா.

றோமியோவின் மெய்ப் பாதுகாவலன் சேராவைக் கண்டு சல்யூட் பண்ணினான். நடந்தபடியே பதில் சல்யூட் பண்ணியபடி உள்ளே போகிறார் சேரா. உதவியாளன் இருக்கச் சொல்லிவிட்டு, முன்னால் தொலைத்தொடர்புக் கருவிகள் பயன்படுத்தும் வீட்டில் இருந்த றோமியோவை அழைத்து வருவதாகச் சொல்லிச் சென்றான்.

வளைந்து சொத்தியாகிவிட்ட தன் காலை எறிந்து நடந்தபடி தன் ஊன்றுகோலுடன் வந்தார் றோமியோ. இருவரும் எழுந்து சல்யூட் பண்ணினார்கள். அதை ஏற்று சல்யூட் பண்ணினார் றோமியோ. சல்யூட் கையசைத்த சாயலும் வேகமும் அவரின் உற்சாகத்தைக் காட்டுவதாக இருந்தது. இருவரையும் மகிழ்ச்சியாகக் கண்கொண்டு பார்த்தார் றோமியோ. பிறகு “இந்தக் கிளிநொச்சித் தளத்தை வேவு பார்க்க உங்களிடம்

ஏதாவது திட்டமிருக்கிறதா?" என்று வினவினார். தலையைத் திருப்பி இவர்களைப் பார்த்தார். குரலில் வழமை மீறிய ஒரு துடுக்கு இருந்தது.

இருவரும் மௌனமாக இருந்தனர். மணி எதையோ சொல்ல முனைந்து சொல்லாமல் விழுங்கிக் கொண்டான். அதையுணர்ந்த றோமியோ "சொல்லு மணி. உனக்குத்தான் இப்ப அனுபவம் அதிகம். நாங்கள் பழைய தளபதியாகிட்டம் போல" தன்னைத் தாழ்த்திச் சிரித்தார். மணியும் கூச்சத்தோடு சிரித்தான். யுத்தத்தின் பெரும் தளபதியின் முன்னிலையில் கதைப்பதே இலகு அல்ல. கருத்துச் சொல்வது எப்படி? இருந்தும் அவர் முகபாவம் கண்டு சொல்லத் துணிந்தான் அவன். அவனைத் தூண்டுவதுபோல அவரின் முகபாவம் இருந்தது.

"அண்ணை, நாங்கள் ஏதாவது புதுசா யோசித்து புதிசா வழி பிடிச்சாலே தவிர சரியான கஸ்ரமாகத்தான் இருக்கும்" மணி சொன்னான்.

'இவன் நம்பிக்கையீனமாய்க் கதைத்து தன் மரியாதையையும் இழந்து படையணி மானத்தையும் வாங்கப் போகிறான்' எனச் சேரா எண்ணினார். ஆனால்...

"சரியாய்ச் சொன்னாய் மணி. புதிசா யோசிக்க வேணும். எதிரிக்கு மட்டுமில்லையடா. எங்களுக்கும் புதிசா யோசிக்கவேணும். இதையொருக்கா பார்" என்று சொல்லியபடி சுவரில் இருந்த அகன்ற வரைபடத்தின் மீது 'லேசர்' ரோச்சை அடித்து இடத்தைக் காட்டினார்.

"கிளிநொச்சியில் இருந்து எங்கட முன்னணி நிலைத்தொடர் பரந்தன் தாண்டி ஒரு கிலோ மீற்றர் போகுது. பிறகு நாங்கள் கண்டாவளைக்கு மேல் பக்கமாக இருக்கக் கூடிய பகுதியில் ஊரியான் வெளி வரை நிலைகள் போட்டிருக்கிறம். இதில பாருங்கோ, பரந்தன் சந்தி தாண்டி ஒரு கிலோ மீற்றருக்குப் பிறகு எங்கட 'லைனை'ப் பின்னோக்கி இழுத்துப் போட்டிருக்கிறம். இந்த இடத்தில எங்களுக்கும் எதிரிக்குமான இடைவெளி ஐந்து கிலோ மீற்றருக்கு மேல..." அவர் சொல்லிக்கொண்டே இவர்களைப் பார்த்தார். கூரிய சிவந்த ஒளிக்கற்றை வரைபடத்தில் இடங்களைச் சுட்டிக்காட்டியபடி ஓடியது.

“இந்த இடத்தில ஆமியின்ர லைனுக்கு (முன்னணிக் காவலரண் தொடர்) நெருக்கமாக எங்கட லைன் இருக்கத் தேவையில்லை. காரணம் அவனுக்குக் கிழக்கு நோக்கிய நகர்வு தேவையில்லை. அதால அவன் இந்தப் பகுதியால வந்து எங்களைப் பின்பக்கமாக சுற்றி வளைக்கக்கூடாது என்றதுக்காகத்தான் இந்த இடத்தில எங்கட லைன் தேவைப்படுது. மற்றது பரந்தனுக்கு வடக்கே உள்ள இந்தப் பிரதேசம் வெட்டைவெளிப் பிரதேசம். நிலைகளை அமைக்க அவங்களால முடியாது. தேவையும் இல்லை” இப்படிச் சொல்லும்போதே மறுகாரணம் அவரின் மனதில் வந்தது. அதைச் சொல்லாமல் மறைத்துக்கொண்டார். காரணம், அக்காரணத்தை அவரும் ஊகித்துக்கொண்டதுதான். இல்லையென்றால் கண்டாவளைக்கு முன்பகுதியில் ஊரியான்வரை எங்களுக்கு லைன் தேவையில்லை. தலைவர் அப்படிப் போடச்சொல்லி கில்மனுக்குச் சொன்னதற்கு வேறு காரணம் இருக்கக்கூடும். அவர் காரணம் இல்லாமல் எதையும் சொல்லமாட்டார்.

சுண்டிக்குளம் கடற்கரையில் கடற்புலிகளின் கடற்தளம் உண்டு. அந்தப்பகுதி கடல்வழித் தாக்குதலுக்கும் விநியோகத்திற்கும் மிக முக்கியம். இந்தப் பகுதியில் பொருத்தப்படும் ‘றாடார்’ கருவி பெருங்கடலைக் கண்காணிப்பதற்கு ஏதுவான புவியமைப்பைக் கொண்டதும் கூட. எனவே இந்தப் பகுதிக்குப் பரந்தன் ஆனையிறவுத் தளத்திலிருந்து இராணுவச் சிறப்பு அணியை அனுப்பித் தாக்குதல் நடத்த முடியும். இந்த அச்சம் காரணமாகவும் இந்த ஊரியான் பகுதியில் செறிவற்ற கண்காணிப்பு நிலைகளை அமைக்கத் தலைவர் கட்டளையிட்டிருக்கக் கூடும். அவர் இரகசியங்களை உடனிருக்கும் தளபதிக்கும் சொல்ல விரும்பாதவர். இதை அவர் சொல்லவில்லை. இந்த இரகசியம் தனக்கே மறைக்கப்படும்போது படையணிப் போராளிகளுக்குத் தெரியவேண்டியதில்லை என்பதும் மனதில் எழுந்து அடங்கியது. இருவரையும் ஆழ்ந்து பார்த்துவிட்டு மீண்டும் சொல்லத் தொடங்கினார்.

“எங்கட லைனுக்கும் எதிரியின்ர லைனுக்கும் மூன்று கிலோமீற்றர் இடைவெளி இருக்கிற இந்தப் பகுதியில இராணுவம் உசார்நிலையில இருக்க எந்த வாய்ப்பும் இல்லை. நாங்கள் அவனையோ அல்லது அவன் எங்களையோ பார்க்க

முடியாத இடம் இது. எந்த அச்சுறுத்தலும் இல்லாத பகுதியில ஆமி உசாரா இருக்கமாட்டான் என்றதோட, பாதுகாப்பு ஏற்பாடுகளும் பெரியளவில இருக்காது. இந்தப் பிரதேசம் முழுவதும் வெட்டைவெளிப் பிரதேசமாய் இருந்த காரணத்தால இந்தப் பகுதியில இருந்து நாங்களொரு தாக்குதலை ஒருபோதும் தொடுக்கவே முடியாது என்று ஆனையிறவில் இருக்கிற ஆமி கொமாண்டருக்கு நல்லாத் தெரியும். இது போருக்கு உரிய இடமில்லை. அதனால தன்ரை பலத்தை இந்த இடத்தில நிறுத்தி அவன் மொக்கு வேலை பார்க்கமாட்டான்." அவர் இவர்களைத் திரும்பிப் பார்த்தார். தன் திட்டத்தின் மீது நம்பிக்கை வருகிறதா, இல்லையா என்று. சேரா உற்சாகமாக இருந்தார். மணி உற்றுக் கேட்டுக்கொண்டிருந்தான். அவரின் உடல் அசைவில் திருப்தி தெரிய மேலும் விளக்கினார்.

"ஆனால் இந்தப் பகுதியில் இருந்து ஒருபோதும் தாக்குதல் வராது என்று தெரியிற கொமாண்டருக்கு இந்தப் பகுதியால வேவுப் புலி நுழைஞ்சு கிளிநொச்சியை வேவு பார்க்குமெண்டு தெரிஞ்சிருக்காது" சொல்லிவிட்டுச் சிரித்தார் அவர்களைப் பார்த்து. அதில் தன் திட்டம் மீதான அவரது நம்பிக்கை வெளிப்படுவதாய் இருந்தது. அது குறித்த பெருமிதமும் எஞ்சி நின்றது முகத்தில்.

சேராவின் முகத்தில் மலர்ச்சியைக் கண்டார் றோமியோ. மணிக்கு இது சரியென்றுதான் பட்டது. அவன் இன்னும் ஆழ்ந்த சிந்தனைக்குள் மூழ்கினான்.

"அண்ணை, இது முயற்சிசெய்து பார்க்கக்கூடிய திட்டம்தான். ஆனால் இந்தப் பகுதியில தாக்குதல் வராது என்றதுக்காக வேவுப் போராளிகளை அவன் எதிர்பார்க்க முடியாதெண்டு சொல்ல முடியுமா?" மணி சொல்லிவிட்டு சேராவைப் பார்த்தான். தான் பணிவாகத்தான் சொன்னேனா என்பதை மீள மனநினைவில் ஓட்டினான். பணிவாக அது பதிவாகவில்லைதான்.

சேரா முந்திக்கொண்டு பதில் சொன்னார். "இல்லை. நாங்கள் இதுவரை காலமும் முன்னணி 'லைன்'ஐ தாக்கிறதுக்காகத் தான் வேவு பார்க்கிறம். முன்னணிக் காவலரணைக் கைப்பற்றுறதுக்கூடாக அவன்ர பாதுகாப்பு ஏற்பாட்டை குலைச்சு அழிக்கிறம். நாங்கள் தாக்க முடியாத இடத்தில எங்களுக்கு வேவும் தேவையில்லை என்றுதான் அவன்

நினைக்க வாய்ப்பிருக்கு.” இப்படிச் சேரா சொன்னதற்குக் காரணம் வேவு அணித் தலைவனே நம்பிக்கை இழந்தால் காரியம் மேற்கொண்டு நடக்காது என்பதை உணர்ந்ததாலேயே. தவிரவும் இது ஒரு நல்ல உத்தியென்று அவருக்குப் பட்டது.

“சரியாய்ச் சொன்னாய் சேரா! ஆமியின்ர கவனம் முழுவதும் கிளிநொச்சியில இருக்கு. அந்த முன்னணி சண்டைப் படையணியைத் தகர்த்து உள்ளே பின்னுக்கு நாங்கள் நுழைய முடியாது. ஆனால் இங்க வேவுக்கு இறங்கி கிளிநொச்சி தளத்தை வேவு பாப்பாங்கள் என்று அவன் எதிர்பார்க்க வாய்ப்பே இல்லை.” இந்தக் கூர்மையான உத்தியில் இராணுவத்தை ஏமாற்றிவிடலாமென்று தெரிந்திருந்தது. ஆனால் நுழையும் வேவுப் போராளி நகர்ந்து கிளிநொச்சி வருவதும் வேவு பார்த்துத் தளம் திரும்புவதும் சாதாரணமானது அல்ல என்பதை அவர் உணர்ந்துதான் இருந்தார். அவரின் முழு நம்பிக்கை மணிதான். மணியே இதில் பெரும் முதலீடு.

அந்தக் கொட்டிலின் வாசல்புறம் கிழக்குப் பார்த்து இருந்ததால் காலை வெயில் தென்னை மர ஓலைகளையும் ஊடுருவித் தரையில் இருந்து மூன்றடி பதித்து வெட்டப்பட்ட நிலத்தில் தாராளமாய் விழுந்தது. வாசலின் முன்னால் நின்ற அலரி மரத்தை நேற்றுத்தான் வெட்டச்சொல்லி வெட்டுவித்தார் றோமியோ. வாசலின் முன்னால் மரத்தில் ஷெல் விழுந்தால் சன்னங்கள் கீழ்நோக்கிக் கொட்டிலுக்குள் வர வாய்ப்புண்டு. நிலத்தில் வீழ்ந்தால், நிலத்தில் இருந்து பதிந்திருக்கும் கொட்டிலுக்குள் சன்னங்கள் வராது. நிலத்தில் விழும் ‘செல்’ இல் இருந்து பிரியும் துண்டுச் சன்னங்கள் மேல் நோக்கியே எழும்பும். இந்த அலரி மரம் அகற்றப்பட்டதால் என்றுமில்லாதவாறு ஒளி பாய்ந்து வந்தது அங்கே.

“நான் என்னோடை ஆளை அனுப்பி இந்தப் பகுதி முன் பிரதேசத்தைப் பார்த்திட்டன். ஐம்பது தொடக்கம் நூறு மீற்றருக்கொரு காவலரண் தான் இருக்கு. கிளிநொச்சி மாதிரி நெருக்கமாய் இல்லை. ஃபோக்கஸ் லைற் இல்லை. தூரத்திற்கு ஒன்றுதான் இருக்கு. இந்த இடத்தில நுழையிறது கஸ்ரமா இருக்காது. அங்க இருந்து கிளிநொச்சிக்கு நகர்ந்து வாறதுதான் மிச்சமுள்ள பிரச்சினை” பார்க்கப்பட்ட பகுதியைச் சிவப்புக் கதிர் சுட்டிச் சுட்டிக் காட்டியது. காவலரண்களை வரைபடத்தில் குறித்து ஒட்டியிருந்தார்.

“மணி, நீ நாளைக்கே இந்தப் பகுதி முன்னணி நிலைகளை ஒருக்கால் பார். நான் திருப்பிக் கூப்பிடுறன்” றோமியோ சொல்லவும் மிகப் பணிவாக மணி சொன்னான். “ஓமண்ணை, நாளைக்கே பார்க்கிறன். இந்த முறை நானே வேவுக்கும் போறன். அதுதான் நல்லதண்ணை...”

கண்கள் மினுங்க மணியைக் கூர்ந்து பார்த்த தளபதி றோமியோ “நீ உண்மையில சரியான வீரன்தான்ரா... களைப்பும் நம்பிக்கையில்லாத்தனங்களும் கீழவுள்ளவர்களுக்கு வரேக்க நாங்கள்தான் முன்னுக்கு நிக்கவேணும். இல்லாட்டி ஒரு காரியமும் நடக்காது. அழிவுதான்” எழும்பி வந்து மணியின் முதுகில் தட்டித் தோளில் அணைத்து வெளியே நடந்தவர்,

“இந்தத் திட்டத்தை உன்னை நம்பித்தான் உருவாக்கி இருக்கிறன். உன்னை மட்டும்தான். உன்னால மட்டும்தான் முடியும், உனக்கு சிங்களம் தெரியுமல்லே” என்று கேட்டார்.

மணி, ஒரு பெருந்தளபதி தன் தோளில் கைபோட்டு நடக்கும் அந்தக் காட்சியைத் தானே ரசித்தான். இனம்புரியாத வேகம் உள் பாய்ந்ததாய் உணர்ந்தான். அவர் கொடுத்த மரியாதை ஒரு பெருமித உணர்வைக் கிளர்த்திக்கொண்டே இருந்தது.

மணிக்கு நன்றாகத் தெரியும் ‘இந்த மனிசன் உசார் ஊசி அடிச்சு கீழ உள்ளவர்களிட்ட வேலை வாங்கிறதில வலு மன்னன்’ என்று. இருந்தாலும் ஊசி ஏறும்போதும் உசார் ஆகாமல் இருக்க முடியாது. றோமியோவின் ஈர்ப்பு அப்படிப்பட்டது.

“கொஞ்சம் கதைப்பன் அண்ணை சிங்களம்” மணி சொன்னான். ஆனால், அவனால் நன்றாகவே கதைக்க முடியும். அதை அவன் இயக்கத்தில் எப்போதும் சொல்வதில்லை. சொன்னால் தொலைத்தொடர்பு ஒட்டுக்கேட்கும் பிரிவில் இவனைச் சேர்த்துக்கொண்டுவிடுவார்கள். பின்னர் கதிரையில் இருந்து ‘கொம்யுனிகேசன் செற் கெட்ஃபோனை’ தலையில் மாட்டிக்கொண்டு இரவும் பகலும் இருப்பதுதான் போராட்டமாகிவிடும். யாருக்கு வேணும் அந்தப் பாழாய்ப்போன உத்தியோகம். ‘போராளி என்றால் சண்டையில இறங்கவேணும், சாதிக்கவேணும், நாலு சனத்துக்குத் தெரியிற மாதிரி என்ர பெயர் அடிபடவேணும். பங்கருக்குள்ள கதிரையில் இருந்தா... ச்சா நரக வாழ்க்கையாய்ப் போயிரும்.’ இப்படித்தான் மணி நினைத்தான்.

மணி சின்ன வயதில் அண்ணன்மார்களால் வவுனியா நகர்ப் பகுதிக்கு அனுப்பிப் படிப்பிக்கப்பட்டவன். இவனது பள்ளிக்கூடத்திற்கு வவுனியாவில் புதிய சிங்களக் குடியேற்றப் பகுதியில் இருந்தும் மாணவர்கள் வந்ததனால் அவர்களுடன் பழக்கம் வந்தது. பள்ளிக்கூடத்திலும் சிங்களம் ஒரு பாடமாக இருந்தது. இதனால் மணி சிங்களமொழியைத் தெரிந்துகொண்டிருந்தான். ஆனால் கொஞ்சம் தெரியுமென்று மட்டும் சொல்லிக்கொள்வான்.

"அது போதும். நான் பிறகு கூப்பிடுறன். உன்ர அணியில இந்தத் திட்டம் இப்ப யாருக்கும் தெரிய வேண்டாம். அந்தப் பகுதியைப் பார்க்கவும் என்ர ஆள் ஒருவனை அனுப்பிறன். அவனோட நீ மட்டும் போ. மிச்சம் சேரா மூலம் சொல்லியனுப்புறன்" சொல்லி வெளியே வந்து வழியனுப்பினார்.

சேரா, மணியைக் கூட்டிவந்து அவன் தளத்தில் இறக்கி விட்டுச் சென்றபோது வேங்கை திண்ணையில் படுத்திருந்தான். வீரன் மாமரத்தில் இருந்தான். கவி உடுப்புத் தோய்க்கப் போய்க் கொண்டிருந்தான். ராகுலன் கேட்டான்,

"என்னவாம் புதினம்?"

எல்லாரிடமும் இந்தக் கேள்வி இருந்தது. இரண்டு வாரமாகப் போகிறது, வேவு பற்றி எந்த முடிவுமில்லாமல் இருந்ததால் அதுபற்றிக் கதைக்க அழைத்திருக்கக்கூடும் என்ற அனுமானம் அணியில் எல்லாரிடமும் இருந்தது.

"றோமியோ முடிவு செய்திட்டார் மணிக்கு மூக்குக்குப் பஞ்சு வைக்கிறதெண்டு. இனி ஒண்டும் செய்யேலா" மணி அட்டகாசமாய்ச் சிரித்தபடி, போலிச் சலிப்போடு தன் துவக்கைத் தோளில் இருந்து கழட்டித் திண்ணையில் வைத்தான். அவன் உடலசைவு சலிப்பின் போலியைக் காட்டியது.

"ஆகா... மணி இஞ்ச இருந்து கொக்குச் சுடுறான் எண்டது தெரிய வந்திட்டுபோல..." ராகுலன் சொன்னான். இந்த அணியின் இரண்டாவது பொறுப்பாளன்தானே ராகுலன். மணி இல்லாவிட்டால் அணிக்குத் தலைவன் ராகுலன்தான். இந்த முடிவு குறித்து ராகுலனுக்கு மகிழ்ச்சி. வலிந்து அடித் தொண்டையில் தன் கீழுள்ள போராளிகளிடம் கதைக்கும்

ஆள் இவன். அதில் ஒரு அதிகாரம் வெளிப்படுவதாக இருக்கும். மற்றவர்களைக் கட்டுப்படுத்த இது அவசியம் என எண்ணுகிறான் இவன். மணி சில நாளேனும் எங்காவது போனால் அந்த நேரத்தில் மற்றவர்களுக்குக் கட்டளை இடும் தருணம் வாய்க்கும்; இதுவரை வாய்க்காத அந்தத் தருணத்தால் யாரும் இவனை ஒரு அணித் தலைவனாக உணரவில்லை.

கவி மறுபடி கேட்டான் "சொல்லுங்கண்ணை என்னவாம்?"

மணி "இதை முடிச்சுக் காட்டவேணும், இல்லையெண்டால் மூக்குக்க பஞ்சு வச்சுக் காட்டவேணுமாம்" திண்ணையில் இருந்து தொடையில் தட்டிச் சிரித்தான். எல்லாரும் கூடிவிட்டார்கள்.

"எதுக்குள்ளாலயாம் போறது? உந்தப் பாதைகளுக்குள்ளால துயிலும் இல்லம்தான் போகலாம்." எழுந்து சப்பணம் கொட்டி இருந்த வேங்கை சொன்னான்.

"எனக்குத் திட்டம் சொல்லேல்ல... வெறும் உசார் ஊசி மட்டும்தான் போட்டு விட்டிருக்கிறார்."

மணி வந்ததும் தன்னைத்தான் அடுத்ததாக வேவுக்குப் போகத் தெரிவு செய்திருக்கிறார் றோமியோ என்ற செய்தியைச் சொன்னதற்குக் காரணம் இருக்கு. எதையுமே விகடமாகச் சொல்லும் இவனுக்குள்ளே மிக சீரியசான ஆள் இருக்கிறான். அணியில் உள்ளவர்கள் இந்த வேவில் என்றுமில்லாதவாறு சலிப்படைந்துவிட்டார்கள் என்பதை அவன் அறிந்துதான் இருந்தான். அவர்கள் தாங்கள் அடுத்து அனுப்பப்படக் கூடுமோ என ஊகிக்க முன்னர் முந்திக்கொண்டு தானே தான் போகிறேன் என்று சொல்லி அதற்கு முற்றுப்புள்ளி வைத்துவிட்டான்.

எதையும் முன்யோசிக்காமல் கதைப்பவன் போலத் தோன்றும் மணியோ உண்மையில் மிகவும் முன்யோசனையுடன் நடந்து கொள்ளும் அதீத திறமைசாலி என்பதைச் சேரா மட்டும்தான் அறிவார். அவருடன் வேலை பழகிய நாள்களிலே இவனைத் துல்லியமாக அறிந்து வைத்திருந்தார் சேரா.

19

மறுநாள் காலை விடிந்தும் விடியாத பொழுதில் பூமியதிர காதைப் பிளக்கும் பேரொலி கேட்டு பதைபதைத்து எழுந்தனர் அந்த வேவுப்போராளிகள். காற்று கனதியாகத் திரண்டு நெஞ்சில் உதைத்ததுபோன்ற உணர்வு. பேரிடியாய் வெடியதிர்வு. காதைக் கிழிக்கும் 'கிபிர்' யுத்த விமானம் குண்டைப் போட்டுவிட்டு மேலெழுந்தது. முதலில் தங்களுக்குத்தான் அடி விழுகிறது என்றுதான் எண்ணினார்கள். வீட்டை விட்டு வெளியே பயந்து ஓடி பங்கருக்குள் போய் நிதானித்ததும்தான் தெரிந்தது, அருகே எங்கோ தாக்கப்படுகிறது என்று. குண்டுச் சிதறல்கள் வீட்டுக்கூரை, மரங்களில் பாயும் சத்தம் கேட்கிறது. நான்கு விமானங்கள் பறந்து பறந்து பல குண்டுகளைப் போட்டன. தாக்கப்படுவது அருகே முன்னுக்குள்ள களமுனைப் பிரதான மருத்துவத் தளம். கிபிர் விமானங்கள் திருப்தியோடு திரும்புகின்றன.

களமுனை மருத்துவத்தளமே சின்னாபின்னமாய்ப் போனது. அந்த நிலத் தோற்றமே மாறிவிட்டிருந்தது ஒவ்வொரு குண்டும் 250மப எடையுள்ளவை. நிலமே பெரும் கிடங்காகிக் கிடங்குகள் நெருப்பில் எரிந்ததுபோலச் சாம்பல் பூத்தும் இருந்தன. மரங்கள் முறிந்து அவலமாய் வீழ்ந்து கிடந்தன. விமானம் திசை திரும்பித் தளம் மீளும் சத்தத்தை வேறுபடுத்தி உணர்ந்த மணி எழுந்து "வாங்கடா மெடிசினுக்குத்தான் அடி விழுந்திட்டுது. காயக்காரரைத் தூக்குவம்" என்று ஓடினான்.

"திருப்பி அடிப்பாங்கள். கொஞ்சம் பொறுத்துப் பார்ப்பம்" என்று கத்தினான் றாகுலன்.

மணி யாரையும் பார்க்கவில்லை. அவன் ஓடவும் கோபியும் வீரனும் பின்னால் ஓடினார்கள். ஆறு பேர் அங்கு இரத்தமும் மண்ணும் கந்தக மணமும் அப்பியவாறு காயத்தில் கிடந்தார்கள். மரங்கள் முறிந்தும் கட்டடக்கூரை இடிந்தும் அந்தச் சிதிலங்களுக்குள் சிலர் சிக்கிக் கிடந்தார்கள். மூன்று பேர் இறந்துவிட்டார்கள். காயப்பட்டவர்களைத் தூக்கிக்கொண்டு அருகே இருந்த மகளிர் மிதிவெடிப் பிரிவின்

தளத்திற்கு ஓடினார்கள். அங்கே நல்ல பங்கர் உண்டு என்பதை மணி அறிந்திருந்தான்.

அங்கிருந்த பெண் போராளிகள் நால்வரும் இவர்களும் இரண்டாம் முறை எஞ்சிய காயக்காரரைத் தூக்க வந்தபோது றாகுலனும் வேங்கையும் கவியும் இரண்டு காயக்காரரைத் தூக்கினார்கள். “மிதிவெடி றீம் பங்கருக்குள்ள கொண்டு போங்கடா” என்று கத்தியவாறு எஞ்சிய காயக்காரரையும் இறந்தவர்கள் உடலையும் தூக்கிக்கொண்டு இவர்களும் ஓடினார்கள்.

“டேய், மேல வண்டு சுத்துதடா. கிபிர் திரும்பி வருமடா. ஒருத்தரும் நிக்காதேங்கோ ஓடுங்கோ” மணி கத்திக்கொண்டே காயக்காரரைக் கொண்டு ஓடினான்.

அங்கு போய்ச் சேர்ந்ததும் சேராததுமாய் நான்கு குண்டுகள் வீழ்ந்து அதிர்ந்தது நிலம். அதே இடத்தில்தான் தாக்குதல். கிபிர் விமானம் மேலெழும்புகிறது. காது கிழிபடும் இரைச்சலுடன் ஒலியை விட வேகம் கூடிய இந்தப் போர் விமானம் தாக்கிய பின்தான் அதன் வருகை ஒலி கேட்கும். காயக்காரரை எடுக்க ஆட்கள் வருவார்கள் என்ற ஊகத்தில்தான் கிபிர் மறுபடி தாக்க வந்தது. மயிரிழையில் அவர்கள் தப்பினார்கள்.

இவர்கள் மருத்துவப் பிரிவுக்கு அறிவித்து அவர்கள் உடனே வந்து வாகனத்தில் காயக்காரரை ஏற்றிச் சென்றதும் தளம் திரும்பும் வழியில் சேரா வந்துவிட்டார். அவர் எண்ணியது வேவு அணியின் வீட்டுக்குத்தான் அடி வீழ்ந்துவிட்டது என்று. வோக்கி ரோக்கியில் தொடர்பு எடுத்திருக்கிறார். தொடர்பு இல்லை என்றதும் இங்குதான் அடி வீழ்ந்துவிட்டது என்றெண்ணி உடனே வந்துவிட்டார். மணி அவசரத்தில் ‘வோக்கி ரோக்கி’யை எடுக்காமல் ஓடிவிட்டான்.

சேரா வேவு அணியின் தளத்தைச் சுற்றிப் பார்த்துவிட்டு மணியைத் திட்டினார். “இதுவா உங்கட பங்கர்? இது என்ன பங்கரா? ஒன்றுதானா இருக்கு அதுவும்? ஏன் எல்லாரும் ஒன்றாய்ச் சாகவா?” மணி எதுவும் திருப்பிக் கதைக்கவில்லை.

“இன்றைக்கே இரண்டு பங்கர் கிபிர் குண்டு அடிச்சாலும் தாங்கக் கூடிய மாதிரி ‘சொக் அப்சோவர்’ பங்கராக அடியுங்க. இப்பவே வேலையைத் தொடங்கவேணும். சுற்றிவரப் பாருங்க. முகாம் இருக்கிற மாதிரி ஏதாவது தடயம்

வெளிப்படுதா என்று. தடயச் சாமான் இருந்தா உடன பொறுக்கி அப்புறப்படுத்துங்கோ” சுற்றும் முற்றும் கண்களால் பார்த்தார். அந்த விடயத்தில் மணி கவனமாகத்தான் இருந்தான்.

“இனிமேல் இதைவிட்டு வெளியே சாப்பாடு எடுக்கவோ வேறு என்ன அலுவலுக்கோ போறதா இருந்தாலும் சரி, உள்ள வாறதெண்டாலும் சரி... நின்று ‘வண்டு’ மேல சுத்துதா என்டதைப் பார்த்த பிறகுதான் உள்ள வரவேணும், வெளிய போகவேணும். ‘வண்டு’ செய்த வேலையைப் பார்த்திங்களா இப்ப...”

முகத்தில் தீவிரம் வெளிப்படும் வண்ணம் வைத்துக்கொண்டு திட்டினார். இந்த விடயத்தில் தான் மன்னிப்பு வழங்கப்போவதில்லை என்பதை வெளிக்காட்டும் அவரின் உடல் தோரணையது. ‘இந்த மனுசன் இஞ்ச அடி விழுந்திட்டுது எண்டதும் தனிய வெளிக்கிட்டு வந்திட்டுதே’ என்று எண்ணினான் மணி.

நாளையில் இருந்து காலையில் ஐந்து கிலோமீற்றர் வேக ஓட்டம் ஓடிப் பயிற்சி செய்யுமாறும், இலங்கை இராணுவத்தின் படைத்துறைச் சின்னங்கள் பற்றி வகுப்பு எடுப்பதற்குப் படைத்துறை பயிற்சிப் பிரிவில் இருந்து மாஸ்ரர் வருவார் என்றும் சொன்னார் சேரா. றோமியோ இந்த அறிவுறுத்தல்களைச் சேராவுக்கு வழங்கியிருக்கிறார்.

20

மணி அன்றிரவு பரந்தன் பகுதியில் இருந்த துணைத் தளபதியின் கட்டளை நிலையத்திற்கு அழைக்கப்பட்டான். அங்கு றோமியோ தனது ஒரு போராளியை மணியுடன் இணைத்துவிட்டார். பரந்தன் புதுக் குடியிருப்பு வீதிக்கு வடக்கே ஒரு கிலோமீற்றர் அப்பால் சென்று அந்தப் பகுதி முன்னணி நிலைகளை அவதானித்து வரச் சொன்னார்.

அடுத்தடுத்து மூன்று நாள் அந்தப் பகுதி நிலைகளை அவதானித்து றோமியோவுக்குத் தெரிவித்தனர் இருவரும். நாலாம் நாள் மணி யாருக்கும் சொல்லாமல் தான் தனியே போய் நிலைமையை அவதானித்து விடியும்போது தளம் திரும்பினான்.

இந்த வேவில் நீண்ட பிரயாணத்தை எதிரித் தளத்திலேயே நிகழ்த்தவேண்டி இருக்கிறது. உள்ளே ஆபத்தில் சிக்க நேர்ந்தால் அந்த இடத்தைவிட்டுச் சொற்ப நேரத்தில் வேறு தூர இடத்தை ஓடிக் கடந்து நிலைகொள்வதொன்றே பாதுகாப்பானதாக இருக்க முடியும். எனவே ஓடும் பயிற்சியை வேக ஓட்டமாகவும், தோளில் இராணுவ 'பாக்', துவக்கை அணிந்தவாறு ஓடிப் பயிற்சி செய்யுமாறும் றோமியோ மீண்டும் மணிக்கு அறிவுறுத்தினார். வகுப்புகளும் நடந்தன. இலங்கை இராணுவக் கட்டமைப்பில் உள்ள படைப் பிரிவுகள், அதன் வகைகள், அதன் சின்னங்கள், குறியீடுகள், வர்ணங்கள் என்று இவர்களைக் குறிப்பெடுத்து ஞாபகப்படுத்தச் சொன்னார் மாஸ்ரர். எதிரித் தளத்தில் பறக்கும் கொடி, பாவிக்கும் சின்னம், அதிகாரிகளின் உடையில் உள்ள பட்டி என்பவற்றைக் கொண்டு எந்த இடத்தில் என்ன படைப் பிரிவு நிற்கிறதென்று விளங்கிக்கொள்ள வேண்டும்.

இந்தச் சமயத்தில்தான் தளபதி சேராவின் நம்பிக்கையில் மண்ணள்ளிப் போட்டான் வேங்கை. வேங்கை, தான் வேவு அணியில் இனிமேலும் இருக்க விரும்பவில்லை என்று கடிதம் எழுதினான் சேராவுக்கு. சேரா அவனைக் கூப்பிட்டுத் திட்டினார், விளங்கப்படுத்தினார், புரியவைத்தார், மிரட்டினார். அவன் விடாப்பிடியாக நின்றான். "உன்னை

மூன்று வருசமா வேவுக்குப் பழக்கி இருக்கிறம். இப்பிடித் திடீரெண்டு விட்டிட்டு நீ சண்டையணிக்குப் போறதெண்டால் உன்ர இடத்திற்கு ஓராளைப் பழக்கி எடுக்க முடியுமோ? சரி ஒரு வருசம் நின்று இரண்டு போராளிகளைப் பழக்கீற்றுப் போ" என்றார். அவன் சம்மதிக்கவில்லை.

"உன்னைத் தன்ர உயிரைக் குடுத்து காப்பாற்றினவன் இதயன். அதுக்கு அர்த்தமில்லாமல் விட்டுட்டுப் போனால் நட்புக்கு என்னடா அர்த்தம்" என்றும் சொல்லிப் பார்த்தார். ம்கூம்... அவன் கேட்பதாயில்லை.

"நீ போக ஏலாது இப்ப" என்றார் கோபமாக.

"அப்ப நான் இயக்கத்தை விட்டு விலகிறன்" என்றான்.

அதுக்குப் பிறகு எதுவும் பேசாமல் அவனை ஊரியான் பகுதி நிலைகளுக்கு ஒரு செக்சன் லீடராக அனுப்பினார். கடும் தண்டனை கொடுக்க நினைத்தார். காயப்பட்ட போராளிகளைப் பராமரிக்க அனுப்பத்தான் இருந்தார். ஆனால் இறுதியில் முடிவை மாற்றிக்கொண்டார். அப்படிச் செய்தால் இவன் இயக்கத்தை விட்டே விலகிவிடக்கூடும் என நினைத்ததுதான் அதற்குக் காரணம். ஆனால், இதுவும் ஒரு தண்டனைதான். அவன் ஒரு பிளட்டூன் லீடருக்கு உரிய தகுதி நிலை உடையவன். தன்னைவிட இளைய லீடர்களோடு அவனை விட்டுவிடுவதன் மூலம் தண்டனையை உணர்த்தினார். அவருக்குத் தெரியும் சக தோழர்கள் மத்தியில் மரியாதை தாழ்ந்து போவதோ, அவமானப்படுவதோதான் சரியான வீரன் ஒருவனுக்குக் கொடுக்கக்கூடிய கடுந் தண்டனை என்று.

சேரா எண்ணியது மணியுடன் வேங்கையை இந்த வேவுக்கு அனுப்ப முடியும் என்றுதான். காரணம் வேங்கை வேவு அனுபவம் உள்ளவன். தவிரவும் ஒருமுறை உள்ளே சென்று சில விடயங்களை அவதானித்தவன். அதைவிட இதயனின் இழப்பு இந்தப் பணியை எப்படியும் தானே முடிக்க வேண்டுமென்ற ஓர்மத்தை இவனுக்குக் கொடுத்திருக்கும் என்று அவர் மனது கணக்குப் பண்ணியது. சேராவின் மனக்கணக்கும் வேங்கையின் மனக்கணக்கும் இந்த இடத்தில் முரண்பட்டுப் போயிற்று.

மனம் எல்லோருக்கும் இலட்சியங்களால் மட்டும் அமைவதில்லை. இலட்சியங்கள் மட்டுமே மனக்கோலத்தைத்

தீர்மானிப்பதில்லை. மனதின் போக்கை ஆக்கிக்கொள்ள அப்பாலும் வேறு காரணிகள் குறுக்கிடுவதுண்டு. நிலைமாறும் திசைமாறும் மனதிற்கு ஆகக் கடைசி உதாரணமாய் சேராவுக்கு வேங்கை இருந்தான்.

மணியோடு யாரை அனுப்புவதென்று தன் மீசை நுனியை இரு விரலால் இழுத்தபடி சேரா தன் தளத்தில் மரக் கதிரையில் இருந்தபடி சிந்தனையில் இழுபட்டார். சில நேரத்தில் மேல்சொண்டில் வலி எழும் வண்ணம் அவர் மீசை நுனியைத் தன்னிலை மறந்து இழுந்தார். கவி சிறியவன். அனுபவம் இல்லை. அவனிடம் இன்னும் வேவுக்கான துணிவும் போதியளவு வரவில்லை. கோபியை விடமுடியாது. எதிர்காலத்தில் மணியைப் போலத் திறமைசாலியாக வேவில் வளர்ந்து வரக் கூடியவன்தான் கோபி. இப்போ இழப்பு வந்தால் இருவரையும் இழக்க நேர்ந்துவிடும். றாகுலனை அனுப்பலாம். உடனடிக்கு வேவு அணியைத் தளத்தில் கட்டுப்படுத்த அவன்தான் அனுபவம் உள்ளவனாக இப்போ இருக்கிறான். வீரன் வேவு அணிக்கே புதியவன். வேவு தெரியாதவன். என்னதான் செய்வது? இராணுவம் ஏவும் செல் விழுந்து தூரத்தில் வெடிக்க நிலம் அதிர்கிறது.

மறுநாள் இதுபற்றி மணியைத் தனதிடத்திற்கு அழைத்துக் கதைத்தார் தளபதி சேரா. றாகுலனையோ அல்லது தென்போர் முனையில் இருக்கும் வேவு அணியிலிருந்து ஒருவனையோ தரட்டுமா உனக்கு என்று கேட்டார் சேரா. அப்படித் தேவையில்லை என்று மறுத்தான் மணி.

“சரி வேறு வழியில்லை கோபியைக் கூட்டிக்கொண்டு போ” என்றார்.

‘இல்லையண்ணை. வீரனைக் கூட்டிக்கொண்டு போறன்.”

“வீரனையா?” அவர் ஆச்சரியமாகக் கேட்டார், விளங்கித்தான் சொல்கிறாயா என்பதுபோல. பிறகு,

“வீரன் வேவுக்குப் புதுசு. முன்னனுபவம் எதுவும் இல்லை. இது விளையாட்டான வேவு வேலை இல்லை மணி. உனக்குத் தெரியும் ஆமியின்ர தளத்துக்குள்ளாலயே நீண்ட தூரம் நகர்ந்து கிளிநொச்சிக்கு வரவேண்டியிருக்கும். அதுக்குச் சில நாள்கள்தான் ஆகும் என்றும் சொல்ல முடியாது, சில வாரங்கள் ஆகலாம்.”

"இல்லை அதைப்பற்றிப் பிரச்சினை இல்லை. அவன் நல்ல சண்டைக்காரன் எண்டதைக் காட்டியிருக்கிறான். யாழ்ப்பாணத்தில் ஆமியிட்ட மாட்டித் தப்பிவந்த ஆள் அவன். எனக்கு அவன் போதும். கூட்டிக்கொண்டு போறன். கோபி இருக்கட்டும். இன்னொரு முயற்சி செய்ய வேண்டி வந்தால் கோபி முக்கியம்" பொறுப்பான முகபாவத்தோடு நம்பிக்கையாகக் கதைத்தான் மணி. தான் ஒருவேளை இந்த நடவடிக்கையில் இறக்க நேர்ந்தால் அடுத்து அவருக்கு கோபி முக்கியம் என்பதைத்தான் சுட்டினான்.

சேரா சம்மதித்துவிட்டார். சம்மதம் மட்டுமில்லை, அவருக்குப் பெரிய ஆறுதலும் கூட. மணியின் தன்னம்பிக்கையும் துணிச்சலும் அவருக்குப் பெருமிதத்தைக் கொடுத்தன. தான் வேவு பழக்கியவன் என்ற பெருமிதமும் அது.

வீரனை விடுமுறையில் வீட்டிற்கு அனுப்பி எடுக்க அனுமதி கேட்டான் மணி. முதலில் அதற்குத் தயக்கம் காட்டிய தளபதி பின்னர் மணியின் மீதான நம்பிக்கையில் சரி என்று சம்மதித்தார்.

"மூன்று நாளில் திரும்ப வேணும் என்று சொல்லியனுப்பு" என்றார்.

மணி வந்து வீரனை விடுமுறையில் வீட்டிற்குப் போய்வரச் சொன்னபோது வீரனுக்குச் சந்தேகம் எழுந்தது. 'என்ன திடீரென்று?... கேட்டாலே லீவு தரமாட்டாங்கள். இப்ப என்ன அதிசயம்! கேட்காமலே தாறாங்கள் லீவு? ஒருவேளை அடுத்த வேவுக்கு நான்தானோ? மூக்குக்கு பஞ்சுதானோ?' என்றும் மனதில் ஓர் எண்ணம் ஓடியது. இருந்தாலும் விடுமுறையில் வீட்டிற்குப் போவது தலைகால் புரியாத இன்பத்தைத் தந்தது வீரனுக்கு.

அன்றிரவு வீரனுக்கு நித்திரை வரவில்லை. அம்மாவின் நினைவெழுந்து சன்னதம் ஆடியது. ஒருகாலம் அம்மா இல்லாமல் ஒருநாள் கூடத் தன்னால் வாழ்ந்துவிட முடியாதென்று திடமாய் நம்பிய நாள்களை நினைத்தான். காலம் எப்படித் தன்னை மாற்றிவிட்டது என நினைக்க ஆச்சரியமாக இருந்தது. ஒருசமயம் குற்றவுணர்வொன்று மனதில் எழுந்து குறுகுறுக்கவும் செய்தது. போகும்போது தங்கைக்கு எல்லாம் சொல்லி அவளை எப்போதும் அம்மாவை

அப்பால் ஒரு நிலம் ✳ 161

விட்டுப்பிரியாமல் அம்மாவைப் பார்த்துக்கொள்ளச் சொல்லவேண்டும். அக்கா மட்டும் இருந்திருந்தால் வீடு எவ்வளவு அழகாய் இருந்திருக்கும் என்ற எண்ணம் எழ, தானே அந்த எண்ணத்தை விரட்டியடித்தான். அவனால் இப்படியான நினைவுகளைத் தாங்க முடியவில்லை.

21

அன்று காலை வீரனம்மா முகம் கழுவி முடித்து, கிணற்றில் தண்ணீர் எடுத்துக்கொண்டு முற்றத்திற்கு வந்தபோது கவனித்தாள், இங்கு வந்தபோது வைத்த மாமரக் கன்று பூத்திருப்பதை! சின்னஞ்சிறிய கன்றில் பூத்திருக்கிறது முதல் பூ. மனதில் ஏதோ சிறு சந்தோசம். மறுகணமே 'முதல் பூ காய்க்காமல் உதிர்ந்து விடும்' என்று ஊரில் தன் பாட்டன் சொல்லும் சொல் நினைவுவர வந்த சந்தோசத்தை அடித்துப் புரட்டிப் போட்டது அது.

அத்தோடு விட்டதா அது? அநாவசியமாய் மகளின் நினைவை இழுத்து வந்து மனம் உத்தரித்துக் கூத்தாடியது. அவளின் முதல் பூ அது. தேநீருக்குத் தண்ணி வைத்த அடுப்பில் சிரட்டை இரைந்து எரிந்தது. உள்ளும் வெளியுமாகச் சீறுகிறது தீச் சுவாலை.

பட்டி சாயும் பொழுதில் வீரன் வீட்டுக்கு வந்தான். தோளில் உடுப்பு 'பாக்' கனமின்றித் தொங்கியது. வெளிப் படலையைத் திறந்து உள்ளே நுழையும்போதே அம்மா நிற்பாளென எதிர்பார்த்தான். ஏனெனில் காணி முகப்பில் சோளக்கடைக் கொட்டில் வெறுமையாய் இருந்தது. இது எங்கள் வீடுதானோ? அதிர்ந்துதான் விட்டான்.

சிறுகுடிலாய் இருந்த கொட்டில் சின்னஞ்சிறிதென்றாலும் வீடாய் ஆகியிருந்தது. வெள்ளையடித்திருந்த சுவர்கள் அது மண்வீடென்ற தோற்றத்தை மறைத்திருந்தன. திண்ணையில் யாரோ ஒருத்தி. அட அக்காவா?...ச்சா என்ன நினைவிது? யாரோ ஒரு பெண் போராளி. இடுப்பில் கறுப்புப்பட்டி கட்டி முடியை இரட்டைப் பின்னலாய்க் குறுக்கோடிக் கட்டியிருந்தாள் அவள்.

வெளியே எட்டிப் பார்த்துவிட்டு, "அம்மா... யாரோ வந்திருக்கிறாங்க" உள்ளே பார்த்து குரல் கொடுத்தாள் அவள்.

அவளுக்கு அம்மாவா? அட... நான் யாரோவா? அந்தச் சொற்கள் தன்னை அந்நியனாய் உணரவைத்துக் கடப்பதை வீரன் உணர்ந்தான்.

அவள் மறுபடி "வீரனம்மா... இஞ்ச யாரோ உங்களிட்ட வந்திருக்கிறாங்கள்" குழையும் குரலில் அவள் "வீரனம்மா" என வாஞ்சையோடு அழைத்த விதத்தில் மனம் பூரித்து அடங்குகிறது. அவனை அறியாமல் வாலிபத்தின் முன்பருவம் கொண்ட அவன் முகத்தில் புன்னகை ஓடி நிலைக்கிறது. அதைக் கண்டு அவள் எழுந்து "வீரனம்மா..." என்று கூப்பிட்டபடி உள்ளே போனாள்.

"வாறன் பிள்ளை" அம்மாவின் குரல் உள்ளிருந்து கேட்க மனம் குமுட்டிக் குதூகலித்துத் துள்ளுகிறது. குறும்பு செய்யத் தூண்டுகிறது அம்மாவின் குரல் கேட்ட மாத்திரத்தில்.

"வீரனம்மா... வீரனம்மா..." வீரன்தான் இப்படிக் கூப்பிடுகிறான். பதில் உடன் வராததைக் கண்டு அடித்தொண்டையால் கூப்பிட்டான் "பயத்தில வெளிய வராம நிக்கிறீங்களே கோழையம்மா... கோழையம்மா..."

சட்டையில் தன் கைகளைத் துடைத்தபடி வெளியே வந்த வதனா பார்த்த மாத்திரத்தில் மலைத்து நிற்கிறாள் செய்வதறியாது. எல்லை தாண்டிய சந்தோசமும் சில நேரங்களில் செயலற்று இருத்தி விடுவதுண்டு. அத்தனை திகைப்பு..

அதிலிருந்து மீண்டு, குரல்மாறி, வளர்ந்து, விரிந்த தோளுடன் ஆண்பிள்ளையாக நிற்கும் தன் குழந்தையை அணைத்து நெற்றியில் முத்தமிடுகிறாள் வதனா. இரு உள்ளங்கையாலும் அவனின் முகத்தைத் தடவித் தடவி, தடவிய தன் கைகளைத் தானே மோர்ந்து கொஞ்சி மீண்டும் தடவுகிறாள்.

'வீரனம்மாக்கு வேண்டிய போராளிபோல இருக்கு' அந்தப் பெண் போராளி மனதில் எண்ணவும் உள்ளேயிருந்த கடைக்குட்டி இவனைக் கண்டுவிட்டு ஓடிவந்து "அண்ணா" என்று கையைப் பிடித்தாள்.

அப்போதான் உண்மை மனதில் வெளிக்க அந்த மிடுக்கான பெண் போராளியின் முகத்தில் நாணம் ஓடுகிறது. அதை வீரன் கண்டான். தங்கை "அண்ணா" என்று கூப்பிட்ட தருணத்திலேயே வீரன் அவளைப் பார்த்தான். கூச்சத்துடன் அந்த இடத்தில் நிற்காமல் வீட்டின் திண்ணையில் போயிருந்து கொண்டாள்.

வீரனின் இரு கையிலும் தாயும் தங்கையும் பிடித்திழுத்து உள்ளே அழைத்துப் போனார்கள். வீரன் அந்தக் குந்தின் அல்லது திண்ணையின் மறுநுனியில் இருந்துகொண்டான்.

"லீவிலயா வந்திருக்கிறாயண்ணா?" தங்கை கேட்டாள்.

"ம்ம்…"

அனிச்சையாக வீரன் திண்ணையில் இருந்த பெண் போராளியைத் திரும்பிப் பார்த்தான். அவன் கண்ணைப் பார்த்தவள் கூச்சத்துடன் பல்லைக் கடித்து மறுபக்கம் திரும்பினாள். பிறகு இதிலென்ன கூச்சப்பட எனத் தன்னிலை உணர்ந்து நிமிர்ந்திருக்க முயன்றாள்.

உள்ளே இருந்து தேத்தண்ணி கொண்டுவந்து வீரனுக்குக் கொடுத்தாள் அம்மா. "அவவுக்கு…" வீரன் திரும்பி அந்தப் பெண் போராளியைச் சுட்டினான்.

"குறிஞ்சி இப்பதான் குடிச்சவள். தரட்டா பிள்ளை?" சொல்லிவிட்டுக் குறிஞ்சியிடம் கேட்டாள் அம்மா.

'ஓ… இவளுக்குக் குறிஞ்சிதான் பெயரா?' மனதில் பெயர் ஓடிக்கடந்தது வீரனுக்கு.

"இல்லையம்மா. இப்பதானே தந்தீங்கள்…" குறிஞ்சி சொன்னாள்.

அம்மா வீரனின் காலின்கீழ் தரையில் இருந்து கொண்டாள். வீரனின் முழங்கால் இரண்டையும் ஒருகையால் அணைத்தவாறு அந்த ஸ்பரிசம் தரும் தாய்மையின் ஆறுதலில் திளைத்திருந்தாள்.

இதைப் பார்த்திருந்த அந்தப் பெண் போராளி குறிஞ்சி, "அம்மா நான் போயிற்று வாறன்… என்ன?" என்று சொல்லியவாறு எழுந்தாள். முகத்தில் முதிர்ச்சியும் மிடுக்கும் இப்போது குடிகொண்டிருந்தது. "இரு பிள்ளை… சாப்பிட்டுப் போகலாம்" அம்மா சொன்னாள். "இல்லை அம்மா… நான் போய் அங்க சாப்பிடுறன். வேலை இருக்கு." அவள் சொல்லவும், 'இருங்கோ… சாப்பிட்டுப் போகலாம்' என்று மறிக்க எழுந்த குரலை வீரன் அடக்கிச் சொற்களை விழுங்கினான்.

எழுந்து நின்றபோது அவள் மிடுக்கிலும் கூடத் தெரிந்த அழகு இவனைத் தடுத்ததா? மிடுக்குக் கூட எத்தனை அழகாய்

இருக்கிறது இவளுக்கு? பொதுநிறமும் மெல்லிதழும் கூரிய மூக்கும் உருளும் கரு விழிகளும் கிராமத்துப் பெண்ணின் மிடுக்கழகோடு அந்த இயக்க யுனிபோமில் இருந்து வெளிப்பட்டன. அவள் முற்றத்தில் நின்றபோது அவளின் மிடுக்கான முகத்தில் முன்னர் ஓடிமறைந்த ஒரு கணக் கூச்சத்தை மீள நினைக்க முயன்றான் வீரன்.

அவள், "பிறகு வாறன் அம்மா... நெடுகலும்தானே உங்களிட்ட சாப்பிடுறன்" சொல்லியபடி வெளியே போனாள். அந்தச் சொல் வீரனுக்கும் சேர்த்திருந்ததாய் அவன் ஏனோ உணர்ந்தான். சைக்கிளை எடுத்து வெளியே போகவும், "தங்கச்சி படலையைத் திறந்துவிடுங்கோ" என்று சொல்ல கலை திறந்துவிட அவள் போய்விட்டாள். கலையின் வர்ணம் நரைத்த சட்டையைப் பார்க்க வீரனுக்கும் அப்பா ஞாபகம் வந்தார். அவர் இருந்திருந்தால் இப்படியா இருந்திருப்பாள் இவள்.

இரவுச் சாப்பாடு றொட்டி. மரவள்ளிக்கிழங்குக் கறி இருந்தது. பின்வீட்டில் போய் இரண்டு முட்டை வாங்கிக்கொண்டு, அந்தக் கண்தெரியாத கணவனைக் கொண்ட பெண்ணிடம் தன் பிள்ளை வந்திருக்கும் செய்தியையும் சொல்லிவிட்டு வந்தாள் அம்மா. "நாளைக்குக் காலையில தோசைக்குப் போட்டிருக்கிறன். தம்பிக்குக் கொண்டுவாறன் அக்கா" என்றாள் அவள்.

இரவு, மூவருக்கும் ஒன்றாகத் தானே படுக்கப் பாய் விரித்தாள் கலை. அவளுக்கு அடங்காத சந்தோசம். நடுவில் அம்மா. அருகில் தான், மறுபக்கம் கொஞ்சம் தள்ளி அண்ணா. இரண்டு பாய்தானே இருந்தது அந்த மண் வீட்டில்.

இரவு யாருக்கும் நித்திரை உடனே வரவில்லை. மனதில் தாங்க இயலாத பூரிப்பு ஒரு நொடியும், துக்கம் மறுநொடியுமாக மாறி மாறித் தாக்கியது எல்லா மனங்களையும்! வீட்டில் இல்லாது போன உயிர்கள் ஒருபுறம். தூரம்போன உயிர் திரும்பி வந்திருப்பது மறுபுறம், வந்திருக்கும் பிள்ளை நாளை திரும்பிப் போகப் போறானே என்ற நினைவு இன்னொருபுறம். ச்சா... எண்ணங்கள் உள்ளே உருண்டுகொண்டே இருந்தன வீரனம்மாவுக்கு.

சில வருடங்களின் பின் இன்றுதான் 'சென்றி' பார்க்க எழும்பாமல் படுத்தான் வீரன். ஆனால் மனம் விழித்த நிலையிலேயே உறங்காது அல்லாடுகிறது. அம்மாவின் அருகாமை அணைந்து படுக்கும் ஆசையைத் தூண்டுகிறது. அணைந்து படுத்திருக்கும் தங்கையைப் பார்க்கிறான். ஒருகணம் வளர்ந்த தன் உருவத்தை அம்மாவின் தோளுக்கும் காலுக்கும் இடையிலான நீளமளவுக்கேனும் குறுக்கிவிட்டால் எவ்வளவு நல்லாய் இருக்கும் என்றும் எண்ணினான்.

'அந்தப் பிள்ளையின் பெயர் என்ன? குறிஞ்சியா?' அநியாயத்திற்கு அந்த முகம் வந்து மறைந்தது மனதில்.

வீரன் இயக்கத்திற்குப் போனபோது இருந்த மனநிலை வேறு. இப்போதுள்ள மனநிலை வேறு. வாழ்வு கணம்தோறும் மாறிக்கொண்டே இருக்கிறதா? கூரைக்கிடுகின் புது ஓலை வாசனை நூதனமாய் இருந்தது வீரனுக்கு.

அம்மா காலையில் எழுந்து சோளப்பொத்தி அவியப் போட்டாள் அடுப்பில். மறு அடுப்பில் வேர்க்கடலை அவியப் போட்டாள். இந்த அடுப்புகள் இவற்றை விற்கும் வீதியோரக் கொட்டிலின் பின்புறமுள்ளன. அருகே சாம்பல் குவியல். எரிந்துபோன விறகின் சாம்பல். வீரனம்மா முகம் கழுவிவிட்டு வந்து வீட்டின் பத்தியாய் இறக்கப்பட்ட குசினிக்குள் போய் கூட்டித் துப்புரவு செய்து தேத்தண்ணிக்குத் தண்ணி வைத்துவிட்டு வந்து சின்னவளை எழுப்பினாள். வீரன் காலையில்தான் தூக்கம் இழுக்க நித்திரையாகியிருந்தான்.

சின்னவளை எழுப்பிய குரலில் வீரன் விழித்துவிட்டான். தான் சத்தம் போட்டு நித்திரைகொள்ளும் பிள்ளையைக் குழப்பிவிட்டேனே என அம்மா நொந்தாள். அவன் சத்தத்திலா விழித்தான்? இல்லவே இல்லை. குரல்... அந்தக் குரல்... அம்மாவின் குரல். அதற்குத்தான் எத்தனை வசீகரமிருக்கிறது.

'அன்பு கசிந்துருகும் - இல்லை வாழ்வே அதன் அழகிய பொருளுடன் கசிந்துருகும் குரலாய் அம்மாவின் குரல் இருக்கும் என்று முன்னர் ஏன் நான் உணர்ந்ததில்லை? இழக்காமல், இருப்பதை உணரமுடியாதா? பிரியாமல், உறவைப் புரிந்துகொள்ள முடியாதா?' புரண்டு மறுபடி படுக்க எத்தனிக்க, கேள்விகள் உறக்கத்தைப் புரட்டி எழுப்பின. எழும்பி வெளியே போனான்.

அப்பால் ஒரு நிலம் ✼ 167

மலம்கழித்து வந்து முகம் கழுவியவன் அடுப்பில் அவியும் சோளப்பொத்தியையும் கச்சானையும் வெளியிலேயே நின்று பார்த்துக்கொண்டிருந்தான். பனிப்புகார் காலைச்சூழலில் இன்னும் மறையவில்லை. 'தெருவில் கடையிலிருந்து கூவி விற்றுத்தானா அம்மா வயிறாறுகிறாள்? அதுவும் தனக்காகவா?' அடுப்பின் அருகே போயிருந்தான். குளிருக்கு எரியும் தணல் உடலுக்கு வேண்டியிருந்த சூட்டைத் தந்தது.

அப்பா நினைவுக்கு வந்தார். 'அப்பா எப்போதுமே தன்னுடன் அக்காவையும் என்னையும் எங்கும் அழைத்துப் போவார். எந்த விடயத்திற்கும் காரணகாரியத்தோடு பதில் சொல்வார். அப்பாவிடம் எனக்கு ரொம்பப் பிடித்ததும் அதுதானே?' நினைத்தபடி விறகை அடுப்பில் தள்ளி நூர்ந்து போகும் நெருப்பைப் பற்றியெரியவிட்டான். ஈரமுகத்தில் வெக்கை பிடித்தது.

தேத்தண்ணியுடன் உழுத்தம்மாவும், பொரி அரிசிமாவும், தேங்காய்ப்பூவும், சர்க்கரை போட்டுக் குழைத்துத் திரணையாக்கி இருவருக்கும் கையில் கொடுத்தாள் அம்மா. "கலை, இண்டைக்கு பள்ளிக்கூடம் போகத் தேவையில்லை நில்லு" என்றாள் அம்மா.

"ஏனம்மா? அவள் போகட்டும்."

"இல்லை... கடையில யாரும் இல்லை. அவிச்சுக் குடுத்திட்டா அவள் கடையப் பார்ப்பாள். நான் உனக்குச் சமைக்கிறன்."

தங்கையைக் கடையைப் பார்ப்பதற்காக அம்மா பள்ளிக்கூடத்தை விட்டு நிறுத்தவேண்டியிருப்பது வலியைத் தந்தது.

"இல்லை... நான் பாக்கிறன் அம்மா" வீரன் சொன்னான்.

"இல்லையடா. அவள் அண்ணா வீட்ட வந்திருக்கத் தன்னைப் பள்ளிக்கூடம் அனுப்பிற்றன் என்று கவலைப்படுவாள். அவளின்ர ஆசைக்கு நிக்கட்டுமன் உன்னோட" அம்மா சொன்னபோது அவன் தான் ஏன் இதை நினைக்கவில்லை என்று மனம் கூசினான். இவன் வந்ததில் இருந்து அவள் இவனை ஒட்டிய படியே இருக்கிறாள்.

சாப்பிட்டதும் தங்கையையும் கூட்டிக்கொண்டு காணி மூலையில் பழைய வீட்டைப் பிரித்துக் கழித்த கிடுகுகள்

போடப்பட்டிருந்த இடத்திற்குப் போனான். அவற்றைக் கிளறி அவற்றில் இத்துப் போகாமல் ஓரளவு நன்றாய் இருக்கும் கிடுகுகளைத் தவத்தி எடுத்துத் தங்கையிடம் கொடுத்தான் அவற்றை மறுகரையில் அடுக்குமாறு.

"என்னடா வதா செய்யிறாய்?" அம்மா குரல் கொடுத்தாள். அம்மா வதனனை வதா என்று வாஞ்சையாய் அழைப்பது வழக்கம். வீரனுக்கு நெடுங்காலத்தின் பின் அம்மா அழைத்த 'வதா...' என்ற சொல் மனதில் ஓடியது.

"ஒண்டும் இல்ல... இந்தக் கிடுகை தவத்தினால் இருக்கிற புதுக் கிடுகையும் சேர்த்து கிணற்றடியை வேலி அடைக்கலாம். கச்கூசையும் தான்" இவன் இங்கிருந்து குரல் வைத்தான். அம்மா சோளப்பொத்திகளைச் சரிபார்த்தாள்.

யுத்தம் மனிதர்களை விரட்டி விரட்டிப் பந்தாடும் போர் வாழ்க்கையில் வதனா இந்த அளவுக்குத் தன் வாழ்க்கையை உருவாக்கி ஒழுங்கமைத்துக்கொண்டதே ஆச்சரியம்தான். வாழ்வு நெருக்கடிக்குள் அகப்பட்டுத் தவிக்கும்போது உள்ளிருக்கும் ஆளுமை செயற்படத் தொடங்குகிறது. அம்மாவின் உழைப்பு இன்று தங்கையையாச்சும் நல்லபடி வைத்திருக்கிறதே என எண்ணினான் வதனன்.

கழிப்பறையைப் புதிதாய் உருவாக்கும் வேலையைத் தொடங்கினான். காணி மூலையில் ஒரு கிடங்கு வெட்டி, வெட்டிய மண்ணை நீர் விட்டு அப்பால் இழுத்துக் குழைத்து வைத்தான். கிடங்கைச் சுற்றி கிடுகைக் கொண்டு அடைத்து மறைத்தான். தங்கை உதவி செய்தாள். வீடு போட்ட எஞ்சிய மரத்தில் இரண்டை வாசலில் ஊன்றினான். ஒருசில தடிகளைக் கொண்டு சதுரம் செய்து அதை உரப்பையால் மூடித் தைத்து கழிப்பறைக்குக் கதவாக்கிக் கொண்டான். தாயிடம் ஐந்நூறு ரூபா பணம் வாங்கி விசுவமடு சந்தியில் கழிப்பறைக்கு வைக்கும் தகரத்தாலான கோப்பையும் நீர் கிடங்கிற்குப் போகும் குழாயும் வாங்கி வந்தான். அதைக் கிடங்கின் முன்பகுதியில் வைத்துப் பொருத்திக் கிடங்கின் குறுக்கே தடிகள் போட்டு மேலே பொலித்தீன் விரித்து மூடி அதன்மேலே மண் போட்டான். கச்சிதமாக ஒரு கழிப்பறையை உருவாக்கிக் கொண்டான். சின்னவளுக்கு வியப்பாக இருந்தது.

"அம்மா இஞ்ச வந்து பாருங்கோ... அம்மா... அம்மா..." சின்னவள் கலை காணி மூலையில் நின்று கத்தினாள்.

"என்ன குஞ்சு? இஞ்ச விட்டிட்டு வர ஏலாது. நீ வா! கடையப் பார். நான் சமைக்கவேணும்" அவள் மறுகுரல் கொடுத்தாள்.

"இங்க வாங்கோ ஒருக்கா."

வதனா வந்து பார்த்ததும் ஆச்சரியப்பட்டுத்தான் போனாள். முறையாக ஒரு கழிப்பறைபோல அமைப்பாக இருந்தது அது. அவளுக்கென்னவோ சிவகுமரனின் நினைவுதான் வந்தது. கலங்கிய கண்ணீரை வெளியே விழுந்துவிடாமல் காப்பாற்ற கதையை மாற்றினாள்.

"அடேயப்பா திறமா இருக்கடா வதா! அதுசரி... இது என்னத்துக்கு மண் குழைச்சு வைச்சிருக்கிறாய்..."

"இரவைக்குக் கடைக்குக் குந்துவைச்சு சுவர் ஆக்கலாம். மூன்று நாளில சுவர் வைச்சிடலாமம்மா" வதனன் சொன்னான்.

"வதா, சும்மா இரடா. வந்தனி தங்கச்சியின்ர சைக்கிளை எடுத்துக்கொண்டு வெளிய போய்வாவன். அங்க உடம்பு முறிச்சு வேலை செய்து லீவில வந்தும் கஸ்ரப்படுறாய். அதெல்லாம் தேவையில்லை."

"இல்லை, நான் எங்கையும் போக வரேல்லை. வீட்ட நிற்கத்தான் வந்தனான்."

"சரி உன்ர விருப்பம்."

'அண்ணா, முன்காணிக்காரனிட்ட கல்லு அரியிற அச்சிருக்கு! வாங்கி அதால கல்லு அறுத்துக் கட்டுவமா" சின்னவள் கேட்டாள்.

'ம்ம்... அது சுகமடி. போய் வாங்கியாறியா?'

சின்னவள் முன்காணிக்காரனிடம் கல்லு அரியும் அச்சு வாங்கி வந்து கொடுத்துவிட்டுக் கடையில் நின்றுகொண்டாள்.

வதனா பின்வீட்டுப் பெண்ணிடம் காலையிலேயே கோழிக்குச் சொல்லியிருந்தாள். அந்தப் பெண் கோழி வளர்த்து முட்டையும் கோழியும் விற்பது வழக்கம். அவளோ ஒரு விடலைப் பருவச் சேவலை உரித்து இறைச்சி வெட்டியும் வைத்திருந்தாள்.

வதனா நன்றிப் பெருக்கோடு வாங்கி வந்து கோழிப்புக்கை சமைத்தாள். வதனனுக்குக் கோழிப்புக்கை என்றால் அப்படி விருப்பம். தகப்பன் மாதத்தில் ஒருமுறையாவது கோழிப்புக்கை தானே வைப்பார்.

அரைக் கிலோ சின்னவெங்காயம் அரைக் கிலோ அரிசி, பச்சை மிளகாய், ஒரு விடலைச் சேவலின் எலும்புகளைத் தவத்தி எஞ்சிய இறைச்சி, கொஞ்சம் தேங்காய்ப் பால், மிளகாய் சரக்குத் தூள் இவை போதும் ஒரு கோழிப்புக்கைக்கு. இறக்கும்போது றம்பை இலை அல்லது கறிவேப்பிலை போட்டு இறக்கவேண்டும். எல்லாவற்றையும் ஒன்றாய்ப் போட்டு நெருப்பைத் தணலில் விட்டுப் பக்குவமாய் ஆக்கி எடுக்க உருசி என்றால் அத்தனை உருசியாக இருக்கும். குளித்துவிட்டு வந்த வதனன் சாப்பிட இருந்தபோது, ‘என் பிள்ளை என்னுடனேயே இருந்துவிடானா?’ என்று ஏங்கியது வதனாம்மாவின் மனம். அவன் அதை ‘பொச்...பொச்’ என்று வாயில் சத்தம் வரச் சாப்பிடும்போது அவளுக்கு அழுகையே வந்துவிட்டது. தன்னை அறியாமல் ‘என் பிள்ளைக்கு ஆக்கிப்போடும் கொடுப்பினை கூட இல்லையே எனக்கு” என்று மனம் அரற்றியது.

அடுத்து வந்த இரண்டு நாளில் தங்கையைக் கூட உதவிக்கு வைத்து கிணற்றடிக்கு மண்போட்டு உயர்த்தி நீர் வழிந்தோட வாய்க்கால் வெட்டி அமைத்தான். நின்று குளிப்பதற்கும் அம்மா உடுப்பு தோய்ப்பதற்குமாக நூறு ரூபாய்ப்படி மூன்று எண்ணை பெரல்களை வாங்கி வந்து அதை வெட்டி நிமிர்த்தி பின் அவற்றை ஒன்றுடன் ஒன்று கொழுவி கிணற்றடியில் நின்று குளிக்க நிலமாக ஆக்கிக்கொண்டான். தவத்தி எடுத்த கிடுகுகளைக் கொண்டு கிணற்றைச் சுற்றி வேலியாக்கிக் கொண்டான். இந்தக் கிணற்றைப் பார்த்தபோது அந்தப் பின்வீட்டுப் பெண்ணுக்கு வீரன் மீது அளவில்லா நேசம் வந்தது. அவள் அன்றிரவு வடை சுட்டுவந்து கொடுத்தாள்.

இரண்டு நாளும் மாலை கடை பூட்டியதும் அறுத்த கல்லைக் கொண்டு கடை போட்ட புதிய கொட்டிலுக்குச் சுவர் வைச்சு எழுப்பினான். அம்மாவிடம் மேலும் ஐந்நூறு ரூபாய் பணம் இருக்குமா என்று கேட்டான். இவனும் ஏதோ கேட்கிறான் என்று அவளும் கொடுத்துவிட்டாள். அவன் மூன்று தகர எண்ணை பெரலும் மரக்காலையில் ஆறு அடி றீப்பைகளும்

வாங்கி வந்தான். நான்கு கதவுப் பிணைச்சலும் வாங்கினான். மேலும் நூறு ரூபாய் செலவாயிற்று. ஆனால் கடைக்கு ஓர் அருமையான கதவைச் செய்து முடித்தான். போன மாதம் ஒரு குடிலும் சோளம் விற்க ஒரு பத்தியும் இருந்தது. இந்த மாதமோ வீடு, கழிப்பறை, கிணறு என்று முறையானபடி வாழ்விடம் வந்துவிட்டது மட்டுமல்ல, ஒரு கடையே அருமையாக உருவாகிவிட்டது.

இரவு வதனா அரிசியை ஊறவைத்து இடித்து அதை வறுக்காமல் மாவை அவித்துப் புட்டவித்தாள். மாலை நேரச் சந்தையில் கும்பிளா மீன் வாங்கி வந்து குழம்பும் வைத்துப் பொரியலும் வைத்தாள். தேங்காய் போட்டு அம்மா அவித்த புட்டில் அத்தனை வாசம். சாப்பிடாதவர்க்குக் கரைவலை மீன்குழம்பு, பொரியலுடன் புட்டின் சுவை இன்னதென்று சொல்ல முடியாது. நேற்றும் இப்படித்தான் அம்மா நண்டுக்குழம்பும், வெங்காயம் போட்டு றாலும் பொரித்திருந்தாள். சொர்க்கம் மேல் லோகத்தில் இல்லை, அம்மா இருக்கும் இடத்தில்தான் என்று அன்றிரவு நித்திரை இன்றித் தவித்தபோது வதனன் நினைத்தான். அம்மா தங்கையுடன் வாழ அவனையறியா ஆசை எழுந்தது. கலை தனிமையில் தவிக்கிறாள் என்பதையும் அவன் நினைத்தான்.

மறுநாள் பின்னேரம் தான் மீண்டும் போகவேண்டுமென்று வதனன் சொன்னபோது அன்றிரவு முழுவதும் அம்மா அவனுடன் கதைத்தாள். அவள் முகம் மாறிப்போனது. முகக்கோடுகள் கீழ் நோக்கி வளைந்து விழுந்தன. அந்தப் புதிய வீட்டின் வெளித்திண்ணையில் தாயும் மகனுமாக இருந்து நெடுநேரம் கதைத்தனர்.

நிலவின் ஒளிபட்ட முற்றம் வெளிப்பாக இருந்தது. காற்றில் பனியின் ஈரம். இரவின் குளுமையைக் காற்று சுமந்து வந்தது. இது என் குடும்பம், இது என் வீடு, இங்கு நான் இருக்கிறேன் என்ற உணர்வு ஒரு ஆனந்தராகம் போல மனதில் மீண்டும் மீண்டும் ஓடிக்கொண்டிருந்தது. எங்கோ ஒரு மரத்தில் இருந்து ஊமத்தை ஒன்று கேவியது. இரவின் அமைதியைக் கிழித்து மனதைக் குலைக்கும் அதன் ஒலி சகிக்கவியலாத சஞ்சலத்தைத் தந்தது.

வதனா எழுந்து வெளியே போய் முற்றத்தில் இருந்த கற்களைப் பொறுக்கி வேலிகளை நோக்கி எறிந்தாள். ஊமத்தை எங்கே

இருக்கிறதென்று தெரியவில்லை. அதன் குரல் திசைகளை ஏமாற்றி வந்தது. அதன் திசையறியாதவள் நான்கு புற வேலிக்கும் கற்களை விட்டெறிந்தாள். அச்சமூட்டும் அதன் ஒலி எங்கிருந்தோ இடையிடையே கிளம்பியபடி இருந்தது.

திண்ணையில் இருந்தபடியே வதனன் சொன்னான், "அம்மா இந்த சோளன் கச்சான் அவிக்கிறதோட சந்தையில் கொஞ்ச மரக்கறி எடுத்துக் கடையில் போட்டு வில்லுங்களன். அப்படியே கொஞ்சம் கொஞ்சமாய்ப் பலசரக்குச் சாமானும் போட்டு அத கடையாக்கிடலாம்."

தருணம் பார்த்திருந்தவள்போல அம்மா சொன்னாள் "நீ வீட்டை வந்தாயெண்டால் இதைக் கடையாக்கலாம் என்றுதான் இருக்கிறன். ஒரு சீட்டு கட்டிக்கொண்டு வாறன். கொஞ்சம் மிஞ்சிற காசை தமிழீழ வைப்பக சேமிப்புக் கணக்கில போடுறனான். நீ வந்தால் அந்தக் காசை எடுத்துக் கடை வைக்கலாம். அரசாங்க வங்கிகள் கடன் தராது. எங்களுக்குத் தமிழீழ வைப்பகம் தரும். கடை வைச்சால் உனக்கு ஒரு தொழிலாகும். இப்பவே நாளுக்கு நூறு ரூபா உழைக்கிறன். நீ கடை வைச்சால் நல்ல காசு வரும்" மகனின் முகம் பார்க்காமல் சொன்னவள், சொல்லி முடிந்ததும் பார்த்தாள். பிறகு "அம்மாவால எவ்வளவு காலத்துக்கு ஏலும்? அம்மாவுக்கு ஏதும் ஒண்டு நடந்தால் தங்கச்சியின்ர நிலை என்ன?" இப்போது முகம் பார்த்துத் தழுதழுக்கும் குரலில் சொன்னாள்.

இயக்கத்தை விட்டு விலகி வரச்சொல்வதால் மகன் இனி வீட்டுக்கே வராமல் விட்டுவிடுவானோ என்ற அச்சம் எழுந்ததால் தன்னிலையை வைத்து இரக்கம் தேடினாள் வதனா. அவளுக்குத் தெரியும் வதனன் அம்மாவின் மனம் நோகக்கூடாது என்று நினைக்கும் ஒரு அம்மாப்பிள்ளை என்று. ஆனால் இன்று நாளாந்தம் பிள்ளைகள் போர்முனைக்குப் போய்க்கொண்டிருக்கும் இந்தச் சூழலில் தான் கேட்பது முறையல்ல என்றும் மனம் குத்தியது.

அவள் எதிர்பார்த்ததற்கு மாறாய் அவன் எதுவும் திரும்பி மறுபேச்சு பேசவில்லை. அதனால் அவள் உற்சாகமடைந்தவளாய்க் கேட்டாள். "அக்கா இயக்கத்தில இருந்து செத்திட்டுது. நாட்டுக்காக எங்கட குடும்பம் ஏதோ செய்திட்டுது. அப்பா இருக்கிறாரா இல்லையா என்று எதுவும்

தெரியாது. நீயும் இவ்வளவு காலம் உன்னால முடிஞ்சத செய்திட்டாய். இனி நீ வரலாம்தானே?” அவனின் முகத்தைத் தடவியபடியே கேட்டாள்.இதயனின் அம்மா ஞாபகம் வந்தது.

அவன் ஏதும் இதற்கு மறுபேச்சு பேசவில்லை. இவள் மகனின் தலையை வருடிவிட்டாள். தாய்ப் பாசத்தின் தவிப்பை, அந்தத் தவித்த மனதிற்கு உணர்த்த விரும்பினாள் போலும்.

“அக்கா செத்தோடனை உணர்ச்சி வசப்பட்டுப்போனாய் சரி, இப்ப நாங்கள் இடம்பெயர்ந்து அலையிறம். தங்கச்சிய ஒருக்கா யோசிச்சுப்பார்... இவளையாச்சும் படிப்பிச்சு ஒரு ஆளாக்கிடவேணும் எண்ட என்ர கனவில என்ன இடி வந்து விழுமோ எண்டு நித்திரை இல்லாமல் தவிக்கிறன்” அவள் கண்ணீர்விட்டாள். கழுத்தின் கீழ் எலும்பு இரு கோடாய்த் துருத்தியது.

இதற்குமேல் பொறுத்தால் தானே நிலைதளம்பி விடுவேன் என்று தெரிந்தோ என்னவோ வதனன் சொன்னான். “அம்மா இப்ப என்னால வரமுடியாது. சண்டை... தொடர் சண்டை நாளாந்தம் இயக்கத்துக்கு ஆக்கள் சேர்ந்து களமுனைக்கு வந்தபடி இருக்கினம். போறபோக்கில எல்லாரும் ஆயுதம் தூக்கிற நிலமை வரும்போல இருக்கு...”

“இல்லை வதா... நான் உன்னை உடன வரச்சொல்லி சொன்னனா” அம்மா சொன்னாள். “இதை நீ மனசில வைச்சுக்கொள். தங்கச்சிய நினை. உனக்கு சரி எண்டு படேக்க வா” அவள் பக்குவமாகச் சொன்னாள்.

இந்த நிலைமையை அவனும் விளங்கித்தான் வைத்திருந்தான். நாளாந்தம் பொடி, பெட்டையள் சண்டைக்குப் போய்க்கொண்டுதான் இருக்குதுகள். ஆனால், நாளாந்தம் வீரச்சாவும் வந்து கொண்டுதானே இருக்கு. அந்தப் பிள்ளை குறிஞ்சி இந்தப் பிரதேச மாவீரர் பணிமனைப் பொறுப்பாளர் தான். அவள் வந்து ஒவ்வொரு நாளும் வீரச்சாவு கதைகளைச் சொல்ல வதனா மனதுக்குள்ள செத்துச் செத்துப் பிழைப்பாள்.

“அம்மா, சண்டை தீவிரமாய் நடக்கு. இதில ஒரு வெற்றி வந்தால் பிறகு ஒரு சமாதானம் வரும். அப்பிடி ஒரு சமாதானம் வரேக்க நான் வீட்ட வாறன். வெறும் பேச்சுவார்த்தைதான் வரும். ஆனால் நான் வீட்ட வருவன் அம்மா” என்றான் தாய்க்குச் சத்தியம் கொடுப்பதுபோல.

அவனுடைய தீர்மானமான பேச்சும் அந்தக் குரலின் திண்ணியமும் அது முடிவான கதை, இதற்குமேல் தான் பேசக்கூடாது, பேசவும் தேவையில்லை என்பதை வதனாவுக்கு உறுத்தியது. மறுகரையில் சுற்றி வைக்கப்பட்ட சுவரால் ஒரு கொட்டில் கடையாகிவிட்டதைப் பார்த்தபடி இருந்தாள் வதனா.

மறுநாள் காலையில் எழுந்து விசுவமடுவுக்குப் போய் 'சூட்டடுப்பு' என்று சொல்லப்படுகின்ற அடுப்பில் பெரியது ஒன்றை வாங்கிவந்தான் வீரன். குறைந்த விறகோடு கூடிய வெக்கையைத் தரக்கூடியது இது. இதை விடுதலைப் புலிகளின் பொருண்மிய மேம்பாட்டுப்பிரிவு உற்பத்தி செய்து சந்தைப்படுத்தி ஊக்குவிக்கிறது. அரசின் பொருளாதாரத் தடையை எதிர்கொள்வது அவர்களின் நோக்கம். கடையின் பின்கட்டில் அதை வைத்துச் சுற்றிக் களிமண் குழைத்து அடுப்புக் கட்டினான். இன்று மாலை அவன் போகவேண்டும். பிள்ளை இந்த வேலைகளை எவ்வளவு சொல்லியும் கேளாமல் செய்துகொண்டிருப்பது வதனாவுக்குத் தாங்க இயலாமல் இருந்தது.

வீரன் சொன்னான் "அம்மா இரவு படுக்கப் போகேக்க நாலு விறகுதடி வைச்சு சோளனை, கச்சானை இதில அவிய வைச்சால் அது சூடு நிண்டு விடிய அவிஞ்சிருக்கும். வேலையும் இல்லை உங்களுக்கு விறகும் தேவையில்லை கனக்க" சொல்லி முடிய முன்காணிக்காரன் வந்தார்.

"உங்கட சின்னவள் சொன்னாள் 'இண்டைக்கு அண்ணா போறான்' எண்டு. அதுதான் பார்க்க வந்தன். இந்தாங்கோ தம்பி" என்று ஒரு பையைக் கொடுத்தார். அதில் ஒரு சேர்ட் இருந்தது.

வதனாவுக்கு அதை வாங்குவதில் மனம் அந்நேரம் உடன்பாடாயில்லை, ஆனால் எப்படி மறுப்பது என்று தெரியவில்லை. அவன் ஒரு போராளிக்குக் கொடுக்கும் உணர்வுடனேயே கொடுத்திருக்கக்கூடும். அவனுக்குப் போராளிகள் என்றால் பிரியம். களமுனைப் பின்தள வேலைகளுக்கும் போய் வருகிற ஆள் அவன். பிரதேச அரசியல் துறைப் பொறுப்பாளருடனும் உறவுண்டு. கண்ணியமாகக் கொஞ்சநேரம் கதைத்துவிட்டுப் போய்விட்டார். 'கிடுகு வாங்கிய காசில் மிச்சம் ஆயிரம் ரூபா இன்னும் கொடுக்க

இருக்கிறது. அதைக் கொடுத்துவிடவேண்டும் நாளையே! வீண் கடன்களை வைத்திருந்தால் வீணா சோலிவரும்' என்று வதனா மனதுள் எண்ணினாள். 'நாளை காசுக்கு எங்கே போவது? சரி பார்க்கலாம்.'

மதியம் கணவாய்க்கறி வைத்து மகனுக்குச் சோறு கொடுத்தாள். மகன் மற்றப் போராளிகளுக்குக் கொடுப்பதற்காக 'வேர்க்கடலை பிஸ்கற்' செய்திருந்தாள். அதைப் பார்சல் பண்ணிக் கொண்டிருக்கும்போது அந்தப் பெண்போராளி குறிஞ்சி வந்தாள். அன்று கண்டதைவிட அழகாய் இருந்தாள். எந்தப் பெண்ணும் தோய்ந்துவிட்டு வரும்போது புதுப்பொலிவு வந்துவிடுகிறது என்று மனதில் எண்ணம் ஓடி மறைந்தது வீரனுக்கு.

"என்ன வீரன் அம்மாட்டையா? கோழை அம்மாட்டையா வந்திருக்கிறியள்?" கதைக்க வேணும் போலத் தோன்ற வீரன் கதைத்தே விட்டான்.

"நீங்கள் கோழையா இருந்தாலும் அம்மாட்ட வீரம் இருக்கு. அம்மா வீர அம்மாதான்."

"ம்ம்..." அவள் அம்மாவைப் பெருமையாகப் பேச, இன்னும் ரசிக்கத் தூண்டியது.

"துயிலும் இல்லத்தில அழுததைக் கண்டன் அதுவும் சனங்களுக்குள்ள."

'ஓ இவள் இதயனின் வீரச்சாவு நிகழ்வுக்கு வந்திருக்கிறாள் போலும். ஓ... இவள் தான் இதயனின் அம்மாவைத் தாங்கி கண்ணீர் துடைத்து அழைத்துப் போனவள்' வீரனுக்கு மங்கலான நினைவு.

"ஆனால் அம்மா அழுததை நான் காணேல்ல. அம்மா வீர அம்மா தானே ம்ம்..." அவள் நளினமாய்க் கேலி செய்தாள். இவனுக்குத் தான் அழுததை இவள் பார்த்தது கூச்சமாய் இருந்தது. அவளின் தன் அம்மா மீது அன்புதொனிக்கும் வார்த்தை பிடித்தும் இருந்தது.

"அரசாங்க உத்தியோகக்காரராலேயே இப்ப சீவிக்க முடியேல்ல. அம்மா தன்ர முயற்சியில் ஒரு உதவி இல்லாமல் பாருங்க எப்பிடி உழைச்சு வீடு போட்டு இருக்குறா எண்டு. போராடுறது அம்மாவோ? நாங்களோ?"

அவனுக்கு அது உறுத்தினாலும் ஆர்வமாய் இருக்கிறது குறிஞ்சியின் பேச்சு.

"நீங்கள் அரசியல் பேசுறீங்கள். விடுங்க. எனக்கு விளங்காது" அவன் நக்கலாய்ச் சொல்லிக் கதையை ஊக்கினான்.

அவள் அன்று அங்குதான் சாப்பிட்டாள். மறுப்பெதுவும் சொல்லவில்லை. அம்மாவுக்கும் கணவாய்க் கறியோடு அவளுக்குச் சாப்பாடு கொடுக்கக் கிடைத்த வாய்ப்பு நிறைவைத் தந்தது. அந்த மிடுக்கழகுக் குறிஞ்சி கதைத்துக் கொண்டிருந்துவிட்டு விடைபெற்றுப் போனாள். வீடு வெறுமையானதுபோல ஓர் உணர்வு உடனேயே தொற்றிக்கொள்வதாய்ப் பட்டது வீரனுக்கு.அவனுக்கே அது விநோதமாய் இருந்தது.

மாலை பட்டி சாயும் நேரம் வீரன் விடைபெற்றான். கலை அவனையே சுற்றிச்சுற்றி வந்தாள். தங்கைக்கு எவ்வளவோ புத்திமதிகளை இந்த மூன்று நாள்களும் வதனன் சொல்லிவிட்டான். இப்போ அவளைப் பிரிய முடியாமல் நிற்கிறான். தான் சின்னவள் இல்லை, அதனால் அழக்கூடாது, அது வெட்கம்கெட்ட செயலென்று எண்ணியது அந்தக் குழந்தை.

வீரனுக்கு உடுப்பு, 'பாக்' எடுத்துக்கொடுத்த தன் கையால் அவன் முகத்தைத் தடவித் தடவி விட்டபடி முற்றத்திற்கு வந்தாள் வீரனம்மா. அந்த ஒழுங்கையால் பட்டியை அணையாமல் சிதறி ஓடும் ஒரு எருத்துமாட்டைப் பட்டியில் அணைக்கத் துரத்தியபடி ஓடினாள் ஒரு பெண். அது திமிறியபடி ஓடியது அவள் குரலையும் கேட்காமல்.

வதனா வழியனுப்பும்போது அழக்கூடாது என்பதில் உறுதியாக இருந்தாள். தவிரவும் வாழ்வு அவளை முடிந்தவரை பந்தாடிப் பார்த்துவிட்டது. வென்றதா அது? முடிந்ததா அவளை வெல்ல? ஆனால் இப்போ தன் அத்தனை பலமும் உடலில் இருந்து வடிந்துவிடுவதுபோல உணர்ந்தாள். அழுதால் கொஞ்சம் சுகமாய் இருக்கும் போலவும் பட்டது. தன் சக்திகொண்டு அவள் அதை அடக்கினாள். வீரனால்தான் அது முடியாமல் போயிற்று. பிரிந்து விடைபெற்று ஒழுங்கையில் இறங்கி நடக்கவும் அடக்கி வைத்த கண்ணீர் வழிந்தது அவனை அறியாமல். அவள் ஒழுங்கையைப் பார்த்தபடியே நின்றாள்

மகனின் கண்கள் வடித்த கண்ணீரை அவள் காணவில்லை. அவன் போய்விட்டான்

வதனா வெளிக்குந்தில் அப்படியே இருந்துவிட அவள் மடியில் இருந்த கலை கேட்டாள் "அம்மா, அண்ணா இனி எப்ப வாறதெண்டு சொல்லிச்சு?" சின்னவள் கலை கேட்டாள். பிறகு "அம்மா, நீங்க அண்ணாவை வீட்ட வரச்சொல்லிக் கேட்டீங்களா? அண்ணா என்ன சொல்லிச்சு?" அவள் கேட்ட கேள்விகளுக்கு அம்மா பதில் சொல்லாமல் தனக்குள் உழன்றாள்.

22

இரணியப்பொழுது சாய்ந்து இருளும் வேளையில் வீரன் தன் தளத்திற்கு வந்தான். தளத்தில் புதியவர்கள் இருவரும் கூட இருந்தார்கள். இவர்களும் இதே படையணியின் வேவுப் போராளிகள்தான். ஆனால் தென் போர்முனையில் இயங்கிக் கொண்டிருந்தவர்கள். இவன் உள்ளே போகவும் "ஆகா வந்தாச்சசா... வீரா" என்று அட்டகாசமாய் வரவேற்றான் மணி.

"கொண்டுவா... கொண்டுவா... என்ன கொண்டுவந்தாய் எங்களுக்குச் சாப்பிட..." என்று கவி ஓடிவந்து இவனின் பையைப் பறிப்பதுபோல வாங்கினான்.

"அடேயப்பா வேர்க்கடலை பிஸ்கட்" பண்டத்தரிப்பல்லா சொந்த இடம்? வேர்க்கடலை பிஸ்கட் அந்த மாதிரி இருக்கும்... நான் பலாலி 'பொயின்ற்'இல் நிக்கிற நேரம் பண்டத்தரிப்பில் இருந்த சனங்கள் செய்தனுப்புற சாப்பாடு களமுனைக்கு வரும். அதில வேர்க்கடலை பிஸ்கட் வரும் பண்டத்தரிப்பில இருந்து... ச்சா... அந்த மாதிரி இருக்கும் அது" கோபி பொச்சுக்கொட்டி சொன்னான்.

"இதென்னடா இது? சாப்பாடா..." கவி இரண்டு பார்சலைத் தூக்கிக் கேட்டான்.

"தெரியேல்லடா. அம்மா வைச்சிருக்கும் ஏதாவது."

பிரிச்சுப் பார்த்தான் "என்னடா புக்கை மாதிரி இருக்கு இது."

அதை எட்டிப் பார்த்து "அட கோழிப்புக்கை" என்றான் வீரன். வீரனம்மா கோழிப்புக்கை செய்து வைத்தது இவனுக்கே தெரியாது. பின்வீட்டுப் பெண் தானே ஒரு சேவல் பிடித்து வதனாவின் உதவியோடு கோழிப்புக்கை செய்து இவனுடன் இருக்கும் போராளிகளுக்காகக் கொடுத்துவிட்டது இவனுக்கே தெரியாது. ஏதோ சாப்பாடு செய்து தாறன் என்று சொன்னாள்தான் முதல் நாள். இவன் அவர்களின் வறுமை நிலையைப் பார்த்து 'அதெல்லாம் வேண்டாம் அக்கா' என்று மறுத்திருந்தான். விடுதலைப் புலிகளின் தமிழீழக்

காவல்துறையில் ரைப்பிஸ்ற் ஆக வேலைக்கு விண்ணப்பித்து இருப்பதாக அவள் சொன்னது ஞாபகம் வந்தது.

“கோழிப்புக்கையா... அமிர்தம் மாதிரி இருக்குமடா... எங்கட ஊரில இதெல்லாம் கிடையாது” என்றான் றாகுலன். றாகுலனின் சொந்த ஊர் கல்வியங்காடு.

ஒரு பார்சலைத் தூக்கிக்கொண்டு கவி, கோபி, மணி இருந்தார்கள் வட்டமாக. மறு பார்சலைத் தூக்கி றாகுலன் மற்ற புதிய இருவரையும் அழைத்து வட்டமாக இருந்தான்.

“வீரன் வாவன்டா சாப்பிட” மணி அழைத்தான்.

“இல்ல, நீங்க சாப்பிடுங்க. நான் வீட்டிலும் சாப்பிட்டன்.”

“நல்லது மச்சான்... பந்தியில் இருந்து அப்பிடி விலகணும். படையில முன்னுக்கு நிக்கோணும்...” கவி நையாண்டியாய்ச் சொன்னான்.

“என்ன சாப்பாடடா இது? அப்பிடி ருசியா இருக்கேடா. வீரா! கொண்டெழுப்புதடா சாப்பாடு... ச்சா” றாகுலன் சொன்னான். பொதுவில் றாகுலன் இப்படிக் கதைக்கும் ஆளில்லை. அவன் எப்போதும் கீழுள்ள போராளிகளோடு கொஞ்சம் அதிகாரத் தொனியோடு நடந்து கொள்பவன். அவன் சொன்ன வார்த்தைகள் வீரனுக்கு நிறைவைத் தந்தன.

மணி ஒரு பிடி அள்ளிவந்து வீரனுக்குத் தீத்திவிட்டான். “என்னண்ணை காகத்திற்கு வைச்சிட்டு வரிங்களா” கவி கேட்டான் நையாண்டிக் குணத்தோடு.

“அன்படா அன்பு அது!”

“கோவில் மணி சும்மா அடிக்காதே பூசையில்லாமல்! வேவு மணி சும்மா அடிக்குமா?” கோபி நமட்டுச் சிரிப்பு சிரித்து வீரனைப் பார்த்தான்.

“டேய் வீரா, இது பிரியாவிடை விருந்தடா... நாளைக்கு என்னை வவுனிக்குளம் போகச்சொல்லிட்டார் சேரா” கோபி சொன்னான்.

தளபதி சேரா தென் போர்முனையில் இயங்கிய இரு வேவுக்காரர்களை இங்கே அழைத்துவிட்டு பதிலாக அந்தப் பகுதிக்குக் கோபியை அனுப்புகிறார். ஒரு காரணம் கோபியை

வளர்த்தெடுக்கவேண்டும் என்பது. தென் போர்முனை காடு சார்ந்த சூழல் என்பதால் வேவு இது போன்ற கடினத்தைக் கொண்டிருக்கவில்லை. கோபிக்குச் சில வெற்றிகளைச் சேர்த்தால்தான் எதிர்காலத்தில் அவனை வேவு அணித் தலைவனாக்க முடியுமென்று கணக்குப் பண்ணினார். மற்றது புதிதாக இருவரை இங்கு கலந்துவிட்டால் இந்த அணி கொஞ்சம் மீட்சி பெறும் இழப்பின் துயரிலிருந்து என்று எண்ணினார்.

மணியின் நடவடிக்கைகளை வைத்தும் விடுமுறையில் வீரனை அனுப்பியதை வைத்தும் அடுத்து வேவுக்கு மணி கூட்டிப் போகப்போவது வீரனைத்தான் என்று கோபி ஊகித்திருந்தான்.

இரவு மணி தன் போராளிகளை அழைத்துப் பொதுவாகக் கதைத்தான் புதியவர்கள் வந்ததால் எல்லாரையும் கூட்டிக் கதைக்க வேண்டியிருந்தது. அது முடியவும் வீரனைக் கேட்டான் மணி.

"நீ லீவில போயிற்று வந்த புதினத்தைச் சொல்லடா. சனங்கள் எப்பிடி இருக்கு?"

"யாரண்ணை சனத்திட்டப் போனது? சும்மா போச்சு" வீரன்.

"பின்ன வீட்டுக்க சென்றி இல்லாமல் படுத்துக் கிடந்திட்டு... இண்டைக்கு எழும்பி வாறியோ?" றாகுலன் கேட்டான். வெட்டிப்பயல் என்பதுபோன்ற பாவனையோடு.

"அம்மா தனிய இருக்கிறா. இடம்பெயர்ந்து இருக்கிறம். உதவி இல்லை. இன சனமும் இல்லை. இருக்கிறதும் உதவுறதா இல்லை... ப்ச்..." வீரன் துக்கச்சலிப்போடு சொன்னான்.

அந்தக் கதையை மேலும் கேட்க அங்கிருந்த யாரும் விரும்பவில்லை. வீரன் அதைச் சொல்லத்தொடங்கிய முகக்கோலம் கண்டு மற்றவர்களின் முகமும் மாறிவிட்டது. போர் தன் விசநாக்கால் தீண்டாத வீடுகள் இல்லை. ஒவ்வொரு குடும்பத்திலும் ஒவ்வொரு துயர்கதை சுழன்றுகொண்டிருந்தது. தவிரவும் ஆண்பிள்ளைகள் இவர்கள் போருக்கு வந்துவிட்டால் வீட்டின் நிலவரம் தாழ்ந்துதான் போகும்.

மறுநாள் காலையில் மணி குளித்துவிட்டு வந்து முற்றத்தில் நின்று விகடமாகக் கேட்டான். "போராளிகளே... புலிகளே, யார் வரிங்கள் மணியோட வேவுக்கு? விரும்பின ஆக்கள் வரலாம். வேலைய முடிச்சும் காட்டலாம், இல்லை வேளைக்கு முடிஞ்சும் காட்டலாம்" அவன் தலை துவட்டியபடி கேட்டான்,

உடனே வீரன் "அண்ணை, நான் வாறன். ஒரு கை பார்க்கலாம்" என்றான்.

மணிக்கு இனம்புரியாத ஒரு திருப்தி எங்கிருந்தோ வந்தது. உள்ளே ஒரு உற்சாகமும் எழும்பியது. கவி சொன்னான் "அடேய் அந்த மனிசன் புலியக் கேட்டால், நீ எலி வாறன் எண்டு சொல்லுறாய். நான் வாறன் அண்ணை."

மணிக்கு தாமதமாய் வரும் குரலிலேயே நம்பிக்கை இல்லை. அதைவிடக் கவி மீது துணிந்த ஒருவன் என்ற மதிப்பீடு மணிக்கு இன்னும் உருவாகவும் இல்லை. வீரன் முன்னர் தன்னை 'எலி எலி' என விளித்துச் சொன்னதை நக்கலடிக்க விட அவன் விரும்பவில்லை. முன்னர் வீரனை ஆமியிடமிருந்து தப்பிய அந்தக் கதையை மணி சொல்ல வைத்ததற்குக் காரணமே அவனுக்கான அங்கீகாரத்தை மற்றவர்கள் கொடுக்கவேண்டும் என்பதற்குதானே. வீரனுக்கே அவனை ஒரு சாகசக்காரன்தான் என்பதை உணரவைக்க முடிந்த மணியின் உத்தி இது.

மணி சொன்னான் "வேவுக்குப் புலி வேண்டாமடா, எலியா மாறக்கூடிய புலி வேணும். அப்பதான் அது எலியாத் திரிஞ்சு வேவு பாக்கும். நெருக்கடி வந்தால், புலியாப் பாய்ஞ்சு காரியத்தை வெல்லும். அவன்தான் எனக்கு வேணும்."

மணியின் இந்த வார்த்தைகளைக் கேட்டு றாகுலன் ஒரு நக்கல் இதழில் ஓடத் தனக்குள் சிரித்தான். இந்தக் கதையில் தான் பங்குகொள்ளவில்லை என்பதுபோல.

அன்று பின்னேரம் சேரா வந்தார். மணியுடன் கதைத்தார். பிறகு வீரனைக் கூப்பிட்டுக் கதைத்தார். வீரன்தான் அடுத்து மணியுடன் போகவேண்டும் என்றும் இந்தச் சமருக்கே பெரிய திருப்புமுனையை இந்த வேவுதான் நிகழ்த்தும் என்றும், அது வீரனாலும் மணியாலும்தான் முடியும் என்றும் தான் நம்புவதாகச் சொன்னார்.

அடுத்தநாள் இருவருக்கும் இலங்கை இராணுவத்தின் உடுப்பு தைக்க படைத்துறை விநியோகப் பிரிவு தையல் பகுதியில் இருந்து அளவெடுப்பதற்கு ஆள் வரும் என்றும் சொன்னார். இராணுவ முதுகு 'பாக்' வேணும் என்று மணி சொன்னான். அதையும் குறித்துக்கொண்டார். தவிரவும் தன்னிடம் உள்ள கைக்குண்டு கோல்சர் போலப் புதிதாகப் பின்னுக்குப் பெரிய பொக்கற் வைச்சு முன்னுக்குப் பதினாறு குண்டு வைக்கக்கூடிய மாதிரி கோல்சர் வேணும் என்றான். அதையும் குறித்துக்கொண்டார். இரண்டு இராணுவச் சப்பாத்தும் வரும் என்றார். உருமறைப்பு நெற் வேணும் என்று மணி கேட்டான். அது கிடைக்குமோ தெரியேல அல்லது அதைப்போல ஒன்று தயார் செய்யச் சொல்வதாகச் சொன்னார் சேரா.

23

இரவு மணி உற்சாகத்தில் இருந்தான். அதுக்கு வேறு காரணம் இருந்தது. நாளைக்கு அருளினி வீடுபார்க்க வரக்கூடும். சனிக்கிழமையல்லவா? போவதற்கிடையில் அருளினியை ஒருமுறை பார்த்துவிட வேண்டும். ‘ஒரு முத்தம், ஒரே ஒரு முத்தம் கொடுதத்துவிடலாமா நாளைக்கு?’ என்று அநியாய ஆசை மனதில் ஓடியது. ‘நினைக்க நல்லாத்தான் இருக்கு. அதுக்குத் துணிவு எங்க இருந்து வரும்... ச்சா’ என்று அலுத்துக்கொண்டான்.

காலையில் வீரன் தென்னம்பாளையால் முற்றம் கூட்டிக் கொண்டிருந்தான். நடக்கும்போது குதிக்காலை ஊன்ற முடியாமல் தெத்தித்தெத்தி நடந்தான். மணி அதைப் பார்த்துவிட்டுக் கேட்டான் “என்னடா வீரா தெத்தித்தெத்தி நடக்கிறாய்?”

“ஒண்டும் இல்லையண்ணை. இடக்காலை ஊன்ற குதியில வலிக்குது. கொஞ்சநாள் குறைவா இருந்திச்சு. இப்ப திரும்ப வலிக்குது.”

றாகுலன் குறுக்கிட்டு நையாண்டியாய் பொடிவைத்துச் சொன்னான். “வலிக்கும் வலிக்கும்... இப்ப வலிக்கும்.”

இந்த வார்த்தைகளால் வீரன் குறுகிப்போனான். அந்த வலியை அவன் முடிந்தவரை வெளியே காட்டிக்கொள்ளாமல் இருந்ததே தன்னைப் பயந்தவனென்று பட்டம் கட்டி அவமானப்படுத்தி விடுவார்களோ என்றுதான். இந்த வார்த்தை அதைவிட வலித்தது.

மணி குறுக்கிட்டுக் கேட்டான். “அந்த வலி இன்னும் போகேல்லையாடா? என்னெண்டு பார்த்தியா? மெடிசின்காரனிட்ட கேட்டியா?”

வீரன் பதில் சொல்லமுன் றாகுலன் பதில் சொன்னான். “இப்பதான் வலி கூடியிருக்கு. இல்லையாடா வீரா. இது மருந்துக்கு மாறாது. ஹிஹிஹி” அவனின் எள்ளி நகைக்கும் முகம் வீரனுக்கு வெறுப்பைத் தந்தது. கோபமும்

பொத்துக்கொண்டு வந்தது. கோபத்தை வெளிக்காட்டவில்லை. வெளிக்காட்டவும் முடியாது.

“அது ஒன்றும் பிரச்சினை இல்லை. வலிதானே இருந்திட்டுப் போகட்டும். வெளிய இருந்தும், உள்ள இருந்தும் வாற வலியை நினைக்காமல் விட்டால் வலிக்காது. நினைச்சாதான் பிரச்சனை” வீரனின் வார்த்தையில் றாகுலனுக்கு ஏதோ பதிலிருந்தது. அது அவன் முகத்தில் வார்த்தையைவிடத் துல்லியமாகத் தெரிந்தது.

“இஞ்ச வா வீரா...” மணி கூப்பிட்டான். “இப்பிடி இரு” தான் இருந்த திண்ணையில் இருக்கச் சொன்னான். அவனின் காலைத் தூக்கி மடியில் வைத்துக் குதியைப் பார்த்தான்.

“விடுங்கண்ணை... அது ஒண்டும் இல்லை” வீரன் காலை இழுத்தான்.

“பொறடா. கொஞ்சம் பாப்பம் ஒருக்கா.”

வீரன் பக்கத்தில் மிலிட்டரி தண்ணீர் ‘கான்’இல் இருந்த தண்ணியால் வீரனின் காலைக் கழுவினான். குதியை உரைஞ்சிக் கழுவிவிட்டு மறுபடி பார்த்தான். அந்த நேசம் மணியின் கை வழியாகப் பரவி வீரனின் மனதைப் பிசைந்தது.

“ஒண்டும் குத்த இல்லையாடா, இப்ப வலிக்குதா? இப்ப... இப்ப...” மணி குதிப் பாதத்தில் பல பகுதிகளைக் கையால் அழுத்தி, அழுத்திக் கேட்டான்.

“இல்லையண்ணை.”

“இப்ப?”

“ஆஆ...” வீரனின் உடல் குறுகுகிறது.

“இப்ப?” மறுபடி மணி அழுத்தவும், “ஆஆ...” கத்தினான்

“எழும்பி நில் ஒருக்கா பாப்பம்.” எழும்பி நின்றான் “வடிவா ஊன்றி நில்லடா” மணிக்கு வீரன் சரியாக ஊன்றி நிற்கவில்லை என்று தெரிந்தது.

“வீரன், குதிக்காலை மட்டும் ஊன்றி நில் பார்ப்பம்.”

வீரன் நுனிக்காலைத் தூக்க முயன்று நிலைதளம்பினான்.

“முடியேல. அப்பிடி ஊன்றினா வலிக்குது.”

“சரி விடு! இது குதிவாதமடா. ஏன் இவ்வளவு நாளும் பேசாமல் இருந்தனி” மணி சொல்லிவிட்டு றாகுலனைப் பார்த்தான். அதன் அர்த்தம்... ‘அவனுக்கு உண்மையில் வலியிருக்கு. நீ வாயைப் பொத்திக்கொண்டு பேசாமல் இரு’ என்பதாக இருந்தது. மணி இப்படியெல்லாம் நடந்து கொள்பவன் அல்ல. அதனால் இந்த வார்த்தை றாகுலனைச் சங்கடப்படுத்தியது.

“வீரா, இதுக்கு மெடிசின்காரரிட்ட மருந்து இருக்காது. நான் செய்யிறன் வைத்தியம். இந்தக் குதிக்கால் வாதம் எங்கட பெரியண்ணாவுக்கும் இருந்தது. அது சரியான வலியா இருக்குமேடா... சரி விடு...” மணி அக்கறையோடு சொன்னான்.

பதினொரு மணியளவில் மணி தன் சைக்கிளை எடுத்துக்கொண்டு வெளியே போனான். போகும்போது வீரனை அந்தப் படைத்துறைச் சின்னங்கள், குறியீடுகள் பற்றிய பாடத்தை எடுத்து மீளப்படித்து மனப்பாடம் ஆக்கிக்கொள் என்று சொல்லிவிட்டுப் போனான். “உனக்கு மருந்து கொண்டுவாறன்டா யோசிக்காதை... இப்ப” என்றான்.

மணி சைக்கிளை வேகமாக ஓட்டிக்கொண்டு முரசுமோட்டை பின்பகுதியிலுள்ள அருளினியின் வீட்டுக்குப் போனான். இன்று அவள் வந்திருக்கக் கூடும். மனம் பரபரத்துக் கொண்டிருந்தது. யுத்தத்தில் மனிதர்களால் கைவிடப்பட்ட ஊர் தன் தனிமையில் வியாகுலமுற்றிருந்தது. பிள்ளைகள் பிரிந்துபோன தாயின் வியாகுலமது.

வீதியால் போகும் போது தளபதி குறுக்கே கண்டுவிடக்கூடாது என்ற மனக் குறுகுறுப்புடன் போனான் மணி. அவன் வீட்டை அண்மிக்கும்போது மனம் துள்ளிக் குதித்தது. ஆனால் தூரப்போன அம்மா திரும்பிவரும்போது காணும் குதூகலம் போலக் குதிக்கும் மனதை மறைக்கும் அருளினியை இன்று முன்னே காணவில்லை.

சைக்கிளை முன்னுக்குள்ள செவ்வரத்தம் பூ மரத்தின் கீழ் நிறுத்திவிட்டு வெளியே நிறுத்தப்பட்டிருந்த அவர்களின் சைக்கிளையும் தூக்கி மரத்தின் கீழ் நிறுத்தினான். பூக்கள் உதிர்ந்து சுருண்டு நிலத்தில் கிடந்தன.

"சைக்கிளை வெளிய விடாதையுங்க எண்டு எத்தனை தடவை சொன்னன். வண்டு கண்டுதெண்டா திரும்பிப் போகமாட்டிங்க வீட்டுக்கு... ஹிஹிஹி..."

வழமைபோலவே கலகலத்துக் கொண்டுதான் மணி போனான். ஆனால் அங்கே இருந்தவர்களின் முகங்கள் அதைப் பிரதிபலிக்கவில்லை. உள்ளே படபடப்பு. மணிக்குச் சங்கடமான சூழல் உருவாகிற்று. மணியின் முகத்தில் அசட்டுத்தனமான உணர்வு இழையோடுவதை அருளினியின் அப்பாதான் கண்டார். விறகுக் கட்டையைக் கோடரியால் இரண்டாகப் பிளந்தவர், அதை அருகே போட்டுவிட்டு "வாங்க தம்பி" என்றார். அது கொஞ்சம் ஆறுதலாக இருந்தபோதும் மணிக்கு ஏதோ சூழல் சரியாக இல்லை என்பதையே உணர்த்தியது. அம்மா முகம் கொடுக்கவில்லை. அருளினியும் தேங்காய் பொச்சு மட்டைகளை எடுத்து உரப் பையில் போட்டுக் கட்டிக்கொண்டிருந்தாள். அவளுடன் உதவி செய்வதாய் ஒரு பையனும் கூட நின்றான். அவன் அருளினியின் சித்தி மகன். அவர்களது வீடும் அருகில்தான் இருக்கிறது. பெரியம்மாவோடு கூடவந்தான், அவர்கள் காணியில் உள்ள தேங்காய்களைக் கட்டிக்கொண்டு போவதற்காக.

'நல்லவேளையாகப் போனவாரம் இங்கு வரவில்லை' என்று மணி மனதில் எண்ணினான். தான் ஒரு அலுவலாக வந்ததாய்க் காட்டுவதற்காக "ஒரு செங்கல்லு வேணுமம்மா... இருக்குதா. ஒண்டு எடுக்கலாமா?" என்றான் மணி

அப்பாதான் பதில் சொன்னார். "பின்னுக்கு இருக்குத் தம்பி எடுங்க. என்னத்துக்கு ஒண்டு?"

"ஒரு பெடியனுக்குக் குதிவாதம். அதுக்கு மருந்து செய்ய ஒரு செங்கல்லு வேணும்."

"செங்கல்லில மருந்தா?"

"ம்ம். குதிவாதத்துக்குச் செய்யிற மருந்து இது. செங்கல்லைச் சூடுகாட்டி அதில எருக்கலம் இலைய வைச்சுட்டு அந்தச் சூட்டில குதிக்காலை வைச்சு ஒத்தடம்போலச் சூடுபிடிச்சால் குதிவாதம் காணாமல் போகும்."

"அட அப்பிடியெல்லாம் இருக்கா?"

"ம்ம்... நாட்டு வைத்தியம். நாட்டு வைத்தியம் அனுபவத்தில உறுதிசெய்த வைத்தியம். பிழைக்காது."

"ம்... சரிதான்."

மணி வீட்டின் பின்னே போனான். வீட்டின் மறைவில் நின்று அருளினியைப் பார்க்க முடிந்தது. அவளும் களவாய் இவனைப் பார்த்தாள். அந்தப் பார்வை ஒரு ஆறுதலாய் இருந்தது. ஆனாலும் அதில் இருந்த திருட்டுத்தனம் அவனுக்கு அச்சத்தை மறுகணமே கொடுத்தது. 'தங்கள் விவகாரம்தான் ஏதும் பிரச்சினையோ?' என்று எண்ண வைத்தது.

"அந்தக் கல்லுக்குள்ள பாம்பு இருக்கும். கவனம். மேலால உள்ளதைப் பாத்து எடுங்கோ" அம்மா அங்க இருந்து குரல் வைத்தாள். அவளின் அம்மா கதைத்தது மணிக்கு ஆறுதலாய் இருந்தது. அருளினிக்கும்தான். ஆனால் அருளினியின் அம்மா வழமைபோல நடந்துகொள்ளவில்லை என்பது குரலில் வெளிப்படத்தான் செய்தது.

மணி ஒரு கல்லை எடுத்துக்கொண்டு திரும்பும்போது அருளினி பார்த்தாள். இமைகளைத் தூக்கி அவள் ஏதோ சைகை காட்டுவது போலிருந்தது. அருகே நின்று தம்பியும் மணியைப் பார்த்ததனால் மணி அருளினியின் சைகையைக் கவனிக்காமல் கண்களை எடுத்துவிட்டான். அவள் அதை உணர்ந்து 'ஆ' என்று வலி எழும்பியதுபோலச் சத்தம் வைக்க இவன் பார்த்தான். அவள் கண்களையும் இமைகளையும் சேர்த்து ஒரு நெற்றி மூலையாய் அசைத்துக் காட்டினாள். இவனுக்குக் கொஞ்சம் புரிந்தது. அந்தக் கிறிஸ்தவ கோவிலுக்கு வரச்சொல்கிறாள்போல என்று. அவள் அதை உணர்ந்ததும் "ஏண்டா காலில தேங்காயைப் போடுறாய்?" என்று தான் கத்தியதற்குக் காரணம் சொல்வதுபோலத் தம்பியைத் திட்டினாள். அம்மாவோ அப்பாவோ அதைக் கேட்டிருந்தாலும் அவர்களுக்காகத்தான் இந்தக் காரணம். சின்னவன் நமட்டுச் சிரிப்பு சிரித்தான்.

மணி கல்லை எடுத்துக்கொண்டு வந்து, தான் போயிற்று வருவதாகச் சொல்லி சைக்கிளை எடுத்தான். "தேத்தண்ணி வைக்கேல்ல. இளநீ இருந்தா ஒண்டு வெட்டிக் குடுங்களன்" அம்மாதான் கணவனிடம் சொன்னாள். அவளுக்கு ஏதோ ஒரு குற்றவுணர்வு இப்படிச் சொல்லத் தூண்டியிருக்கக்கூடும்.

"இல்லை. அவசரம். போகவேணும். வேலை இருக்கு. இந்தப் பக்கம் எருக்கலம் இலை கண்டீங்களா?"

"இல்லை தம்பி. தரிசு நிலங்களிலதான் இருக்கும்" என்றார் அவள் அப்பா.

"சரி நான் பாக்கிறன்" சொல்லிக்கொண்டு அவன் போய்விட்டான்.

மணி அந்த 'சேர்ச்'சையே சுற்றிச் சுற்றி வந்தான். அருளினியைக் காணவில்லை. அவனின் மனம் அமைதியிழந்து தவித்தது. 'எவ்வளவு நேரம் காத்திருக்க வேண்டுமோ தெரியவில்லையே. அவள் கண்ணைக் காட்டியது இங்கு போகச் சொல்லத்தானா?' மீண்டும் அவளின் அந்த முகத்தையும் அந்தக் கண் அசைவையும் மனதில் ஓட்டிப்பார்த்தான். அப்படித்தான் தெரிகிறது. 'ச்சா... அவள் தன் கண்களைத் திருட்டுத்தனமாய் அசைக்கும்போது எவ்வளவு அழகாய் இருந்தாள். கள்ளி வருவாளா?' மீண்டும் மீண்டும் அந்தக் காட்சியை மீட்டுமீட்டுப் பார்த்தான். தவிப்பை ஊட்டும் அவள் அசைவு மோகமுள்ளாய்க் குத்தியது.

'காணவில்லையே... இவ்வளவு நேரமாச்சு. போய்விடலாமா? போனால் இனி என்றுமே சந்திக்க முடியாமலும் போகுமோ?' வேவுக்குப் போகும் பயணம் மனதில் தோன்றி கூர்முள்ளாய்க் குத்தியது. இது வேறு வலி.

அவன் போய்விடலாம் என்று சலித்து இரண்டுமுறை போக எத்தனித்தான். ஏதோ ஒன்று போகவிடாமல் 'நில்லடா மணி' என்று தடுத்து ஏமாற்றியது. இம்முறை தீர்மானமாய்ப் போய்விடுவதென்ற முடிவோடு வெளிக்கிட்டான். முடியவில்லைதான். ஆனாலும் சைக்கிளை மெதுவாக மிதித்தான். அவளில்லை. திரும்பிப் பார்த்தான் வீதியை. ம்கூம்... அவள் இல்லை. கையில் செங்கல்லும் நெஞ்சுள்ளே பெரும் கருங்கல்லும் கனக்க மனமின்றிப் போனான். அந்தப் போர்முனை வானத்திலும் தனித்தொரு கொக்கு காற்றில் மிதந்தலைவதைக் கண்டான்.

கொஞ்சத்தூரம் போனவன் உள்ளுணர்வு தூண்ட திருப்பிப் பார்த்தான் ம்... ம்... தூரத்தில் மிகத் தூரத்தில் வீதியால் யாரோ வருகிறார்கள். நடந்துவருகிறார்களா?

சைக்கிளில் வருகிறார்களா? சைக்கிளேதான். ஒருவேளை அருளினிதானோ? இருக்காது. இரண்டு சைக்கிள் வருகிறதே. யாரோ போராளிகள்தான்.

அட... இல்லை. ஒரு பெண்தான் வருகிறாள். அரைப்பாவாடையின் அசைவு தெரிகிறது. அவளேதான். அருளினிதான் வருகிறாள்.

சைக்கிளைத் திருப்பினான். மனம் பொங்கிப்பூரித்துக் கொப்பளிக்கிறது. முகத்தில் தன் சந்தோசத்தை மறைக்க முயன்றான். முடிந்தால் தானே. காதலையும் விக்கலையும் அடக்க இயலாது என்று யாரோ சொன்னது சரிதான். இதை நினைக்கச் சிரிப்பு வந்தது.

'சேர்ச்'க்கு இரண்டு வளவு தள்ளித் தன் சைக்கிளை நிறுத்திவிட்டு நடந்தே போனான். யாராவது கண்டால் வில்லங்கம் ஆகிவிடும் என்ற பயம் அவனுக்கு. அருளினி சைக்கிளை சேர்ச்இன் வேலிக் கரையோரம் சடைத்து நின்ற தேமா பூமரத்தின் கீழ் நிறுத்தினாள். அவள் தம்பியும் கூட வந்திருந்தான். இவனை எதுக்குக் கூட்டி வந்தாள்? மணிக்குச் சலிப்பாக இருந்தது. கொண்டுவந்த முத்தம் கைநழுவிப்போனது என்ற ஆத்திரத்திலும் அந்தச் சலிப்பு வந்திருக்கலாம். 'அதுக்கெல்லாம் என்னிடம் துணிவு ஏது? நினைக்க மட்டும்தான் நான் தோது' என்று மற்றொரு மனம் சமாதானம் சொல்லிற்று.

அருளினி எதுவும் கதைக்கவில்லை. "நில்லுங்க. மன்றாடிட்டு வாறன்" என்று உள்ளே போனாள்.

"வாங்க. நான் போகவேணும் அவசரமா" மணி சொன்னான்.

அவள் அதைப் பொருட்படுத்தாமல் உள்ளே போனாள். அவள் முட்டுக்காலில் இருந்து அந்தப் பாழ் மண்டபத்தில் தன் குரலைத் தானே கேட்க நேரும்படி செபித்தாள். இவன் காதுகளிலும் அது விழுந்தது.

"எம்மைக் காக்க வல்லவராக நீரே இருக்கிறீர் ஆண்டவரே! உமது பேரன்பினால் எம்மைக் காத்தருளும் ஆண்டவரே! உமது பெரும் கருணையினால் போராளிகள் உயிரைக் காத்தருளும் கர்த்தரே! ஆற்றல் உள்ள நீரே, அன்புள்ள நீரே இந்தப் போரை வென்று சமாதானத்தைத் தரவல்லவர் என்று

விசுவாசிக்கிறோம் ஆண்டவரே” அவள் குரலில் இந்த வசனம் காதில்விழ ‘புடுங்கினார் போ!’ என்று மணிக்குச் சிரிப்புப் பொத்துக்கொண்டு வந்தது. அவன் முழங்காலைத் தன் இரு கைகளால் ஊன்றியபடி குனிந்து குலுங்கிக் குலுங்கிச் சிரித்தான்.

‘அதுக்குள்ள வௌவாலும் புறாவும்தான் இருக்குது. இந்த லூசு முட்டுக்காலில இருந்து போரை வென்று சமாதானத்தைத் தாரும் ஆண்டவரே என்றால் புறாவெல்லாம் எழும்பிப் பறக்குது. அதில வௌவாலோ புறாவோ ஒன்று அம்பிட்டாலும் இரவு கறிக்கு உதவும்.’ மனதில் நினைக்கச் சிரிப்பை அடக்கமுடியவில்லை. அவள் செபித்தபடிதான் இருக்கிறாள். தேவதூதன் இவளின் வேண்டுதலைக் கேட்கப் போரில் பாழ்பட்ட அந்த ஆலயத்தின் எங்கோ ஒரு மூலையில் இருக்கிறார் என்பதான விசுவாசிப்பு அவளுக்கு.

“போரை ஏவிய கொடியவர்களை மனந்திரும்பப் பண்ணும் ஆண்டவரே! பாவிகளான எங்களை இரட்சித்துக் காக்க வல்லவர் நீரே...”

மணி மெல்ல றோட்டுக்கு நடந்துபோய் நின்றான். அவனுக்குச் சிரிப்பை அடக்கமுடியவில்லை. தம்பியார் வேறு அங்கு நின்றுகொண்டிருந்தான்.

அருளினி வெளியே வரவும் இவன் போனான். தம்பியார் நடந்து றோட்டில் போய் நின்றான். அவனுக்கு அந்தச் சூழலில் இருந்து விலகி நிற்க வேண்டுமென்று தெரிந்திருந்தது.

“என்ன ஏதும் பிரச்சினையோ?” மணிதான் கேட்டான். அவள் செபித்து முடிந்து வந்தபோது கண்ணீர் ஓடிய கன்னம் துருத்திக்கொண்டு தெரிந்தது.

அவள் பதில் சொல்லாமல் குனிந்தபடி நின்றாள். “என்ன... என்னென்று சொன்னால்தானே...” பதட்டத்தோடு மணி.

“வீட்டில தெரிஞ்சு போச்சு. அதால பிரச்சினை” அவள் சொல்லிவிட்டு வெறுமையில் பார்த்தாள்.

“என்னது? எப்பிடித் தெரியும்... ப்ச்” மணி உண்மையில் பதட்டப்பட்டான்.

"அம்மா. அன்றைக்கு இரவு வீட்டில உங்கட போட்டோவை வைச்சு நான் பார்த்துக்கொண்டிருக்க உள்ள வந்திட்டா. நான் போட்டோவைப் 'படக்'கென்று புத்தகத்துக்குள்ள வைச்சிட்டன். அம்மா அதைக் கண்டிருக்கவேணும் அல்லது சந்தேகம் வந்திருக்கும்போல. அடுத்த நாள் மனிசி எல்லா இடமும் என்ர முழுச் சாமான்களையும் சோதிச்சு இருக்கு. என்ர 'பேர்ஸ்'க்குள்ள தான் உங்கட படத்தைப் பிறகு வைச்சனான். அதைக் கண்டு எடுத்திட்டா" அவள் இவனின் முகத்தைப் பார்க்காமல் சொல்ல இவன் பதட்டத்தில் அலுத்துக்கொண்டான்.

"நான் அப்பவே சொன்னனான்... போட்டோ தரமாட்டன் என்று. நீங்கதான் சும்மா அடம்பிடிச்சு வாங்கினீங்கள். எனக்கு அப்பவே தெரியும், இது ஏதாவது சிக்கல்ல போய் முடியும் எண்டு. ச்சா..."

"அம்மா கேட்டா - நீ மணிய விரும்புறியோ?' என்று. நான் உடன 'உங்களுக்கென்ன விசரே?' என்று மறுத்தன். மனிசி போட்டோவை எடுத்து வைச்சிருக்கும் என்று நான் எதிர்பார்க்கேல்லை. பிறகுதான் அதைச் சொன்னா..." அவள் நிறுத்த மணி பதட்டம் தாங்காமல் கேட்டான்.

"பிறகு?"

"பிறகென்ன செய்ய, நான் பேசாமல் இருந்ததுதான். அம்மா சத்தம் போட்டிச்சு. அவன் இயக்கம். போராளி. வீண் கற்பனைகளை வளர்த்து வாழ்க்கையை நாசம் பண்ணாத. சண்டையில நிக்கிற பெடியனுக்கு என்ன நேரம் என்ன நடக்கும் எண்டு சொல்லேலாது. புத்திகெட்டுத் தலையில மண்ணள்ளிப் போடாத என்று சொல்லிச்சு."

"ம்ம்..." மணிக்கு வார்த்தை வராமல் தொண்டை கட்டியது. தானறியாத் துக்கம் தன்னை விழுங்குவதை உணர்ந்தான்.

"நீங்கள் என்ன சொன்னீங்கள்?" மணி கேட்டான்.

அவள் அம்மாவிடம் 'நான்தான் இயக்கத்துக்குப் போராடப் போகேல்லை. ஒரு இயக்கப் போராளியையாச்சும் கலியாணம் கட்டி துணையா இருக்கிறன்' என்று சொல்லிச் சண்டை பிடித்ததை மணிக்குச் சொல்லவில்லை. பதிலாக அவள் சொன்னது. "நான் என்ன சொல்ல? பேசாமல் நிண்டன்."

“இப்ப வீட்டில என்ன மாதிரி இருக்கு?” மணி ஒருவித பயம் உறையக் கேட்டான்.

“என்ன மாதிரி எண்டால்? எல்லாத்தையும் விட்டிடவேணும் எண்டு சொல்லியாச்சு.”

“ம்ம்... அப்பாக்கும் தெரியுமோ?”

“பெரிய சண்டை... ப்ச்... அம்மா அவருக்கும் சொல்லிற்று.”

“அடிச்சவரே அப்பா?”

“ச்சீ... அப்பா அடிக்கமாட்டார். ‘யோசிச்சு நட பிள்ளை’ எண்டார். ‘இயக்கத்தை விட்டு அவன் விலகி வந்தால் பரவாயில்லை. இல்லையெண்டா உன்ர வாழ்க்கையை நீயே கெடுத்துக் கொள்ளுறதாய் முடியும். அனுதாபப்படுறதைக் காதல் எண்டு எடுத்துக்கொள்ளாதை’ எண்டார்.”

“ம்ம்” மணிக்கு எதுவும் பேச வரவில்லை.

“அப்படியெண்டால் அவையளும் அனுதாபப்பட்டுத்தான் சாப்பாடு தந்திச்சினமோ, அன்பென்று ஏதும் கிடையாதோ? பலி ஆடு, பாவம். ஒரு வாழைப்பழம் தீத்துவம் என்ற கணக்கா இது?... சரி.”

அவளுக்கு எதும் கதைக்க வரவில்லை. அவனின் சொற்கள் தன் வலியைத் தாங்காத சொற்களாய் இருந்தன.

“அப்ப... நீர் இப்ப பிரியாவிடைக்கு வந்தனீரோ... சரி சரி” அவன் கூரிய கண்களால் அவளைப் பார்த்துக் கேட்டான்.

“இல்லை. நீங்கள் இயக்கத்தை விலத்தி வாங்கோ. பிறகு வீட்டில என்ன பிரச்சினையெண்டாலும் நான் பார்த்துக்கொள்ளுறன்.”

“என்ன? விலத்தி வாறதோ?” அவன் சொற்களில் கோபம்.

“அம்மா சொல்றதும் நியாயம்தானே. உங்களுக்கு ஏதும் சண்டையில நடந்தால் நான் நடுத்தெருவிலதானே...”

“இது அம்மா சொன்னதுக்குப் பிறகுதான் உமக்குத் தெரிஞ்சுதோ?”

வார்த்தைகளில் கோபம் கொப்பளிக்கக் கேட்டான். பிறகு “அப்பிடியென்டால் முதலில நீர் போராளி என்று

தெரியாமல் இருந்தீராக்கும். சண்டையில நிக்கிறன் என்றும் தெரியாமல் இருந்தீராக்கும். அம்மா இப்ப சொன்னவுடனே தெரிஞ்சுபோச்சு.”

“இல்லை, வாழ்க்கை எண்டு வந்திட்டால், எல்லாத்தையும் யோசிக்கவேணும்தானே.”

“அப்படியெண்டால் முதலில இது பொழுதுபோக்கு எண்டு நினைச்சீரோ?”

“வார்த்தையை அளந்து பேசுங்கோ” அருளினி கோபமடைந்தாள்.

“ஓ... இப்ப அளந்துதான் பேசவேணுமோ. முந்தி எனக்கு நேரம் போகுது, போகவேணும் எண்டாலும் விடமாட்டீர். அப்பவெல்லாம் நான் பேசிக்கொண்டே இருக்கவேணும், இப்ப அளந்து பேசவேணும்?”

“அது வேற இது வேற.”

“அதைத்தான் நானும் சொல்றன். உமக்கு அது பொழுதுபோக்கு. இது வாழ்க்கை.”

“நீங்கள் என்னை உண்மையாய்க் காதலிச்சா உங்களுக்கு விளங்கும். போராளியாய் இருக்கிற உங்கள நான் விரும்பியிருக்க உங்களுக்கு ஏதும் சண்டையில நடந்திட்டால் என்ர நிலமை என்னவாகும் என்டு உங்களுக்குப் புரியும். உண்மையாக் காதலிச்சு இருந்தா புரியும்” அவள் குரல் தளுதளுக்க அழுகையை அடக்கிச் சொன்னாள். அவனின் முகம் பார்க்க விரும்பவில்லை அல்லது முடியவில்லை. கண்ணீர் தணலாய் வழிகிறது தானாய்.

வார்த்தைகள் இவனைச் சிதறடித்தனவா? இல்லை, அவள் கண்ணீர் இவனைத் சிதறடித்ததா? இல்லை, இரண்டுமேதானா? இவனுக்குத் தெரியவில்லை. அவள் வார்த்தைகளின் மெய் இவனைக் கூறுபோட்டுச் சாய்த்தது.

அவளது நியாயத்தை ஒத்துக்கொள்ளவும் முடியாமல் அவளது கோரிக்கையை ஒப்புக்கொள்ளவும் முடியாமல் போராளி மனம் வந்து குறுக்கே நின்று தடுத்தது. ஆனால், காதலனின் மனமோ உள்ளே மறுகிக் குடைந்து கண்ணீர்விட்டது. தான்

இதில் எந்த மனம் என்று காணமுடியாமல் தவித்தான். எதை விலக்கிவைக்க? எதை விரும்பி ஏற்க?

நிலை மாற முடியாதென்று மனம் சொல்ல அவளைப் பிரிய முடியாதென்று இன்னொரு மனம் உள்ளே கதறுகிறது. கடைசியில் மீண்டும் வாதம் செய்யவே அவனை அது தூண்டியது.

"நீ விரும்பியது ஒரு போராளியைத்தானே அருளினி."

"நான் போராளியை விரும்பேல்ல. உங்களைத்தான் விரும்பினனான்."

"நான் போராளிதானே."

"நீங்க போராளி, ஆனால் நான் விரும்பினது போராளியை இல்லை."

"என்ன சொல்ல வாறீங்க இப்ப? என்னை உங்களுக்கு பிடிக்கேல்லை."

"உங்களைப் பிடிச்சிருக்கு. நீங்க போராளியாய் இருக்கிறதுதான் பிடிக்கேல்லை" அருளினிக்குத் தன் வார்த்தைகளே தனக்கு அந்நியமாய் இருப்பதாய்ப் பட்டது. அவள் விரும்பாதபோதும் வாதம் வாயில் வந்து தொலைத்தது.

மணிக்குத் தீர்மானமாய் இந்தக் கணத்தில் மனம் சலித்தது. வாதமும், வாதம் தரும் முகபாவமும், அது தரும் சொற்களும், சொற்களை வெளிப்படுத்தும் வாதத்தொனியும், அந்தத் தொனி கொள்ளும் முகக்கோணலும் என எல்லாம் சேர்த்து காதலையும், அதன் சூட்சும மனத் தித்திப்பையும் அழித்து இழுத்து அள்ளிக்கொண்டு போனது எங்கோ.

"சரி அப்படியெண்டால் இதோட முடிச்சுக் கொள்ளுவம்" என்றான் விசித்திரமான குரலில் மணி.

"முடிச்சுக் கொள்ளுவம் எண்டால்?" அருளினி வினாவாய் நின்றாள்.

"இதோட, இந்த இடத்தில கைவிட்டுவிடுவம்."

"அப்ப எனக்காக உங்களால எதுவும் செய்ய ஏலாது என்ன?"

"நீர் எனக்காக என்னை விரும்பேல்ல. உமக்காக நான் என்ன செய்ய வேணும்?"

அருளினிக்கு இந்த வார்த்தைகளின் கூர்மை மட்டுமல்ல, அந்த நியாயமும் சேர்ந்து குற்றவுணர்வாய்க் குத்தியது. அவனின் முகமும் வலியைத் தந்தது.

"உங்களால புரிஞ்சுகொள்ள முடியாது."

"எல்லாம் புரிஞ்சிட்டு. எல்லாம் உனக்காக. சரி விடு..."

"......"

பதிலின்றித் தவித்தாள் அருளினி. தனக்கு என்ன ஆகிற்று என்று அவளுக்குத் தெரியவில்லை.

"சரி போறன், நீ வெளிக்கிடு" மணி சொன்னபடியே நடந்து போனான்.

நெஞ்சுக்கூட்டுக்குள் கனத்து உருள்கிறது காதல் எனும் இரும்புக்குண்டு. தாங்கவியலாக் கனமாய் அழுத்துகிறது. ஒரு வெடிகுண்டுபோல வெடித்துச் சிதறிவிட்டால் மனம் இலேசாகிவிடும்போல பிரமை. துக்கம் ஓர் உணர்வுபோலன்றி திண்மச் சுழியாகச் சுழல்கிறது நடுநெஞ்சில்.

அந்த 'தேமா' மரத்தின் கீழே நின்றபடி மணி போவதையே பார்த்துக் கொண்டிருந்தாள் அருளினி. தேமா மரத்தின் வெள்ளைப் பூக்கள் உதிர்ந்து நிலத்தில் கொட்டிக் கிடந்தன. ஆனாலும் அவை சுருங்கியோ வாடியோ விடவில்லை. அதன் வெண்மையும்... அதன் மென்மையும்... இன்னும் வதங்கிப்போய்விடாத பூக்களாய் இருந்தன.

அவன் வீதியில் ஏறி நடந்தான். அருளினி தன் சைக்கிளை எடுத்துக்கொண்டு ஏறி மிதித்தாள். 'இவ்வளவும்தானா இவன் என் மீது வைத்த காதல். எனக்காக இவன் இழக்கக்கூடியது என்று எதுவும் இல்லையா. இழக்கவும் போவதில்லையே விட்டுத்தருவது.அதுவும் இல்லை தன் உயிரைப் பாதுகாப்பது. அதனால் என் வாழ்வைப் பாதுகாப்பது. அது இவனுக்கு வேண்டியதில்லையா.இதைக்கூட நான் எதிர்பார்க்கக் கூடாதா? கோபம் குமைந்து ஒரு கணத்தில் காதலைத் தூக்கி எறிந்தது. வீதியில் சித்தியின் மகன் காத்துக்கொண்டிருந்தான் இவளுக்காக. அவனுக்கு எல்லாம் தெரியும். முகத்தை

மறைக்க அவசியமில்லை. சைக்கிளை மிதிக்கக் கால்களுக்குச் சக்தியில்லாமல் மிதந்தன. கை பிடிகொள்ள மறுக்கிறது. மணியோ திரும்பிப் பார்க்காமல் போகிறான். அவள் சைக்கிளை மறுதிசையில் திருப்பி ஓடினாள், வீடு நோக்கி.

‘அவ்வளவுதான். இத்தோடு முடிந்தது. இவ்வளவும்தானா? இனி இல்லவே இல்லையா?’

இந்த அற்பத்திலும் அற்பக் கேள்விகள் எங்கிருந்தோ மனதில் முட்டிமோதி எழுந்தன.

மிதித்த கால்கள் நழுவிக் குதித்தனவா? இவள் குதித்தாளா? திரும்பிப் பார்த்து “மணீஈஈ...” என்று கூப்பிட்டாள். வீரிட்டு அழைத்த அந்த அழைப்பில்தான் எத்தனை தவிப்பிருந்தது? பிரியமுடியாத மனம் தர்க்கத்துக்குள் அடங்குமா. போக மனமின்றித் தடுமாறிய கால்களுக்கு அவள் கதைப்பாள் என்று தெரிந்ததா? எதிர்பார்த்தானா? அசட்டுத்தனமாய் மனம் அவள் தன்னை அழைக்க வேண்டுமென்று ஆசைப்பட்டதா? இல்லை எதிர்பார்த்ததா? பொங்கி வந்ததே ஒரு காதல் அதுதான் காதல். ஆனால் அதை அசட்டை செய்து உடைத்த இன்னொரு மனத்தோடு மணி திரும்பி நடந்து வந்தான். அவள் சைக்கிளில் ஏறி மிதித்து இவனை நெருங்குகிறாள். மனதிலும் பெரிய தாமரை மொட்டவிழ்கிறது மணியினுள்ளே.

“போயிருவியா... போயிருவியா மணி... என்னை விட்டுட்டுப் போக ஏலுமா உன்னால?” அவள் சைக்கிளைப் பிடித்தபடியே சூழல் பற்றிய பிரக்ஞை இன்றி அழுதாள்.

அவனால் அழ முடியவில்லை. நெருங்காமல் நெருங்கி நிற்கும் அவளைக் கட்டித்தழுவி உச்சியில் முத்தமிட்டு நெஞ்சோடு அணைத்துக்கொள்ளத் தவிப்பாய் இருக்கிறது.

வரட்டுக் கௌரவங்கள் எல்லாம் வழிந்து ஓட, வீழ்ந்த வார்த்தைகளெல்லாம் விட்டோட, நிறுத்திய தர்க்கமெல்லாம் பின்னோட, நேசத்தின் திவ்விய சுனை முகத்தில் சுரந்து எழுந்தது காதலின் தவிப்பு! அடங்காத் தாகத்தில் தவிக்கிறது நெஞ்சு. மௌனமே காதலின் மெய்யான மொழி. ஆதி மொழியும் அது. அனாதி மொழியும் அது. அடுத்தவர் அறியா அபூர்வ மொழியுமது.

வார்த்தைகளின் துணையின்றி எவ்வளவோ பேசிக்கொண்டன மனங்கள். புரிவதற்கும் தெரிவதற்கும் ஆயிரம் சங்கதிகள் இருந்தன. இடையில் நின்ற மௌனக் கணங்களின் துணையில் இனி பிரிவதற்கு உயிரின் அழிவிலும் இடமில்லை என்றானது. "வாற சனிக்கிழமை வருவியா?" அருளினிதான் கேட்டாள். குரலில்தான் எத்தனை குழைவிருந்தது இப்போது. எவ்வளவு அழகாய் இருந்தாள் அப்போது.

"இல்லை" அவன் பயணம் ஞாபகம் வந்து அடித்துப்போனது அத்தனை இன்பவூற்றையும்.

"ஏன்... கோபமா?"

"இல்லை, நான் தூரப் போறன். அதைச் சொல்லத்தான் வந்தனான்." கோபித்ததர்க்கு மன்னிப்பு வேண்டுவதாய் அவனின் தொனி தாழ்ந்திருந்தது. அவனில் ஆசை பெருகிவருகிறது அதைப் பார்த்த மாத்திரத்தில்.

"சத்தியமா?" அவள் கைகளை நீட்டினாள். அது சத்தியத்திற்காக மட்டும் நீட்டப்பட்ட கையல்ல.

தொடலாமா? அதற்காகத்தான் நீட்டுகிறாளா? மனம் பதற அதுவே ஏதோ ஒரு அசட்டுத் துணிவு தர அவள் கையில் இவன் கை வைத்தான் சத்தியம் என்பதுபோல.

அந்த ஸ்பரிசம் தந்த காதலின் களிவெறி கேள்வியையே அடித்துக்கொண்டு போய்விட்டது. கையெடுக்காமல் நின்ற அவனைப் பார்த்து அவள் கொண்ட இரகசிய நாணம் மின்னலையாய் பாய இன்னும் தவிப்பைத் தந்தது அவனுக்கு. இந்த யுகத்தில் இப்படியொரு தித்திக்கும் கணம் இனி வாய்க்கப்போவதில்லை. தித்திப்பின் உக்கிரத்தில் மனம் பதறுகிறது.

அவளுக்கோ மனம் வேறொரு கேள்வியைக் கேட்க அருட்டிய படி இருந்தது.

"எங்க போறாய்?"

"படிக்கப் போறன்."

"என்ன படிக்க?" அவள் ஆச்சரியமாய்க் கேட்டாள்.

"ப்ச்... சேவையறிங்."

“அது எதுக்கு? என்ன புலுடா கதை விடுறாய்?”

“சேவையறிங் வரைபட அறிவில்லாமல் செல் அடிக்கிறது என்னெண்டு...”

அவனுக்குப் பொய் ஓடி வந்தது அவ்வளவு துணிவாக! போன வாரம்தான் எல்லாப் படையணிகளில் இருந்தும் இரண்டு இரண்டு பேர் படைத்துறை சேவையறிங் கல்லூரிக்கு எடுக்கப்பட்டிருந்தது ஞாபகம் வந்திருக்கலாம். அல்லது தானும் வேவு பார்த்து எதிரியின் தளத்தை வரைந்து தானே கொடுக்க வேண்டும். இதனால் இப்படி சொல்லத் தூண்டப்பட்டிருக்கலாம். ஒருவேளை அவளைச் சமாதானம் செய்வதற்காகவும் மனம் இப்படிப் பதிலை தேடிப்பிடித்திருக்கலாம்.

“பொய் சொல்லாத, சண்டைக்குத்தானே போறாய்?”

“சொல்லிற்றன். இனி திருப்பிக்கேட்டால் என்ன சொல்ல?”

“ஆமிய சுடுவியா நீ?” அவள் குழந்தைத்தனமாய்க் கேட்டாள்.

“இல்லை சூ...சூய் என்று கோழி கலைக்கிறமாதிரி கலைச்சு விடுவன்” அவன் நடிச்சுச் சொன்ன விதத்தில் அவள் கெக்கட்டம் விட்டுச் சிரித்தாள்.

“ஆமிக்காரனும் யாரையும் ஒருத்திய விரும்பி இருப்பானில்லையா?” பரிதாபமாய்க் கேட்டு மாறியது அவள் முகம்.

“அதுக்கு?”

“அவனையும் ஒருத்தி விரும்பி இருந்தால் அவளுக்கும் என்ர நிலைதானே வரும்.” அவள் மீண்டும் இந்தக் கதையைத் தொடங்கும் மன உறுத்தலுடன் தரையைப் பார்த்தாள். அவனை நேர் கொண்டு பார்க்க மனம் அஞ்சியது.

“அப்ப, அவளிட்டச் சொல்லிவிடு. என்னைச் சுடவேண்டாம் எண்டு அவனுக்குச் சொல்லிவிடச் சொல்லு.” முகத்தில் விகடம்தான் இருந்தது. அவன் அவள் முகத்தை இந்தப் பதிலின் பிரதிபலிப்பாய்ப் பார்க்க விரும்பினான்.

“நீ சாகத் தக்கனையாச் சுடாத” குழந்தை போலச் சொன்ன அவளின் வெகுளித்தனம் அவனுக்கு அவள்மீது அளவில்லா

அன்பைத் தந்தது. அது கணத்தில் அவளை அள்ளிக்கொள்ளும் ஆசையையும் தந்தது.

"பொம்பிளப்பிள்ளையள் அங்க சண்டையில நிக்குதுகள். நீ இஞ்ச ஒரு லூசு மாதிரி கதைக்கிறாய்" அவன் நையாண்டி பண்ணினான்.

"நீயாத் தேவையில்லாமல் யாரையும் சாகிறமாதிரி சுடாத... என்ன?" முகம் பார்த்துச் சொன்னாள்.

"நான் படிக்கத்தான் போறன். வந்தபிறகு சந்திப்பன். சரி உன்ர போட்டோ கொண்டுவந்தனியா?"

"இல்லை."

"என்னட்ட என்ன சொல்லி என்ர போட்டோ வாங்கினனி? உன்ர போட்டோ அடுத்தமுறை தருவன் தருவனெண்டுதானே. சரி... போ. நீ முறிச்சிட்டுப் போகத்தானே வந்தனி. எப்பிடிக் கொண்டுவருவாய்? நான் ஒரு முட்டாள்."

அந்த வார்த்தையைத் தாங்க முடியாதவளாய் "இந்தா பிடி... நான் கொண்டுதான் வந்தனான்" என்று தன் 'பேர்ஸ்'இல் இருந்து எடுத்துக்கொடுத்தாள். 'பாஸ்போர்ட்' சைஸ் படம். இவனுக்கு அவளையே கூட்டிக்கொண்டு போகப்போவது போலக் குதிக்குது மனசு. தன் பொங்கும் மனதை மறைக்கத் தெரியாத மணியின் முகத்தைப் பார்க்க அவளுக்கு ஆசை ஆசையாய் வந்தது. அதில் ஏதோ ஒரு குழந்தமையின் சாயல் இருக்கக் கண்டாள். முதல் முறையாய் முத்தமிடத் தவிக்குது மனசு. காமம் வரை தகிக்கும் முத்தத்தில் என்ன காதல், காமம் கடந்தபின்னும் முத்தமிடத் தவிக்கும் மனசே காதல். தருவானா அப்போதும். பெற தவிப்பானா அப்போதும். கள்ளன்! என் ஒரு போட்டோவுக்கே இப்படி சந்தோஷப்படுவானா இவன்? இவனோடுதான் வாழ்ந்தால் வாழவேணும். இல்லையெண்டால் செத்துப்போகலாம். கிடைக்கும் நாள்களே போதும். ஒரு துன்பமும் இல்லை.'

அந்த நினைவுவரவும் தன் 'பேர்ஸ்'இல் இருந்து அவள் இன்னொன்றையும் எடுத்தாள். யேசுநாதரைச் சிலுவையில் அறைந்த குருசு அது. மணி ஆச்சரியமாகப் பார்த்தான். "நீ இதை உன்ர கழுத்தில போட்டிரு மணி" அருளினி சொன்னாள் அன்பொழுக.

"இதையா? எனக்கு வேண்டாம்" மணி சொன்னான் எடுத்தெறிந்து சொல்வது போல.

அருளினி முகம்கோணி வெறுப்புற்றாள். 'தன்னைப் புரிந்து கொள்ள மாட்டாதவள் இவள்' என்று அவன் சொன்ன தொனி இவளை அப்படி நினைக்க வைத்தது.

"மாட்டீங்களா... எனக்காக இது கூட முடியாதா?" விம்முது மனசு.

"நான் கிறிஸ்ரியன் இல்லை. எதுக்கு இது?" மணி அவளைப் புரிந்துகொள்ளாமல் கேட்டான்.

"ஆனால் நான் கிறிஸ்ரியன்தானே?"

"எனக்குக் கடவுள் எதிலும் நம்பிக்கை இல்லை."

"எனக்கு இருக்கு. என்ர பிரார்த்தனை மேல நம்பிக்கை இருக்கு."

"ப்ச்... சொன்னால் விளங்கிக்கொள்ளு அருளினி."

"நாங்கள் இயக்கத்தை விட்டு விலகி வரச் சொன்னால் உங்களுக்கு அது விளங்காது. நீ எங்கயோ போறாய். இதைப் போட்டுக் கொள்ளச் சொன்னால் அதுகூட முடியாது. ஆனால் உனக்காக நான் எல்லாத்தையும் இழக்கவேணும்" அருளினிக்குக் கோபமும் அழுகையும் வார்த்தையில் சேர்ந்து வந்தது.

"ப்ச்... இதில என்ன இருக்கு... மொக்கு மாதிரி..." மணி சலித்தான். சலிப்பில் அன்பிருந்தது.

"என்ர அன்பாச்சும் இதில இருக்கெண்டு உனக்கு நினைக்கத் தெரியுதா? நான் பிரார்த்திப்பன். இதப் போட்டிரு. வேற என்ன கேட்டன் உன்னட்ட. நீ எனக்குப் பத்திரமா கிடைப்பாய். இதுவும் முடியாட்டி உன்னால எதுவும் முடியாது. இதோட விட்டிடுவம்" அருளினி மெய்யாகவே சொன்னாள். கொஞ்சநேரத்துக்கு முன்னம் இவனோடு மட்டும்தான் வாழ்வதாய் இருந்தால் வாழவேண்டுமென்று நினைத்தவள் இவள்.

"சரி, தா" இமைகளை மேலே தூக்கிச் சலித்துக் கைநீட்டினான். அந்த சலிப்பிலும் அவள் ரசிக்க ஏதோ ஒன்றிருந்தது. அவள்

தன் கழுத்தில் இருந்த கறுப்பு நூலைக் கழட்டி இதைக் கோர்த்து கையில் கொடுத்தாள். அவளுக்குத் தெரியும் இல்லையென்றால் இவன் போகிறபோக்கில் எங்கயாவது எறிந்துவிடுவான், அல்லது தவறவிடுவான் என்று. அவள் கழுத்தில் இருந்து கழட்டிய நூல் மெய்யாகவே மணிக்கு மனக் கிளர்ச்சியைத் தந்தது. அவள் முன்னாலேயே தன் கழுத்தில் போட்டான். அதன் ஸ்பரிசம் வினோத உணர்வைத் தந்தது. ஒரு விநாடி கண்கள் மோதித் திரும்பின காதலின் சுகம் கண்டு.

அன்றைய பிரிவு உயிரை விஷம் தீண்டும் நச்சு வலியை உணரச்செய்தது. பிரிவின் முன்னால் உறவெதற்கு. போரும் காதலும் என ஒவ்வாமை முனைகளின் சங்கமத்தில் சிக்கி நசிகின்றனவா மனங்கள். இதுவென்ன சாபம். பிரிவை விட வாழ்வின் பெரு நிந்தனை வேறென்ன. அவனறியா மனமொன்று போரைச் சபிக்கிறது. முரணில் உழலும் வாழ்வைச் சலித்தபடி போகிறான் மணி.

'நாட்டுக்காகப் போராடாத ஒவ்வொரு பொழுதும் பொருளற்ற வீண் பொழுதாக இருந்த என் வாழ்வில் அவளுக்காக மனம் உருகாத எந்தப் பொழுதும் நியாயம் அற்ற பொழுதாக உருமாறியது எப்படி? எப்போது? எதனால்? எதற்காக? ...ச்சா இது என்ன மாயச் சுழி? மணி எண்ணியபடியே சைக்கிளை மிதித்தபடி போனான்.

24

முகாமுக்குத் திரும்பும்போது மணி வழியில் பத்து எருக்கலம் இலை புடுங்கிக்கொண்டு வந்தான். வீரனைக் கூப்பிட்டு கால் கழுவி வரச்சொன்னான். கொண்டுவந்த செங்கல்லை அடுப்பில் போட்டுச் சுட்டு சூடாக்கினான். அதன் மேல் ஏழு எருக்கலம் இலையை வைத்து வீரனைக் குதிக்காலை அதன் மேல் வைத்து ஊன்றச் சொன்னான். காலில் சூடு பிடித்தது மிதமாக.

ஒரு வித்தைக்காரனின் பாவனையோடு மணி அதைச் செய்த விதமே ஒரு தனி ரகம். இலையில் சூடு குறைய மேல் இலையை அகற்றி ஆறாவது இலையில் காலை வைக்கச் சொன்னான். இப்படி ஒவ்வொன்றாகச் சூடு குறைய அகற்றி அகற்றி கடைசியில் முடித்தான். எத்தனை பொறுமையோடு அதைச் செய்தான். "சரி, நாளைக்கும் அடுத்த நாளைக்கும் இப்பிடிச் சூடு பிடிக்கக் குதிவாதம் இருந்த இடம் தெரியாமல் ஓடும்" நம்பிக்கை கொடுத்தான் மணி.

இரவு மணியின் மனதில் அருளினியைத் தவிர வேறெதுவும் இல்லை, எவரும் இல்லை. களவாய் அந்தச் சிறுகுப்பி விளக்கில் அடிக்கடி அவளது போட்டோவைப் பார்த்தான். இரவு சென்றிக்கு எழும்பியபோது அந்த போட்டோவையே பார்த்தபடி இருந்தான். அருளினி கொடுத்த அந்தக் கறுப்புக் கயிறும், குருசும் மணிக்கு அவளின் நிழல்விம்பம்போல இருந்தது. அவள் கழுத்தில் இருந்த கயிறு இவன் கையில் ஸ்பரிசிக்க கிறக்கம் தந்தபடி இருந்தது. 'அந்தக் குருசை என்ன செய்ய?' என்று யோசித்தான். பின் தன் கழுத்தில் இருந்த சயனைற் நச்சுக் குப்பியின் கீழே அதைக் கோர்த்து மார்பில் தொங்கவிட்டான். சயனைற் நச்சுக் குப்பிக் கயிறில் தொங்கும் அருளினியின் கயிறு நெஞ்சில் பட்டு வருடியபடி இருந்தது. அவளின் குழந்தைப் பேச்சும் அன்பின் ஆவேசமுமாய் அவள் முகம் தித்தித்துக்கொண்டே இருந்தது மனதில்.

ஆச்சரியம்போல வீரனுக்கு மறுநாள் காலையிலேயே குதியின் வலி குறைந்து போயிற்று. அவனால் காலை ஊன்றி ஓரளவு நிற்க முடிந்தது. இன்னும் இரண்டு தடவை

இப்படிச் செய்ய வேண்டியிருக்கிறது என்று சொன்னான் மணி. தன் வலி போய்விடும் என்றே நம்பினான். வீட்டிற்கு விடுமுறையில் போயிருந்தபோது மூன்று நாள் தொடர்ந்து கடுமையாய் நின்றபடி வேலை செய்ததுதான் வலி கூடுவதற்குக் காரணமென்று நினைத்திருந்தான்.

மத்தியானம் சேரா வந்து கதைத்துவிட்டுப் போனார். இரவு றோமியோவின் இடத்திற்கு வீரனையும் கூட்டிக்கொண்டு மணியை வரச்சொன்னார். அன்று பின்னேரமும் இந்த எருக்கலம் இலை வைத்தியத்தைச் செய்துவிட்டான் மணி.

இரவு வீரனையும் அழைத்துக்கொண்டு றோமியோவின் இடத்திற்கு மணி போனபோது அங்கே வட போர்முனைத் தளபதி கில்மனும் சாள்ஸ் அன்ரனி படையணித் தளபதி சேராவும் உடனிருந்து கதைத்துக் கொண்டிருந்தனர். அந்தச் சிறு தாளப்பதிந்த கொட்டிலின் விரிந்த மேசையில் பரப்பி இருந்தது பெரிய வரைபடம். போர்முனையின் தீவிரம்போல அவர்களின் முகங்களும் தீவிரமாய் இருந்தன.

மணியும் வீரனும் சல்யூட் அடித்தனர். ஆனால் றோமியோ எழுந்து வந்து, “வாடா மணி. இந்தச் சம்பிரதாயமெல்லாம் இப்ப தேவையில்ல. நாங்கள்தான் உனக்கு சல்யூட் அடிக்க வேண்டிவரப்போகுது. இந்த வேலைய மட்டும் நீ முடிச்சுத் தந்தால் இந்தக் கிளிநொச்சியை நாங்கள் மீட்டுத்தருவம். தலைவர் இந்தக் கிளிநொச்சித் தளத்தை அகற்றித் தந்தால் ‘ஜயசிக்குறு’ என்று இஞ்ச வந்த சிறிலங்காவின்ர முழுப் படைக்கும் ஒருவழி பண்ணித் தவிடுபொடி ஆக்குவன் என்று சொல்லியிருக்கிறார். எல்லாம் உன்ர கையிலதான் இருக்கு. தமிழன்ர தலைவிதியே உன்ர கையிலதான்ரா மணி இருக்கு” கையைப் பிடித்துத் தோழமையோடு சம மரியாதை கொடுத்து அழைத்துப் போய் கதிரையில் இருவரையும் சரியாசனம் கொடுத்து இருத்தினார். கில்மனும் சேராவும் உற்சாகமாகச் சிரித்தார்கள்.

வீரனுக்குப் பரசவத்தில் மிதக்கும் உணர்வு பற்றிக்கொள்கிறது. தளபதி றோமியோவையோ, தளபதி கில்மனையோ கூட இவ்வளவு நெருக்கத்தில் அவன் கண்டதில்லை. மிக அருகில் நின்று ஒரு தனித்த சந்திப்பில் இவர்களைக் காணக் கிடைக்கப் போகிறது இன்று என்பதே அவனைப் பரவசப்படுத்தியிருந்தது

ஏற்கனவே. ஆனால் இப்போது றோமியோ எழும்பி வந்து கையைப் பிடித்து அழைத்துப் போய் இருத்திவிட்டதும், வீரனின் முதுகில்கூடக் கைவைத்து “நீங்கதான் வீரனா” என்று கேட்டு இவன் கண்களைக் கூர்ந்து பார்த்தபோது அடைந்த பரசவமும் ஒருவகைப் பதட்டமும் இருக்கிறதே... அதை இன்னதென்று சொல்லமுடியாது.

இந்தப் போரையே நடத்துகின்ற மகா தளபதிகள் இவர்கள். இவர்களைக் காண எதிரித் தளபதிகள்கூட விரும்புவர். இன்று இவர்களுடன் ஒரே மேசையில் மிக அருகாக அமர்ந்திருக்க முடிந்ததே ஒரு வரம்தான் என எண்ணங்கள் ஓடிக்கொண்டிருந்தன அவனுள். மணி அடிக்கடி சொல்வான்தான், “றோமியோ உசார் ஊசி போட்டுவிட்டார் எனக்கு இன்று” என. மணியின் எள்ளலில் தளபதிகள் கூடத் தப்புவதில்லை. அவனுக்கு சுற்றியுள்ள சூழலைச் சிரிக்க வைக்கவேண்டும், அதுதான் முக்கியம் எப்போதும். தன் செயலையும் எள்ளி நகைப்பான். அது இன்னும் கூடுதல் சுவாரசியமாக இருக்கும். இதெல்லாம் தெரிந்தும் வீரனுக்குத் தன்னுள் எழும் ஒரு பரவச உணர்வைக் கட்டுப்படுத்த முடியவில்லை. அந்தக் கட்டளை நிலையமும் அந்தத் தளபதிகளும் எங்கும் பரந்து விரிந்த போர்க்கள வரைபடங்களும் பிரமிப்பூட்டிக்கொண்டிருந்தன. வசீகரம் மிக்க தளபதிகள்.

அவர்களுக்குச் சமதையான ஒருவன்போலப் போடப்பட்ட கதிரையில் வீரன் இருக்கிறான். தான் எப்படி இருக்கவேண்டும், நடக்கவேண்டும் என்று அவனுக்குத் தெரியவில்லை. திரும்பத் திரும்பச் சிந்திக்கிறான். கதிரையும், சூழலும் கூட அசௌகரியமாக இருக்கிறது. மறுகணமே சிம்மாசனம் போலப் பெருமிதமாகவும் இருக்கிறது. றோமியோ சொன்னார் “தம்பி... வீரன், உங்களைப் பற்றி நான் கேள்விப்பட்டிருக்கிறன். ம்ம்... வீரன் வீரன் என்றுதான் சொல்லிச்சினம். இவ்வளவு சின்னாளாய் இருப்பீர் என்று நான் நினைக்கேல்ல. வேவுக்குப் புதிசு நீங்கள் என்ன? இருந்தாலும் மணி தெரிவு செய்தால் அது சரியாத்தான் இருக்கும். உங்களைப் பார்க்க எனக்கு நம்பிக்கை வருது தம்பி... ம்ம்... ”

இதைச் சொல்லும்போதும் றோமியோ கொள்ளும் கண்விரிவும் இதழ்நெளிவும் சைகையும் என மொத்த உடல்மொழியே

அவருடன் பழகியவர்களைக் கூடப் பரவசப்படுத்திவிடும். இவன் வீரன் ஆகாயத்திலல்லவா பறக்கப் போகிறான் என்று எண்ணி மணி தனக்குள் சிரித்தான். 'ஏத்துறார்ரா உசார் ஊசி. அவ்வளவுதான். வீரன் இன்றைக்கு உசாரிலேயே சாகப்போகிறான் போல' மணியின் மனதில் வார்த்தைகள் ஓட சிரிப்பு முகத்தில் ஓடுகிறது. வெளிக்காட்ட முடியாமல் கூச்சத்தோடு அமர்ந்திருந்தான். ஆனால் உண்மை என்னவென்றால் மணியும்தான் பரவசத்தில் இருக்கிறான். 'உன்னால்தான் இந்தப் போரின் போக்கே மாறப்போகிறது' என்று அவர் சொன்ன சொல்லினால். அது வெறும் சொல்லல்ல.

றோமியோ மேலும் கதைத்துக் கொண்டிருப்பதில் கருத்தூன்றியது. "இந்தக் கிளிநொச்சி தளத்தை நாங்கள் அகற்ற இல்லையெண்டால் ஜயசிக்குறு நடவடிக்கையென்று வாற ஆமி இந்த ஏ9 வீதியைக் கைப்பற்றிடுவான். இது அரசியல் வெற்றி மட்டுமில்ல; அவனுக்குப் பெரிய இராணுவ வெற்றியாகவும் இது மாறிவிடும். வன்னி இரு கூறாகப் பிரிக்கப்பட்டிடும். அப்பிடிப் பிரிக்கப்பட்டால் எங்களால படையணிகளை ஒருமுகப்படுத்த முடியாமல்போகும். ஒருமுகப்படுத்துகிற ஆற்றலை இழந்தமோ ஒரு ஒஃவ்வென்சிவ், அதாவது ஒரு வலிந்த தாக்குதலைச் செய்ய சக்தியில்லாமல் போயிடுவம். அங்க தொடங்கும் எங்களுக்கான அழிவு. எதிரியின்ர மூலோபாய நோக்கம் இதுதான்." அவர் சொல்ல மணிக்குப் படைத்துறை கல்விக்குழு தலைமைத்துவ பயிற்சிநெறியில் இந்தச் சமரின் மூலோபாய நோக்கம் அதன் அரசியல் குறிக்கோள் பற்றி சொன்னவை பொருள்கூட்டி எழுந்தன மனதில்.

றோமியோ எழும்பி அந்த மேசையில் இருந்த வரைபடத்தைக் காட்டிக் காட்டிக் கதைத்தார். கண் வரைபடத்திலேயே ஊன்றி நின்றது. "தென்முனையில ஆமி மாங்குளத்துச் சந்திக்கு வராட்டிக்கும் மாங்குளம் சுற்றுப் பகுதிக்கு வந்திட்டான். இந்த மாங்குளம் பிடிபட்டு பனிச்சங்குளம் வந்திட்டான் எண்டால் பிறகு இங்கால நாங்கள் முன்னணி நிலைகளை அமைக்கக்கூடிய சூழல் இந்தப் பகுதியில் இல்லை. பாதுகாப்புப் போர் முறைக்குப் பொருத்தமான இடமில்லை. இந்த இடத்தில தண்ணி இல்லை. எங்கட படைகளைத் தண்ணிவசதி இல்லாமல் நிறுத்த முடியாது. முறிகண்டிக்குக் கிட்டத்தான்

தண்ணி வசதி நிலத்தில இருக்கும். முறிகண்டிக்கு எங்கட முன்னணி நிலைகளைக் கொண்டு வந்தால் முதுகுக்கு பின்னால இருக்கும் கிளிநொச்சித்தளம். இந்த நிலையில நாங்கள் இந்தச் சமரை இழக்க வேண்டிவரும். இந்தச் சமரை இழந்தால் இந்தப் போரையே நாங்கள் இழக்க வேண்டிவரலாம். ஆக எங்களுக்கிருக்கிற ஒரே வழி: ஆமி மாங்குளத்தைக் கடக்க முன்னம் கிளிநொச்சித்தளத்தை நாங்கள் அகற்றவேணும். அப்படிச் செய்தால் ஒரு வருடமா இழுபடுகிற இந்தச் சமரின்ர இலக்கை இழந்த மனோதிட வீழ்ச்சி எதிரியின் படைக்கு வரும். அங்கதான் இருக்கு எங்களுக்கான வெற்றியின்ர தொடக்கப்புள்ளி. விளங்குதா உங்களுக்கு? இதை ஏன் உங்களுக்குச் சொல்லுறன் எண்டால் நீங்கள் செய்யப்போற காரியம், அதனோட பெறுமதி உங்களுக்குப் புரியவேணும். உங்களால் முடிஞ்சால்தான் இந்த யுத்தத்தையே திசை மாத்தலாம். இல்லையெண்டால்...” அவர் முடிக்காமல் இவர்கள் இருவரையும் பார்த்தார். மணி தீவிரத்தோடு இருந்தான். நிறைவான ஒரு மனநிலை றோமியோவுக்குத் தோன்றியது. குரலில் திடம்கொண்டு நம்பிக்கையூட்டிப் பேசினார்.

உண்மையில் மணி மனதில் திடசங்கற்பம் கொண்டுவிட்டான், உயிரே போனாலும் இந்த நடவடிக்கையைத் தானே தான் முடிக்க வேண்டும் என்று. இந்த நடவடிக்கையை மட்டும் வெற்றியாக முடித்தால், அதன்பின் வெறும் மணியல்ல, வீரமணி. மணி என்ற பெயர் விடுதலைப் புலிகளின் அனைத்துப் படையணிக்கும் பரவும். அது சாள்ஸ் அன்ரனி படையணிக்கு மட்டும் தெரிந்த பெயராக இருக்காது. ஆறு தாக்குதல் படையணிக்கும், அதைவிட பீரங்கிப் படையணி, மோட்டார் படையணி, மிதிவெடி அணி, ராதா வான்காப்பு அணி, விமானப்படை, கடற்புலிகளின் படையணிகள், கள மருத்துவப் பிரிவு, விநியோகப் பிரிவு என இந்த மாதிரி போர்முனையோடு சம்பந்தப்பட்ட அனைத்துப் படையணிக்கும் என் பெயர் தெரியவரும் என்ற எண்ணம் எழுந்து வீறாப்புக்கொள்ள வைத்தது மணியை. றோமியோவின் கதைதான் இதுக்குக் காரணம். அதிலிருந்த உண்மையும் கூட.

மணி எப்பவும் சொல்லுவான். ‘இந்த மனிசன் றோமியோ உசார் ஊசி அடிப்பார் என்று. தெரிஞ்சுகொண்டு போனாலும் அந்தாளின்ர ஊசி வேலை செய்யத்தான் செய்றது. தெரிஞ்சால்

உசார் வரக் கூடாதல்லோ? ஆனால் றோமியோ போட்டால் வரும் உசார். பொத்துக்கொண்டுவரும்.' இன்றும் அதுதான் நடந்தது. இவர்களின் முகங்களைப் பார்த்து அவற்றின் மாறுதலைக் கண்டு திருப்தி வரத்தான் தன் பேச்சை நிறுத்தினார் றோமியோ. சாப்பாட்டை எடுத்துவரச்சொல்லி உதவியாளனுக்குச் சொன்னார். இவர்களுடன் கூடவே இருந்து சாப்பிட்டனர் றோமியோவும் கில்மனும் சேராவும்.

மணி ஏற்கெனவே சொல்லியிருந்தான் வீரனுக்கு, "இண்டைக்குத் திட்டம் விளங்கப்படுத்தக் கூப்பிட்டாலும் திட்டம் எதையும் றோமியோ சொல்லப்போறதில்லை. வெறும் உசார் ஊசி மட்டும்தான் போட்டு அனுப்புவார்." இதைச் சொல்லும்போதே மணிக்குச் சிரிப்புத்தான். வேவு வீரனாகப் பல தளபதிகளை நன்கு அறிந்தவன் அவன். றோமியோவைப் பற்றிச் சரியாக எடைபோட்டிருந்தான் என்பது இப்போ சரியாகிவிட்டதே. 'அட திட்டம் ஒன்றையுமே சொல்லேல்லை இந்த மனிசன்' என்று வீரனுக்கு ஞாபகம் வந்தது. ஆனாலும் வீரன் சொல்லமுடியாத ஒரு சாதனை உணர்வை உள்ளூர உணர்ந்துகொண்டிருந்தான்.

சாப்பாடு வழமையாக வரும் வழங்கல் சாப்பாடு. அந்தக் கத்தரிக்காயை வெறுமனே அவிச்சு கறி என்று சொல்லி அனுப்பியிருந்தார்கள். 'அட! எங்கட இடத்தில இருந்தால் அங்க ஏதாவது வெங்காயத்தைக் கடிச்சுக்கொண்டாவது சாப்பிட்டிருக்கலாம்' என்று நினைத்தாலும் வீரனுக்கு இனம்புரியாத ஒரு பெருமையுணர்வு இந்தத் தளபதிகளோடு சேர்ந்து சாப்பிடும்போது வந்தது. அந்தக் கணத்தில் தோன்றியது. 'நானும் ஒரு நாள் ஒரு இளநிலைத் தளபதியாகவாவது ஆகிவிட வேண்டும்' என்று. அதற்கு இந்த வேவு தனக்குத் தகுதியைத் தருமெனவும் நம்பினான். தளபதிகளின் கவனத்திற்குரியவனாக இதன்பின் தான் மாறிவிடுவேன் என்றும் எண்ணினான்.

சாப்பிடத் தொடங்கவும் உதவியாளன் ஒரு குவளையில் சொதி கொண்டுவந்து வைத்துவிட்டுச் சிரித்தான்.

"இதென்னடா இது?" றோமியோ கேட்டார்.

"ஜப்பான் மீன் சொதியண்ணை" கொண்டுவந்தவன் சொன்னான்.

“அடேயப்பா, சொல்லத் தேவையில்லை. ருசி அப்படி இருக்கும். சாப்பிடுங்க தம்பி” என்று தானே வீரனுக்கும் மணிக்கும் மீனையும் சொதியையும் கோப்பையில் விட்டுக் கில்மனின் பக்கம் நகர்த்திவிட்டார் குவளையை.

றோமியோ இரவில் யாரையாவது சந்திக்கக் கூப்பிட்டால் உதவியாளர்களுக்குத் தெரியும். கூப்பிடுபவர்களுடன் அநேகமாகச் சேர்ந்து சாப்பிடுவார் என்று. அவரின் மரியாதையைக் காக்க ஏதாவது ஒரு விசேட கறியோ உணவோ வைத்துவிடுவார்கள். றோமியோ சொல்லாவிட்டாலும் மனதில் ஒரு நம்பிக்கை அவருக்கும் உண்டு, ஏதாவது செய்து வைப்பார்கள் என்று. அதனால் அவர் கேட்பதோ காட்டிக்கொள்வதோ இல்லை

றோமியோவின் ‘செற்’ கொமினியுகேசன் தொடர்பாளன் சிலம்பு. றோமியோவின் படைத்துறை நிர்வாக அலுவல்களைக் கவனிப்பவனும் இவன்தான். மட்டக்களப்புப் போராளி. அவன் சண்டையில் மட்டும் திறமைசாலியல்ல. சமையலிலும்தான். மட்டக்களப்புக்கே உரித்தான சொதி வைப்பான். அத்தனை உருசி அதில் இருக்கும். பின்குளத்தில் பிடித்துக்கொண்டுவந்து கொடுத்த ஜப்பான் மீனைத் தோல் உரித்து வெட்டி அவன் வைக்கும் சொதி அப்படி ஒரு சுவை தரும். சாப்பிட்டுக்கொண்டே றோமியோ கதைத்தார். அந்தக் கதையில் இராணுவத்தினுடைய நிலைகள், இராணுவத்தின் மனநிலை, இராணுவத்தைத் திகைப்பில் தள்ளித் தப்பிக்கும் வழி எனத் தன் அனுபவத்தைப் பகிர்வதுபோல் சாதாரணமாகக் கதைத்தார். வீரனுக்கு எல்லாமே புதுமையாய் இருந்தது.

போராளிகளைப் பணிக்கு முன் விழிப்பூட்டுவது முக்கியம். அதை சீரியசாகக் கதைத்தால் அச்சமூட்டுவதாகத்தான் அமையும் என்பதைத் தன் அறிவில் அவர் தெரிந்து வைத்திருந்தார். இவர்களைக் கூப்பிட்ட இன்றைய நாளின் முக்கியமான உரையாடல் இப்போதுதான் நிகழ்கிறது. வரைபடத்தை வைத்து முதலில் கதைத்தது வெறும் பணி மீதான பெறுமதி ஊட்டலே. இப்போதான் விடயத்தைப் பேசுகிறார். இவரின் அணுகுமுறையே தனி ரகம். அதனால்தான் இத்தனை உயரத்திற்கு அவரால் வரமுடிந்தது. களத்தில் எதிரித்தளபதியும் அச்சமுறும் அபூர்வ ஆளுமையவர். கில்மனிடமும் இதே அணுகுமுறை இருக்கிறது.

அத்தோடு முடிந்தது அன்றைய சந்திப்பு. நீண்டதூரம் நடப்பது, ஓடுவது, மற்றும் முதலுதவிப் பயிற்சி, கொம்பாஸ், ஜி.பி.எஸ், குறிபார்த்துச் சுடுவது போன்ற பயிற்சிகளைத் தொடரும்படியும் வற்புறுத்தி அனுப்பினார். மிகுதி விடயங்களைச் சேராவிடம் சொல்லி அனுப்புவதாகக் கூறினார். இருவரையும் முதுகில் தட்டி அணைத்தவாறு வெளியே வாசல்வரை வந்து அனுப்பி வைத்தார்.

வானத்தில் ஆயிரம் நட்சத்திரங்கள் இருந்தாலும் ஒன்றிரண்டுதான் ஜொலிக்கிறது. வானத்தைப் பார்த்தபடியே சைக்கிளின் முன் 'பாரி'ல் இருந்தான் வீரன். நிலாவைவிடச் சில நட்சத்திரங்களின் ஒளியில் கூர்மையும் மினுக்கமும் உண்டு. அதன் ஒளி சுயம்புவானது என்று பள்ளிக்கூடத்தில் படித்ததும் ஞாபகத்திற்கு வந்தது.

"வீரா, சாதிச்சுக் காட்டவேணுமடா" மணி சொல்லிக்கொண்டே சைக்கிளை ஓட்டினான். அடர்ந்த நீல வானத்தில் துலங்கும் நட்சத்திரங்களைவிட வேறெதுவும் தெரியவில்லை.

25

இரண்டாவது நாள். நல்ல வெயில் நேரம் தளபதி சேரா தனது மெய்ப்பாதுகாவலன் ஒருவனோடு போர்முனை வாகனத்தில் வந்தார். அடுப்பில் வேகிக்கொண்டிருந்த சைபீரியன் வாத்து கறிச்சட்டியைத் தூக்கிக்கொண்டு கவியும் வீரனும் வீட்டின் உள்ளே ஓடினார்கள். அவர் கண்டால் வீண் பிரச்சினையாகிவிடும். இதை எங்கு சுட்டாய்? ஏன் சுட்டாய் என்று பிரச்சினை வரும். தண்டனையும் கிடைக்கும்.

பின்னாலிருந்து இறங்கிய மெய்ப் பாதுகாவலன் இரண்டு இராணுவப் பைகளை வைத்திருந்தான். கோபியும் மணியும் சல்யூட் பண்ணினார்கள். பதிலுக்கு சல்யூட் பண்ணிய சேரா கேட்டார் "எங்கடா மற்றாக்கள்?"

"இங்கதான் இருக்கிறாங்கள். வாங்கண்ணை" என்று பதில் சொன்னான் மணி.

சேரா திண்ணையில் இருந்துகொண்டார்.

"குடிக்க ஏதாச்சும் இருக்காடா?"

"பழஞ்சோத்து தண்ணி கரைச்சிருக்கிறம் வேணுமாண்ணை?" என்றான் கோபி.

"கொண்டுவா... கொண்டுவா."

கோபி எடுத்துவந்து கொடுத்தபடி சொன்னான். "வெங்காயம் பச்சை மிளகாய் இல்லையண்ணை. ஆனால் தேங்காய்ப்பாலும் தேசிக் காயும் சேர்த்துக் கரைச்சது. நல்லா இருக்கும். காலைச் சாப்பாடு இன்னும் வரேல்ல. அதுதான் பழஞ்சோறு இருந்ததைக் கரைச்சம்."

"ம்ம்... திறமா இருக்கடா..." சப்பி உறிஞ்சிக் குடித்தார்.

"மணி, வீராவைக் கூப்பிடு... சாமான்கள் வந்திருக்கு. வெளிக்கிட வேணும்."

உள்ளே இருந்து வீராவும் வந்தான். பையில் இருந்து சிறிலங்கன் ஆமி யூனிபோர்ம், உருமறைப்பு நெற், சப்பாத்து, முள்ளுக்கம்பி

வெட்டும் புதிய கூரான பொடிவெட்டி, அவசர முதல் உதவிக்கெனச் சில உயிர்காப்பு மருந்துப்பொருள்கள், மணி முன்னாள் கள மருத்துவ உதவியாள் என்பதால் சில விசேட மருந்துகளும், அத்துடன் ‘பற்றி.’ மணியிடம் இருப்பதால் வீராவுக்கு மட்டும் புதிய வோக்கி ரோக்கி, மணி கேட்ட வோட்டர் பூறூவ் கைக்குண்டுகள்... இப்படிப் பல பொருட்கள் இருந்தன. முக்கியமான பொருளைக் கடைசியாய்க் கொடுத்தார். ஒரு பையில் சொக்லேற் மற்றும் சீஸ் ரின். “என்னண்ணை இவ்வளவு? உங்களுக்குப் பிறந்த நாளா?” மணி கிண்டலாகக் கேட்டான். அவனுக்குத் தெரியும், இது வேவுக்கு உரியதென்று. இருந்தாலும் இவ்வளவு அதிகமாக இருக்கிறதே.

“எங்களுக்கு எங்கையடா பிறந்த நாள்? இறந்த நாள் மட்டும்தான் கொண்டாடுவாங்கள். அதுவும் நாடு கிடைச்சாத்தான் உறுதி. இல்லையெண்டால் எல்லாம் போச்சு. சனங்கள் மறந்திடும்” சேரா பகிடியாகச் சொன்னார்.

அங்கே நின்ற நாய் ஒன்று சேராவையும் கூட வந்தவனையும் மூக்கால் மோந்து பார்த்துவிட்டுப் போனது.

“நாளைக்கு வேவுக்கு நீங்கள் போகவேணும். இரவு ஏழு மணிக்குப் பரந்தன் றோட்டுக்கு இடப்பக்கமாய்ச் சோதியா படையணி கொம்பனி கழிய இருக்கிற கிட்டு பீரங்கிப்படையணி மோட்டார் றீமின்ர நிலைக்கு வாங்கோ! அங்கே கேட்டால் காட்டுவாங்கள். பக்கத்திலதான் புதிசா ஒரு நிலையம் அமைச்சிருக்கிறம். அங்க றோமியோ வருவார்.” அமைதியாகப் பேசினார்.

“சரியண்ணை” மணி தன்னடக்கமாய்ச் சொன்னான்.

“என்ன வீரா, உன்ர முதல் வேவு இது. சாதிச்சுக் காட்ட வேணுமடா” வீராவைக் கூர்ந்து பார்த்துச் சொன்னார். வீராவின் முகத்தில் ஏதாவது பயத்தின் அறிகுறி தெரிகிறதா? என்று பார்ப்பதும்தான் அந்தப் பார்வையின் நோக்கம்.

“ஓமண்ணை, செய்வன்” தளபதி முன்னிலையிலான தனது கூச்சத்தை வெளிப்படுத்தியவாறு சொன்னான் வீரன். சேரா மேலும் கீழும் தலையாட்டினார். “இது கொஞ்சம் நீண்ட பயணம். ஆனால் திரும்பி வந்தால் வெற்றியோடதான்

வரவேணும்.” அந்தத் தொனியில் ‘செய் அல்லது செத்துமடி’ என்ற செய்திதான் இருந்தது.

கோபியை இப்போதே புறப்பட்டு வரச் சொன்னார், தென் போர்முனைக்கு வேவுக்குப் போவதற்காக.

“உடுப்பு தோய்ச்சுப் போட்டனான். வெயிலில காயட்டும். இரண்டு மணித்தியாலத்தில வாறன் அண்ணை” கோபி சொன்னான். அவருக்குத் தெரியும் மாற்று உடுப்பெல்லாம் இப்போ போராளிகளிடம் அதிகமில்லை என்பது. ஆனால் அவருக்குத் தெரியாது கோபி வாத்துக்கறி தின்றுவிட்டுப் போகத்தான் அப்படிச் சொல்கிறான் என்று. கோபி சொல்ல மணி புரிந்துகொண்டு நமட்டுச் சிரிப்பு சிரித்தான்.

வீரனுக்கு உண்மையாகவே உற்சாகமும் வந்துவிட்டது. காரணம் அவனது குதிக்கால் வலி மூன்று நாளில் இல்லாது போய்விட்ட உணர்வு. அவன் மெய்யாகவே நன்றி சொன்னான் மணிக்கு. “எனக்குத் தெரியுமடா வீரா... உனக்குக் கடுமையான வலி இருக்கு. நீ உன்னை வேவுக்கு எடுத்ததால பயம் என்று நாங்கள் நினைப்பம் எண்டதுக்காக வலியை மறைக்கிறாய் எண்டு” மணி சொன்னபோது வீராவுக்குக் கண் கலங்கிவிட்டது. இப்படிப் புரிந்துகொள்ளக் கூடிய பொறுப்பாளருடன் இருப்பதே ஒரு கொடுப்பினைதான்.

சேரா போனதுமே மணி எல்லாரும் வாங்கடா என்று சொல்லி சொக்லேற்றை எடுத்துக் கொடுத்தான்.

“அண்ணை, வேவுக்குக் கொண்டு போகவேணும் வையுங்கோ” என்றான் றாகுலன்.

“இப்ப பெடியள் சாப்பிடட்டும். இப்பிடிச் சாப்பிடக் கிடைக்குமா? ஆமியின்ர பொயின்ர தாண்டேக்க வெடி விழுந்து மூக்குக்க பஞ்சு வச்சால், இதைச் சாப்பிடத் தருவாங்களோ உங்களுக்கு? சாப்பிடுங்க இப்ப. உள்ள போயிற்றமெண்டால் அங்க இருக்குமடா ஆமியின்ர சாப்பாடு எடுத்துச் சாப்பிடலாம். ஹிஹிஹி” மணி சொல்லிக்கொண்டே சிரித்தான். அவற்றில் ஒரு பகுதியை எடுத்து றாகுலன் இவர்கள் கொண்டுபோகும் வேவுப் பைக்குள் வைத்தான். விளையாட்டுத் தனமாய் இங்கயே திண்டு விடுவாங்கள் என்ற எச்சரிக்கை அவனிடம்.

அன்றிரவு இருவருக்கும் சென்றி போடவேண்டாம் என்று ராகுலன் சொல்லிவிட்டு அவர்களின் நேரத்தை மற்றவர்கள் பகிரும்படி பிரித்தான். இன்றுதான் முழுமையான அமைதி நித்திரையை அவர்கள் கொள்ள முடியுமென்பதைக் கவனம் எடுத்தான். மறுநாள் விடிந்தது. ஆனால் இன்று விடிவது முக்கியமல்ல சரியாக இருள்வதுதான் முக்கியம். மாலை ஆறு மணியளவில் கிளம்பவேண்டும். வீரன் எல்லாவற்றையும் சரி பார்த்தான்.

"துவக்குக்கு ஒயில் நல்லாப் போட்டியா?"

"பறலுக்கு உள்ள போடேல்ல."

"மடையா, போடடா."

"சுட்டால் புகைக்கும் அண்ணை."

"நீ போடு, நான் சொல்லுறன். நான் துவக்குக் கொண்டு வரேல்ல. உன்னை நம்பித்தான் வாறன்."

மணி பதினான்கு கைக் குண்டுகள் கொண்ட ஜக்கற் மட்டும்தான் அணிந்திருந்தான். துவக்கு இல்லை. வீரனுக்கு ஆச்சரியம்தான். 'துவக்கில்லாமல் ஆமியின்ர தளத்துக்குள்ள வாறானே. என்ன இது... ஒன்றுமே விளங்குதில்லை.' சேராவும் ஒரு காலத்தில் இப்படித்தான் சில நேரங்களில் போவார். இது வேவுக்குப் புதியவனான வீரனுக்குத் தெரியாது.

மணி தளபதி சேராவிடம் வேவைக் கற்றுக்கொண்டவன். அவனுக்குக் கைக்குண்டுதான் ஆமித்தளத்தினுள் இயங்குவதற்கும் ஆபத்தான சூழலைக் கையாள்வதற்கும் பலம் என்று தெரியும்.

காலையில் வீரனும் மணியும் கொண்டு போவதற்கான பொருள்களை அடுக்குப்பண்ணி சரிபார்க்கும் வேலையில் இருந்தார்கள். மற்றவர்களின் முகத்தில் வெளிக்காட்ட முடியாத ஏதோ ஒரு பிரிவுத்துயர் மனதை அறுத்தபடி இருந்தது. இப்படி இந்தச் சிறிய குழுவில் பலர் புறப்பட்டுப் போனார்கள். சிலர்தான் திரும்பி வந்தார்கள். மணியும் வீராவும் புறப்படுவதற்கான வேலைப் பரபரப்பில் இருந்தார்கள். இருந்தாலும் மணிக்கு மற்றவர்களின் மனநிலை மனதில் பட்டபடியே இருந்தது.

மாமரத்தில் இருந்த செம்மஞ்சள் பழம் ஒன்றை வீரன் ஏறி புடுங்கினான். உயரகொப்பில் எங்கோ எவரும் காணா மறைப்பில் இருந்ததது. அதை வெட்டி எல்லோருக்கும் சாப்பிடக்கொடுத்தான்.

"இந்த ருசியில ஞாபகம் வையுங்கடா என்னை" சொன்னவன் தொடர்ந்து "ஆனால் போயிடுவன் என்று நினைக்காதையுங்கோ வருவன். வரும்வரைக்கும் இது."

யாரும் எதுவும் கதைக்கும் நிலையில் இல்லை.

நிலவரம் உணர்ந்து கதைப்போக்கில் மணி சொன்னான். "வீரத்தையும் தியாகத்தையும் கொண்டாடாத போரும் இருக்கோடா? உலகத்தில போர் எண்டு வந்தால் வெற்றிதான் சரி. மற்றதெல்லாம் பிழை. வெற்றிக்கு என்ன வழி இருக்குதோ அதெல்லாம் நியாய வழி தான் கண்டியோ? இல்லையெண்டால் போர் வெல்லாது. பாவம் எண்டு எதுவுமில்லை கண்டியோ? மணி மூக்குக்க பஞ்சு வைச்சால் வெற்றி வரும் என்றால் அதுதான் ஒரே ஒரு சரி. சரி, பிழை இடத்துக்கிடம் வேறுபடுமடா. போரில சரி இதுதான்."

"சரியும் பிழையும் கடவுளுக்குத் தெரியும் அண்ணை" சின்னவன் கவி சொன்னான்.

"ஹி ஹி ஹி குழம்பாத. நீயும் கடவுளைக் கும்பிடுற. ஆமிக்காரனும் கும்பிடுறான். கடவுள் இருந்தால் அவரின்ர சரி எது? இஞ்ச கடவுளும் இல்லை ஒண்டுமில்லை. போரில வீரம்தான் கடவுள். தியாகம்தான் பக்தி. பக்தியில கலையாடினபடி பரவசம் கொள்ள கடவுள் கடாட்சம் கிட்டுமடா. மண்டையப் போட்டால் நீயே சனங்களுக்குக் கடவுள். யுத்தம் வென்றிட்டால் நீயே காலத்துக்கும் கடவுள் மாதிரி. இல்லையெண்டால் மண்தான்." மணிக்குத் தன் மனநிலையின் சுழிப்பும் சேர்ந்து வார்த்தைகளாய்க் குழம்பி வெளிவந்தன. அசட்டுத்தனமாய் அவனே பின் அதை உணர்ந்து நிறுத்தினான்.

26

அன்று மாலை அந்தச் சிறிய வீட்டிடமும் தோழர்களிடமும் முற்றத்து முதிர் மாமரத்திடமும் இளநீர் தந்த தென்னைகளிடமும் கூடவே வாசலில் நின்ற தலையறுத்த தனித் தென்னையிடமும் விடைபெற்றுப் புறப்பட்டனர் மணியும் வீரனும்.

அவர்கள் போனபின் பிரிவின் விஷம் மெல்லெனப் படர்ந்து தீண்டுகிறது, போர்க்களத்தின் அச் சிறுவீட்டையும், முற்றத்தையும், மற்றவரையும்.

இருவரும் புறப்பட்டுச் சேரா சொன்ன போர்முனையின் புதிய நிலைக்கு வந்தனர். மனதில் அடுத்து வரப்போகும் நாள்கள் பற்றிய அறியாப் பரபரப்பு.

சிறிய பதுங்கு குழியில் கட்டளை நிலையம் ஒன்று புதிதாய் அமைக்கப்பட்டிருந்தது. மண் சுவரில் வரைபடம் தொங்கியது. உள்ளே சிறிய மேசையும் நான்கு கதிரைகளும், 'கொமினியுகேசன் செற்' உம் இருந்தன. சேராவும் றோமியோவும் இருந்தனர். கில்மன் இன்னும் வரவில்லை.

றோமியோ இருவரையும் கட்டியணைத்து வரவேற்றார். வீரனின் உடலில் றோமியோவின் அணைப்பு மின்சாரம்போல அதிர்ந்து உள்பாய்ந்தது. மணிக்கும் இனம் புரியா உற்சாகம்தான். கொஞ்ச நேரத்தில் கில்மனும், கிட்டு பீரங்கிப்படையணித் தளபதியும், கிளிநொச்சி தளத்தின் மேற்குப் புற (c பகுதி) பகுதி தளபதியும், மாலதி படையணி கொம்பனி லீடர் வளர்மதியும் வந்தனர். அவர்களைக் கண்டவுடன் மணி குழம்பிப்போனான். 'என்ன நாசமடா இது! இவங்கள் எல்லாம் எதுக்கு வாறாங்கள்? றோமியோ திரும்பவும் பெரிய திட்டங்கள் போட்டு எல்லாத்தையும் குழப்பப் போறாரா? பெரிய திட்டங்கள் சிலவேளைகளில் சொதப்பலாக முடிந்துவிடுமே' மனதில் ஓடிய சந்தேகத்தை முகத்தில் காட்டாமல் இருக்க மணி முயன்றான்.

கதிரைகளைப் பங்கருக்கு வெளியே எடுத்துவிட்டு மேசையைச் சுற்றி நின்றார்கள் எல்லோரும். ஒரு சமருக்கான ஆயத்தம்

போலச் சூழல் பொருள்கொண்டது. றோமியோ தன் திடமான குரலில் நம்பிக்கையில் வார்த்தைகளைத் தோய்த்துத் திட்டத்தை விளக்கினார். அவரது கையிலுள்ள 'மிலிட்டரி ரோச் லைற்' மிகப் பிரகாசமாக வரைபடத்தை வெளிச்சமாக்கியிருந்தது.

'ஏ9 றோட்டுக்கு மேற்குப் பக்க எதிரி நிலைகளில நாங்கள் ஒரு சின்னத் தாக்குதலை இரவு இரண்டு மணிக்குத் தொடுக்கப்போறம். இதில கிட்டு பீரங்கிப் படையணியோட 'ஷெல்' சப்போர்ட் எங்களுக்கு அவசியம். தளத்தின்ர மையப் பகுதியில இந்த ஷெல் தாக்குதலைப் பயன்படுத்தப்போறம். ஆமியின்ர கட்டளை நிலையம், தொலைத்தொடர்பு நிலையம், இதனால் கொஞ்சமாவது பதட்டத்திற்குள்ளாகும். அதோட முன்னணி நிலைகளில அந்தப் பகுதிக் கட்டளைத் தளபதி தன்ர மூன்று செக்சன்களை வைச்சு தாக்குதல்களை நடத்தி நாங்கள் தாக்கப்போறம் என்ற தோற்றத்தை உருவாக்கவேணும். இந்த விசயங்களை கில்மன் கவனிச்சுக் கொள்ளுவார்."

சொன்னவர் நிமிர்ந்து எல்லாரையும் ஒருமுறை பார்த்தார். அமைதியாகக் கேட்டுக்கொண்டிருந்தனர் அனைவரும். மணி மட்டும் உள்ளே அமைதியிழந்துகொண்டிருந்தான்.

"நாங்கள் வழமையாக இப்படித் தாக்கி வேவுக்காரரை உள்ள அனுப்ப முயற்சி செய்திருக்கிறம். அதனால இந்த முறையும் இப்பிடித் தாக்குதல் மாதிரி நடத்தி உண்மையா இந்தப் பகுதிக்குள்ளால வேவுக்காரரை உள்ள அனுப்பப்போறம் என்றுதான் ஆமி கொமாண்டர் நினைப்பான். அவன் அதைத் தடுக்கிறதுக்கான முயற்சியிலதான் இறங்குவான். அல்லது நாங்கள் உண்மையா தாக்குதல்தான் தொடுக்கிறம் என்று நினைச்சாலும் அதை முறியடிக்கிறதுக்கான முயற்சியில இறங்குவான். ஆனால் மேற்குப்பகுயில மட்டும் தாக்குதல் நடத்திற படியால இப்பிடி அவன் நினைக்க அனேகமாய் வாய்ப்பில்லை.

"தளத்தின்ர மையப் பகுதிக்குள்ள செல் அடிக்கிறதால அவன்ர 'டிறக்சன் ஃபைன்டர்' நிலையத்தைக் குழப்புறதும் எங்கட முக்கியமான நோக்கம். இந்த நிலையம் குழம்பினால் மணி உள்ள போகேக்க எங்களோட தொடர்புகொள்ள வசதியாய் இருக்கும். 'டிறக்சன் பைன்டர்' ரெக்னிசியன் ஆமி சரியா வேலை செய்யாட்டி மணி போற இடத்தில மணியின்ர வோக்கி வேலை செய்யிறதை அவங்களால கண்டுபிடிக்க

ஏலாமல் போகலாம். இருந்தாலும் மணி ஐந்து செக்கனுக்கு மேல அதில தொடர்ந்து கதைக்கப்படாது. அது முக்கியம்."

றோமியோ மறுபடி நிமிர்ந்து மற்றவர்களைப் பார்த்தார். அமைதியாகக் கேட்டுக்கொண்டிருந்தார்கள். 'டிறக்சன் ஃபைன்டர்' என்பது புலிகளினுடைய அணி வோக்கி ரோக்கியைப் பாவிக்கும்போது அதிலிருந்து வெளிப்படும் அலைக்கதிர்களை வைத்து அதன் திசையை அறிந்துகொள்ளும் கருவி. இப்படி இரண்டு இடத்திலிருந்து இக்கருவி தொழிற்படும்போது இரண்டு திசையும் சந்திக்கும் புள்ளிகொண்டு 'வோக்கி ரோக்கி' வேலை செய்யும் இடத்தை அது கணித்துவிடும். மூன்று இடத்திலிருந்து இதன் திசை கணிக்கப்படுமானால் மிகத் துல்லியமாக அந்த இடம் அறியப்பட்டுவிடும். இத்தகைய கருவி கொண்ட நிலையம் கண்டிப்பாக கிளிநொச்சி முன்தளத்தில் ஒன்று இருக்கும், பரந்தன் சந்தியில் ஒன்று இருக்கும், ஆனையிறவில் ஒன்று இருக்கும். இதைவிட மேலதிகமாகவும் இருக்கக்கூடும்.

கிளிநொச்சி முன்தளத்தில் உள்ள கருவியை அல்லது அந்தத் தளத்தைக் குழப்பிவிட்டால் பரந்தன் பின்பகுதியில் உள்நுழையும் மணியின் இடத்தை அவர்களால் கண்டுபிடிக்கமுடியாமல் போகலாம். தவிர அவர்களின் கவனம் தாக்குதல் தொடுக்கப்படும் பகுதி நோக்கித்தான் இருக்கும். மேலதிகப் பாதுகாப்பாக இன்னொன்றையும் கொள்ளலாம். ஐந்து செக்கன் மட்டுமே கதைக்கும்போது அதற்கிடையில் அந்த அலைவரிசையை அக்கருவி 'ஸ்கேன்' பண்ணாது. இதற்கும் மேலதிகப் பாதுகாப்பாக இதுவரை பயன்படுத்தாத ஒரு அலைவரிசை இலக்கத்தை மணிக்கு பயன்படுத்தக் கட்டளையிட்டார் றோமியோ. அது 14112 என்று வழங்கப்பட்டிருந்தது றோமியோ மேலும் விளக்கினார்.

"இஞ்ச தாக்குதல் நடத்திற நேரத்தில மணியும் வீரனும் பரந்தன் சந்தியில் இருந்து இரண்டு கிலோமீற்றர் வடக்குப் பக்கமாக இருக்கிற ஆமியின்ர நிலைகளுக்குள்ளால உள்ள நுழையவேணும். உள் நுழைஞ்ச உடன மணி என்னோட தொடர்புகொள்ள வேணும். நீ உள்ள போயிற்றதை எங்களுக்கு உறுதிப்படுத்தவேணும். கண்டிப்பாய் 'கோட்சீற்' (சங்கேத மொழி அட்டை) பயன்படுத்தி அறிவி. புதிசா உருவாக்கின மூன்று 'கோட்சீற்' தாறம். அதைத்தான் பயன்படுத்தவேணும்."

"மணி இந்தப் பகுதியில் இருந்து நகர்ந்து பரந்தன் கடந்து இந்தக் கிளிநொச்சி படைத்தளத்தை வந்தடைய வேணும். இதுக்குச் சில நாள்கள் ஆகலாம். நினைச்ச மாதிரி வேகமாக இத்தனை கிலோ மீற்றர் தூரத்தைக் கடந்து வர ஏலாது. இஞ்சதான் மணி நிறைய சவால்களைச் சந்திக்கவேண்டி வரும். நீ உள்ள நுழைஞ்சதும் நாங்கள் தாக்குதலை நிறுத்துவம். உன்ர அறிவிப்பு கிடைக்க 'ஷெல்' தாக்குதல் நிற்கும். எங்களிட்ட கனக்க 'ஷெல்' இல்லை. பயன்படுத்தவும் முடியாது. ஒரு வேவுக்காக எங்கட 'ஷெல்' பவர் பாவிக்க வேண்டியிருக்கு. இந்த நடவடிக்கை அவ்வளவு முக்கியமானது."

அவர் நிமிர்ந்து பார்க்க முகங்களில் கொஞ்சம் பிரகாசம் இருந்தது. மணிக்கும் கொஞ்சம் ஆறுதல் வந்தது. இந்த மனிசன் ஏதாவது மறுபடி சொதப்பல் திட்டம் போட்டிடுவாரோ என்ற பதட்டத்தில் அவன் இருந்தான். ஆயினும் இதுவும் அவனுக்குத் திருப்தியாக இல்லை. அவன் வேறு யோசனையோடு இருந்தான். அதற்காகத்தான் அன்று யாருக்கும் தெரியாமல் அந்தப் பகுதியைப் பார்த்து வரப் போயிருந்தான்.

"மணி, நீ உள்ள போனதும் உன்னோட திறமையிலதான் மிச்சப்பணி இருக்கும். உள்ள எப்பிடி நகர்ந்துபோறது, எங்க தங்கிறது, எல்லாம் உன்னைப் பொறுத்தது. நீதான் அதைத் தீர்மானிச்சு நடக்கவேணும். எங்களுக்குத் தேவையானது - உள்ள இருக்கிற பாதுகாப்புப் பொறிமுறை என்ன? மற்றது அவன்ர கட்டளைத் தலைமையகம் எங்கெங்க என்ன ஏற்பாட்டோட இருக்கு, என்ன படையணிகளை எங்க நிறுத்தியிருக்கிறான் எண்டதையும் அந்தச் சின்னங்களில இருந்து அறிஞ்சு எடுத்தால் நல்லது. உன்ர ஜீ.பி.எஸ் கருவியைப் பாவிச்சு இடங்களைக் கணிச்சுக்கொள். ஒரு நாளைக்கு ஒரு தடவை தொடர்புகொள். முக்கிய விசயத்தைக் கண்டுபிடிச்சால் அதுவின்ர அமைவிடத்தைக் கோட்சீற்றைப் பயன்படுத்தி எங்களுக்கு அறிவிக்கவேணும். எவ்வளவு முடியுமோ அவ்வளவுக்கு எடுத்து அனுப்பு.

"நீங்கள் ஒன்றை எதிர்பார்க்கவேணும். இதில இரண்டு பேரில யாரும் ஒருவருக்கு ஏதாச்சும் ஒன்று நடந்தாலும் அடுத்தாள் இந்தப் பணியைச் செய்து முடிச்சுத்தான் திரும்பி வரவேணும். ஒருவேளை யாரும் ஒருவர் காயப்பட்டால் அவர் சயனைற் குப்பி கடிச்சு சாக வேணும். ஓடக்கூடிய நிலைமையில காயம்

இருந்தால் நீங்கள் வேலையை முடிச்சுத் திரும்பலாம். அதைக் காயப்படுறவர் தீர்மானிக்க வேணும். இல்லையெண்டால் குப்பி கடிக்கிறதவிட இங்க வேற வழியில்லை. ஏனென்டால் அவரைக் கொண்டு திரும்பி மற்றாள் வரேலாது. முக்கியமான விசயம் பணியை முடிக்காமல் திரும்ப ஏலாது எண்டதுதான். அதால காயப்பட்டால் சயனைட் குப்பி கடிக்கிறது இந்த நடவடிக்கையில தவிர்க்க ஏலாது."

அவர் சொல்லிவிட்டு மறுபடி நிமிர்ந்தார். அவரின் பார்வை அங்குள்ளவர்களில் ஓடி கடைசியில் வீரா, மணியில் வந்து நின்றது. இந்த விசயம் பற்றி அவர்கள் மனதில் என்ன தோன்றுகிறது என்பதை ஆராய முனைந்தார். வீரனும் மணியும் எந்தச் சலனமும் இல்லாமல் தங்கள் முகங்களை வைத்திருக்க முயன்றனர்.

"இரண்டு பேருக்குமே ஏதாவது நடந்துவிட வாய்ப்பிருக்கு. அதனாலதான் கிடைக்கிற தகவல்களை எப்படியாச்சும் ஒரு நாளைக்கு ஒரு தடவை நீங்கள் அனுப்ப முயல வேணும். இந்தப் புதுக் கட்டளை நிலையம், இந்த நடவடிக்கைக்காகத்தான் அமைக்கப்பட்டிருக்கு. இஞ்ச நானோ சேராவோ இருபத்தி நாலு மணி நேரமும் மாறி மாறி இருப்பம். எந்த நேரம் வாய்க்குமோ அந்த நேரத்தில நீங்கள் தொடர்புகொண்டு தகவல் தரலாம். ஒருவேளை நீங்கள் அரைவாசித் தகவலைத் திரட்டின பிறகு நீங்கள் சண்டையில சாகவேண்டி வந்தாலும் உங்கட தகவல் எங்களுக்கு வெற்றியைத் தரும். அதனாலதான் கிடைக்கிற தகவலை உடனுக்குடன் அனுப்பக் கேக்கிறன்."

றோமியோவின் வார்த்தைகளிலேயே ஒன்று புலனாகியது. இந்தப் பணிக்குப் போய்த் திரும்பி வருவது இலகுவானதல்ல என்று. இந்த இருவரையும் பயன்படுத்திப் பெறக்கூடிய தகவல்களைப் பெற்று விடவே நினைக்கிறார். வேறு வழியும் இல்லைதான். ஆனால் எதிரியின் தளத்தில் ஒவ்வொரு நாளும் 'வோக்கி ரோக்கியை' ஆன் பண்ணிக் கதைக்கும்போது 'டிறக்சன் ஃபைன்டர்' மூலம் தங்களை அவர்கள் அறிந்துவிட வாய்ப்புண்டு என்பதை மணி அறிவான். இது ஒரு மிக ஆபத்தான விளையாட்டு. ஆனால் தளபதி சொல்வதுபோல முழுத்தளத்தையும் வேவு பார்த்து வெற்றியாக முடித்தாலும் திரும்பி வரும்போது ஏதாவது நடந்தால் எல்லாமே வீணாகிப்போகும் என்பதையும் உணர்ந்தான்.

அந்த வில்வ மரத்தின் கீழான கட்டளை நிலையத்திலிருந்து அவர்கள் புறப்படும் நேரம் வந்தது. றோமியோ இருவருக்கும் புதிய சங்கேதப் பெயரிட்டார். மணிக்கு 'விக்ரர் வண்', வீராவுக்கு 'சீரோ வண்.' 'கோட் சீற்' எனப்படும் சங்கேதச் சொல் குறிகளைக் கொண்ட அட்டையை மூன்று குழாயில் அடைத்தபடி கொடுத்தார். கொடுக்கும்போது சொன்னார். 'எந்தக் காரணம் கொண்டும் இது எதிரியின்ர கையில அகப்படக்கூடாது. ஒருவருக்கு ஏதாவது நடந்தால் மற்றவர் அதை எடுக்க வேணும். அதுவும் முடியாட்டி அதை எரிச்சுப் போட்டுத்தான் சாகவேணும்."

றோமியோ இரு இரவுத் தொலைக்காட்டி ('நைற்ஸ்கோப்') கொடுத்தார். எதிர்பாராமல் கோல்ட் வகை துவக்கு ஒன்றும், ஒரு CZ வகை கைத்துப்பாக்கியும் கொடுத்தார். மணி பிஸ்டலை இடுப்பில் கட்டிக்கொண்டான். வீரா அந்தத் துப்பாக்கி வேண்டாம் தன்னிடம் இருப்பதே தனக்குக் கையாளப் பழக்கமானது என்றான். ஆனால் தான் திரும்பி வந்ததும் அதைப் பெற்றுக்கொள்வதாகச் சொன்னான். அவர் சொன்னார், "கண்டிப்பாக இந்த இரண்டும் உங்களுக்குத்தான். நிரந்தரமாக உங்களுக்குத்தான்."

பிஸ்டல் தளபதிகளுக்கு மாத்திரம் வழங்கப்படுவது. இதன் மறு அர்த்தம் இந்தப் பணியை முடித்தால் மணி தளபதி நிலைக்குரியவன் என்பதையும் கொள்ள முடியும்.

அந்த நவீன வகைத் துப்பாக்கி பொதுவில் படையணிகளில் இல்லாதது. அதை வைத்திருந்தால் அவன் புகழுக்கு உரியவன் என்பது அடையாளமாகிவிடும் என்பது வீராவுக்கும் புரிந்தது.

றோமியோ வெளியே இருவரையும் இறுக அணைத்துக் கட்டித்தழுவி, குரலில் உறுதிகாட்டி, தழுவலில் அன்பு காட்டி "வென்று வாங்கடா" என்றார்.

கில்மனும் பீரங்கிப் படையணி தளபதியும் கைகொடுத்துத் தோளில் அணைத்து உற்சாகம் காட்டினர். புறப்பட்டு விட்டார்கள்.

தளபதி சேரா இவர்கள் கூடவே பரந்தன் கடந்து ஊரியான் பிளாட்டூன் தலைமையகம் வரை வந்து இறுதி வழியனுப்பினார் கட்டித்தழுவி.

27

இன்று முன்நிலவு. வெட்டைப் பிரதேசத்தில் அத்தனை வெளிச்சமாக இருக்கிறது. நிலவு சாய்ந்து கொண்டிருக்கிறது. நேரம் 12.30. இரண்டு சிங்கள இராணுவத்தினர் போலவே பார்வையில் தென்பட்டனர் இருவரும். இருவரும் தங்கள் அரும்பு மீசையை வழித்துவிட்டிருந்தனர். சிங்கள இராணுவம் அனேகமாக மீசை வைத்துக்கொள்வதில்லை. உள்ளே நுழைந்தால் சிங்கள இராணுவம் போலவே நடமாடவேண்டிய தேவை ஏற்படலாம். இக்கட்டான நேரத்தில் மணியின் சிங்கள மொழி அறிவு அதற்கு உதவுமென்பது மணியை இந்தப் பணிக்குத் தேர்வு செய்ய முக்கிய காரணம். நீளமாக உரையாடினால் உச்சரிப்பு மாறுபாட்டில் ஆமிக்குச் சந்தேகம் வரும். ஆனாலும் குறுகிய உரையாடலை மணியால் சமாளிக்க முடியும்.

பசுமைப் புற்கள் ஏதுமற்றுக் கட்டாந்தரையாக இருந்தது நிலம். சப்பாத்தில் மிதிபட்டுக் காய்ந்த புற்கள் நொறுங்கும் ஒலி எழுகிறது. தூரத்தில் இராணுவ நிலைகளில் வெளிச்சம். தோளில் வேவுக்கான பயணப் பை கனக்கிறது. தங்கள் தோளிலும் முதுகிலும் அதை உணர்ந்தபடி நடக்கிறார்கள் இருவரும். வெட்டை வெளியில் வரும் புதிய காற்று முகத்தில் படுகிறது. நெஞ்சில் கனமா? சாதனை வெறியா என்றுணரமுடியாத ஒரு அழுத்தம்.

மணி உள்ளே நுழைய வேண்டிய இடத்தையும் தாண்டி நடந்துகொண்டிருந்தான். வீரனுக்குக் கேட்க சங்கடமாக இருந்தது. நேரம் நெருங்குகிறது. மணி எங்கதான் போறான் என்று வீரன் குழம்பிவிட்டான். இவர்கள் நுழையும் இடத்திற்கு வந்துவிட்டார்களா என்பதை றோமியோ தொலைத்தொடர்பில் கேட்டார். “சரி, வந்திட்டம்” என்று ஒற்றைச் செக்கனில் பதிலளித்தான் மணி.

அவ்வளவுதான். கிளிநொச்சியின் மேற்குப்புறக் காவல் தொடர் அரண் மீது சண்டை தொடங்கியது. கிளிநொச்சி மையத்தளம் மீது கிட்டு பீரங்கிப் படையணி ஏவிய ஷெல்கள் வீழ்ந்து வெடித்தன. ஒரு தாக்குதல் போலவே களம் அமளியாய்

அதிர்ந்தது. மணியோ எதையும் சட்டைசெய்யாதவனாய்த் தன்பாட்டில் நடக்கிறான்.

"அண்ணை, நாங்கள் நுழையவேண்டிய 'பொயின்ற்' கடந்துபோறம் போல இருக்கு" வீரன் பொறுக்கமுடியாமல் கேட்டான். இதுக்குமேல் அவனால் கேட்காமல் இருக்கமுடியாது.

மணி அநாயசமாய்த் தன்னுடைய பகிடியைத் தொடங்கினான். அவனது இயல்பான எள்ளலும் நகைப்பும் முகத்தில் வந்தது.

"வீரா... நீ பேசாமல் எனக்குப் பின்னால வா. அவங்கள் வெடி கொளுத்தட்டும். சந்தோசம். பேசாமல் கேட்டுக்கொண்டு வா, வெடிச்சத்தம் நல்லா இருக்கு. கொளுத்தட்டும் கொளுத்தட்டும் ஹி ஹி ஹி" நடவடிக்கைக்குப் போகிறவன் போலவே இல்லை மணியின் வார்த்தையும் முகமும். என்ன நாசமடா!

இன்னும் நடக்கிறான் மணி. வீரனுக்கு எல்லாம் குழப்பமாய் இருந்தது. கேட்கவும் முடியவில்லை. என்ன செய்வதென்று தெரியவில்லை. கேள்வி தொண்டை வரை வந்து உள்விழுகிறது.

சற்றுநேரத்தில் றோமியோ தொடர்புகொண்டார் தனது உதவியாளன் மூலம். "ஹலோ விக்டர் வன் விக்டர்வன். பல்லக்கு ஒன்றில எழுதியாச்ச."

உள்ளே நுழைந்துவிட்டோம் என்பதைச் சங்கேதமொழியில் அறிவித்தான் மணி. "ஹலோ... பல்லக்கு ஒன்று. பேனையால எழுதீற்றம்." சுருக்கமாய்ச் சொன்னான்.

"எழுதேக்க ஏதும் எழுத்துப்பிழை வந்ததோ" றோமியோவின் இடத்திலிருந்து.

"இல்லை... ஒழுங்கான எழுத்து."

"சரி எழுதினதைப் புத்தகமாகக் கட்டியாச்சா?" றோமியோவின் ஆள் கேட்கிறான் இப்படி. இதன் அர்த்தம் உள்ளே நுழைந்துவிட்டீர்கள் சரி, பாதுகாப்பான இடமொன்றில் பதுங்கிக் கொண்டீர்களா என்பதுதான்.

"இல்லை. இப்பதான் எழுதி முடிஞ்சது. இனித்தான் புத்தகமாகக் கட்டி வைக்கப்போறம். முடிஞ்சுது. ஓவர்" மணி சொன்ன இந்தப் பதிலின் அர்த்தம் இப்பதான் உள்ள

போயிருக்கிறம் இனித்தான் உள்ள பதுங்கிக் கொள்ளவேணும் என்பதுதான். இது பல்லக்கு என்ற சங்கேத அட்டவணையின் படியான உரையாடல்.

மணியின் பதிலைக் கேட்டு றோமியோ குழப்பத்திற்குள்ளானார். கதிரையை விட்டு எழுந்து அந்தச் சிறிய அகழிக்குள் நடக்க இடமின்றி முட்டிமோதினார். சேராவுக்கு எதுவும் புரியவில்லை. 'இந்த மனிசன் ஏன் இப்ப அந்தரத்தில திரியுது? எல்லாம் நல்லபடியாத்தானே போய்க்கொண்டிருக்கு.

றோமியோ கண்களை அங்குமிங்கும் உழட்டி விட்டுச் சொன்னார். "அவங்கள் உள்ள போகேல்லை... ம்ம் பொய் சொல்றான்... சேரா, இப்பிடி எப்பவாவது மணி நடந்திருக்கிறானா?"

"இல்லை. அவன் இப்படித்தான் சுருக்கமாகக் கதைப்பான். அவன் போயிட்டான் அண்ணை."

"இல்லை... சேரா. உள்ள நுழைஞ்சிருந்தால் அவன்ர குரலில பயம் தெரியும். அந்தக் குரலில மாற்றம் இல்லை."

"அவனுக்குப் பயமில்லையண்ணை. அவனுக்கு நிறைய அனுபவமிருக்கு."

"சேரா! குரலை வடிவாக அவதானிக்க வேணும். எங்களுக்குக் கீழ இருக்கிறவன் சொல்ற வசனத்தில களநிலைமையைப் புரிஞ்சுகொள்ள ஏலாது. அவன்ர குரல்தான் முக்கியம். ஒருத்தனை ஒரு பணிக்கு அனுப்பமுன்னம் அவன்ர சாதாரண குரலைப் பழகி எங்கட மனசில பதிஞ்சு வைச்சிருக்க வேணும். அதுதான் முக்கியம். எந்த வீரனுக்கும் இந்த இடத்தில உளூர ஒரு பயம் இருக்கும். ஆனால் பதட்டம் வராது, அவன் திறமையான வீரனாக இருந்தால்" அவர் தன் இடக்கையால் முன்நெற்றியை இறுக்கி அழுத்தி அழுத்திவிட்டார். அவர் சிந்திக்கும் தருணங்களில் இதுவும் ஒன்று.

அங்கே மணியைப் பின்தொடரும் வீரன் குழப்பத்திற்குள்ளானான். மணி என்ன நோக்கத்திற்காக உள்ளே போகவில்லை. பயந்துவிட்டானா? போகாமல் இருந்துவிட்டு நாளைக்கு உள்ளே போக முடியவில்லையென்று கதையளக்கப் போறானா என்று சந்தேகம் தோன்றியது. இவன்

வெறும் கதைகாரன்தானா. ஆனால் அவன் ஏன் வடக்கு நோக்கி நடக்கிறான்?

கட்டளை நிலையத்தில் சேரா சொன்னார். "அவன் உள்ள போயிற்றதாயும் இனித்தான் நிலையெடுத்துப் பதுங்கவேணும் எண்டும் சொன்னானே அண்ணை."

"சேரா... அது நான்தான் கேட்ட கேள்வி. குரலில சந்தேகம் வர, அந்தக் கேள்வியக் கேட்டன். ஒருவேளை உள்ள போய் நிலையெடுத்து மறைவா பதுங்கீற்றால் குரலில பயம் இல்லாமல் போகக் கொஞ்சம் வாய்ப்பிருக்கு. ஆனால் இவன் நிலையெடுக்கேல்ல. உள்ள போயிருக்கிற அந்தச் சூழலில எதுவுமே தெளிவில்லாமல் மனம் தத்தளிக்கக் கூடிய நேரம் இது. ஆனால் குரலில அந்தப் பயத்தைக் காணேல்லை."

"உடனை ஷெல் அடிக்கிறத நிப்பாட்டச் சொல்லு. சும்மா அநியாயம்" பீரங்கிப் படையணிக்குக் கட்டளை பிறப்பிக்க உத்தரவிட்டார்.

"சேரா, நான் ஒருக்கால்தான் தொடர்பு எடுப்பன் என்று சொன்னன். பரவாயில்லை. இன்னொருக்கா மணிக்கு எடுத்துப்பார் தொடர்பு" சேரா மணியைத் தொடர்புகொள்ள முயற்சித்தார். முடியவில்லை.

"வோக்கி ரோக்கியை ஓஃப் பண்ணிற்றான் அண்ணை."

சேரா சொல்லவும் றோமியோ தன்மண்டை கலங்குவது போல யோசிப்பதாய்ப் பட்டது செராவுக்கு. அவர் பதில் சொல்லாது நேத்தியை விரல்களால் அழுத்தி அழுத்தி யோசித்தார். பிறகொரு தீர்மானத்திற்கு வந்தவராய்ச் சொன்னார்.

"ம்ம்... அவன் இன்னும் உள்ள போகேல்ல. ஆனால், போகத்தான் போறான். அவன் வேற ஏதோ திட்டம் வச்சிருக்கிறான்" சொல்லிவிட்டு வரைபடத்தையே கூர்ந்து பார்த்தார் றோமியோ.

28

வீரன் இதன்மேலும் பொறுக்காமல் மணியிடம் கேட்டான் "எங்கண்ணை போறம்?"

"நீ வாடா. அவங்கள் வெடி கொளுத்திறதையும் நிப்பாட்டிப் போட்டாங்கள். றோமியோவுக்கு நான் பொய் சொல்றன் எண்டு தெரிஞ்சிட்டுபோல இருக்கு. ஏன் 'ஷெல்'லைத் திடீர் எண்டு நிப்பாட்டினவர்? மனிசன் பின்னாலயும் ஆக்களை விட்டுத் தேடுவார்ரா ஹி..ஹி..ஹி" மணி சிரித்தான் எந்தக் குறுகுறுப்பும் இல்லாமல்.

வீரனுக்கு வினோதமான வியப்பாகத்தான் இருந்தது. புரிந்துகொள்ள சிரமப்பட்டான். மணி சொன்னான். "டேய் வீரா, இந்தா... நிலவு சாயுது. இதுதான் நல்ல நேரம். நாங்கள் இன்னும் கொஞ்சம் வேகமாக நடந்து ஊரியானைத் தொடுத்து வாற ஆனையிறவு உப்புத் தண்ணிக்க இறங்கவேணும். தண்ணி இந்தக் காலத்தில இடுப்பளவுகூட இருக்காது. தண்ணிக்குள்ளால கொஞ்சம் நடக்கவேணும். அப்படி நடந்து இந்தக் காவலரண்தொடர் போய் முடியிற தண்ணிக்கரையை மேவி அவனுக்குப் பின்னால போய் ஏறவேணும். தண்ணிக்க பொயின்ற் இல்லை. ஆனையிறவு றோட்டிலதான் பொயின்ற் (காவலரண்) அடிச்சிருப்பான். நாங்கள் தண்ணிக்குள்ளால போய் இடையில இடப்பக்கம் திரும்பி ஆமியின்ர முன்னணி காவலரணுக்குப் பின்னால எந்தக் கஸ்ரமும் இல்லாமல் ஏறலாம்."

"அண்ணை, தண்ணிக்குள்ளால போறது ஆபத்தில்லையே? ஏதும் பிரச்சினை என்றால் கொக்கைச் சுடுறமாதிரி சுட்டுப்போடுவான். ஒன்றும் பண்ண ஏலாது" வீரன் றோமியோவின் திட்டத்தை மீறி மணி போவதை எண்ணி அஞ்சினான்.

"டேய், இந்தப் பகுதியில இத்தனை வருஷமா எந்தப் புலியும் வந்ததில்லை. ஆனபடியால் ஆமிக் கொமாண்டர் இந்த இடத்தில பெரிய அக்கறை எடுத்திருக்கமாட்டான். சென்றில நிக்கிற சிப்பாயளும் எந்தக் கவனமும் இல்லாமல் இருப்பாங்கள். சண்டை அச்சுறுத்தல் எதுவுமே இதுவரைக்கும்

இந்த இடத்தில இருந்ததில்லை. இதால இயல்பாயே சுமுகச்சூழல் இருக்கிறமாதிரி மனம் அவனுக்கு வந்திடும். முன்னுக்குப் பார்க்கக்கூட மாட்டாங்கள். நீ என்னை நம்பி வா! பயப்படாத! தண்ணில சத்தம் போடாமல் நடந்தால் சரி. மனசில ஒரு பாட்டை வேணுமெண்டால் பாடிக்கொண்டுவா. மனசுக்க பாடுறதுதானே காதல் பாட்டும் பாடலாம். இயக்கத் தடையில்லை" மணி தணிந்த குரலில் குமுட்டிச் சிரித்து மிகச் சாதாரணமாகப் பேசினான்.

கட்டளை நிலையத்தில் றோமியோ சொன்னார், "முன் காவலரண்ல அடிக்கிறதையும் நிப்பாட்டச் சொல்லு. மணி ஒருவேளை இந்தச் சத்தங்கள் நிண்டு, ஆமி பதட்டத்தில இருந்து மனம் ஆறியபிறகு உள்ள போவம் என்று யோசிச்சு இருக்கலாம்.

"இந்தச் சண்டையும் ஷெல்லடியும் மணிக்கு ஒரு மனத்துணிவு தரும் என்றுதான் ஏற்பாடு செய்தன். இதால வேற பிரியோசனம் இல்லை. ஆனால் அவன் இந்த ஏற்பாட்டால ஆமி அந்தப் பகுதியிலயும் அலேட் ஆகியிருப்பான் என்று நினைச்சிருக்கக் கூடும். இது நின்றபிறகு ஆமிக்கு ஒரு ஆசுவாசம் வந்து அலட்சியம் வரும். அந்த நேரத்தில உள்ள போகலாமென்று மணி நினைச்சிருப்பான்." சந்தேகத்துடன் கூடிய தீர்மானமாய் றோமியோ சொன்னார்.

றோமியோ சொன்னதற்கு சேரா எதுவும் மறுத்துப் பேசவில்லை. சேராவிற்கு அந்த வரைபடத்தைப் பார்த்துக் கொண்டிருக்கும்போது ஒரு சந்தேகம் வந்தது. மணி அந்தப் பகுதியைக் கைவிட்டு வேறு பகுதியால் போவதற்கு முயற்சி எடுக்கக்கூடும். அப்படி இருந்தால் அது வடக்குப் பக்கமாகத்தான் இருக்க வேண்டும். அல்லது அவன் ஏதோ காரணத்துக்காகப் பயந்துவிட்டான். போகவே இல்லை. போறான் என்றால் எதற்காக வடக்குப் பக்கம்? புரியவே இல்லை. ஆனால் அதை அவர் றோமியோவுக்குச் சொல்லவும் இல்லை.

வானத்தில் வெளிச்சம் இல்லை. நிலவின் ஒளி கொஞ்சமும் இல்லை. நட்சத்திரங்கள் மட்டும் மின்னுகின்றன. ஆனாலும் அதன் ஒளியில் தண்ணீரின் நெளிவு தெரிகிறது. இப்போது நீர் வற்றிப்போய் காய்ந்து உலர்ந்து வெடித்த நிலப்பகுதிக்கு வந்துவிட்டனர். இதோ இன்னும் சிறிது நேரத்தில் தண்ணீரில் இறங்கிவிடலாம்.

மணி சொன்னான், "வீரா, நீ உன்னை ஒரு ஆமிக்காரன் என்றே நினைச்சுக்கொள். நாங்கள் போற இடம் ஆமியின்ர இடமில்லை. அது எங்கட இடம். என்ன பிரச்சினை எண்டால் அங்க இருக்கிற மற்ற ஆமிக்காரரோட நாங்கள் கொஞ்சம் கோவம். கதைக்கமாட்டம். அவ்வளவுதான்" மணி சுருக்கமாகச் சொல்லிச் சிரித்தான். வீரனை மனப் பதட்டத்தில் இருந்து முதலில் விடுவிக்கவேண்டும். இடம் நெருங்கிற்று. இனி கதைக்க முடியாது என்பதுதான் காரணம்.

"வீரா என்ன பாட்டு... மனதுக்க பாடுகிறாய்? 'நான் வெற்றி பெற்ற மனிதரெல்லாம் புத்திசாலி இல்லை, புத்தியுள்ள மனிதரெல்லாம் வெற்றி காண்பதில்லை' இதத்தான் பாடிற்று வாறன். உங்க காதல் எதுவும் ஓடுதோ."

வீரனுக்கு வியப்பாகவும் பரபரப்பாகவும் இருந்தது. இப்படித்தான் வேவுக்குப் போவானா இவன்? என்ற கேள்வியும் மனதில் எழுந்தது. எரிச்சலும் வந்தது. ஆனாலும் மணி கதைக்காமல் விட்டால் கொஞ்சம் பதட்டமாக இருக்கிறது என்பதும் மனதில் தெரிந்தது.

கருமை நிறமாக இருந்த தண்ணீரின் மேற்பரப்பு சிறு ஒளி அலைபோல அங்காங்கே மினுங்கி நெளிந்தன. "வீரா, சப்பாத்தைக் கழட்டி நூல்களை இணைச்சுக்கட்டி கழுத்தில போடு. இந்தா... இப்பிடி கழுத்தச் சுத்தி நெஞ்சில தூங்கட்டும் சப்பாத்து. தண்ணிக்குள்ள எங்காவது குழி இருந்து 'டக்'கென்று தாண்டாய் என்றால் பயந்து சத்தம் போட்டிடாதை. அப்படி இருக்கும் எண்டு நினைச்சுக்கொண்டுவந்தால் உன்னை அறியாமல் கத்தமாட்டாய்."

"ம்ம்... சரியண்ணை இதுக்குள்ள எவ்வளவு தூரம் வரும்?"

"தூரம் முக்கியமில்லையடா. விடியுறதுக்கிடையில உள்ளபோய் நிலையெடுக்க வேணும். முன் பொயின்ற்றில இருந்து ஒரு கிலோமீற்றர் முன்னுக்கு இருக்கிறம். றோட்டுக்கும் அவன்ர முன்னணி நிலைக்கும் இடையில இரண்டு கிலோமீற்றர் இருக்கலாம். நாங்கள் சரியாய் நடுவில போய் ஏறினால் நல்லது. ஆக இரண்டு கிலோமீற்றர் தண்ணிக்குள்ள நடக்கவேணும் ம்ம்."

ஆரம்பத்தில் தண்ணீருக்குள் இறங்கியபோது முழங்கால் அளவுகூட நீர் இருக்கவில்லை. நீரில் காலைத் தூக்கி வைக்கமுடியாது காலை இழுத்து இழுத்து நடந்தனர். அப்படிச்

செய்தால் சத்தம் கேட்க வாய்ப்பில்லை. மணி சொன்னான். “இப்ப விளங்குதோ வீரா, துவக்குக்கு ஏன் உள்ளயும் ஓயில் போடச் சொன்னனான் என்று. இஞ்ச குழிக்குள்ள விழுந்தால் துவக்குத் தண்ணியில் நனைய வாய்ப்பிருக்கு. ஓயில் போட்டு வைச்சால் பிறகு துடைச்சுக் கொள்ளலாம். உப்புத்தண்ணி சும்மா உள்ளாகப் பட்டுதோ பிறகு சுடுறதே பிரச்சினை குடுக்கும்” அவன் சொல்லவும் வீரா நினைத்தான் ‘ஓ... இவன் முன்னரே முடிவெடுத்துவிட்டானா? இப்ப எடுத்த முடிவில்லையா இது?’

அரை மணி நேரம் நடந்திருப்பர். பக்கவாட்டாக ஆமியின் முன்னணிக் காவலரண் தெரிகிறது. ‘றியூப் லைற்’ திருவிழாவுக்குக் கட்டியதுபோல கட்டியிருக்கிறார்கள். இந்தப் பகுதியைக் கடப்பதற்கு மிகுந்த அவதானம் வேண்டும். பக்கவாட்டாகக் காவலரணில் இருந்தும் அவதானிக்கக் கூடும். இவர்கள் போய்க்கொண்டிருந்தனர். “என்ன நாசமடா இது? கடலுக்க முள்ளுக்கம்பி றோள் போட்டிருக்கிறான்” மணி மெதுவாகச் சத்தமின்றி வீராவுக்குச் சொன்னான். வீராவும் இப்போதுதான் அதைப் பார்க்கிறான். காவலரண் தொடர் கரையில் முடிந்த இடத்தில் இருந்து தண்ணீருக்குள் முள்ளுக்கம்பி றோள் அடித்திருக்கிறார்கள்.

மேலும் பதினைந்து நிமிட நடையில் முள்ளுக்கம்பி இடத்திற்கு வந்துவிட்டார்கள். “டேய் வீரா, இதைப் பிடி. நான் வெட்டுறன். கவனம் வேணும். வெட்டேக்க முள்ளுக்கம்பி அதிர்ந்திதோ அந்த அதிர்வு சில நேரம் அங்க காவலரண் வரைகூட வெளிப்படுமடா. அதோட வெட்டினதும் சில நேரம் அந்த இழுவைத்தன்மை தொய்யுமடா ‘பட்’டென்று. அதுவும் பிரச்சினை. இறுக்கிக் கம்பியை இழுத்துப் பிடி.”

மணி கச்சிதமாக வெட்டினான். வெட்டும்போது ஒரு பதட்டம் வந்தது. இந்த அதிர்வு கடத்தப்பட்டு காவலரண் ஆமி திரும்பிப் பார்த்தால் ஏதோ கறுப்பு உருவம் கடலில் இருப்பது புரியும். நகரும்போது மனிதர் என்பதைக் கண்டுபிடித்துவிடுவான். ஆனால், மணியின் முன்னனுமானம் வேலையைச் செம்மையாக நிறைவேற்ற உதவியது. அங்கிருந்து இன்னும் அரைமணி நேரம் நீருக்குள் நடக்கவேண்டும். மணி அறிவுறுத்தியதுபோல இருவரும் ஒட்டினாற்போலக் காலை இழுத்து இழுத்துக் கவனத்துடன் நகர்ந்தனர். காரணம் தண்ணீரில் பழைய மரக்கட்டைகள் குத்தாகச் சில இடங்களில்

நின்றன. அதனால் தூரத்தில் இருந்து பார்க்கும்போது இவர்கள் இருவரும் ஒரு மரக்கட்டைபோல் தோன்றலாம். தண்ணி இடுப்பளவுக்கும் கொஞ்சம் குறைவு.

நடந்து இப்போது கரையேறும் நேரம் வந்தது. விரிந்த வானம் மேலும் பரந்த தண்ணீர் கீழும் இருக்க இருவரும் போகிறார்கள் யாரும் அறியாமல். உப்புத் தண்ணீருக்கு உண்மை தெரியும். அது அனைத்தையும் பார்த்திருக்கிறது. தண்ணீரில் நிற்கும் கரிய முதிர் மரக்கட்டைகளும் பார்த்தபடியிருக்கின்றன. ஆனாலும் அவை சொல்லப்போவதில்லை. அந்தப் பரவைகடலுக்கும் முதிர் கட்டைகளுக்கும் இவர்களின் பாட்டன்களுக்கும் முன்னொருகாலம் உயிர்பிணைந்த உறவிருந்திருக்கலாம்.

போகிறார்கள் போராளிகள் இந்தக் கடலுக்கும் மண்ணுக்கும் சொந்தமில்லதவர்களைத் தேடி என்ற நினைப்புடன். வீரா அசையாமல் நின்றான். மணி முதலில் கரையை நன்றாக அவதானித்தான். தண்ணியைப் பார்த்த மாதிரி ஏதும் காவலரண் போட்டிருக்கிறார்களா என்று. அப்படி எதுவும் தெரியவில்லை. 'நைற்ஸ்கோப்'ஐ எடுத்துக் கரையைப் பார்த்தான். காவலரண் தொடர் இல்லை. ஆனால் சும்மா காவல் நிலைகள் போன்ற தோற்றத்தில் இரண்டு உருவங்கள் இருக்கின்றன.

நகரத் தொடங்கினார்கள். கரையை அண்மித்தபோது தெரிந்தது அவை காவலரண்கள்தான். ஆனால் முன்னணிப் பாதுகாப்பு ஏற்பாட்டோடு இணைந்த செயற்பாட்டில் இல்லை. பாவனையிலும் இல்லை போலும். இரண்டுக்கும் இடையில் ஒரு கிலோ மீற்றர் இடைவெளி இருக்கும். அங்கிருந்து இவர்களை அவதானிக்க முடியும்தான். ஆனால் ஆளிருக்க வாய்ப்பில்லை. இருந்தாலும் அங்குள்ளவனுக்கு மனம் எப்போதும் அத்தகைய விழிப்பில் இருக்காது என்பது மணிக்குத் தெரியும். கரையிலும் முள்ளுக்கம்பி போடப்பட்டிருந்தது. அதை வெட்டி உள்ளே நுழையும்போது மணிக்கு உற்சாகம் வந்தது. இந்தப் பகுதி அச்சுறுத்தல் இல்லாத பகுதி என்று. காரணம் அந்த முள்ளுக்கம்பி போடப்பட்டிருக்கும் விதம் அப்படி. வெட்டிய கம்பியை மீண்டும் இழுத்துப் பிணைந்து கொழுவிவிட்டான். தடயம் விடக்கூடாது. இந்தப் பகுதியில் முதன்முதலில் பாதுகாப்பு ஏற்பாடு செய்யப்பட்டபோது இது போடப்பட்டிருக்கலாம். பராமரிப்போ அது பற்றிய சிரத்தையோ இன்றி சும்மா

கிடந்தது. அதை வைத்து மணி ஊகித்தான், இந்த இடத்தில் ஆமி விழிப்பாக இல்லை என்பதை. வீரனுக்கு முதல் அனுபவம் இது. நெஞ்சில் இனம்புரியாத கூச்சம் ஒன்று... அதில் அறியாப்பயம் அடங்கியிருக்கிறது.

மணி முன்நடக்க, வீரா பின்னால் நடந்தான். நெஞ்சில் பரபரப்பு. மெய்யான பரபரப்பு. கொஞ்சத்தூரம் போனதும் சப்பாத்தை அணிந்து கொண்டனர். மணி நடக்கத் தொடங்கினான். கழுகின் கண்களைக் கடன் வாங்கி வந்தவன் போல அவன் சூழலைப் பார்க்கிறான். 'நிலையெடுக்கவேண்டும் இப்போது. அதன்பின் அறிவிக்கலாம் றோமியோவுக்கு' என்று எண்ணினான். இந்த இடத்தில் வோக்கியைப் பயன்படுத்துவது ஒப்பீட்டளவில் ஆபத்து அற்றது என்பதும் முக்கியக் காரணம். 'டிறக்சன் பைன்டர்' கண்டிப்பாக கிளிநொச்சி, பரந்தன், ஆனையிறவு ஆகிய மூன்றிடத்திலும் இருக்கும். இந்த இடத்தில் ஒருவேளை 'ஸ்கேன்' பண்ணினாலும் பரந்தன், ஆனையிறவுதான் ஸ்கான் பண்ணும். ஆனால் துல்லியமிருக்காது. அதோடு முன்பகுதிபோல ஆனையிறவு விழிப்பாய்த் தொழிற்படாது. பரந்தன் மட்டும் ஸ்கேன் பண்ணினால் அதனால பிரயோசனமில்லை ஆமிக்கு.

மெல்ல மெல்ல நடந்து முன்னேறினான் மணி. பின்னால் வீரன். இராணுவ நிலைகள் ஏதும் இந்த இடத்தில் இல்லை. முன்னாலுள்ள வீதியை அண்டிய சில கட்டடங்களில் இராணுவம் இருக்கிறது தெரிகிறது. 'லைற்' பிரகாசமாய் அங்கு போடப்பட்டிருக்கிறது. இதற்கும் முன்னணிக் காவலரணுக்கும் இடையே இவர்கள் நடந்து போனார்கள். இவர்களில் இருந்து இரண்டுமே வெகுதொலைவில் இருக்கின்றன. புற்களும் சமமற்ற தரையும் கொண்ட பகுதி இது. வீதியை அண்மித்து அதே நேரம் பரந்தன் பகுதியை நெருங்கி நிலையெடுத்துப் பதுங்கவேண்டுமென்று மணி உத்தேசித்தான். அப்படியே பரந்தனை அண்மித்த பகுதி ஒன்றில் தூரத்தே ஒரு இராணுவநிலை தெரிந்தது. அதனையும் வீதியையும் அவதானிக்கக் கூடியவாறு வளைந்த புற்களும் சிறு முட்செடிகளும் கொண்ட இடத்தில் நிலையெடுத்தான். வீரனுக்கு தான் ஆமியின் தளத்தில் இருக்கிறேன் என்பதை நம்பவே முடியவில்லை. 'ஒரு நகரமே இராணுவத்தளமாய் மாறிவிட்டிருந்தது. ஒளிரும் மின்விளக்குகளில் படை நகரமாய்க் காட்சி தருகிறது அது. இதற்குள் உலாவித்திரிவது எப்படி, வேவு பார்ப்பது எப்படி...'

29

அங்கே கட்டளை நிலையம் சலித்து விரக்தி மண்டிக் கிடந்தது. அப்போது மணி றோமியோவுக்குத் தொடர்பெடுத்தான். திடீரெனக் குரல் வந்ததால் உயிர்ப்புற்றது கட்டளை நிலையம்.

'தென்னவன் தென்னவன்... விக்ரர் வண்' மணி அழைக்கிறான். றோமியோவின் தொலைத்தொடர்பாளனை. பரபரப்பான உற்சாகம்.

"விக்ரர் வண், விக்ரர் வண்...தென்னவன்... குரல் தெளிவாய் இருக்கு சொல்லுங்கோ" தென்னவன் ஆர்வம் கரை புரள பதில் கொடுத்தான். றோமியோவும் சேராவும் காதை அகலவிரித்து ஏங்குகின்றனர் குரலுக்கு.

"பேருந்து இரண்டு. காவடியை இறக்கி வைச்சாச்சு. பேருந்து இரண்டு. காவடியை இறக்கி வைச்சாச்சு." இதுதான் அவனிடமிருந்து வந்த தகவல். அவ்வளவுதான். மேற்கொண்டு எதுவும் இல்லை. 'விக்ரர் வண் விக்ரர் வண் தென்னவன்' அழைத்துப் பார்த்தனர் மணியை. ஆனால் அவனோ தொலைத்தொடர்பை நிறுத்திவிட்டான். றோமியோவுக்கு இனம்புரியாத உற்சாகம். முகமெல்லாம் துடிப்புக்கொள்ள அவரது ஊன்றுகோலிலேயே தெரிந்தது அந்த உற்சாகம்.

"இப்பதான் அவன் போயிருக்கிறான், புலிதான்ரா அவன்" என்றார் சேராவைப் பார்த்து. சேரா தன் படையணி மானமும் தான் சிபார்சு செய்ததால் தன் நற்பெயரும் நாசமாய்ப் போய் விடுமோ என்ற அச்சமும் நீங்க ஒரு புதிய நிமிர்வோடு முகத்தை வைத்துக்கொண்டார்.

பேருந்து இரண்டு என்பது 'கோட்சீற் 2.' அதிலுள்ள சங்கேத மொழியின் படி 'காவடியை இறக்கியாச்சு' என்பது உள்ளே நுழைந்து பாதுகாப்பாக நிலையெடுத்துவிட்டோம் என்று அர்த்தம்.

றோமியோ சொன்னார். "அவனுக்கு இப்ப குரலில மட்டும் இல்லை செயலிலும் பயமிருக்கு பார். மூன்று செக்கன்,

இரண்டு வார்த்தை, உடன ஓஃப் பண்ணிற்றான். ஆனால், செயலில பதட்டம் இல்லை. பார்த்தியா? இப்படித்தான் இருப்பான் ஒரு சரியான வீரன்." மணி சொன்ன தகவல் முழுமை இல்லாவிட்டாலும் புரிந்தது. முழுமையாக இருந்தது.

நைற்ஸ்கோப் வைத்து மணி பார்த்தான். பரந்தனை அண்டிய பகுதியில் ஏ9 வீதிக்குக் கிழக்குப்பக்கம் முள்ளுக்கம்பிகளால் சுற்றிவளைக்கப்பட்டு சிறிய முகாம் அமைப்பு ஒன்று தெரிகிறது. வீதியில் நடமாட்டம் எதுவும் இல்லை. வீதியின் மறுபுறம் பார்க்கத்தான் முயன்றான். முடியவில்லை. சரியாகத் தெரியவில்லை. 'இந்த இடத்தில் இருந்து மாறிக்கொள்வது நல்லது' மணி தீர்மானித்தான். பரந்தன் 'கெமிக்கல்' தொழிற்சாலை இருந்த பெரிய மாடிக்கட்டடத்தில் பெரியதளம் இருக்க வாய்ப்பிருக்கிறது. அங்கும் ஒரு 'டிறக்சன் ஃபைன்டர்' இருந்தால் இந்த இடத்தில் இருந்து நான் கதைத்தது ஸ்கான் பண்ணப்பட்டிருக்குமென்றால் இந்த இரு தளங்களின் பாதுகாப்புக் கருதி கண்டிப்பாக இந்தப் பகுதியில் காலையில் தேடுதல் நடத்துவார்கள். உடனே மாறிவிடுவது நல்லது.

எங்கே போவது? வீதியைக் கடக்கவேண்டும். குறைந்தபட்சப் பாதுகாப்பு வீதியைக் கடந்துவிடுவதுதான். விடியப்போகிறது. மணி சொன்னான் "வீரா நாங்கள் எழும்பாமல் தவழ்ந்தபடி அந்தா... அங்க இருக்கிற முள்ளுக்கம்பிக்குக் கிட்ட போகவேணும். அதில ஒரு சின்ன தளம் இருக்கு. அந்த இடத்தை ஜீ.பி.எஸ்ல குறிச்சிட்டு திரும்பிக் கொஞ்சம் பின்னுக்கு நகர்ந்து இந்த றோட்டைக் கடக்கவேணுமடா. றோட்டுக்கு மற்றப் பக்கத்திலதான் பகலுக்குத் தங்க இடம் பாக்கவேணும். விடியப்போகுது. கெதியா நகருவம்" மணியிடம் பதட்டம் எதுவும் இல்லை. பயமும் இல்லை. அவனின் நிதானமான குரல் கேட்டு வீராவுக்கு ஆறுதலும் தென்பும் வந்தது. நகரத் தொடங்கினார்கள். புற்களினூடாகத் தவழ்ந்து பன்றிகள் போல நகர்ந்தார்கள்.

"ம்ம்... இவ்வளவு தூரம் போதும் ஜீ.பி.எஸ்ஸை எடு. ஃபிக்ஸ் பண்ணு" வீரன் அதைச் செய்ய மணி இரவு தொலைக்காட்டியால் சிறுதளத்தைப் பார்த்தான்.

"டேய் பெரிய முகாமடா. ஒரு மினி முகாம் அமைப்புக்குரிய பாதுகாப்பு ஏற்பாடு. சுற்றிக் காவலரணும். பட்டாலியன்

அல்லது றெஜீமண்ட் தலைமையகமாக இருக்கலாம். நோட் புக் எடுத்துக் குறியடா, இதை.”

வீரன் புவி ஆள்கூற்றினை ஜீ.பி.எஸ்ஸில் இருந்து பெற்று அதில் இருந்து நூற்றைம்பது மீற்றரில் இந்த முகாம் இருப்பதாகக் குறித்துக்கொண்டான்.

‘திரும்பி முன்னூறு மீற்றர் பின்னுக்குத் தவழடா வீரா. போ போ! விடியப்போகுது... கிளியர் பண்ண வரப்போறாங்கள்” மணி வேகப்படுத்தினான். வானம் வெளிப்பதற்கான அறிகுறி தெரிகிறது.

மேலும், நூறு மீற்றர் கூடுதலாக நகர்ந்து இரவுத் தொலைக்காட்டியை வைத்து அவதானித்தான். பதினைந்து நிமிடம் அவதானித்திருப்பான். “சரி கொஞ்சம் தண்ணி குடிப்பம் வீரா. அங்கால நிலமை எப்பிடி என்று தெரியேல்ல”

தண்ணி கான் எடுத்துக் கொஞ்சம்போலக் குடித்தனர். பிறகு மீண்டும் தவழ்ந்தபடி வீதிக்கு நகர்ந்தனர். இப்போ மணி சொன்னான் ‘நெருங்கீற்றம். தவழாமல் நிலத்தோட அரைந்துகொண்டு ‘குறோளி’ல போ” காட்டு உடும்புபோல ஊர்ந்தனர் அந்த வீதியை நோக்கி.

வீதிக்குக் கிட்ட வரவும் மணி மறுமுனையைத் தன் இரு உள்ளங் கைகளையும் குழாய்போல் உருவாக்கி அதனூடாகப் பார்த்தான். வீராவுக்கு விசித்திரமாக இருந்தது. அப்படிப் பார்த்தால் காட்சி கொஞ்சம் கூடுதல் துல்லியத்துடன் தெரியும் என்பது அனுபவம். அது வீராவுக்குத் தெரியாது. இந்த இடத்தில் நைற்ஸ்கோப்பை வெளியே எடுக்கமுடியாது.

மணி முன்பொருமுறை வீராவுக்குச் சொன்ன சொல்லின் பொருள் அதிக அர்த்தத்துடன் நினைவுக்கு வந்தது. ‘இருளில ஒளியைக் காணக் கூடியவன்தான் வேவுக்காரன். மட்டுமில்ல, ஒளியில் இருளையும் காணக்கூடியவன் தான் திறமையான வேவுக்காரன்.’ மனிதக் கண்களில் தெரியும் பொதுவான காட்சிகளில் விலகி அதைத் தவிர்த்துப் பார்க்கத் தெரிய வேண்டும். பார்க்கப் பழக வேண்டும். வீரன் தூரத்தில் ஒளிரும் ரியூப் லைற் மற்றும் ஃபோக்கஸ் லைற்றினைத் தவிர்த்து இருளில் கசியும் ஒளி வேறுபாடுகளை வைத்து உருவங்களைப் பார்க்க முயற்சித்தான்.

"வீரா, இப்ப றோட்டைக் கடக்க வேணும். பன்றியோ நாயோ றோட்டக் கடக்கிற மாதிரி தவழ்ந்து, ஆனால் தாவி ஓடிக்கடக்க வேணும். தூரத்தில இருந்து யாராவது கண்டால் அதுவொரு காட்டுமிருகம் என்று நினைக்கவேணும். எங்க ஓடுடா பாப்பம் பண்டி" குசுகுசுக்கும் குரலில் சொன்னான்.

மறுகரையை அடைந்து ஒரு புதர் ஒன்றுக்குள் மறைந்து சுற்றும் முற்றும் அவதானித்தன இரு பன்றிகளும். நடமாட்டங்கள் எதுவும் இல்லை. "நாய் வேசம் போட்டால் குரைக்கோணுமடா. வேவுக்காரன் வேசம் போட்டா பல மாதிரிப் பண்ணவேணும்... இப்ப பார் நாய் மூத்திரம் கழிக்கிற மாதிரித்தான் கழிக்கவேணும். எழும்ப ஏலுமோ இந்த இடத்தில" சொல்லிக்கொண்டே நாய் போல மூத்திரம் கழித்தான். கழித்தபடி சொன்னான்:

"நாய் கையில்லாமலேயே வலு சூப்பரா மூத்திரம் அடிக்குது. எங்களுக்குத்தான் ஒரு கை தேவைப்படுகிது. ஹிஹிஹி."

மணி சிரிக்க வீரனுக்குப் பதட்டமாகியது. 'இங்கயாவது தன்ர குணத்தை மாத்தி கொஞ்சம் சீரியசா இருக்கமாட்டானா மனிசன்' வீரன் எண்ணினான். ஆனால் இந்த அபாயமான மரணக் கிடங்கில் நின்றுகொண்டு மணி இப்படிச் செய்வதற்கான காரணமே முதன்முதல் வேவுக்காக எதிரித்தளத்திற்கு வந்திருக்கும் வீரனைப் பதட்டத்தில் இருந்து விடுவித்து ஒரு சாகச நிலைக்குக் கொண்டுவர வேண்டுமென்பதற்காகத்தான் என்பதை வீரன் அறிவான். அதன் மூலம் தன்னையும் மணி விடுவித்துக்கொள்கிறான்.

வேவு அனுபவம் இல்லாத வீரனை இந்த நடவடிக்கைக்கு மணி தேர்ந்தெடுத்த காரணமே இதுதான். வேவு பற்றித் தெரிந்தால் முன் கற்பிதங்களோடு அவர்கள் வருவார்கள். இது மிகக் கடினமான வேவு. பல நாள் பயணம். இதற்கு முன்கற்பிதம் இல்லாத ஒருவனைத் தேர்ந்தெடுத்தால் தன்னால் அவனைக் கையாண்டுவிட முடியுமென்று நம்பினான்.

சுற்றும்முற்றும் இரவுத்தொலைக்காட்டியை வைத்துப் பார்த்தான். அக்கம்பக்கம் நகர்ந்து பார்த்தான். தென்திசையில் ஒரு சிறிய இராணுவக் காப்பரண் தெரிவதாகப்பட்டது. ஆனால், அது மிகத் தூரத்தில் இருக்கிறது. வீதியை அண்டிய பகுதியைக் காலையில் ரோந்து வந்து 'கிளியர்' பண்ண

வாய்ப்பிருக்கு. இந்த இடத்தில் இருந்து உள்ளே மேற்குத் திசையில் ஐந்நூறு மீற்றர் நகர்ந்து விடுவதாக முடிவுசெய்தான் மணி.

வானம் வெளிக்கிறது. மணி ஒரு புதரைக் கண்டுபிடித்து அதற்குள் நுழைந்தான். வீரனும் நுழைந்தான். தலைக்கறுப்பு தூரத்திற்கும் சூழலை வேறுபடுத்திக் காட்டும். சாக்குத் தொப்பியைப் பயணப் பையில் இருந்து எடுத்து அதன் மறுபக்கம் பச்சைப் புல் வர்ணத்தைப் புரட்டி அணிந்துகொண்டார்கள்.

“சொக்லற் எடடா வீரா, சாப்பிடுவம். இந்த வெற்றிய முதல்ல கொண்டாடுவம்.”

“அண்ணை, அது இருக்கட்டும். எத்தனை நாள் இருக்க வேண்டி வருமோ தெரியா இங்க...” வீரா சாப்பாட்டைச் சேமிக்க நினைத்தான்.

“மொக்கா, காலமை விடிய கக்கூசுக்கு வரும். எங்க போறது? இதிலயே மலத்தை இருந்திட்டு நாள் முழுக்க மணந்து கொண்டிருப்பியா? பீக்கு மேல இருக்கப் போறியா. அதைவிடப் பெரிய பிரச்சினை அக்கம்பக்கம் ஆமி இருந்தால் மணந்தே காட்டிக் குடுத்துடுமடா. உன்னைக் காட்டிக் குடுக்க ‘டிறக்சன் ஃபைன்டர்’ தேவையில்லை. அவன்ர மூக்கு போதும். உன்ர பீயே உன்னைக் காட்டிக் குடுக்கும். ஹி ஹி ஹி... இந்த சொக்லேற்றில் கொக்கோ இருக்கு. இதத் திண்டால் கக்கூசுக்கு வராது” மணி சொன்னான்.

“இயக்கத்துக்குத் தெரிஞ்ச விசயம் - இதில நிறைய சத்திருக்கு, வேவுக்காரர் இதைச் சாப்பாட்டுக்குப் பதிலாகச் சாப்பிடலாம் எண்டதுதான். வேவுக்காரனுக்குத் தான்ரா தெரியும் இதுக்குப் பீயை அடக்கும் சக்தி இருக்கு எண்டது. வேவுக்காரன் பீய்ச்சினாலும் அவன்ர உயிர் போகும் எண்டது அவையளுக்குத் தெரியாது.”

வீரன் கொஞ்சம் அதிர்ந்துதான் போனான், இதையெல்லாம் தான் யோசிக்கவே இல்லையேயென்று வெட்கமாகவும் இருந்தது. அந்த நேரத்தில் மணி வேவுக்கு என்றே பிறந்தவன் என்று பட்டது வீரனுக்கு.

30

காலைச் சூரியன் இருளை உறிஞ்சி வந்தான். வேவுக்காரரைக் கட்டிப்போட வருகிறான். அல்லது காட்டிக் கொடுக்க வருகிறான். எதிரித் தளத்தின் முதற்காலை அது.

அன்று பகல் அந்த இடத்தை விட்டு எங்கும் நகரவில்லை. காதுகளை மிகக் கூர்மையாக்கிக் கொண்டான் மணி. வீரனுக்கும் அதைத்தான் சொல்லிக்கொடுத்தான். "பகலில சாதாரண மனிதருக்குக் காது கூர்மை இல்லை, கண் கூர்மை. நாங்கள் பகலில் நடமாடாமல் காதைக் கூர்மையாக்கி அவதானிக்க வேணும் காதால. இரவு மனிசருக்குக் கண் கூர்மை இல்லை. காது கூர்மை. நாங்கள் அப்ப கண்ணைக் கூர்மையாக்கி நடமாடலாம். ஆனால் கதைக்கப்படாது. சூழலுக்கு ஒவ்வாத சத்தத்தைப் போடக்கூடாது."

தூரப் பார்க்க முடியாத அந்த மறைவிடத்தில் பகலில் காது அறிந்த தகவலைக்கொண்டு இரவுபோகும் பாதையைத் தீர்மானித்து மணி நகர்ந்தான். பரந்தன் திசை முதலில். நேற்று வந்தவுடன் அவதானித்த முகாம் பரந்தன் சந்தி வடகிழக்கு மூலையில் இருக்கிறது. ஒரு கிலோமீற்றர் சுற்றளவு கொண்டது. அதைக் குறித்துக் கொண்டான். பிறகு பின்னோக்கி நகர்ந்தான். நகர்ந்த வழியில் குறுக்கிடுகிறது சிறிய இராணுவ அமைப்பு. அலட்சியமான பாதுகாப்பு அமைப்பு. கிணற்றைச் சுற்றி அமைக்கப்பட்டிருக்கிறது. எதிரியின் 'றிசேவ் ஃபோர்ஸ்' இதுவாக இருக்கலாம். அல்லது விநியோக முகாம். அலட்சியப் பாதுகாப்பு அதைத்தான் காட்டுகிறது. குறித்துக் கொண்டான். மேலும் மேற்காகக் குமரபுரத்தைக் கடந்து பின்னகர்ந்து போனான். பாழில் கிடக்கிறது அச்சிறிய சிவன் கோவில். முன்னணிக் காவலரண் தொடரின் தன்மையைப் பார்த்தான். அறுபது மீற்றருக்கு ஒன்று. பின்னால் இருநூறு மீற்றர் தள்ளி அவற்றுக்கான பிளட்டூன் தலைமையகம் சின்னஞ்சிறிய முகாம் வடிவில் இருக்கிறது. அதைச் சுற்றி முட்கம்பிச்சுருள் பாதுகாப்பு.

முன்னணி அரண்களை அண்டி ஐந்நூறு மீற்றர் தெற்குப்புறம் நகர்ந்தான் கிளிநொச்சி திசைநோக்கி. அளவில் பெரிய

ஒரு முகாம் ஏற்பாடு. ஆனாலும் முதலில் பரந்தனில் பார்த்ததுபோல இல்லை. அதில் முன்னே கொடிகள் பறக்கவிடப்பட்டிருந்தன. அது றெஜீமண்ட் தலைமையகம் என்று வைத்துக்கொண்டால் இப்போ தெரிவது கொம்பனித் தலைமையகம். இந்தப் பகுதிக்குரியது. முள்ளுக்கம்பியைச் சுற்றி வளைத்துக் காவலரண்களும் உண்டு. முன்னணி நிலையிலிருந்து முன்னூறு மீற்றர் இடைவெளி இருக்கலாம். ஆக இதுதான் எங்களுக்கு இரண்டாவது காவலரண் தொடர்போல முன்னைய வேவுகளில் தெரிந்திருக்கிறது. இரண்டாவது முன்னணி அரண் என்று ஒன்றில்லை. ஆனால் இந்தக் கொம்பனி தலைமையகம் ஐந்நூறு மீற்றர் விட்டம் கொண்ட நீள்வட்ட வடிவம். ஜீ.பி.எஸ்ஸில் அதன் அமைவிடத்தை அறிந்து வீரன் குறித்துக்கொண்டான். பிளாட்டூன் தலைமையகங்களையும் குறித்தெடுத்தான்.

"வீரா! பாத்தியா இரண்டாவது 'லைன்' என்று ஒண்டு இல்லை இஞ்ச. குருடன் யானை பார்த்த மாதிரி முன்னம் பார்த்திருக்குது எங்கட வேவுக்குழு. உள்ள கொம்பனி பிளாட்டூன் தலைமையகங்கள முன் 'டிஃவ்ன்சிவ்' லைனுக்குப் பின்னால நீள்வட்ட வடிவில ஒரு மினிமுகாம்போல அமைச்சிருக்கிறாங்கள். இந்தப் பகுதியால நாங்கள் உடைச்சு உள்ள வரேக்க இந்த மினி முகாம்களில் மாட்டிக்கொள்ள வேண்டி இருக்கு. கொம்பனி தலைமையகத்தைச் சுற்றிக் காவலரண் இருக்கடா. அதுதான் இன்னொரு லைன் போலத் தெரியுது. முன்னணி நிலைகளை நாங்கள் பிடிச்சாலும் இந்த முகாம்களைப் பிடிக்கேலாது. அவன் இஞ்ச ஸ்ரோங்கா இருந்து திருப்பி அடிச்சுப் பிடிப்பான். றோமியோ அப்ப ஊகிச்சது சரிதான்."

அன்று பகல் கரடிப்போக்கிற்கு ஒரு கிலோ மீற்றர் முன்னே ஒரு பற்றையில் மறைந்திருந்தனர். இதனைக் கடந்தால் இனி பற்றைகளோ புதர்களோ கிடைக்காது. வெட்டைவெளிப் பிரதேசம்தான். இங்கிருந்து கரடிப்போக்குப் பகுதியை முதலில் அவதானிக்க வேண்டும். கிளிநொச்சி பிரதான தளம் அங்கிருந்துதான் தொடங்குகிறது.

கரடிப்போக்குப் பகுதியை நெருங்கும்போது அன்றிரவும் பார்க்கக் கூடியவற்றைப் பார்த்துக் குறிக்கக் கூடியவற்றைக் குறித்தனர். இந்தப் பகுதியின் முன்னணி நிலைகளுக்குப் பின்னால் முன்னர் கண்டதை விடப் பெரிய தளமாய்

அமைத்திருப்பதைக் கண்டனர். இது கொம்பனி தலைமையகத்திற்குப் பதிலாக பட்டாலியன் தலைமையகமாக இருக்கக்கூடும். முன்னிலையிலிருந்து ஐந்நூறு மீற்றர் பின்தள்ளி இருக்கிறது. அன்று பகல் பெரும் புற்கள் வளர்ந்த ஒரு வயல்வெளியில் படுத்து பகலைப் போக்கவேண்டும். உருமறைப்பு 'நெற்'றை போர்த்துக் கொண்டனர். இருளும் வரை இப்படியே ஆடாமல் படுத்திருக்கவேண்டும். மதிய வெயிலின் கொடுமை தாங்காமல் இருவரும் துடித்துப்போனார்கள். ஆனால் இந்த இடத்தில் வேறு வழியில்லை. இரவுக்காகக் காத்திருப்பதைவிட வேவுக்காரனுக்கு வழியேது?

மதியம் கழிந்த நேரம் வீரன் "கக்கூசுக்கு வருகுது" என்றான்.

"என்ன நாசமடா இது? இதுதான் அப்பவே சொன்னனான் ஒழுங்கா கக்கூசுக்குப்போய் பழகாதையெண்டு. அப்பிடிப் போனால் ஒழுங்கா வரப்பாக்கும் ஹிஹி…"

வீரனும் குப்புறப் படுத்த படுக்கையில் சிரித்தான். "அண்ணை, மூன்று மணித்தியாலமா சொல்லாமல் அடக்கிக் கொண்டிருக்கிறன். நேற்றும் இருக்கேல்ல. இனி ஏலாது, வெளிய வரப்போகுது."

"சரி இரு. அங்கால போனால் சரியான சிரமம் இருக்குமடா."

"எப்பிடி எங்க போய் இருக்கிறது?"

"எங்கயோ இப்பிடியே இரு."

"விசர் கதை கதைக்காமல் சொல்லுங்கோ."

"வானத்தைப் பார்த்தபடி படு திரும்பி. முதுகு 'பாக்'கை கழட்டி வை. டேய் எழும்பாதை. ஜீன்ஸ் ஐ முழங்காலுக்கு இழுத்துவிட்டுட்டு இரு கக்கூசுக்கு."

"மல்லாக்காப் படுத்தபடியேவா?"

"ம்ம்… பின்ன…"

"என்ன நாசம்… என்னால ஏலாது."

"இரடா மொக்கா. இண்டைக்கு இருந்தால் இனி தனிச் சொக்லேற்றுக்கு வராது. சாப்பாடு இல்லதானே. கிளிநொச்சிக்க இறங்கிற்றம் எண்டால் பிறகு இருக்கேலா."

"அண்ணை, என்னால ஏலாது."

"இரடா பார்... நான் இருந்து காட்டுறன். நானும் இருக்கத்தான் வேணும் கஸ்ரப்பட்டாச்சும் இதைக் கழிக்கவேணும். பிறகு சந்தர்ப்பம் கிடைக்காது" மணி படுத்தபடி மறுபக்கம் புரண்டான்.

சொன்னதுபோலவே மல்லாக்காய் படுத்தபடி மலம் கழித்தான். புற்களால் துடைத்தான். தண்ணிய செலவழிக்க முடியாது. கையை மண்ணில் பிசைந்து துடைத்துக்கொண்டான். அப்படியே அங்கிருந்த மலத்தை வெளியே மணம் வராமல் மண்தூவி மூடினான். உருண்டுபோய்த் தள்ளிப்படுத்தான். பிறகென்ன? வீரனும் அதையே செய்தான், வேறு வழியின்றி. முழங்கையை ஊன்றி இடுப்பைத் தூக்கி மலம் கழிக்கப் போதும் போதும் என்றாயிற்று. கழித்து முடிந்ததும் இதுவும் ஒரு சாகசப்பணியில் இருக்கும் வதையின் மனக்கிளர்ச்சியைத் தந்தது.

இரவு தொடங்கவும் நகர்ந்து வயல்வெளி முடியும் இடத்திற்கு வந்தனர். கிளிநொச்சிப்பக்கம் போகாமல் மேற்காக உள்ள முன்னணி நிலைகளை அவதானிக்க முயற்சி செய்தான் மணி. வயல் முடிந்து வீதி. வீதி வருவதற்கிடையில் மரங்கள் நின்றன. அதில் மறைந்து கொஞ்சம் சாப்பிட்டனர். எஞ்சிய கொஞ்ச தண்ணியையும் குடிக்கச் சொன்னான் வீரனை. வீதிக்கு அருகே உள்ள வாய்க்காலில் தண்ணி இருக்கும். எடுத்து நிறைத்துக் கொள்ளவேண்டும் என்பதை விளக்கினான்.

"எப்பிடித் தெரியும்? இதையும் குடிச்சிட்டுப் பிறகு தண்ணி இல்லாமல் சாகவேணுமா?"

"குடியடா நீ... திருவையாறு றோமியோன்ர கட்டளை நிலையத்திற்கு முன்னால தண்ணி ஓடுது. கண்டனியா... அங்க தண்ணி பாய்ஞ்சா இதாலதான் ஓடும்."

'அட இதெல்லாம் எப்படித்தான் கவனிச்சு வைச்சு ஞாபகப்படுத்துகிறானோ தெரியவில்லை இவன். இவனிடம் இருந்து வேவு பார்ப்பதை மட்டுமல்ல, சாப்பிடுவதில் இருந்து மலம் கழிப்பதுவரை கற்றுக்கொள்ளவேண்டும்' வீரன் தனக்குள் எண்ணினான்.

மணி நைற்ஸ்கோப் வைத்துப் பார்த்தான். பூநகரி வீதிக்கு மறுபக்கம் பெரியவளவில் மாடிவீடு தெரிகிறது. பெரிய இராணுவத்தளம் ஒன்று இருக்கிறது அதில். அதைப் பார்க்க வேண்டுமென்று எண்ணினான். போய் வாய்க்காலில் தண்ணி எடுத்துக்கொண்டு முகமும் கழுவி குண்டியும் கழுவிக்கொண்டு வந்தான். வீரனைப் போகச் சொன்னபோது வீரன் அவசியமில்லை என்றான். மணி வற்புறுத்திப் போகவைத்தான். இயல்பு வாழ்க்கைபோல இந்த இடத்தில் இருக்கப் பழக்கி எடுப்பதுதான் நோக்கம். அப்போதுதான் பதட்டமும் களைப்பும் நீங்கும். இதையும் நாளாந்த வாழ்வாகக் கொஞ்சமேனும் பழகவேண்டும்.

அந்த மாடிவீட்டையும் அதன் அயல் சூழலையும் பார்த்தனர். ஜீ.பி.எஸ் மூலம் புவியாள்கூற்று அமைவைக் குறித்தனர். இதுவும் ஒரு பட்டாலியன் தலைமையகம். சிங்க றெஜிமெண்ட் இன் மூன்றாவது பட்டாலியன் என்பது அதன் சுவரில் பொறிக்கப்பட்ட சின்னமும் எழுத்தும் லைற்றில் படுவதன் மூலம் தெரிந்தது. பின்னால் மேலும் சற்றுதூரம் நகர்ந்து காவலரண் தொடர்களைக் கவனித்தனர். அன்று அதற்குமேல் நகரமுடியவில்லை. அதைவிட இந்தப் பகுதி இன்றைய இரவைக் கழிப்பதற்குப் பாதுகாப்பான இடம்போல உணர்வு தந்தது மணிக்கு. மீளவந்து வீதியை அண்டிய பகுதியிலுள்ள மரங்கள் நிறைந்த பற்றைக்குள் பதுங்கிச் சூழலைக் கவனிக்க மணி முடிவு செய்தான்.

“அண்ணை, றோமியோவுக்குத் தொடர்பு எடுக்க இல்லையா?”

“தொடர்பெடுத்தா எங்கட தலை போகும். ஆமி கண்டிப்பாய் இடத்தைக் கண்டுபிடிச்சிடுவான். வேலைய வெற்றிகரமா முடிச்சுக்கொண்டுபோனால் பிறகு ஏன் தொடர்பு எடுக்கேல்ல எண்டதுக்குக் காரணம் சொல்லிக்கொள்ளலாம்” ‘ம்ம்... அது நல்லது’ என்றுதான் வீரனும் உணர்ந்தான்.

அன்றிரவு மேற்குப் பகுதி காவலரண் தொடர்களைப் பின்னாலிருந்து அவதானித்தான் வீரன். காலையில் வீதியின் அருகே பதுங்கிய இடத்தில் இருந்து ஒரு கொம்பனி தலைமையகத்தை அவதானித்தபோது புரிந்தது, காலையில் முன்னணி நிலைகளுக்குப் பின்னால் ரோந்து விடுகிறார்கள் என்று. ஐந்து மணி, ஏழு மணி, ஒன்பது மணி என மூன்று தடவை ரோந்து போனார்கள். இரவும்

வரலாம். இதுதான் இதயனும் வேங்கையும் உள்ளே வந்து அடிவாங்கிய இடம். இந்த ரோந்துக்காரனிடம்தான் அவர்கள் மாட்டியிருக்கவேண்டும். அந்தப் பகுதி முழுவதையும் வரைபடத்தில் எழுதிக் குறிப்பெடுத்தான். மணியுடனும் அது பற்றிக் கதைத்தான். மணிக்குச் சந்தோசம். அடுத்தநாள் கரடிப்போக்குச் சந்திப் பகுதிக்குப் போக முயற்சி செய்தனர். முடியவில்லை. முகாம்களை நெருங்க முடியவில்லை. இந்தப் பகுதியில் செறிவாகப் பல முகாம்கள் இருக்கக்கூடும் என்று நடமாட்டத்தை வைத்து ஊகித்தனர். சூழலை முழுமையாகப் பல்வேறு விதமாய் அணுகி அணுகி ஆராய்ந்தான் மணி.

வாகனங்களின் இரைச்சல் கேட்கிறது. ஆனால் மணி சொன்னான் “மனிசர் நடக்கும் அதிர்வு பாதத்தில தெரியுதடா பார்.”

மணியின் மனம் நிலத்தோடும் பிணைந்திருந்தது. மணியின் நிதானமும் நிலத்தின் அமைப்புகள், அதை உணரும் முறை, ஊகிப்பு என எல்லாமே வீரனுக்கு ஆச்சரியத்தையும் அறிவின் இன்னொரு நூதனத்தையும் கிளர்த்தியது. அவன் முன்னர் மணி தன் அணிப் போராளிகளோடு கதைத்ததை ஞாபகம் கொண்டான். ‘தம் தடங்களை அறிவதில்லை பாதங்கள். ஆனால் தடங்களை அறியாத வேட்டைக்காரப் பாதங்களும் வேவுக்காரப் பாதங்களும் வீடு வந்து சேர்ந்ததில்லை. கண்ணும் மூக்கும் காதும் கூட அவர்களின் பாதங்களுக்குள் உண்டு. பூமியின் சிறு அதிர்வையும் பாதங்களின் காதுகள் கேட்கும். தன் தடத்தையும் பிறர் தடத்தையும் அது பார்க்கும். சூழலின் வாசனையை அது நுகர்ந்தறியும்’ என்றானே.

31

அதற்கு அடுத்த நாள் மீண்டும் கிளம்பினர் இருவரும். கரடிப்போக்குச் சந்தியில் இருந்தும் அதைச் சூழ்ந்தும் பாதுகாப்பு ஏற்பாட்டு நிலைமை வேறாக இருப்பதாக உணர்ந்தான் மணி. அதிகமாகப் படையினர் நடமாட்டம் இருந்தது. இதற்குள் இலகுவாக நுழைந்து நிலை கொள்ளவோ அவதானிக்கவோ முடியாது என்றுணர்ந்தான். இதற்குள் நுழைவதற்குப் புதிதாகச் சிந்திக்கவேண்டும். ஒரு இராணுவ நகரம் போல் இருக்கிறது இது. இதனை வழமைபோன்ற உத்தியில் வேவு பார்க்க முனைந்தால் திரும்பிப் போகமுடியாது என்பது உறுதி. மோட்டார் சைக்கிள்களும், வாகனங்களும் சரளமாக உலாவுகின்றன. சூழலின் பகல் நேர இரைச்சலின் அளவைக் கொண்டு சொல்லிவிடலாம் அங்கு மனிதர்களின் செறிவு எத்தகையதென்று.

கரடிப்போக்கில் உருத்திரபுரம் வீதியைக் கடந்து புகையிரதத் தண்டவாளத்தை ஒட்டிய பற்றை ஒன்றுக்குள் பதுங்கி அன்றிரவு நடமாட்டத்தை அவதானிக்க முற்பட்டனர். அந்தத் தளமே பெரும் வெளிச்சத்தில் இருந்தது. இங்கு நடமாடுவதும் எளிதல்ல. இனி தண்ணி, சாப்பாடு கூட மருந்தாகத்தான் பாவிக்கவேண்டும். இரவு இரண்டு மணிபோல் வீரனை அங்கேயே இருக்கச் சொல்லிவிட்டு மணி தான் மட்டும் எழுந்துபோனான். போகும்போது ஜீ.பி.எஸ்ஸை மட்டும் கொண்டுபோனான்.

'அடப்பாவி, எழும்பி றோட்டால நடந்துபோறானே.' வீரனுக்கு அடிவயிறு கலங்கியது. தனக்கு ஏதாவது நடந்தால், அதாவது இறந்தால் இருக்கிற தகவலுடன் திரும்பிப் போய்ச் சேர்ந்து விடுமாறு சொல்லியிருந்தான். வீரன் இரவுக்காற்று ஏதும் இன்றி அந்தப் பற்றைக்குள் வேர்த்து உடல் பிசுபிசுக்க இருந்தான். மணி போனதும் 'திரும்பிப்போவது சாத்தியந்தானா' என்ற கேள்வி திடீரென்று மனதில் எழுந்தது.

மணி திரும்பி வரும்போது வீரன் அது ஒரு ஆமிக்காரன் என்றுதான் நினைத்தான். வீதியைக் கடந்து வந்தவன் திடீரென்று இறங்கி ஓடிவந்தான். இவன் திகைத்துப் பின்

புரிந்துகொண்டான். பற்றைக்குள் நுழைந்தாலும் மணியின் இதயம் படபடப்பது வீரனுக்கே புரிந்தது. அசாதாரணமாக மாறிவிட்டிருந்தது மணியின் முகம். பற்றைக்குள் இருந்தபடி ஜீ.பி.எஸ்ஸில் பெற்றுக்கொண்ட நிலைகளை வீரனின் குறிப்பேட்டில் எழுதி அதன் அளவையும் வரைந்தான்.

ஐந்தாம் நாள் ஆகியும் மணியினுடையதோ வீரனுடையதோ எந்தத் தொடர்பும் றோமியோவுக்குக் கிடைக்கவில்லை. றோமியோ சோர்வடையத் தொடங்கினார். சேரா முழுமையாய் நம்பிக்கை இழந்தார். புதிதாக இந்த நடவடிக்கையை வழிநடத்துவதற்காகப் பரந்தன் பகுதியில் அமைக்கப்பட்ட கட்டளை நிலையம் சூனியத்தில் மண்டியது. றோமியோ கில்மனுடன் நிலைமையை ஆராய்ந்தார். 'எதிரியின் தொலைத்தொடர்பை ஒட்டுக்கேட்கும் பிரிவைத் தொடர்புகொண்டு உள்ளே இருவர் அகப்பட்ட மாதிரியோ, இறந்த மாதிரியோ, மோதல் ஏதும் நடந்தமாதிரியோ தகவல்கள் பரிமாறப்பட்டதா என்று கேட்கலாம். இந்த விடயத்தைக் கவனப்படுத்தி எதிரியின் உரையாடல்களைக் கேட்கச் சொல்லலாம்' என்றார் கில்மன். வேறு மார்க்கம் இன்றி றோமியோ சம்மதித்தார். அவர் முடிந்தவரை இந்த நடவடிக்கையை இரகசியமாக வைத்திருக்கவே விரும்பினார். இப்போது வேறு வழியில்லை. பிடிபட்டனரா? இறந்தனரா? என்று தெரியாமல் அடுத்த முயற்சிகள் எதுவும் எடுக்கமுடியாது.

'அதற்கான தகவல் ஏதும் இதுவரை இல்லை. ஆனால் அந்தக் கண்ணோட்டத்தில் உரையாடலைக் கேட்கவில்லை. ஆனால் அப்படி நிகழ்ந்ததற்கான தடயம் ஏதும் இல்லை' என்றார் ஒட்டுக்கேட்கும் பிரிவுப் பொறுப்பாளர். றோமியோ வேறு வழியின்றி அவருக்கு உள்ளதைச் சொன்னார். இரு வேவு வீரர்கள் உள்ளே போயிருப்பதையும் அவர்களின் தொடர்பு ஏதும் இப்போது இல்லை என்பதையும் சொன்னார். எதிரியை ஒட்டுக்கேட்கும் விடயத்தில் அவன் ஒரு அசாதாரண திறமைசாலி. பெயர் சாந்தன்.

சாந்தன் என்ற அந்தப் பொறுப்பாளருடன் மணிக்கு உறவுண்டு. மணி இரகசியமாகப் போனவாரம் இவனிடம் போய் பரந்தன் பகுதி பற்றியும் ஆனையிறவுப் பகுதி படையினர் பற்றியும் கேட்டறிந்துகொண்டிருந்தான். பல தகவல்களை நட்புக்காக

பரிமாறியிருந்தான். இவனின் ஊகத்தின்படி பரந்தன் கழித்து ஆனையிறவுப் பக்கக் காவலரணில் இலகு காலாட்படையே நிற்பதாகச் சொல்லியிருந்தான். இப்போது சாந்தனால் ஊகிக்க முடிந்தது 'உள்ளே போனது மணி என்றும், அவன் பரந்தன் பகுதியைத் தவிர்த்துக் கீழே ஆனையிறவின் முன்பகுதியில் இருந்து இங்கே கிளிநொச்சிக்கு இறங்குகிறான்' என்பதையும். ஆனால் இது பற்றி சாந்தன் றோமியோவுக்கு எதுவும் சொல்லவில்லை. ஒட்டுக்கேட்கும் பிரிவு மிகமிக இரகசியமான ஓர் அமைப்பு. அது தகவல்களை அதிகாரம் படைத்த தளபதிகளுடன் மட்டுமே பகிர முடியும்.

றோமியோவுக்கு இருக்கும் ஒரேயொரு நம்பிக்கை மணி உள்நுழையும்போது பொய் சொல்லி தன் இஸ்ரப்படி நடந்து கொண்டதைப்போல இப்பவும் நடந்துகொள்ளக்கூடும் என்பதுதான்.

இருந்தாலும் இது ஒரு குருட்டு நம்பிக்கை என்பது அவருக்கே தெரிந்தது. இரவில் உறக்கமின்றி உழலும்போது தன் இயலாமைதான் அவ்வாறு மூடத்தனமாய்த் தன்னை நம்பவைக்கிறதோ என்றும் எண்ணி அவதியுற்றார். நிலைகொள்ளமுடியாத அலைச்சல். அடுத்தடுத்த நாளில் தன்மீது அவருக்கே வெறுப்பு அதிகமாயிற்று. பாதுகாப்புச் சமரின் பிரதம தளபதி நினைவில் வந்து சினமூட்டினார். கடைசியாக நடந்த தளபதிகளுக்கான சந்திப்பு ஒன்றில் அவர் கர்வத்துடன் நடந்து கொண்டதும் தன்னை அலட்சியப்படுத்துவது போன்ற பாவனையும் நினைவில் மீண்டுகொண்டே இருந்தன. முன்னர் தானும் அப்படித்தான் நடந்தேனா என்றும் ஒரு பொழுது எண்ணினார். மனம் அதை ஏற்கவில்லை.

ஒட்டுக்கேட்கும் பிரிவில் சாந்தனை அடிக்கடி சந்தித்தார் றோமியோ. ஏதாவது தகவல் உண்டா என்று அறிய அவசரப்பட்டார். எதுவுமே துலங்கவில்லை.

கில்மன் 'ஆக்கள் இனி இருக்க வாய்ப்பில்லை' என்றார். வீரச்சாவு என்று அறிவிக்க வேண்டும். ஆனால், எந்த உறுதியும் இல்லையே. என்ன செய்வதென்று அறியாமல் மணியையும், வீரனையும் அனுப்பியவர்கள் குழம்பிப் போயிருந்தனர்.

32

எட்டாம் நாள் மணி தன் தொடர்முயற்சியால் புதிய விடயத்தைக் கண்டுபிடித்தான். இரவு ஒரு நாயுண்ணிப் பற்றைக்குள் வந்து பகற்பொழுதைக் கழிக்கப் பதுங்கிக்கொண்டு படுத்தபோதுதான் அவனுக்கு அந்தத் தளத்தின் அமைப்பு மனதில் விரிந்தது. உதிரி உதிரியாக எங்கு பார்த்தாலும் முள்ளுக்கம்பிகளும் காவலரண்களும் இருக்கின்றன. எந்த இடத்தைக் குறித்து எடுத்தாலும் அந்தத் தளத்தின் பாதுகாப்பு அமைப்பு குழப்பமாக இருந்ததே தவிர அது என்ன வடிவமென்று பிடிபடவே இல்லை. ஆனால், வீரனைப் பொறுத்தவரை கொஞ்சத் தகவல்கள் வெற்றிகரமாகச் சேகரிக்கப்பட்டுக் கொண்டிருக்கின்றன என்றே பட்டது.

இரவு மணி எங்கோ பிடுங்கித் தன் கோல்சர் பொக்கற்றுள் வைத்த செவ்வரத்தம் பூக்களை எடுத்துத் தின்னத் தொடங்கினான். வீரனுக்கும் கொடுத்தான். நாக்கு நீரின்றி வறண்டு உலர்ந்துவிட்டால் சாப்பாட்டை மென்று விழுங்க முடியாது. முயற்சிக்கும்தோறும் அது ஒரு அவஸ்தையாகவே இருக்கும். ஆனால் இந்தச் செவ்வரத்தம் பூக்களைத் தின்னும்போது அந்த அவஸ்தை இருக்காது. அதிலுள்ள நீர்ப்பற்று உடம்புக்குக் கிடைக்கிறது. அதில் பல ஊட்டங்கள் உண்டு. அதே நேரம் அதன் வழுவழுப்புத்தன்மை விழுங்குவதற்கு வசதியாக வழுக்கிக்கொண்டு போய்விடுகிறது. சிறிய புளியமரம் ஒன்றிலிருந்து அதன் தளிர்களையும் பிடுங்கி வைத்திருக்கிறான் மணி. அதுவும்கூட இங்கே உணவாகியிருந்தது.

மணி சொன்னான், "வீரா, இப்பிடியே ஒவ்வொரு இராணுவ நிலையையும் பார்த்துக் குறிச்சால் ஒரு மாதம் ஆகினாலும் முடியாதடா. எங்களால அப்பிடிப் பார்க்கவும் முடியாது. இங்க இருந்து தப்பிப் போகவும் முடியாது. இந்தத் தளத்தின்ர பாதுகாப்புப் பொறிமுறைக்கு ஒரு வடிவம் இருக்கும். அதை உணர்ந்து கண்டுபிடிச்சிட்டம் என்றால் பிறகு வேலை முடிஞ்சமாதிரி. அதுவே போதும். பிறகு அந்த வடிவத்தை மனதிலகொண்டு அந்த அந்த இடத்திற்குப் போனால் வடிவம் ஊகிச்ச மாதிரி இருக்கா, இல்லையா? என்றத

உறுதிப்படுத்திடலாம். அதுதான்ரா சரியான வழி. இந்த மாதிரி ஓர் இராணுவ நகரம் போல இருக்கிற இடத்தை வெறும் வேவுத் தகவலால பூரணப்படுத்தேலாதடா” என்றான்.

வீரனுக்கு வியப்பு தாங்க முடியவில்லை. மணியிடம் இத்தனை நுணுக்கமும் அறிவும் இருக்குமென்று அவன் எதிர்பார்க்கவில்லை. மணி ஒரு சிறந்த வீரன், துணிச்சல்காரன், அனுபவசாலி என்று மட்டும்தான் வீரன் இதுவரை விளங்கி வைத்திருந்தான். ஆனால், அதெல்லாம் அடியோடு மாறியது. அப்போது, தாம் பெற்ற தகவலை வைத்து வீரன் அதன் வடிவத்தைச் சிந்தித்துக் கண்டுபிடிக்க முனைந்தான். அதன்பால் ஒரு அடங்கா ஆர்வம் எழுந்தது.

மணி சொன்னான் “இந்த இடத்தில கிளிநொச்சிக்கு மட்டும் இரண்டாவது முன்னணிக் காவலரண் தொடரொன்றை ஆமி போட்டிருக்கிறான். நாங்கள் நினைச்சதுபோல வெறும் மினிமுகாம் மட்டும்தான் அப்பிடிக் காட்சி தருகுது என்றில்லை. கிளிநொச்சிக்கு இரண்டு சுற்றுக் காவலரண் போட்டிருக்கிறான். அந்த இரண்டுக்கும் இடையில கொம்பனி, பிளாட்டூன் தலைமையகங்கள் இருக்கு. அது மினிமுகாம்போல இருக்கு. ஆனால், அது கரடிப்போக்குக்குப் பின்னுக்குள்ளதைவிட அளவில சின்னதாயிருக்கு. இதை இப்படியே எழுதிவை வீரா! எனக்கு ஏதும் நடந்தாலும் இந்தக் குறிப்பேட்டைக் கொண்டுபோய்ச் சேர்.”

வீரனுக்குப் பகல் முழுதும் இருந்த பதட்டம் இப்போ நீங்கி ஒரு விடயம் முழுமைபெறுவது போன்ற சாகச உணர்வு மேலெழுந்தது. ஆனால் அவன் குறிப்பேட்டை எடுத்து அதை எழுதாமலே சொன்னான் “நான் அப்பிடி நினைக்கேல்லையண்ணை” தம் எதிரித்தளத்தின் மையத்தில் நாயுண்ணிப் பற்றைக்குள் கிசுகிசுக்கும் குரலில் பொருட்டற்ற சாதாரண போராளிகள் போரின் போக்கையே தீர்மானிக்கும் ஒரு நடவடிக்கை பற்றி ஆராய்கின்றனர்.

“அப்ப எப்படியடா சொல்லன். இந்த இடத்தில இரண்டாவது லைன் இருக்குதானே”

“இல்லையண்ணை, இது இரண்டாவது லைன் மாதிரி இருக்கிற இன்னொரு பெரிய முகாமின்ர சுற்றுக் காவலரண். மையத்தளத்தை நாங்கள் இன்னும் காணேல்லை, வாகனச்

சத்தங்களை வைச்சு யோசிச்சால் இந்தத் தளத்தின்ர கட்டளை அதிகாரி மற்றும் றெஜீமண்ட் கட்டளைத் தலைமையகங்கள், 54ஆவது டிவிசன் கட்டளைத் தலைமையகம், றிசேர்வ் ஃபோர்ஸ் எதையும் இன்னும் நாங்கள் காணயில்ல. அது ஏ9 வீதியை அண்டிய நடுப்பகுதியில இருக்கும். கொம்பனி மற்றது பட்டாலியன் தலைமையகங்களைச் சுற்றி காவலரண் அமைச்சது மாதிரியே இந்த மையத்தளத்தைச் சுத்தியும் ஒரு தொடர் காவலரண் ஒன்றைச் சுற்றி அமைச்சுப் பாதுகாக்க முயன்றிருப்பான். அதுதான் நாங்கள் பார்த்த இரண்டாவது காவலரண் வரிசை. ஆனால் உண்மையில இது மையத்தளத்தைப் பாதுகாக்கும் காவலரண் தொடரே தவிர இரண்டாவது அல்லது பதில் முன்னணி நிலையில்லை. அப்பிடி இருந்திருந்தால் முதல் நிலையில இருந்து குறைஞ்சது ஐந்நூறு மீற்றருக்குள்ள இதை அமைச்சிருக்கவேணும். ஆனால் அப்படி இல்லை. இது ஏ9 வீதியை அண்டித்தான் வருகுது. ஆனபடியால் இது மையத்தளத்தைப் பாதுகாக்கும் பொறிமுறையென்றுதான் நினைக்கிறன்.”

கிசுகிசுக்கும் குரலில் வீரன் இதைச் சொன்னபோது மணிக்கு ஆச்சரியமாகவே இருந்தது. இந்த ஏழுநாளில் தான் சொல்லிக் கொடுத்தவற்றிலிருந்து எப்படித் திறமையாக இவனால் ஊகித்து அறியமுடிகிறது. ஒலிகளைக் கேட்டு அதிலிருந்து மையத்தளம் எங்கே என்பதையும் இருக்கின்ற கொம்பனி, பட்டாலியன் தலைமையகப் பாதுகாப்புப் பொறிமுறையில் இருந்து இதன் வடிவத்தை இராணுவம் இப்படித்தான் அமைத்திருக்க வாய்ப்பிருக்கிறது என்றும் அவன் சிந்தித்த முறை ஆச்சரியம். பெருமிதம் அடைய வைத்தது. இந்த இடத்தில் இந்தக் கணத்தில் மணி துணிந்தான், தான் இறந்தாலும் இவனால் இந்தக் குறிப்புப் புத்தகத்தைக் கொண்டுபோய்ச் சேர்க்க முடியும் என்று.

“வீரா, சரியாச் சொன்னாய்டா. அதுதான்ரா இந்த அமைப்பாய் இருக்கும். பார்ப்பம்... அப்படியே எழுதிவை. இரண்டுக்கும் இடையில மினி முகாம்கள் இருக்கு. அந்த நிலையையும் குறிச்சு வை. இந்த அமைப்பின்ர தடத்தைப் பின்தொடர்ந்து பார்ப்பம்.”

அன்று பகல் பத்து மணியிருக்கும். திருநகர் மஞ்சுளா பேக்கறி சந்திக்குத் தென்கிழக்குக் காணியில் நாயுண்ணிப் புதர்களின் நடுவே படுத்திருந்தனர் இருவரும். இரவு முழுவதும் அலைச்சலும் பதட்டமும். இப்போ தூக்கம் தூக்கமாய் வந்தது.

ஒரு டிரக்ரர் ஒன்று வந்து சந்தியில் திரும்பி இவர்களின் பக்கம் வர வீரன் மணியைத் தட்டினான். திடீரென்று அந்த டிரக்ரர் நிறுத்தப்பட ஆமிக்காரர் கீழே குதித்தார்கள். ஐந்து பேர் வரும். வீரன் துவக்கை எடுத்துச் சுடுவதற்கு ஆயத்தமானான். மணி அதைத் தடுத்துக் கையால் அந்தத் துவக்கை அமத்திக்கொண்டு “நாசமறுவார், நிம்மதியா நித்திரை கொள்ளவும் விடாங்களாம்” என்று குசுகுசு குரலில் புறுபுறுத்தான்.

வீரனுக்கு ஆத்திரந்தான் வந்தது மணியின் மீது. ‘எந்த நேரம் என்ன பகிடி விடுறதெண்டு ஒரு விவஸ்தை கிடையாதா’ என்று எண்ணவும், மணி தன் கைக்குண்டின் கிளிப்பைக் கழட்டியபடி பார்த்தான். வீதியில் இறங்கியவர்கள் நேராக இவர்கள் இருந்த பற்றையை நோக்கி வந்துகொண்டிருந்தார்கள். ‘கொமினியுக்கேசன் செற்’றில் கதைக்க இல்லை. தடயத்தைப் பின்தொடர்ந்து வாறமாதிரியும் அவங்கள் வாற விதம் இல்லை என மணியின் மூளையில் ஒரு ஒளிவெட்டுப்போல தகவல் தந்தது புத்தி. மணி குண்டை எறியாமல் அமைதி காத்தான். வீரனுக்கு இதயமே நின்றுவிடும்போல இருந்தது. இந்தத் துவக்கால் ஐந்து பேரையும் சுட்டுவிட முடியும். மணி ஏன் பொறுமை காக்கிறான்?

‘அட! வந்த ஐந்து எருமைகளும் அந்தப் புதர்கரையில் இருந்த இரு காய்ந்த வேலி மரக்கட்டைகளைத் தூக்கிக்கொண்டு போகுதுகளே. இதுக்குத்தானா குதிச்சு ஓடிவந்தாங்கள்?’ வீரன் பெருமூச்சுவிட்டான். ஆனால் இதயம் இப்போதும் எகிறித் துடிக்கிறது. ‘ஓ...! இதுதான் இந்த மனிசன் கைக்குண்டடிக்காமல் இருந்தானோ? என்னெண்டு ஊகிச்சுப் பிடிச்சான்? அவங்கள் வந்த வரத்தப் பார்த்தால் எங்களிடம் நேராக வருவது போலல்லவா இருந்தது.’ வீரனுக்கு ஆச்சரியம்.

அன்றிரவு கிளிநொச்சியின் முன்னணி நிலைகளைப் பார்த்து வருவதற்காக நகர முடிவு செய்தனர். அதன் நோக்கம் இந்தப் பாதுகாப்புப் பொறிமுறை தாங்கள் கருதியது போன்ற அமைப்பில் தான் இருக்கிறதா என்பதை உறுதிசெய்துவிட வேண்டும் என்ற துடிப்பே. வீதிக்கு இந்தப் பக்கம் உள்ள வடிவத்தைத் தீர்மானித்துவிட்டால் வீதியின் மறுபக்கம் அதே வடிவில்தான் இருக்குமென்று ஊகிக்கலாம். மனதில் வரைந்த சித்திரத்தை அடிப்படையாகக் கொண்டு நகர்ந்தனர்.

சரிதான். மையத்தளத்தைச் சுற்றி ஒரு காவலரண் தொடர் இருக்கிறது. இது முன்னணிக் காவலரண் போலவே

‘ஃபோவார்ட் சிலோப்’ என்று படைத்துறைக் கல்வியில் சொல்லப்படுவதுபோல ‘முன்சரிவுக்காப்பு” பாதுகாப்புப் பொறிமுறை வடிவத்தில் அமைக்கப்பட்டிருக்கிறது. சுற்றி மண் அணை. இடையிடையே காவலரண். முன்னால் முட்கம்பிச் சுருள். இருந்தாலும் இது இரண்டாவது முன்னணி நிலையென்ற அர்த்தத்தில் இல்லை. மையத்தளத்திற்கான பாதுகாப்புப் பொறிமுறை. முன்னணி நிலைகளைக் கைப்பற்றுவதன் மூலம் மையத்தளத்தைக் கைவிட்டு ஓடச்செய்வது புலிகளின் கடந்த காலப் போர் உத்தியாக இருந்தது. அந்தப் படிப்பினையின் அடிப்படையில் உருவானதே இந்தப் பாதுகாப்புப் பொறிமுறை.

இப்படியான பாதுகாப்பு ஏற்பாட்டில் முன்னணி நிலைகள் பறிபோனாலும் மையத்தளம் பலமாக நிலைகொள்ள முடியும். அதேநேரம் மோட்டார், பீரங்கி மற்றும் வான் தாக்குதல் உதவியுடன் அந்த நிலையைப் படையினரால் மீளக் கைப்பற்றிவிடவும் முடியும். அந்த நோக்கம் கொண்டதாகவே இந்தத் தளத்தின் பொறிமுறையினுடைய அனைத்து அம்சமும் அமைக்கப்பட்டிருக்கிறது. ஆக ஆமி கட்டளை நிலையத்தையும், அதன் இயங்குதிறனையும் பாதுகாத்தால்... முன்னணி நிலைகளைக் கைப்பற்றித் தளத்தை வெற்றிகொள்ள புலிகளால் ஒருபோதும் முடியாது. இதனால்தான் இருமுறை கிளிநொச்சிமீது புலிகள் பெரும் தாக்குதலைத் தொடுத்தும் அது வெற்றியளிக்கவில்லை. அப்படித்தான் மணி இப்போது விளங்கினான்.

எண்ணியது போலவே மையத்தளத்தின் பாதுகாப்பு அரண்வருகை முன்னே வளைந்து மறுபக்கமாய்த் திரும்பியது. ஆக, கரடிப்போக்கின் முன்பகுதியில் இருந்து தொடங்கும் இந்த மைய ஏற்பாடு காக்கா கடைச் சந்திக்கு அருகாக வளைந்து மீண்டும் கரடிப்போக்கு வரை நீளும். ஒரு நீள்வட்ட வடிவமிது. ஆங்கில *U* எழுத்து வடிவத்தைக் கொண்டிருந்தது இந்த வெளிப்பாதுகாப்பு அமைப்பு. இது பரந்தனில் இருந்து நீளும் ஒரு *U* வடிவம். பின்பகுதி சற்று அகலமானது.

முன்னணிக் காவலரண் தொடருக்கும் மையப் பாதுகாப்புப் பொறிமுறைக்கும் இடையில் பிளாட்டூன், கொம்பனி தலைமையகங்கள் உண்டு. இதேவேளை பட்டாலியன் தலைமையகமும் றெஜீமண்ட் தலைமையகமும், டிவிசனின் தலைமையகமும் மையத்தில் இருக்கின்றன என்று இன்றோடு

தீர்மானமாகியது. எல்லா நிலைகளும் ஜீ.பி.எஸ் மூலம் கண்டு குறிக்கப்பட்டன.

சாப்பாடு ஏறத்தாழத் தீர்ந்துவிட்டது. மஞ்சுளா பேக்கறி சந்தியில் இராணுவ வாகனம் சாப்பாட்டுப் பெட்டி ஒன்றை வைத்துவிட்டுப் போனதையும் அதைச் சிப்பாய்கள் நடந்துவந்து எடுப்பதையும் மணி நேற்றுப் பகலில் அவதானித்திருந்தான். எனவே, நேற்றைய இடத்தில் இன்றும் படுத்துவிட்டு விடியும்போது அந்தச் சாப்பாட்டில் நாலு பார்சல் எடுத்துவருவது என்று முடிவு செய்தான்.

அடுத்த நாள் காலையில் வீரனைப் பின்னால் வரச்சொல்லி தான் முன்னே நடப்பதாகச் சொன்னான். அங்கே உலாவும் சிப்பாய்கள்போல இவர்களும் றோட்டால் நடப்பதுதான் திட்டம். வீரனுக்கு இந்தத் தருணத்தில் மட்டும் இதயம் வசமிழந்து துடிக்கத் தொடங்கிவிடுவதை உணர்ந்திருக்கிறான். யார் வந்தாலும் தானே பேசுவதாக மணி சொல்லியிருந்தான்.

திட்டப்படி மணி வேகமாக ஓடிப்போய் வீதியில் ஏறினான். பின் விடுமுறையில் போகும் இராணுவச் சிப்பாய் போலக் காட்டிக்கொண்டு நடந்து போனான். சந்தியில் இறக்கி வைத்த சாப்பாட்டுப் பெட்டியிலிருந்து நாலைத் தூக்கினார்கள். பதட்டம்கொள்ளத் தொடங்கியது மனம். எதிரே உள்ள சிறு ஒழுங்கையால் இறங்கி கரடிப்போக்குப் பக்கம் நடந்தனர். காவலைக் கடந்து நடக்க அங்கே ஒரு பெரிய இராணுவத்தளம் இருப்பதைக் கண்டனர். ஜீ.பி.எஸ் இல் அதைக் குறிக்க முடியாது இப்போது. திரும்பி ஓடவும் முடியாது. நடந்துதான் ஆகவேண்டும். போகும்போது ஒரு சிப்பாய் இவர்களை நோக்கி “கொய்தயன்னே” (எங்க போறது) என்று சிங்களத்தில் கேட்டான்.

“யாளுவ பலாண்ட” - நண்பனைப் பார்க்க என்று மணி சொன்னான்.

வீரன் முழியை உருட்டின உருட்டில அவனுக்குச் சந்தேகம் வந்துவிட்டது. “மொனவத றெஜீமெண்ட?” எந்த றெஜீமென்ட் என்று கேட்டான். “கயபாகு றெஜீமெண்ட்” என்று சொன்னான் மணி. எத்தனையாவது பட்டாலியன் என்று சொல்லவில்லை. ஆனால் அது முக்கியம். அவன் துவக்கை இறுகப்பற்றுவதை மணி தன் உள்ளுணர்வால் உந்தப்பட்டுக் கண்டுகொண்டான்.

“அத்த உசப்பாங்” - உயர்த்தடா கையை என்று கத்திய மணி கைக்குண்டைக் கழட்டி முன்னே நீட்டினான். சிப்பாய் தடுமாறிய

கணத்தில் கைக்குண்டை வீசிவிட்டான். எறிந்த வேகத்தில் அது அதிர்ந்து வெடித்தது. அதற்குள் “ஓடடா வீரா” என்று மணி கத்தவும், அந்த மதிலின் மேலால் தெரிந்த காவலரணில் சென்றி நின்ற சிப்பாய் மணியைச் சுட முயன்றான். வீரன் அதே கணத்தில் அவனை நோக்கிச் சுட்டான். அவ்வளவுதான், அங்கிருந்து பதில் சூடு இல்லை. தலைதெறிக்க ஓடினார்கள். உண்மையில் மணி மேலிருந்த சிப்பாயைக் காணவில்லை.

ரயில் தண்டவாளத்தைத் தடமாக வைத்து அருகாலே ஓடத்தான் மணி முயன்றான். பிறகு, மனதில் ஏதோ மின்னித் தோன்றவும் ரயில் தண்டவாளக் கற்களின் மீது ஏறி ஓடினான். சப்பாத்துத் தடயத்தைப் பின்தொடர்ந்து வருவார்களென்று அவனுக்குத் தெரியும். ஆக எப்படியும் கண்டுபிடித்துவிடுவார்கள். இந்தத் தண்டவாளக் கற்களின் மீது ஏறி ஓடினால் கால் சப்பாத்துத் தடயத்தைப் பிடிக்க முடியாது.

ஓடுகிறார்கள்... கிளிநொச்சி கந்தசாமி கோவிலுக்கு முன்னால் கணேசபுரம் றோட்டைக் கடக்கவேண்டி வரும்போது ஓடிய வேகத்தில் அங்கே ஒரு காவலரண் இருப்பதைத் தூரத்திலேயே கண்டான் மணி. “சுடடா வீரா அவனுக்கு” என்று கத்தியவாறு இன்னும் வேகமாக ஓடினான். வீரன் சுட ஆமி திருப்பிச் சுட எத்தனிப்பதற்கு இடையில் மணி ஓடிய வேகத்தில் கைக்குண்டை அந்தக் காவலரணுக்குள் எறிந்துவிட்டான். அதிர்ந்து முழங்கியது. அவ்வளவுதான் “ஓடடா ஓடடா” என்று கத்திக்கொண்டு மணி தண்டவாளத்தை விட்டு இப்போ கீழே இறங்கி உள்நோக்கி ஓடினான். அப்படியே ஓடி கரடிப்போக்குச் சந்திப்பாலத்தின் கீழால் உருத்திரபுரத்திற்கு ஓடும் பரவிப்பாஞ்சான் வாய்க்கால் தண்ணீரில் விழுந்து நீந்தினான். தண்ணி ஆழமாக இல்லை.

கொஞ்சதூரம் போய் எழுந்து வீரனுக்குச் சொன்னான். “மேல ஏறி பின்வளமா ஓடவேணுடமா வீரா... ஓடு” கத்தியபடியே எழும்பி காலைப் பின்னால் வைத்து முன்னே பார்த்தபடி ஓடினான். வீரன் புரியாமல் மிலாந்தி அதுபோலவே பண்ணினான். ஒரு புல்தரையில் ஏறியதும் பக்கவாட்டாகத் திரும்பி பின்னர் புற்தரை உள்ள இடத்தில் முன்னோக்கி ஓடத் தொடங்கினான் மணி. வீரனும் ஓடினான். கால் தடத்தைப் பின்பற்றிவரும் இராணுவத்தினரைத் திசை திருப்புவது மணியின் நோக்கம்.

33

கட்டளைத் தலைமையகத்தில் ஒன்பது நாளாகியும் இன்னும் எந்தத் தொடர்பும் மணியிடம் இருந்து இல்லாததால் வீரச்சாவு என்று அறிவித்துவிடலாமா என்று சேரா றோமியோவைக் கேட்டபோதுதான் இந்தக் குண்டுச்சத்தம் கிளிநொச்சி மையத்தளத்தில் கேட்டது. இது ஒரு எதிரிப் பயிற்சி நடவடிக்கை போலவும் இல்லை என றோமியோ ஊகித்தார். இதே செய்தி கில்மனிடம் இருந்தும் வந்தது. அதே நேரம் எதிரியை ஒட்டுக்கேட்கும் பிரிவில் இருந்து சாந்தன் அறியத்தந்தார் 'உள்ளே வேவுக்காரர் இறங்கி இருக்கிறாங்களாம்... அந்த இடத்தைக் கிளியர் பண்ணச் சொல்லி டிவிசன் கொமாண்டர் சிங்க றெஜிமெண்ட் 4வது பட்டாலியன் கொமாண்டருக்குக் கட்டளை குடுத்திருக்கிறார்' என்று.

வீரனும் மணியும் உயிருடன் இருப்பது உறுதியாகிவிட்டது. மகிழ்ச்சிதான். அதேநேரம் றோமியோவுக்குப் புதிய கவலை தொற்றிக்கொண்டது. அவர்கள் இனித் தப்பிவர வாய்ப்பிருக்கிறதா என்று. நேற்றுவரை அவர்கள் பிடிபட்டுத் தன் கடைசித் திட்டமும் பாழாகி, தான் ஒரு திறமையற்றவன் என்ற அவமானத்தைச் சந்திக்க நேருமோ என்ற பதட்டத்தில் இருந்த றோமியோவுக்கு இப்போ வேறு பதட்டம் உருவாகிற்று. கடந்த மூன்று நாள்களாக றோமியோ மாற்றுத்திட்டம் பற்றி யோசிக்கத் தொடங்கியிருந்தார். இந்த வேவு நடவடிக்கையைப் பூர்த்தி செய்யாமல், வலிந்த தாக்குதல் தளபதியாகவேனும் தான் ஆகிக்கொள்ளமுடியாது என்ற சூழல் தன்னைச் சுற்றி உருவாவதை உணர்ந்தார்.

தன் தொலைத்தொடர்பாளனுக்குச் சொன்னார். "ஒரு மணித்தியாலத்துக்கு ஒருமுறை தொடர்பு எடு. எப்படியாச்சும் தொடர்பு கிடைச்சிட்டால் என்ன விதப்பட்டும் இதுவரை பார்க்கப்பட்ட விடயங்களைக் கேட்டு உடனே குறிப்பெடு. அவங்கள் இனித் திரும்பி வாறது கஸ்ரம். எடுக்கக்கூடிய தகவலை எடுத்துவிடு."

மணி நிலைமையின் தீவிரத்தைப் புரிந்துகொண்டிருந்தான். 'றோமியோவுடன் தொடர்பு எடுத்துத் தகவலைக் கொடுக்கலாமா? இங்கிருந்து தப்புவதற்கான வாய்ப்புகள் இனி மிக மிக அரிதானது' என்று எண்ணிக்கொண்டிருந்தான். ஆனால், தன் முகத்தில் இருந்து அதை வீரன் பார்க்காவண்ணம் மறைக்க முயன்றான். அது முடியவில்லை. றோமியோவுடன் தொடர்புகொண்டால் இந்தத் தகவல்களை அவர் கேட்கக்கூடும். இங்குள்ள நிலமையைச் சொன்னால், அவர் நாங்கள் உயிருடன் வரமுடியாது என்பதைப் புரிந்துகொள்வார். தகவலைத் தரச் சொல்வார். மற்றது ஏதாவது ஒரு காவலரண் ஊடாக உடைத்துக்கொண்டு வெளியே எங்களை எடுப்பதற்கு ஏதாவது ஏற்பாடு செய்வார்.

மணியை முடிவெடுக்கவிடாமல் சூழலின் பதட்டம் ஆட்டுவித்தது. மணிக்குத் தெரியும் இந்நேரம் இந்தப் பிரதேசத்தையே கிளியர் பண்ணுவதற்கு அணிகளை டிவிசன் கொமாண்டர் இறக்கியிருப்பான். அல்லது இன்னும் சொற்பநேரத்தில் இறங்குவார்கள். ஒவ்வொரு நிமிடமும் மரணத்திற்குரியதாய் மாறப்போகிறது. அதற்கிடையில் முடிவு செய்தாக வேண்டும். மனமோ புத்தியை இயங்கவிடாமல் மறித்து விளையாடுகிறது. புத்தி பிறழுகிறது.

தகவலைக் கொடுத்ததால் எதிரியின் தொலைத்தொடர்பு ஒட்டுக்கேட்கும் பிரிவு அதனை அறிந்துகொள்ளும். சங்கேதமொழியைப் பாவித்தாலும் ஜீ.பி.எஸ் ஃபிக்ஸ் (புவிஆள்கூறு) கொடுக்கும்போது இது தங்கள் தளத்தின் அமைவிடங்கள் என்று அவன் அறிந்துகொள்ளக்கூடும். அதனால் இந்த அமைவிடங்களைக் கண்டிப்பாக மாற்றிவிடுவான். மாற்றினால் கொடுக்கப்பட்ட தகவலில் எந்தப் பயனும் இல்லாமல் போய்விடும். தவிரவும் இந்தத் தகவலோடு போர் உத்தி தீட்டப்பட்டு தொடுக்கப்படும் ஒரு சமர் பேரழிவைத் தந்து தோல்வியில் முடியும். எனவே கொடுப்பதால் பயன் ஏதும் இல்லை. தவிரவும் இப்போ வோக்கி ரோக்கியை ஓன் பண்ணி இவற்றை வழங்க நேரம் எடுத்துக்கொண்டால் 'டிறக்சன் ஃபைன்டர்' மூலம் நாங்கள் நிற்கும் இடம் துல்லியமாகத் தெரியும். எங்களை இந்தப் பிரதேசத்தில் சுற்றிவளைத்து விடுவார்கள். சாவு சர்வ நிச்சயம். எனவே, இங்கிருந்து தப்பிப்பதுதான் ஒரே வழி. முடியுமா? முயற்சி செய்தாகவேண்டும்.

றோமியோ தன் புதிய கட்டளை நிலையத்தில் ஒவ்வொரு கணமும் எதிர்பார்ப்பின் அவஸ்தையால் நிலைகொள்ளல் இழந்து தவித்தார். அவர் ஏற்கெனவே ஆட்லறி மோட்டார் படையணிக்கு அறிவித்துவிட்டார். ஏதாவது ஒரு காவலரணின் மூலம் இப்போ மணி வெளியே வர முயற்சிக்கக்கூடும். அந்த இடத்திற்கு 'ஷெல்' தாக்குதல் நடத்தி அவர்களுக்கு உதவுவதன் மூலம் அவர்களைப் பாதுகாப்பாக வெளியே எடுக்கவேண்டும். அதற்காகத் தேவையான 'ஷெல்'களைப் பயன்படுத்துமாறும் அப்படிப் பயன்படுத்தியதற்குத் தான் பொறுப்பேற்று பின் நடக்கக்கூடிய எந்த விசாரணைக்கும் பதில் சொல்வதாகவும் கூறியிருந்தார். அத்தோடு கில்மனுக்கு 'கிளிநொச்சியின் எல்லா அரண்களிலும் முன்னறிவிப்பு கொடுக்குமாறும், உள்ளே இருந்து இரண்டு போராளிகள் வரக்கூடும், வந்தால் அந்தப் பகுதி எதிரியின் அரண்களின் இலக்கத்தை பீரங்கிப் படையணிக்கு அறிவித்து செல் தாக்குதலை நடத்துமாறும் அறிவித்தார்.'

கில்மன் *C, D* மற்றும் *Z* பகுதிகளின் கட்டளைத் தளபதிகளுக்கு அறிவித்தார். சிறப்பு அணியொன்றை உடனே தயார் நிலையில் வைக்குமாறு கட்டளையிட்டார். அந்த அணி கனரக ஆயுதங்களை அதிகம் கொண்டிருக்கட்டும் என்றும், உள்ளே இருந்து வரும் இரு போராளிகளை மீட்க அந்த இடத்திற்குத் தாக்குதலுக்கு விரையவேண்டும் என்றும் அறிவுறுத்தினார்.

வட போர்முனையின் கட்டளை நிலையங்கள் பரபரப்பாகின. மணி கொண்டுவரக் கூடிய அல்லது தரக்கூடிய எந்தவொரு தகவலும் இந்த வன்னிச் சமரின் போக்கிற்கு மிகப் பெறுமதியானது. அது இரத்தத்திற்குச் சமமானது என்பதை கில்மன் அறிவார். தவிரவும் அவர் றோமியோவுக்கு உதவுவதை மானசீகமாகத் தன் கடமையாகக் கொண்டிருந்தார். போரைப் பொறுத்தவரை றோமியோ கில்மனுக்கு குரு.

இங்கிருந்து தப்பவேண்டும். ஆனால் எப்படி என்று புரியாமல் தான் மணி தவித்தான். வேவுக்கு இறுதியாக வழியனுப்பும்போது றோமியோ சொன்ன வார்த்தைகள்தான் மணிக்கு நினைவுக்கு வந்தன. 'மணி, வீரா, நல்லா விளங்கிக்கொள்ளுங்க! ஒரு வேவு வீரனாலதான் நல்லதொரு வேவுத் தகவலைக் கொண்டுவர முடியும். நல்லதொரு வேவுத்தகவல் இருந்தால்தான் சரியான ஒரு திட்டம்

உருவாக முடியும். சரியான தாக்குதல் திட்டமிருந்தால்தான் சமரில் வெற்றியைப் பெறமுடியும். ஒரு மூலோபாயச் சமரின் வெற்றி போரின் வெற்றியைத் தீர்மானிப்பதாகவும் மாறும். ஆக ஒரு வேவு வீரனால் ஒரு போரின் வெற்றிகூடத் தீர்மானிக்கப்படலாம்.'

மணி தீவிரமானான். மீண்டும் மனதில் உற்சாகத்தை வரவழைக்க முயன்றான். பதுங்கியிருந்த பற்றைக்குள் இருந்து அவதானித்ததில் ஒரு வீட்டில் கைவிடப்பட்ட கழிப்பறை தெரிந்தது. அந்த இடத்திற்கு நகரவேண்டும்.

வீரனுக்கு சைகைமூலம் அதனை விளக்கினான். முதலில் தான் போவதாகவும் பின்னர் அவனை வரவும் சொன்னான். அப்படியே போய்விட்டார்கள்.

அந்த ஒடுங்கிய இடம் இருவரும் நிற்கப் போதுமானதாக இல்லை. முதுகில் இருந்த 'பாக்' இன்னும் இடையூறாக இருந்தது. அப்போதுதான் நினைவு வந்தது, இந்தத் தோள்பை ஒரு அடையாளமாக இருக்கப் போகிறது. இனிமேலும் இதனைச் சுமக்கமுடியாது. இதை இங்கிருந்து வெளியேறியதும் எறிந்துவிட வேண்டுமென்பதை வீரனுக்குச் சொன்னான்.

அட, இப்பதான் மணிக்குச் சிரிப்பு வந்தது, தன் கையிலுள்ள பொருளைப் பார்த்ததும். கையில் இன்னும் ஒரு சாப்பாட்டு பார்சல் இருக்கிறது. தண்ணீரில் நனைந்து ஊறிப் போய்க் கிழிந்து கிடந்தது. மணி அதைத் தூக்கி வீரனுக்குக் காட்டினான். வீரனுக்கு ஆச்சரியம் தாங்கமுடியவில்லை. 'என்ன மனிசன் இவன்? உயிர் போற வேளையிலும் இத்தனை நிதானமாக இருக்க முடியுமா ஒருவனால்? அதுவும் சாப்பாட்டுக்காக!' என்று நினைத்தான். ஆனால் உண்மை என்னவென்றால் மணிக்கும்தான் ஆச்சரியமாக இருந்தது... 'இது எப்படி என் கையில் இன்னும் இருக்கிறது' என்று. அவனுக்குப் புரியவே இல்லை, 'எப்படி மற்ற பார்சலைக் கீழே போட்டேன்? இதையெப்படி வைத்துக்கொண்டேன்? இதனைக் கொண்டா ஓடிவந்தேன்? இது என்ன மாயம்' என்றே நினைத்தான்.

ஆனால் மணி வீரனிடம் சைகையால் கேட்டான் 'எங்கடா உன்ர சாப்பாட்டு பார்சல்? வீரனுக்குக் கோபம் பொத்துக்கொண்டு வந்தது. அவன் 'உங்களுக்கு விசரா?' என்பதுபோலக் கையைக் காட்டினான். மணி தன் நெற்றியில்

அடித்து 'நாசம்! சாப்பாட்டைக் கீழே போட்டுட்டியா மடையா' என்பதுபோல பாவனை பண்ணினான். அவனுக்கே சிரிப்பு வந்தது, தன்னைப் பெருவீரன் போலக் காட்டிக்கொள்ளும் இந்தப் பாவனையால். முழங்காலில் கையை ஊன்றிச் சத்தம் வராமல் குலுங்கிச் சிரித்தான். வீரனுக்குச் சிரிப்பு வரவில்லை. மணியை ஒரு குத்து குத்தவேண்டும் போல இருந்தது.

அவர்கள் விடும் மூச்சு அவர்களுக்கே கேட்கிறது. ஆமி கிளியர் பண்ண வருவான். இதைத் திறப்பானா? இல்லையா? மூன்று பலகை இணைத்துச் செய்த அந்தக் கதவின் நீக்கல் வழியாக வெளியே பார்க்க முடிந்தது. வீரனுக்கு ஏனோ தன் அப்பா ஞாபகத்திற்கு வந்தார்.

றோமியோவும் சேராவும் கட்டளை நிலையத்தில் பரபரப்பாக இருந்தனர். இந்த வேவுத் தகவல் மட்டும் வந்துவிட்டால் கிளிநொச்சி படைத்தளத்தை இல்லாமல் செய்துவிட முடியும் என்று நம்பினார் றோமியோ. 'ஏ9 வீதியைப் பிடிக்கும் அரசின் மூலோபாயமே சிதைந்து சின்னாபின்னமாகிவிடும். ஒன்றரை வருடமாகத் தொடரும் நீண்ட இந்தச் சமரை முடிவிலும் முடிவாகத் தோற்கடித்துவிட முடியும்.' நம்பிக்கையில் ஓர்மை கொள்கிறது மனம். கூடவே அந்தரங்கமாய் மனதின் அசைவு. 'அதன் காரணமாகவும் கர்த்தாவாகவும் நானே இருப்பேன். அதன் மதிப்பை இயக்கம் எனக்குத் தருமா? தந்தாலும் தராவிட்டாலும் என்னை நான் மீண்டும் நிரூபித்துவிடுவேன்.' எண்ணிக் கொண்டிருந்தார்.

சேரா சொன்னார் "அண்ணை, மணியும் வீரனும் ஒருவேளை வெளியேவர முயன்று இதயனைப்போல வெளியே வீழ்ந்திட்டால் அல்லது ஆமி பொயின்றிலேயே விழுந்திட்டால் அவங்கட 'பாக்' 'கோல்சர்' ஐ மீட்க வேணும். ஒரு ரீம் இறக்கி அடிச்சு உடனேயே அதை எடுத்தால்தான் தகவலை நாங்கள் மீட்கலாம். அதுக்கு ஆயத்தமா ஒரு அணியை றெடி பண்ணட்டா? இல்லாட்டி அர்த்தமே இல்லாமல் போயிடும்."

றோமியோ தன் மனதில் இந்த எச்சரிக்கை உணர்வு உதிக்காததையிட்டு வெட்கப்பட்டார். மறுகணமே குட்டி எட்டடி பாய்வதில் ஒரு அசட்டுப் பெருமிதமும் வந்தது.

"சரியாய்ச் சொன்னாய் சேரா. என்ன விலை குடுத்தும் அதை நாங்கள் மீட்கத்தான் வேணும். பிறகு நடக்கப்போற விசாரணைக்குப் பயப்பட்டால் உருப்படியாய் ஒரு காரியம் பண்ணேலா. தற்துணிவான முடிவுதான் முக்கியம். நீ மணியைப் பார்த்தியா? என்ர திட்டத்தைக் கூடத் தூக்கி எறிஞ்சிட்டு தற்துணிவாய் முடிவெடுத்துத் தன்ர திட்டப்படி உள்ள போனான். விசாரணைக்குப் பயப்பட்டானா அவன்? நாங்கள் பயப்பட்டால் மணியைவிட நாங்கள் சின்னாக்கள்தான். நீ றெடி பண்ணுறியா? நான் கில்மனோடயும் கதைக்கிறன்."

"ஓமண்ணை. கவுன்டர் அற்றாக் றீம் இல இருந்து இரண்டு செக்சனை இதில இறக்கிறன்."

"நல்லது சேரா. ஞாபகம் வைச்சுக்கொள் - ஒரு வேவுத் தகவலை இழக்கிறது ஒரு தாக்குதல் திட்டத்தை இழக்கிறதுக்குச் சமனானது. ஒரு தாக்குதல் திட்டத்தை இழக்கிறது ஒரு சமரை இழக்கிறதுக்குச் சமனானது. ஒரு சமரை இழக்கிறது போரை இழக்கிறதுக்குச் சமனாகலாம்."

போகும்போது மணிக்குச் சொன்னதை இப்போ மறுவளமாகப் புரட்டி அதன் முக்கியத்துவத்தைச் சேராவின் மனதில் இடித்துரைத்தார் றோமியோ. சேராவின் மனதில் ஒருவித வேகம் பிறந்தது.

கழிப்பறையில் இருந்த மணி சொன்னான். 'டேய், ஆமிக்காரர் வாற சத்தம் கேக்குது. நீ சுடவேண்டாம். குண்டைக் கழட்டி இந்தா... இருக்கிற இந்தப் பின் ஓட்டைக்குள்ளால வெளிய போடு. அதுவும் நான் முதல் குண்டை அடிக்கேக்கதான் நீயும் அடி. இந்தக் கதவைத் திறக்கவோ உள்ள சுடவோ அவங்கள் முயற்சி செய்தால் மட்டும்தான் நான் குண்டடிப்பன். அடிச்ச வேகத்தில வெளிய பாய்ஞ்சு ஓடவேணும். வாய்க்கால் பக்கம் தான் திரும்பி ஓடவேணும். ஞாபகம் வைச்சிரு" சொல்லிவிட்டுக் கையில் இருந்த சாப்பாட்டுப் பார்சலை அந்தக் கழிப்பறை நிலத்தில் வைத்தான். சுற்றியிருந்த தாள் சிதைந்துவிட்டது. ஆனாலும் உள்ளே பொலித்தீனில சாப்பாடு அப்படியே இருக்கிறது.

இதயம் எகிறி எகிறித் துடிக்கிறது. ஆமி கிளியர் பண்ணத்தான் வாறான் என்பதை மணி சத்தத்தில் இருந்து

புரிந்துகொண்டான். பல கால்கள் பரந்த திசைகளில் நடக்கும் சத்தம். காதை முடிந்தளவு கூர்மையாக்கிக் கொண்டான்.

சத்தம் நெருங்குகிறது. கதவின் நீக்கல் வழியாக வெளியே பார்த்தான். அடுத்த வீட்டுப் பின் கோடிப்புறத்தில் இருந்து இருவர் வருகிறார்கள். மிகுந்த முன் எச்சரிக்கையாக வருகிறார்கள். துவக்கை நெஞ்சுக்கும் வயிற்றுக்கும் இடையில் பிடித்து நீட்டியவாறு வருகிறார்கள். மணி கண்ணசைத்தான். காரணம் அருகே உள்ள கிணற்றை ஒருவன் எட்டிப் பார்க்கிறான், அதற்குள் இவர்கள் இறங்கி இருக்கக்கூடும் என்று. ஆக, இந்தக் கதவையும் திறப்பார்கள். மணி குண்டின் 'கிளிப்'பைக் கழட்டிவிட்டான். வீரனும் குண்டைக் கையில் எடுத்தான். கிளிப்பைக் கழட்டி விட்டான். நெருங்கிவிட்டார்கள். எறிய வேண்டியதுதான்.

'அட... இரு செம்மறிகளும் கழிப்பறையைச் சுற்றி இரு பக்கமாகப் போகுதுகள்.'

'அவர்கள் மண்டையில் கழிப்பறைக்குப் பின்னால் நாங்கள் இருக்கக்கூடும் என்ற அச்ச எண்ணம் தோன்றியிருக்கவேண்டும்' என மணி ஊகித்தான். 'பின்னாலிருந்து குண்டைக் கழட்டி உள்ளே போடுவார்களோ?" பட்டென்று உதித்த இந்த யோசனையில் மனம் பதைபதைத்தது. எங்கிருந்தோ உள்மனம் அடித்தது. 'அப்படிப் போடுவதென்றால் இதற்குமுன் பல கட்டடங்களில் அந்தச் சத்தம் கேட்டிருக்குமே' என்று மணி அமைதியானான். ஆனாலும் இதயம் எகிறித் துடித்தபடிதான் இருக்கிறது.

அவ்வளவுதான்... அவர்கள் போய்விட்டார்கள். பத்து பதினைந்து நிமிடம் எந்தச் சிக்கலும் வெளியே இல்லை. மணி குண்டில் இருந்து கழட்டிய 'கிளிப்'பை மீளவும் மிகப்பத்திரமாகக் கொழுவினான். வீரனையும் கொழுவச் சொன்னான். அடநாசம்! வீரனின் கையில் கிளிப் இல்லை. சைகையால் கேட்டான், 'எங்கடா கிளிப்?' என்று. வீரன் முழுசினான். கீழே பார்த்தான். மணி தன் நெற்றியில் அடித்துக்கொண்டான். இந்தக் கிளிப் இல்லையோ சாவு நிச்சயம். இந்தக் குண்டை இப்படியே கொண்டு திரியமுடியுமா கையில்.? கைவிட்டால் வெடிக்கும். வெடிக்க வைத்தால் அந்த இடத்திற்கு வருவான் ஆமி. சுற்றி வளைப்பான். 'கிளிப்'பைக் கீழே காணவில்லை. அது மலக் குழிக்குள் விழுந்துவிட்டது.

மணி கீழே குந்தியிருந்தான். பார்வையால் துழாவினான். மலக்கோப்பையிலும் 'கிளிப்' இல்லை. குழியில் சருகுகள் அடைத்துக் கிடந்தன. கழிப்பறை பாவிக்காமல் கைவிடப்பட்டதால் வெளியில் இருந்த இலைகளின் சருகுகள் பறந்து குழியை அடைத்திருந்தன. ஆனாலும் U வடிவக் குழாயில் நீர் இருக்கவே வாய்ப்பிருக்கிறது. பத்திரமாக ஒவ்வொரு சருகாகத் தானே தூக்கினான். இரண்டு விரல்களால் அத்தனை நுணுக்கமாகச் சருகைப் பொறுக்கினான். ஒன்று, இரண்டு, மூன்று... ஆறாவது சருகை எடுத்தபோது 'கிளிப்' இருப்பதைக் கண்டான். அப்பாடா! உயிர் மீண்ட உணர்வு. இருந்தாலும் உள்ளே அது சென்றுவிடாமல் தூக்கவேண்டும். மிகமிக நிதானமாக விரலைச் செருகினான். மூச்சை இழுத்து நிதானித்து கிளிப்பைப் பிடித்தான். வெற்றி! வெற்றி!

எடுத்த அந்த 'சேவ்ரி கிளிப்'பை வீரனிடம் கொடுத்தான். 'இதைத் திருப்பிக் கொழுவு!' என்று சைகை காட்டினான். மணிக்கு ஆசுவாசமாய் இருந்தது. வீரன் இன்னும் பதட்டத்தில் இருந்தான். வீரன் அதை வாங்கிக் கொழுவ முயற்சிக்க அவன் கை பதறியது. அவன் முன்னெப்போதும் இப்படி 'சேப்ரி கிளிப்'ஐக் கழட்டி மீளக் கொழுவ நேர்ந்ததில்லை. தவறு நேர்ந்தால் இருவரும் இந்தக் கழிப்பறையில் சிதறிச் சாகவேண்டியதுதான். அது மனதில் தோன்ற கை இன்னும் பதறியது. இப்படி ஒரு சந்தர்ப்பம் போரில் வருமென்று வீரன் எண்ணியிருக்கவே இல்லை. இது வேவு நடவடிக்கையில் அதுவும் மிகமிக அரிதாக வாய்க்கக் கூடிய ஒரு தருணம்.

மணி அதனைப் புரிந்துகொண்டு குண்டைத் தான் வாங்கி கொழுவ முயன்றான். ஆனால், அந்தச் சிறிய குண்டைக் கைமாற்றும்போது பதட்டத்தில் 'லிவர்' விடுபட்டால் குண்டு வெடித்துவிடும். மனதில் இது தோன்றவே, குண்டை அப்படியே வீரனைப் பிடிக்கச்சொல்லி இவன் அந்தத் துவாரத்தில் கிளிப்பைக் கொழுவினான். கெட்டிக்காரன். கொழுவிவிட்டான்.

ஆறுதல் பெருமூச்சு இருவருக்கும் வந்தது. தங்களையே தாங்கள் சாகடித்திருக்கக் கூடிய தருணம் இது.

மணி சொன்னான்: 'இதைச் சாப்பிடுவம், ஒன்பது நாளாய் சாப்பாடில்லை. இடையில ஒரு நாள் அம்பிட்ட ஒரு தேங்காய் மற்றும்படி கொஞ்சம் சீஸ், சொக்லேற்தான். அதுவும் நாளுக்கு

ஒன்று, இரண்டு. இன்னும் ஒவ்வொன்றுதான் கைவசம் இருக்குது.” குண்டு கோல்சருக்குள் வைத்த மேலதிக இரண்டும் இருக்கிறது என்று மனம் தகவல் தந்தது. இருவரும் கீழே குனிய இடம் போதவில்லை. ஒவ்வொருவராகக் குனிந்து பிரித்த அந்த பார்சல் சோற்றைத் தின்றனர். வெள்ளைச்சோறும் கட்டைச்சம்பலும். மணி மலக்குழிக்குள் கை வைத்துவிட்டதால் இடது கையால் சாப்பிட முயற்சித்தான். மூன்று வாய் முழுசாய் வைக்க முடியவில்லை. பழக்கப்படாத கை வேறு ஒருவரின் கைபோல ஒத்துழைக்காமல் அந்நியப்பட்டது. பிறகு வலக்கையால் சாப்பிட்டான். இதெல்லாம் பார்த்தால் முடியுமா?

இருளும்வரை இங்குதான் இருக்கவேண்டும் என்பதையும் இருண்டதும் வெளியேறுவோம் என்பதையும் வீரனுக்குச் சொன்னான். இன்றிரவு கரடிப்போக்குச் சந்தியிலைக் குறுக்கறுத்து உருத்திரபுரப் பக்கம் ஓடும் பரவிப்பாஞ்சான் வாய்க்காலின் தண்ணிக்குள்ளதான் இறங்கி இருக்க வேண்டுமென்று சொன்னான். வாய்க்காலின் கரையாகப்போகும் வீதியில் நாங்கள் இந்தப் பகுதியில் இருந்து தப்பிவிடக்கூடாது என்பதற்காகச் ‘சென்றி’ விட்டிருப்பார்கள். நாங்கள் இந்த வீதியைக் கடக்காதுவிட்டால் அழிவுதான் என்பதை வீரனுக்கு விளக்கினான். “அந்த வீதியைக் கடந்த பின்னர் வந்த பாதைகளின் வழியாகத் திரும்பிப்போகவேண்டும். எனக்கு ஏதாவது நடந்தால் இந்த வகையாகத் தப்பிப்போக நீ முயற்சி செய்யவேண்டும். இந்தப் பகுதிக்குள் எக்காரணம் கொண்டும் நிற்கக்கூடாது” என்று சொன்னான் மணி.

இருளும் சமயம் வெளிக்கிடலாமா இந்த இடத்தை விட்டு என மணி எண்ணவும் வெளியே சத்தம் கேட்டது. அசையாமல் நீண்ட நேரம் நின்றதால் கால்கள் கடுத்தன. அசட்டையாக மணி கதவின் நீக்கல் வழியே வெளியே பார்த்தான். யாருமில்லை. காதைக் கூர்மையாக்கினான். சத்தம் நெருங்குகிறது. ‘திரும்பி கிளியர் பண்ணுறாங்களா ம்ம்... அதுவேதான். பக்கவாட்டாக வருகிறவர்களைப் பார்க்க முடியவில்லை. சத்தம் நெருங்குகிறது.’

இதோ அருகே காலடி ஓசை.

மணி அனிச்சை உணர்வினால் உள்வளமாய்க் கதவில் சாய்ந்தான். ஒருவேளை ஆமி திறக்க முயற்சிக்கக் கூடுமென்று. அதே சக நேரத்தில் வெளியே இருந்து ஒரு ஆமிக்காரன் கதவைக் காலால் உதைந்தான். கணப்பொழுதில் மணியின் கை கைக்குண்டைக் கழட்டி பக்கவாட்டு ஓட்டைக்குள்ளால் போட்டது. முன்பக்கம் எறிந்தால் அதன் சன்னங்கள் பலகை கதவைத் துளைத்து இவர்களைப் பதம் பார்த்திருக்கும்.

வெடிகுண்டின் அதிர்வில் உள்ளே ஒடுங்கிய கழிப்பறையில் காதுகள் கணீர் என்றன. "ஓடடா வீரா" மணி பாய்ந்து ஓடினான். வெளியே இரு உடல்கள் கிடந்தன. வீராவும் பின்னால் ஓடினான். இவர்கள் கொஞ்சத்தூரம் ஓடியதும்தான் மற்ற இராணுவத்தினர் சுதாகரித்து சரமாரியாய்ச் சுடத்தொடங்கினர். புலிகள் சடுதியான எலிகளாக மாறி ஓடின.

மணி சுற்றிவளைத்து ஓடினான். பின்னால் வீரன் வரும் காலடி ஓசையை மணியின் உள்மனக் காது தொடர்ந்தது அந்தக் கணத்திலும். ஓடும்போதே மனதில் பாதையையும் பதுங்கிடத்தையும் தீர்மானித்தான். கணேசபுர வீதியில் ஒரு வீட்டினுள் புகுந்தவன், பின் அங்கிருந்து பின்வழியால் கால்தடம் தலைகீழாய் நிலத்தில் பதிய வேண்டும் என்பதற்காகப் பின்வளமாய் நடந்து ஒரு புற்தரையில் ஏறினான். அப்படியே உருத்திரபுரம் பாயும் பரவிப்பாஞ்சான் கால்வாயில் வந்து இறங்கினார்கள் இருவரும். அந்த வீதி இராணுவ நடமாட்டம் அதிகமாக உள்ள வீதி. இராணுவத்தின் காலடியில் பதுங்குவதுதான் இப்போது பாதுகாப்பானது என்பதே மணியின் மனக்கணக்கு. இது அனுபவக் கணக்கு.

எங்கும் சிப்பாய்களின் நடமாட்டம் இருக்கத்தான் செய்தது. கால்வாயை நெருங்கிய இடத்தில் இருந்து நூறு மீற்றர் வலப்பக்கம் ஒரு இத்திமரம் கரையில் நின்றது. அதன் கிளைகள் கால்வாயை நோக்கிக் கீழ் வளைந்து தூங்கிக்கொண்டிருந்தன. அதுவொரு மறைப்பு. அதன் கரைகூட அடர்ந்த புற்களால் நிறைந்திருந்தது. அதிலுள்ள வீதியின் றியுப் லைற் வெளிச்சத்தை இந்த இடத்தில் இத்தி மரக்கிளை மறைத்து நின்றது. மெல்ல நகர்ந்து அந்த இடத்தில் தண்ணீருக்குள் இறங்கினர் இருவரும்.

வயிற்றளவு தண்ணீர் இருக்கிறது. நல்லவேளை குண்டு கோல்சர் நனையவில்லை. முயலைப் போலக் காதுகளையும்

ஆந்தையைப் போலக் கண்களையும் பாம்பைப் போல உடலையும் கூர்மையாக்கிக்கொண்டான் மணி. வீரனுக்கும் அந்தக் கலை இப்போது முன்னேற்றமாகக் கை கூடுகிறது.

மணி எண்ணியது போலவே அந்த வீதியில் மேலதிகப் படையினரை நிறுத்திச் சென்றி விட்டிருக்கிறார்கள் என்பதைச் சுமார் மூன்று நான்கு மணிநேர அவதானிப்பில் உறுதி செய்துகொண்டான்.

இரண்டு முறை சற்று தூரத்தே நிற்கும் ஆமிக்காரர் சென்றி மாறியிருக்கிறார்கள். அதேநேரத்தில் பல காலடி உரசல்கள் அந்தச் செம்மண் வீதியில் ஒலி எழுப்புவதையும் தன் முதுகைச் சாய்த்திருக்கும் நிலத்தில் சிறு அதிர்வு நிகழ்வதையும் உணர்ந்துகொண்டான். சரிதான், சென்றி மாற்றமேதான் அது. இந்த வீதி நீளத்திற்கு நிற்கிறார்கள் போலும்.

பின்னால் பல இராணுவத்தினர் இவர்களைத் தேடும் ஓசை கேட்டுக்கொண்டே இருந்தது. இப்போது அடங்கிவிட்டது. காலையில் மீண்டும் தேடக்கூடும். அவர்களுக்குக் கால்வாயில் வந்து பார்க்கத் தோன்றவில்லை. கால்வாயின் கடைசிக் காணிவரை வந்து போனார்கள். கால்வாயைப் பார்க்கவில்லை. காரணம் இந்தக் கால்வாய்க் கரை வீதியில் இராணுவம் நிறுத்தப்பட்டுள்ளது. அது இவர்களை வீதியைக் கடக்க விடாமல் தடுப்பதற்கானது.

மணியின் மண்டையில் திட்டம் உருவாகிவிட்டது. எப்படி இந்த வீதியைக் கடப்பது என்பதற்கான திட்டம் அது. சென்றியை மாற்ற வரும் படைச்சிப்பாய்போல எழுந்து வீதியால் நடக்க வேண்டும். இரகசியமாக நகரமுடியாது. ஆனால் ஒரு ஆமிக்காரன்போல நடந்துகொண்டால் அவர்கள் அதை எதிர்பார்க்க மாட்டார்கள். ஆனால் இரண்டு மணியளவில் இதைச் செய்வதுதான் உத்தமம். இரண்டு மணிக்குச் சென்றிக்கு நித்திரையால் எழுந்துவரும் சிப்பாய் என்றாலும் சரி, சென்றியிலிருந்து படுக்கைக்குப்போகும் சிப்பாய் என்றாலும் சரி, தூக்கத்தின் இச்சைச் சுழிக்குள் இழுக்கப்பட்டுக் கொண்டே இருப்பர்.

வீரனால் தன் துப்பாக்கியை இதற்குமேல் தூக்கிப்பிடித்து வைத்திருக்க முடியவில்லை. கைமாற்றிக் கைமாற்றிக் களைத்துவிட்டான். புஜத் தசையும் விரல்களும் இனி முடியவே

முடியாது என்று கெஞ்சி அடம் பிடித்தன. வீரனுக்குக் கண்கள் கலங்கும் அளவுக்கு வலி எடுத்தது. தாங்க இயலாத வலி.

மணி அதைப் புரிந்துகொண்டு துவக்கை வாங்கித் தான் வைத்திருந்தான். கைகளை வீரன் கீழே விட்டபோது தமிழீழமே கிடைத்த விடுதலை உணர்வு பொங்கி வந்தது. இரவு இரண்டு மணிக்கு வீதியைக் கடக்கவேண்டும் என்று மணி சைகையில் சொன்னான்.

அந்தப் புற்களில் வந்து பறந்து பறந்து விளையாடின இரு மின்மினிகள். மணி அதை எட்டிப்பிடிக்க முயன்றான். அது தாவிப் பறந்தது. வீரனைப் பிடிக்கச் சொல்லி சைகை காட்டினான். ஏற்கெனவே இதைக் கண்டு கடுப்பில் இருந்த வீரனுக்கு இன்னும் கோபம் பொத்துக்கொண்டு வந்தது. 'உண்மையிலேயே மணி 'சீரியசான' ஆள்தானா, இல்லை சிறுவன் போன்ற இவன் குணவியல்புதான் இத்தனை சாகசத்தையும் செய்ய வைக்கிறதா' என்று அந்தக் கணத்தில் எண்ணினான் வீரன்.

மணி 'அதைப் பிடி பிடி' என்று சைகை காட்ட வீரன் தெரியாததுபோல் நின்றான். தண்ணீரில் கால் விறைத்துச் சூம்புகின்ற நிலைக்கு வந்துவிட்டது. ஆமி கண்டுபிடிக்கத்தான் போகிறான். சாவின் விளிம்புக்கு வந்துவிட்டோம். இவனுக்கு விளையாட்டு வேண்டிக் கிடக்கிறது. ஆனால் அதிர்ஸ்டம் மணிக்கு வந்தது. அவை தத்திப்பறந்து மணிக்குக் கிட்டவாக வந்தபோது ஒரு எட்டு எட்டி அதைப் பிடித்துவிட்டான் மணி. தண்ணீர் அவன் எட்டிய எட்டில் சலசலத்துவிட்டது. வீரனுக்குத் திகில் எழுந்தது. சென்றி நிற்கும் ஆமிக்கும் இது கண்டிப்பாய்க் கேட்டிருக்கும்.

மணி துவக்கை வீரனிடம் கொடுத்துவிட்டுத் தன் 'கோல்சரி'ல் இருந்து காயத்திற்குக் கட்டுப்போடும் ஃபீல்ட் கொம்பிறசரில் சுற்றி இருந்த பொலித்தீனைக் கிழித்து அதில் தனித்தனியாக இந்த மின்மினிப் பூச்சிகளைக் கட்டினான். அதில் ஒன்றை வீரனை வைத்திருக்கச் சொல்லிக் கொடுத்தான். 'என்ன நாசமடா இது? இந்த விசரனோட வந்தன் நான்' என்று வீரன் நினைத்தான்.

மணி சொன்னான். 'இதைத் தேவைப்படும்போது உன் முன் கோல்சரில் கட்டு. இருட்டில் நீதான் என்று இந்த

மின்மினியை வைத்து அடையாளம் கண்டுகொள்வேன். நானும் முன்நெஞ்சில் இதைக் கட்டியிருப்பேன். இப்போ உள்ளே வை இதை. கவனம். மிக முக்கியமான பொருள்' என்று கிசுகிசுத்தான் அருகில் வந்து.

'அடக்கடவுளே! இவன் மணி தாயின்ர வயித்துக்குள்ளேயே வேவு பார்த்திருப்பான் போல இருக்கே. என்ன வகையான மனிசன்ரா இவன்?' வீரன் ஆச்சரியத்தில் இருந்து மீளவே இல்லை. இவனிருக்கும் வரைக்கும் திரும்பிப்போவது உறுதி என்று இந்தக் கணத்தில் நினைத்தான் வீரன்.

மணி தன் குறிப்பேட்டை எடுத்துக் கரடிப்போக்குச் சந்தியின் தென்மேற்கு மூலையில் உள்ள கட்டடத் தொகுதியில் ஒரு 'றிசேவ் ஃபோர்ஸ்' நிறுத்தப்பட்டிருப்பதைக் குறித்துக்கொண்டான். அவன் இந்த இடத்திற்கு ஓடி வரும்போது இடப்புறம் இராணுவத்தினரின் நடமாட்டத்தை அவதானித்தான். இந்த இடத்தில் இருந்து அந்தச் சூழலை அவதானித்ததில் இருந்து அதுவொரு மேலதிகச் சேம இருப்பு அணியின் தளம் என்பதைப் புரிந்துகொண்டிருந்தான். தவிரவும் முன்னால் நிற்கும் சென்றிக்காரன் வலப்புறம் திரும்பிப் பரந்தன் பக்கம் திரும்பும் கணேசபுரத்தின் முதலாம் குறுக்குத்தெரு பணக்காரன் வீதியில் போவதைக் கண்டான். எனவே அங்கு ஒரு கொம்பனி தளம் இருக்க வாய்ப்புண்டு அல்லது அதுவும் 'றிசேவ் ஃவோர்ஸ்' தளம்... ம்ம்... வரும்போது குறித்த 'றிசேர்வ் ஃபோர்ஸ்' தளமேதான் அது. அதையும் குறித்தான். போதியளவு தண்ணீர் குடித்தார்கள். தண்ணீர் கானுக்குள்ளும் எடுத்துக்கொண்டார்கள்.

அப்பால் ஒரு நிலம் ✦ 265

34

நேரம் நெருங்குகிறது. இந்த முறை சென்றி மாறும் நேரம் எழுந்து நடக்கவேண்டும். மனம் படபடத்தது வீரனையும் தயாராகுமாறு சொன்னான். இதை மட்டும் கடந்துவிட்டால் இந்த ஆபத்தில் இருந்து தப்பியதற்குச் சரி. 'கோட் சீற்' அடங்கிய ஒரு குழாயை நீரில் அமிழ்த்தினான். தாள்கள் நீரில் ஊறியதும் அவற்றைக் கிழித்து மீண்டும் அடைத்து அந்தப் புற்களின் அடியில் செருகினான். 'அவை காட்டிக் கொடுத்துவிடும். ஒன்று கையில் இருந்தால் போதும்' என்று எண்ணிக்கொண்டான்.

மணி எழுந்து நடக்க வீரனும் எழுந்து நடந்தான். வாழ்வில் என்றுமே உருவாகாத பதட்டத்தை இந்தக் கணத்தில் வீரன் உணர்ந்தான். யாழ்ப்பாணத்தில் ஆமியிடம் அகப்பட்டுத் தப்பியபோது கூட இத்தனை பதட்டம் இருந்ததில்லை.

சென்றி நின்றவன் முன்னே நடந்து திரும்பவும் இவர்களும் அதே வழியால் நடந்தனர். புதிதாக அந்த இடத்திற்கு வந்தவன் இவர்களை வெறுமனே பார்த்துவிட்டுத் தன் மணிக்கூட்டைப் பார்ப்பதில் அக்கறையாக இருந்தான். அந்த றியூப் லைற்றின் கீழ்ப் பிரதேசம் தவிர்த்து ஏனையவை இருளை மேலும் இருட்டாகக் காட்டின. இவர்களின் ஈர உடையை மங்கிய ஒளியில் அவன் கவனிக்கத் தவறினான்.

குறுக்கு வீதியில் இறங்கிக் கொஞ்சதூரம் நடந்த மணி நடையை மிதப்படுத்தினான். சுற்றும்முற்றும் பார்த்துவிட்டு இடப்புற வயலுக்குள் திடீரென இறங்கி சடுதியாகத் தவழத் தொடங்கினான். வீரனும் பின்னால் தவழ்ந்தான். வயலின் நடுப் பகுதிக்குப் போய் பரந்தன் பக்கம் வடக்காக வயலின் வரம்பின் மறைவில் தவழ்ந்தனர். சரிதான், அவன் எண்ணிய இடத்தில் ஒரு தளம் இருந்துதான் இருக்கிறது. இங்கிருந்து பார்க்க அதன் வெளிச்சம் அதனை உறுதிப்படுத்தியது.

"வென்றிட்டமடா வீரா! இனி பிரச்சினையில்லை. அவங்கள் விடிஞ்சதும் அந்தப் பகுதியிலதான் எங்களைத் தேடுவாங்கள். நாங்கள் ஒரு கிலோ மீற்றர் நகர்ந்து றோட்டைக் கடக்கவேணும்.

அடுத்த கரைக்குப் போய் அந்தப் பக்கம் உள்ள அமைப்பை மேலோட்டமாகப் பாக்கலாம்."

"அண்ணை, இனியும் இந்தத் தளத்தில் இருந்தால் கிடைச்ச தகவலையும் இழக்க நேரும். சாப்பாடும் இல்லை."

"வாய்க்காலில் தண்ணி குடிச்சிட்டம். 'கானி'ல தண்ணி நிரப்பிட்டம். இது போதும். மூன்று நாளைக்குச் சமாளிக்கலாம்."

"இல்லையண்ணை, முட்டாள்தனம்."

"என்ன பயக்காய்ச்சலா?"

வீரன் எதுவும் பேசவில்லை.

சொன்னதுபோலவே வீதியைக் கடந்து மறுகரைக்குப்போய் மீண்டும் தென்திசையில் நகர்ந்து கிளிநொச்சி நகரின் மறுபக்கமான பரவிப்பாஞ்சான் பகுதியைப் பார்ப்பதற்காக நகர்ந்தனர்.

கரடிப்போக்குச் சந்தியின் தென்கிழக்கு மூலையிலுள்ள கடைப்பகுதியில் இன்னொரு றிசேர்வ் ஃபோர்ஸ் தளமிட்டிருப்பதை அதன் பின்பகுதியில் இருந்து நைற்ஸ்கோப் மூலம் அவதானித்தான் வீரன். மணிக்குச் சொன்னான். அதை நெருங்கி ஜீ.பி.எஸ்ஸில் ஃபிக்ஸ் அடித்துக் குறிப்பேட்டில் குறித்துக் கொண்டான். சேம இருப்புப் படைத்தளம் மிக முக்கியம். அங்கிருந்துதான் முறியடிப்பிற்கு ஆமியை இறக்குவார்கள் என்பதை மணி அறிவான். ஆக மூன்று சேம இருப்புப் படைத்தளம் இருக்கிறது. சந்தியின் வடகிழக்கு மூலை வயல்வெளியாக இருப்பதால் அங்கில்லை.

மேலும் நகர்ந்து இரண்டாவது காவலரண் தொடர் என்று நினைத்த அமைப்பைக் கண்டுகொண்டனர். ஆக அவர்கள் ஊகித்தது போலவே ஆங்கில *U* வடிவில் அல்லது நீள்வட்ட வடிவில் மையத் தளப் பாதுகாப்பு ஏற்பாடு இருக்கிறது. கிளிநொச்சிக்குளம் அலைகரைப் பகுதியின் மேல்திட்டில் ஒரு பெரிய தளம் இருக்கிறது. சூழல் வெளிச்சத்தில் அப்படித்தான் ஊகிக்க முடிகிறது. பட்டாலியன் தலைமையகமாக இருக்கலாம். அருகே இருக்கும் பள்ளிக்கூடத்தின் மாடிக் கட்டடத்திலும் ஆமி நிலைகொண்டிருக்கக் கூடும். அதை நெருங்கி 'ஃபிக்ஸ்' அடிக்க முடியாது. அந்த இடத்தை நெருங்குவதாக இருந்தால் செறிவாக இராணுவம் உள்ள இந்தப்

பிரதேசத்தைத் தாண்டவேண்டும். வீரன் சொன்னதுபோல அது முட்டாள்தனமாக முடியக்கூடும். அந்த இடத்தைத் தன்னால் பின்னர் வரைபடத்தில் றோமியோவுக்குக் குறித்துக் கொடுக்க முடியுமென்று நம்பினான் மணி.

அன்று பகல் வசதியான ஒரு புதருக்குள் படுத்துக்கொண்டனர். இரவாகியதும் மறுபடி பார்க்கத் தொடங்கினார்கள்.

மணி தனது குறிப்பேட்டில் இப்போது இருக்கும் இடத்தில் இருந்து 'நைற்ஸ்கோப்'பில் பார்த்துக் குறிக்கக் கூடியவற்றைக் குறித்துக்கொண்டான். மேலும் நகர்ந்ததில் ஏ9 வீதியின் உள்வளமாகப் பறக்கும் இரு கொடிகளை ஃபோக்கஸ் லைற்றில் கண்டனர். கயபாகு றெஜிமெண்ற் உடையது ஒன்று. சிங்க றெஜிமென்ற் உடையது மற்றையது. அவை இரு பட்டாலியன்கள். அதையும் குறித்தான். மறுகரை போலவே இக்கரையின் இராணுவ அமைப்பும் உள்ளது ஊர்சிதம் ஆகியது. விடியப்போகிறது. இராணுவம் செறிவாக உள்ள இந்த இடத்தை விட்டு மீண்டும் பன்னகுளம் வீதியைக் கடந்து வயல் வெளிக்குள் இறங்கி மீண்டும் றோட்டைக் கடக்க வேண்டும். வீதியின் மறுபுறம்தான் பற்றைகள் உண்டு. இந்தப் புறம் வெறும் வயல்வெளி. ஆமி கிளியர் பண்ண வந்தால் மாட்டிக்கொள்ள நேரும். தப்பி ஓடிவிடவும் முடியாது. பன்றியைச் சுடுவதுபோலச் சுட்டு வீழ்த்திவிடுவார்கள்.

எண்ணியதுபோலவே பன்னகுளம் போகும் வீதியைக் கடந்து வயல்வெளிக்குள் பன்றிகள் போலத் தவழ்ந்து, இடப்புறமாக மீண்டும் ஏ9 வீதியைக் கடந்து மேற்குப்புறம் நகர்ந்து ஒரு பற்றைப் புதருக்குள் மறைந்து கொண்டபோது விடியத் தொடங்கிவிட்டது. கையும் முழங்கால்களும் வலியெடுத்தன. சில கிலோமீற்றர் பன்றிகள் போலத் தவழ்ந்திருந்தார்கள்.

பகல் முழுவதும் அந்தப் பற்றைக்குள்தான் இருந்தனர். மணி வெற்றிக் களிப்புடன் சொன்னான். "வீரா வென்றிட்டோமடா. இப்ப இந்தத் தகவலை ஒருவர் மிச்சமிருந்தாலும் கொண்டுபோய்ச் சேர்க்க வேணும்."

"ம்ம்..."

"நீ அந்த ஆமி சென்றில நின்டதைக் கவனிச்சு அவனைச் சுட்டு வீழ்த்தியிருக்காட்டி இந்த நேரம் நாங்கள் இரண்டுபேரும்

உயிரோட இல்லை. முக்கியமா நான் இருந்திருக்கமாட்டன். மணியையே காப்பாற்றிட்டாய்... ம்ம் கெட்டிக்காரன். அந்தப் பதட்டத்தில அவனை எப்பிடிக் கண்டாய்? நான் உண்மையாக் காணவே இல்லை. குண்டடிச்சிட்டு ஓடிடலாம் என்றுதான் நினைச்சன். நாயைச் சுடுற மாதிரி அந்த சென்றிக்காரன் சுட்டிருப்பான் எங்களை."

"ம்ம்" வீரனுக்கு அந்தப் பாராட்டு அளவிலாத மகிழ்ச்சியைத் தந்தது. தான் செய்தது எவ்வளவு பெரிய சமயோசிதக் காரியம் என்பதை இப்போதுதான் நினைத்துப் பார்க்கிறான். எப்படித் தன்னால் அந்த நேரத்தில் முடிந்ததென்று இப்போகூட நம்பவே முடியவில்லை. 'மனிசனுக்கு நெருக்கடியைக் கையாளக்கூடிய அசாத்திய உள்சக்தி இருந்துகொண்டுதான் இருக்கும்போல' என்று நினைத்தான். யாழ்ப்பாணத்தில் தப்பிய சம்பவம் மனதில் மீண்டு வந்தது. உயிருக்குத் தெரியும் தன்னைப் பாதுகாக்க இந்த உடலை எப்படி இயக்கவேண்டும் என்று. உண்மைதான். அதுதான் சரி! வீரனின் அகம் அப்படி அவனுடன் பேசிற்று.

உள்ளாடை உரசி இரு தொடைகளும் புண்ணாகிவிட்டன. தண்ணீரில் நனைந்த பின்பு தவழ்ந்ததில் கத்தியின் கூர்மையுடன் உள்ளாடை இரு தொடைகளையும் அறுத்துவிட்டது. தாங்கவியலாத எரிச்சல். "அண்ணை, இனித் தவழவோ ஓடவோ ஏலாது என்னால. துடை இரண்டும் புண்ணாகிற்று" வீரன் சொன்னான். "டேய், இப்ப கக்கூசுக்கு இரு. அந்த ஜட்டியால துடைச்சிட்டு மற்றதை மாத்து."

"அண்ணை, ஒன்றை நாயுண்ணிப் பத்தைக்குள்ள இருக்கேக்க மாத்திற்றன். வேற இல்லை. இரண்டுதான் இருந்தது என்னட்ட" மணிக்குத் தெரியும் காவலரணில் உள்ளாடை கூடப் போராளிகளுக்கு ஒழுங்காக இல்லை என்பது. மணியிடம் மூன்று இருந்தது.

மணி வலுக்கட்டாயமாக ஒரு குழி தோண்டி மலம் கழித்தான். அதை மண்ணால் மூடிமறைத்து அதன் மேல் சருகுகளை அள்ளிப்போட்டான். தன்னிடம் இருந்த உள்ளாடையை மாற்றினான். மாற்றும்போது கேட்டான்.

"வேணுமென்டால் இதப் போட்டுக் கொள்ளுறியா வீரா" நமட்டுச் சிரிப்பு.

“சும்மா போங்கண்ணை.”

“கலியாணம் கட்டினால் தெரியாத பொம்பிளையோட கண்ட காரியமும் செய்யப் போறாய். இந்த ஜட்டிய போடேலாதா இப்ப?” குமுட்டிச் சிரித்தான் மணி.

வீரன் எதுவும் சொல்லாமல் இருந்தான்.

“சரி விடு, நான் போடுறன். என்ர தொடையும் புண்ணாப் போச்சு.”

மத்தியான வெக்கை. கடுந் தாகம் எடுத்தது. கொஞ்சம், இன்னும் கொஞ்சம் என்று தண்ணீரில் பாதியைக் குடித்துத் தீர்த்துவிட்டனர்.

கட்டளைத் தளத்தில் றோமியோவும் சேராவும் இவர்கள் ஏதாவது ஒரு பாதையால் வருவார்கள் என எதிர்பார்த்துச் சோர்ந்து விட்டனர். உள்ளே நடந்த மோதலில் அவர்கள் சுடப்பட்டிருக்கக் கூடுமென்ற முடிவுக்கு வந்தனர். சலிப்பும் சோர்வும் ஒருவித விரக்தியும் சூழ்ந்துகொண்டது அந்தக் கட்டளைத் தளத்தில். மணி மீது அடங்காத ஆத்திரம் வந்தது, தொடர்புகொண்டு தகவலை அவன் தந்திருக்கலாம் என்று. றோமியோவின் முகத்தில் விரக்தியின் கோடுகள். வேறு திட்டம் பற்றி யோசிக்க முனைந்தார்.

35

இரவு சூழும் நேரம் ஆகியது. பகல் வெக்கையில் அதிகம் வேர்த்ததால் தாகம் தணியவில்லை. குடித்த தண்ணீரும் போதவில்லை. இன்னும் கொஞ்சத் தண்ணீர்தான் எஞ்சியிருக்கிறது. அதைக் குடிக்கவேண்டாம் என மணி அறிவுறுத்தியிருந்தான். புலிகளின் பகுதி மீது மோட்டார் தாக்குதலை நடத்தினர் இராணுவத்தினர். அதன் ஒளிப்பிளம்பு அது இயங்கும் இடத்தைக் காட்டியது. அந்த இடத்தை அண்ணளவாகத் தனது குறிப்புப் புத்தகத்தில் எழுதிக்கொண்டான். ஏற்கெனவே இரு மோட்டார் நிலைகளை ஜீ.பி.எஸ் மூலம் குறித்துக்கொண்டிருந்தனர். எதிரி மோட்டார் நிலைகள் மீது 'கவுண்டர் பற்றிக்' தாக்குதலுக்கு இது அவசியமானது.

மணி இரவு செய்யப்போகும் திட்டத்தை விளக்கினான். "இங்க இருந்து நகர்ந்து *U* பகுதி எதிரி நிலைகளின் முன்பகுதிக்குப் போகப்போகிறோம். அங்கே இருந்து அவதானித்து நாங்களும் சிப்பாய்கள் போலக் காவலரண்களை நெருங்க முடியுமா என்று பார்ப்போம். ஓரளவு நெருங்கினால் கூடப்போதும், மிகுதியை ஓடிக் கடந்துவிடப் பார்க்கலாம். இல்லாவிட்டால் இரகசிய நகர்வின் மூலம் நெருங்கி இருவரும் இரண்டு காவலரணுக்குக் குண்டு அடிக்கவேணும். அதில் ஒன்றில் ஆமி இருக்க வாய்ப்பில்லை. ஆனாலும் நாங்கள் அதைப் பொருட்படுத்தாமல் குண்டை அடிக்க வேணும். அடித்துவிட்டு எங்கள் பைகளைக் காவலரணுக்கு வெளியே எறியவேண்டும்" சொல்லிவிட்டு வீரனைப் பார்த்தான். வீரன் உன்னிப்பாகக் கேட்டுக்கொண்டிருந்தான்.

பிறகு மணி சொன்னான். "குண்டை அடிச்ச வேகத்தில் 'பாக்'கை வெளியே எறிஞ்சுவிட்டு இராணுவம் பாவிக்கும் பாதை வழியாகத் திரும்பி இஞ்ச ஓடிவரவேணும். இந்த இடத்தில் வேகமாயும் ஓடவேணும் மறைவாயும் ஓடவேணும். இது வலு முக்கியம். ஆமி பாவிச்ச இடத்தை பாவிச்சால்தான் எங்கட சப்பாத்து அடையாளம் வித்தியாசம் தெரியாது. இல்லாவிட்டால் புல்லுத்தரை இருந்தால் அதனால

ஓடிவரலாம். எதுக்கும் இரண்டு குண்டை அடி. அது நல்லது. நாங்கள் இந்தப் பகுதிக்கூடாக வெளியே ஓடிவிட்டம் என்றுதான் ஆமி நினைப்பான். அப்படி நினைச்சால் உள்ளே தேடுவதை நிறுத்துவான்." மணி தொடர்ந்து விளக்கினான்.

"இன்று நாங்கள் முதலில் நின்ற பகுதி முழுவதும் சல்லடை போட்டுத் தேடியிருப்பான். அங்கு கிடைக்காததால் நாளைக்கு இந்தப் பகுதியைத் தேடுவதற்குக் கண்டிப்பாக ஆக்களை இறக்குவான். அப்படி இறக்கினால் எங்கள் சப்பாத்துத் தடயங்களை வைத்து எங்களைப் பின்தொடரமுடியும். அதே நேரம் நேற்று அல்லது இன்று நாங்கள் எப்படியும் தப்பித்து வெளியே போக முயற்சி செய்வோமென்று அந்தப் பகுதி காவலரண்களை 'அலேட்' பண்ணியிருப்பான். இந்தப் பகுதியை அண்டித்தான் முன்னர் வேங்கையும் இதயனும் உள்ளே வந்து வெளியேபோனது. ஆனபடியால் நாங்களும் இந்த இடத்தில் குண்டை அடித்துவிட்டுத் தப்பித்துக்கொண்டோம் என எண்ண வாய்ப்பிருக்கிறது. எங்களது பைகளை முன்னால எறிந்தால் அது நாங்கள் ஓடேக்க விழுந்த தடயம் எண்டுதான் எண்ணுவான். நான் ஒரு பழைய கோட்சீற் கொண்டு வந்தனான். அதைப் பைக்குள்ள வைச்சு எறிவம். அப்படியெண்டால்தான் அவன் உண்மையாவே பை தவறி விழுந்துவிட்டது என்று நம்புவான். அதோடு நாங்கள் எறிந்ததை எடுத்து அதன்படிதான் தகவலை ஒட்டுக்கேட்பான்."

மணி சொல்லச் சொல்ல வீரன் வாய்பிளந்து கேட்டுக் கொண்டிருந்தான்.

தங்கள் படையணியில் எதற்காக வேவுப் போராளிகளே பின்னாளில் தளபதிகள் ஆகினர் என்பதன் காரணம் இப்போதுதான் வீரனுக்குப் புரிந்தது. எதிரியைப் பற்றியும், தன்னைப் பற்றியும் அறிந்து துல்லியமாகத் திட்டத்தை வேவு வீரர்களால் மட்டுமே உருவாக்க முடியுமென்று இந்தக் கணத்தில் அவனுக்குத் தோன்றியது. தானும் ஒருநாள் தளபதியாகிவிடுவேன் என்று எண்ணினான். பிறகு இதென்ன அபத்தம் இந்த நேரத்தில் என்று நினைத்து அதை ஒதுக்கினான்.

"வீரா, நாங்கள் போகேக்க இந்த 120 விவி மோட்டார் வேலை செய்யுற இடத்திற்கு அருகால போவம். அதையும் ஜி.பி.எஸ்இல 'ஃபிக்ஸ்' அடிச்சிடுவம். சண்டைக்கு இத அடிச்சுச் செயலிழக்க

வைக்கிறது மிக முக்கியமடா. எங்கட பல பொடியளின்ர உயிரிழப்பைத் தடுக்கலாம். களைச்சிட்டியோ... என்னடா?"

"இல்லையண்ணை. ஜட்டிதான் துடைய வெட்டுது. நாசம், எரியுதண்ணை."

"சமாளியடா... நாளைக்குப் போயிடலாம் எப்படியும். சமாளி" வீரனுக்கு நாளைக்குப் போயிடலாம் என்று மணி சொன்ன சொல், முடிவிலாத உற்சாகத்தைத் தந்தது. வெற்றியாகப் போய்விட்டால் எங்களுக்கு இருக்கக்கூடிய புகழ் படையணியில் யாருக்கும் கிடைக்காது என்பதை மட்டும் உறுதியாக நம்பினான். அந்த நவீன கோல்ட் அமரிக்கன் வகை துப்பாக்கியும் ஞாபகம் வந்து கடந்தது. 'இந்த சமரையே மாற்றிவிடப் போபவர்கள் நாங்களா' வீரனுக்கு றோமியோவின் சொற்கள் அருட்டின.

"வீரா, இந்த நேரம் றோமியோ செத்துப்போன நாங்கள் சாக இல்லை, உயிரோடதான் இருக்கிறம் என்டதை அறிஞ்சிருப்பார்."

"எப்பிடித் தெரிஞ்சிருக்கும்... நாங்கள் தொடர்பெடுக்கேல்லையே?"

உள்ளே குண்டடிச்ச சத்தத்தை வச்சு ஊகிச்சிருப்பார். சாந்தன் வலு கெட்டிக்காரன். ஆமியின்ர தொடர்புகளை ஒட்டுக்கேட்டுச் சொல்லியிருப்பான்.

"ஓ..."

"நேற்று நாங்கள் வெளில வருவம் எண்டு எதிர்பார்த்திருப்பார். வராதபடியால் இண்டைக்கும் பார்த்திட்டு வீரச்சாவு எண்டு முடிவெடுப்பார்."

வீரனுக்கு இதைக் கேட்டதும் அம்மாவின் நினைவு வந்தது... 'அறிவிச்சிடுவாங்களோ!' 'வீட்ட அறிவிச்சால் அம்மாவின் நிலை?' அம்மாவுக்கு இனி ஒரு சமாதானம் வந்தால் இயக்கத்தை விட்டு விலகி வந்துவிடுவதாகவும் சொல்லியிருந்தான். 'அம்மாவால தாங்க முடியுமா?' மனதில் நினைவுகள் கடந்தன.

"டேய், இப்ப வீட்ட அறிவிக்க மாட்டாங்கள். நீ என்ன கூட யோசிக்கிறாய் போல" இப்படிச் சொன்ன மணி தனது கதை முட்டாள்தனமான கதை என்று வீரனின் முகத்தைப் பார்த்துப்

புரிந்துகொண்டான். "உன்ர றாங்க் என்னெண்டு தெரியும்... நாங்கள் போக" சொல்லிவிட்டுச் சிரித்தான்.

"சரி ஆமி பொயின்றுக்குக் கிட்டப்போனதும் அந்த மின்மினிப் பூச்சியை எடுத்து நெஞ்சு கோல்சரில் கட்டு. அதுதான் அடையாளம். இரண்டு பேரும் பிரிஞ்சு போகப்போறம். பிறகு சேரவேணும்."

வீரன் மின்மினியை வெளியே எடுத்துப் பார்த்தான். அது ஒளிர்ந்துகொண்டிருந்தது. எத்தனை பிரகாசமாக இருக்கிறது.

"டேய், அதை லூசாத் தான் கட்டினனான். எதுக்கும் ஒரு ஓட்டைபோடு. சின்னதாய்ப் போடடா."

முன்னிலவு சாய இன்னும் நேரம் இருக்கிறது. இன்று ஒன்பது மணியளவில் நிலவு போய்விடும். பின்னர் நகரலாம். குறிப்புப் புத்தகம், ஜீ.பி.எஸ் கோட்சீற், குறடு, மீதமாய் உள்ள ஒரு சொக்லற், மற்றும் சில உயிர்காப்பு மருந்துப் பொருட்கள் போன்றவற்றை எடுத்துக்கொண்டு பையை எறிவதற்குத் தயாராகிக் கொண்டனர்.

கட்டளை நிலையத்தில் றோமியோ திடீரென்று உற்சாகம் கொண்டவராய்த் "தம்பி! ஒரு பிளேன் டீ போடடா" என்றார். பிறகு "சேரா, இண்டைக்கு அவங்கள் ஏதாவது ஒரு பாதையால வருவாங்களடா. மணி பயந்து பதட்டப்பட்டிருந்தால்தான் நேற்று வர முயற்சி செய்திருப்பான். அப்படிச் செய்திருந்தால் சாகவேண்டி வந்திருக்கும். ஆமி அதை எதிர்பார்த்து 'அலேட்' பண்ணி வைச்சிருப்பான். ஒரு முட்டாள்தான் அப்படி வருவான். மணி உண்மையான திறமைசாலி எண்டு நினைக்கிறன். நான் நினைக்கிறது சரியெண்டால் அவன் இண்டைக்குத்தான் வெளிய வர முயற்சி செய்வான். அதுவும் வேங்கை வந்த பகுதி பக்கமாகத்தான் வரமுயற்சி செய்வான்." சேராவுக்கு அவர் சொல்வது சரிதான் என்றும் பட்டது. மிகையான கற்பனையோ என்றும் பட்டது. தானும் முன்னர் முல்லைத்தீவில் வேவுக்குப் போனபோது இவ்வாறு நடந்துகொண்டது ஞாபகம் வந்தது. அப்போது வேவுப் பொறுப்பாக கில்மன் இருந்தார்.

"சேரா, நீ உன்ர அணியை றெடியாய் இருக்கச் சொல்லு. கில்மனுக்கும் அறிவி. மோட்டார் நீமுக்கும் அறிவியடா,

ஆயத்தமா இருக்கச் சொல்லி" றோமியோ உற்சாகம் கொண்டார் மறுபடி. அந்த அகழியில் வரைபடத்தின் மீது விழுந்துகொண்டிருந்த வெளிச்சம் பிரகாசமானதாகத் தோன்றியது. வரைபடம் இன்னும் தெளிவாகத் தெரிவதாகப் பிரமை அவருக்கு.

"மணியண்ணை, என்னெண்டு நிலவு சாயுற நேரத்தைக் கண்டுபிடிக்கிறீங்கள்?" வீரன் கேட்டான். இந்த நாள்களில் எவ்வளவோ விசயத்தை அவன் கற்றறிந்துவிட்டான். இதையும் அறிய ஆவல் வந்தது. மணி ஒரு நடமாடும் வேவுக்கல்லூரி.

"டேய் வீரா, இப்ப வளர்பிறை. நாங்கள் வந்து பதினொரு நாளாயிற்று. இண்டைக்கு நிலவு சாயுற நேரத்தில இருந்து சரியா நாற்பத்தியஞ்சு நிமிசம் அடுத்த நாள் பிந்திச் சாயும். தேய்பிறை காலமெண்டால் பின்நிலவு. முதல் நாளில இருந்து அடுத்தநாள் நாற்பத்தியஞ்சு நிமிசம் முந்தி நிலவு வரும். வெள்ளி சரியிறதை வைச்சும் நேரம் பார்க்கலாம். அங்க வா, காட்டிச் சொல்லித்தாறன்... ம்ம் வெளிக்கிடு, போவம்."

போரின் பெரும் திருப்புமுனையை நிகழ்த்தவல்ல தகவலை ஒரு சிறு குறிப்புப் புத்தகத்தில் கொண்டு இரு போராளிகள் நகரத் தொடங்கினர். ஒரு குறிப்பேட்டில் அடங்கியிருக்கிறது அரிய தகவல். உயிரினும் அரிய தகவல். இது மட்டும் கை நழுவினால் தற்கொலையே செய்து கொள்ளலாம். அதுவொன்றும் இதைவிட வலிக்கப்போவதில்லை.

ஒரு மணித்தியாலம் நடந்து காவலரண் கரையைப் பார்க்கக்கூடியவாறு ஒரு பற்றைக்குள் பதுங்கினர். அங்கிருந்து வடிவாக நிலைமையை அவதானிக்கவேண்டும். மிக முக்கியம், திரும்ப வரும்போது யாரும் காணக்கூடாது. நைற்ஸ்கோப்பை வைத்து அந்தச் சூழலைப் பார்த்தான் மணி. பிறகு வீரனும் பார்த்தான். அதிர்ஸ்டவசமாக இவர்கள் வந்து சேர்ந்த இடத்தில் பிளாட்டூன் அல்லது கொம்பனி தலைமையகம் இல்லை.

"அண்ணை! முன் சென்றி பொயின்றில் இருந்து மூவிங் பங்கர் ஒண்டு பின்னுக்கு வருது பாருங்கோ. அதுக்குள்ளால ஓடிவந்து புல்லுக்க ஏறிடலாம். இலேசில தெரியாது."

"பார்ப்பம் ம்... வாச்சுதடா" மணிக்கு சந்தோசம். 'முன்னுக்கு வெட்டை, எழும்பி ஆமிக்காறன் மாதிரி நடந்துதான் போகவேணும். மணி சொல்லவும் வீரனுக்குப் பயம் தொட்டது. ஆமிக்காறன் போல இப்படி உலாவுவதுமட்டும் பெரிய நெஞ்சிடியான வேலையாக இருந்தது வீரனுக்கு.

நேரம் ஒரு மணி இருக்கும். "வீரா, மின்மினியை எடுத்து முன்னுக்குக் கட்டு. இப்ப மறைச்சு கோல்சருக்க செருகு. திருப்பி ஓடி வரேக்க எடுத்து வெளியவிடு. இதை வச்சுத்தான் பிறகு உன்னைப் பத்தைக்குள்ள தேடிப்பிடிக்கவேணும். தவறினால் கடைசியா இருந்த இடத்துக்கு வா, விளங்கிற்றா?"

"ம்ம்" வீரனுக்குப் படபடத்தது.

"சரி நட."

இருவரும் பிரிந்து அந்தப் பற்றைக் கரையாக நடந்து ஐம்பது மீற்றர் தள்ளிப்போனதும் தமக்கு நேர் எதிரே உள்ள காவலரணுக்கு நடக்கத் தொடங்கினர். மணி சைகை காட்டினான்.

ஓர் இராணுவச் சிப்பாய் போல அதை நோக்கிப் போகிறார்கள். மணி போவதைத் திரும்பிப் பார்க்க வேண்டும்போல இருக்கிறது வீரனுக்கு. அந்த உணர்வை அடக்கிக்கொண்டு நடக்கிறான். மிகச் சாதாரணமாக நடப்பதுபோல நடந்தாலும் மனம் உள்ளே வாழ்க்கையின் மிக அரிதான தீவிரத்தைக் கொண்டிருக்கிறது. குண்டின் சேவ்ரி கிளிப்பைக் கழட்டிவிட்டு குண்டைக் கைக்குள் அடக்கி வைத்திருக்கிறான்.

இந்தா நெருங்கிவிடப் போகிறான்.

இதயம் எகிறிக் கீழே விழுந்துவிடும் போலிருக்கிறது. நெஞ்சுக்கூட்டுக்கு இதற்குமேல் அதன் துடிப்பைத் தாங்கச் சக்தியில்லை.

மணி ஓடும் சப்பாத்து ஓசை...

அவ்வளவுதான் வீரன் பாய்ந்து ஓடினான் அந்தக் காவலரணை நோக்கி. ஒரு சிப்பாய் எழுந்து எட்டிப்பார்க்கவும் பாய்ந்து குண்டை எறிந்துவிட்டான். குண்டு முழங்கி வெடித்த அதிர்வு. ஆனால் அது நடந்தது பக்கத்து அரணில்.

நாசமாய்ப் போக. இவன் எறிந்த குண்டு வெடிக்கவில்லை.

பக்கத்து அரணில் வெடித்த குண்டுச்சத்தம் கேட்டும், வீரன் ஓடிவந்ததைப் பார்த்த திகைப்பில் இருந்தும் அந்தச் சிப்பாய் மீண்டு சில நொடியில் தன் துவக்கை எடுக்க வீரன் குண்டு வெடிக்கவில்லை என்ற திகைப்பில் இருந்து மீண்டு அடுத்த குண்டை எடுத்து வீசினான். காது அதிர்ந்து முழங்க, சமநேரத்தில் பக்கத்து அரணிலும் அடுத்த குண்டும் வெடித்தது. பையை அரணுக்கு முன்னால் கழட்டி வீசவும் சூட்டுச் சத்தம் கேட்கிறது.

அட நாசம்! சுடத்தொடங்கீற்றாங்கள்.

வீரனும் மணியும் திரும்பி மூவிங் பங்கர் வழியாகக் குதித்து பற்றைக்குள் பாய்ந்து ஓடினர். பத்து நிமிசம் ஓடியிருப்பான் வீரன். மணியைக் காணவில்லை. வீரனின் படபடப்பு அதிகமானது. தனிமை எப்போதும் அதிக பயம் தருவது.

'திருப்பி ஆமிக்காரன் நாங்கள் ஓடியபக்கம் சுட்டானே... மணிக்கு சூடு பிடித்திருக்குமோ' மின்மினியின் ஞாபகம் இப்போதுதான் வருகிறது. அதை எடுத்து வெளியேவிட்டான்.

மீண்டும் மீண்டும் யோசித்துப் பார்த்தான். சரிதான்! தங்களை நோக்கித்தான் சுட்டார்கள். சுற்றும்முற்றும் மற்றொரு மின்மினியின் அசைவு தெரிகிறதா எனப் பார்த்தான். பொட்டு ஒளியும் இல்லை. 'மணி இல்லையோ?' நினைத்த நேரத்தில் தன் நெஞ்சில் தீராத கனத்தை உணர்ந்தான். குறிப்பேட்டை 'இருக்கிறதா?' எனச் சோதித்தான். இருக்கிறது. நேரம் கழிந்து கொண்டிருந்தது. இனிப் பொறுக்க ஏலாது. தாகம் எடுத்தது. இனிப் பொறுக்க ஏலாது. எஞ்சிய தண்ணி முழுவதையும் குடித்தான். இதைக் கொண்டுபோய்ச் சேர்க்கவேண்டும். தனித்து இயங்குவதில் உள்ள அச்சத்தை உணர்ந்தான். மணியின் நிலையறியாது திரும்பிப்போகவும் மனம் ஒப்பவில்லை. மனமோ திருகித்தின்றது தீர்மானம் எடுக்க விடாமல்.

முன்னால் இருந்த பற்றைக்குள் ஏதோ சத்தம். வீரன் உசாரானான்.

'என்னது?'

'அட... அது மணிதான். சந்தேகமே இல்லை.'

மணி நடந்து வாறான். இவன் ஓடும்போதே மணி இவனைப் பின்தொடர்ந்து ஓடி வந்தான். மணிக்குத் தெரியும், தவறினால் ஒன்றுசேர்வது சாதாரணமல்ல. ஆனால், இந்த அருகுச்சூழலில் தான் வீரனை அவன் தவறவிட்டான். மின்மினியின் ஒளியைத் தேடித்தேடி இறுதியில் கண்டுபிடித்துவிட்டான். இந்தப் பற்றைக்குள் இருந்து ஒளிர்கிறது அந்த மின்மினி.

'என்னடா பயந்திட்டியா?' மெதுவாகக் கேட்டான். கேட்கவும் சரமாரியாக செல் வந்து விழத் தொடங்கியது. 'என்னது உள்ள வந்து விழுகிது?' வீரன் நினைக்கவும் மணி சொன்னான். 'எங்கட ஆட்கள் அடிக்கிறாங்கள். நாங்கள் வாறம் எண்டு நினைச்சு 'சப்போர்ட்'க்கு அடிக்கிறாங்கள். சொல்லவும் இவர்களுக்குப் பக்கவாட்டாக ஐம்பது மீற்றரில் வந்து விழுந்து முழங்கியது ஒரு ஷெல். "நாசம்! நம்ம ஆக்களே நம்மளைக் கொன்னுடுவாங்கள்போல இருக்கு. படு! குப்புறப் படு!" குப்புறப் படுத்தபடியே சத்தத்தைக் கேட்டான். முன்னால் காவலரணில் பெரிய சண்டையே நடக்கிறதுபோல சத்தம்.

"நீ வெடியக் கொளுத்திப் போட்டுட்டு வந்திட்டாய்! அங்க பார்! இரண்டு பகுதியும் சண்டை பிடிக்கிறாங்கள். இது றோமியோன்ர ஏற்பாடா இருக்கும். இல்லையெண்டால் எங்களுக்காண்டி ஷெல்லடிப்பாங்களோ எங்கட ஆக்கள்? பாத்தியாடா உன்ர முக்கியத்துவம் எப்பிடி எண்டு. உனக்காகத்தான் இவ்வளவு ஷெல் செலவாகுது" மணி சொல்லிக்கொண்டே சிரிக்க இன்னொரு ஷெல் இவர்களுக்கு முன்பகுதியில் விழுந்து வெடித்தது.

"எழும்படா கொஞ்சம் தள்ளிப்போவம். கொஞ்ச நேரத்துக்குப் படுப்பம் எண்டால் எங்கட கிட்டு பீரங்கிப் படையணி விடுதில்ல" மணி போலி நையாண்டிச் சிரிப்போடு எழுந்து குனிந்து நகர்ந்தான். அவன் நகைச்சுவையாக்கி மனதைச் சுமுக நிலைக்குத் திருப்ப விரும்பினான். முன்போல இப்போது நிலைமை ஆபத்தானதல்ல.

வேறோரு பற்றையைத் தேடி மீண்டும் பதுங்கிக்கொண்டனர். "எங்கயண்ணை உங்கட மின்மினி? அதைத்தானே நான் தேடினன்" வீரா கேட்க அப்போதுதான் குனிந்து தன் நெஞ்சில் பார்த்தான் மணி. அது ஒளிரவில்லை.

"அது செத்திட்டுதடா. விடு."

"நல்ல காலம். என்ர செத்திருந்தா என்னைக் கண்டுபிடிச்சிருக்க மாட்டியள்."

"ஏன்ரா வீரா? ஒரு குண்டு மட்டும் அடிச்சனி?"

"அண்ணை! நாசமாப் போக... முதலடிச்சது வெடிக்க இல்லை. அவன் சுட துவக்குத் தூக்க நல்ல காலத்துக்கு அடுத்தது அடிச்சன். அதுவும் வெடிச்சிரிக்காட்டி... சரித்திரம் துலைஞ்சிருக்கும் இந்த நேரம்" வீரன் சொன்னான்.

மணிக்கு இனி எப்படியும் தப்பிவிடலாம் என்று மனம் சொல்லிற்று. வானம் மிகத் தெளிவாக இருந்தது. அத்தனை வெள்ளிகள் ஆழ்ந்த நீலத்தில் கொட்டிக் கிடந்தன.

36

முன்னணி நிலையில் ஏற்பட்ட பதட்டம் றோமியோவைப் பரபரப்புக்குள்ளாக்கியது. அவர் எதிர்பார்த்ததுதான். ஆனால் முடிவென்ன? றோமியோ கட்டளை நிலையத்தில் இருந்து மோட்டார் சைக்கிளில் வெளிக்கிட முனைந்தார். மெய்ப்பாதுகாவலர்கள் மறித்தார்கள். "D பகுதி முழுக்க ஆமியின்ர செல்லடி. விமலன்ணையின்ர இடத்திலயும் வீழ்ந்து வெடிக்குது. இப்ப போகவேண்டாம்" பாதுகாப்புக்குப் பொறுப்பானவன் சொன்னான். சேராவும் மறித்தார். தான் போய் நேரில் நிலைமையைப் பார்ப்பதாகச் சொன்னார் சேரா.

விமலின் இடத்தில் இருந்து வந்த தகவலின்படி ஆமியின்ர A51, 52 காவலரணில் எங்கட ஆக்கள்தான் குண்டு அடிச்சிருக்கிறாங்கள். உள்ள இருந்தே அந்தப் பொயின்றுக்குத் தாக்குதல் நடந்திருக்கு. அது மணியாக இருக்கவேண்டும். ஆனால் வெளியே யாரும் வரவில்லை. விமலுடைய பகுதியில் இருந்து இராணுவத்தின் D பகுதி நிலைகளுக்கு மிகக் கடுமையான தாக்குதலை உடனேயே தொடுத்து இருக்கிறார்கள். கொஞ்ச நேரத்தில் அந்தக் காவலரண்கள் மேல் மோட்டார் தாக்குதலை ஒருங்கிணைத்து அடித்தும் இருக்கிறார்கள். ஆனாலும் அதைப் பயன்படுத்தியும் மணியோ வீரனோ வரவில்லை. ஆனால் இறுதியாக இராணுவத்தினது காவலரணுக்கு முன்னால் இரண்டு 'பாக்' கிடக்கு என்று விமல் அறிவித்தார். இதைக் கேட்டதும்தான் றோமியோ அங்கே போக வெளிக்கிட்டார்.

சேரா அங்கு போய்ப் பார்த்து அதை உறுதி செய்தார். அந்த 'பாக்'கை எப்படியாவது எடுக்கவேண்டும் என்று அறிவித்தார் றோமியோ. றோமியோவின் எண்ணப்படி, 'வீரனோ மணியோ வெளியே வரமுயற்சித்து ஆமியின் காவலரணுக்கு முன்னால் வைத்துச் சுடப்பட்டுவிட்டார்கள். இறந்த நிலையில் உடலையோ அல்லது காயப்பட்ட நிலையிலோ ஆமி அவர்களை உள்ளே எடுத்துவிட்டான். முன் அரணில் இருக்கும் போராளிகள் தங்களால் அவர்களை மீட்கமுடியாமல்போனதை மறைக்க 'யாருமே வரவில்லை' என்று பொய் சொல்கிறார்கள்.'

கொஞ்ச நேரத்தில் றோமியோ விமலின் இடத்திற்கு வந்துவிட்டார். அவரால் பொறுக்கவே முடியாது. அந்த 'பாக்'கில் குறிப்பேடு இருக்கும். அதை மீட்டே ஆகவேண்டும். அதுவும் உடனடியாக. சேரா இங்கு வந்த உடனேயே அந்த இடத்திற்கு மேலதிகக் கனரக ஆயுதங்களை அனுப்பி இராணுவம் அந்த 'பாக்'கை எடுக்க முடியாதபடி காவல் நிற்கச் சொல்லியிருந்தார். முயன்றால் கடுமையாகத் தாக்க உத்தரவிட்டிருந்தார். இது றோமியோவுக்கு ஆறுதல் அளித்தது.

றோமியோ கில்மனிடம் கலந்து பேசி ஒரு அணியை இறக்கி அடிச்சு அந்தப் பையை மீட்டே ஆவது என்று முடிவு பண்ணினார். அது வெறும் 'பை' அல்ல என்பதை மூவரும் உணர்ந்தே இருந்தனர். அதை மீட்காவிட்டால் மணியும் வீரனும் பட்ட பாடுகளுக்கு அர்த்தம் இல்லாமல் போய்விடும். அந்தப் பை 'ஜெயசிக்குறு' என்ற இரண்டாம் உலகமகா யுத்தத்தின் லெனின்கிறாட் முற்றுகைச் சமரைவிட நீண்ட இந்தச் சமரையே முடிவுக்குக் கொண்டுவந்துவிடக் கூடும் என்பது இவர்களின் கருத்தாக இருந்தது. அதை மீட்பதற்கான ஒரு திட்டத்தை வகுத்தனர். எல்லோர் மனதிலும் பரபரப்பு. அதுதான் இப்போதுள்ள பெருநம்பிக்கை ஒளி.

சேராவின் சிறப்பு அணி ஒன்று விடிவதற்கிடையில் சண்டையில் இறங்கியது. கடுமையான ஷெல் மற்றும் கனரக ஆயுதங்களின் சூட்டு வலுவைப் பயன்படுத்தி இறங்கிய அந்த அணி, அந்த 'பாக்'கை மீட்டு வந்தது.

அந்த முயற்சியில் ஒருவர் வீரச்சாவு! மூவர் படுகாயம் அடைந்தனர். வந்த பையைச் சோதனையிட்டால் அதற்குள் எதுவும் இல்லை. குறிப்பேடும் இல்லை. ஜீ.பி.எஸ்ஸூம் இல்லை.

விமலின் கட்டளை நிலையமே துயரத்தில் ஆழ்ந்தது. அது ஏமாற்றம் தரும் துயரத்தின் வலி. முயற்சி இழப்புகளைத் தந்து தோல்வியையும் தருவது விரக்தியாய் இருந்தது.

மனம் உத்தரிக்கச் செய்வதறியாது நின்றார் றோமியோ. வீரச்சாவடைந்த உடல் பின்னுக்குக் கொண்டுவரப்பட்டது. அடுத்தது என்ன? றோமியோவின் மனதில் எழுந்த மிகப் பெறுமதியான கேள்வி இது.

37

அங்கே மணி கொஞ்சநேரத்தில் எழுந்து ஏ9 வீதியை அண்டிப்போக முடிவுசெய்தான். அங்கிருந்து அவதானித்துவிட்டு றோட்டைக் கடந்துவிடுவது நல்லது. வீரன் பசிக்குது என்றான். கடைசியாக இருந்த ஒரு சொக்லேற்றையும் சாப்பிட்டனர். பசியும் தாகமும் பதைபதைப்பும் எப்போதும் செயலின்மைக்குள் உடலை இழுத்துவிடுகின்றன.

வீதியைப் பார்க்கக் கூடிய தொலைவில் நிலையெடுத்த போதுதான் மணி அதிர்ந்து போனான். அந்த ஏ9 வீதி முழுவதும் நீளமாக சென்றி விடப்பட்டிருக்கிறது. 'அப்படியென்றால் நாங்கள் எங்களின் இடத்திற்குத் தப்பிப் போகவில்லை என்று எதிரித் தளபதி முடிவு செய்திருக்கவேண்டும்' என்று எண்ணினான் மணி.

"எல்லாம் நாசம். அங்க நாங்கள் அகப்படயில்ல என்றதால எங்களைப் பின்தொடர்ந்து இருக்கிறாங்கள்போல இருக்கு. இந்தப் பகுதியை கிளியர் பண்ணுவதற்கு விடிந்ததும் ஆக்கள் வருவாங்கள். தப்ப ஏலாது. சுற்றி வளைச்சிட்டாங்கள்." நிலைமையை வீரனுக்குச் சொன்னான் மணி. வீரன் ஏற்கெனவே மணியின் முகமாறுதல் கண்டு திகிலடைந்திருந்தான்.

ஒரு மணித்தியாலம் ஆகவில்லை. ஆனையிறவில் இருந்து கிளிநொச்சிக்குத் தொடராக இராணுவ வாகனங்கள் போகின்றன. இரவு தொலைக்காட்டியில் பார்த்தபோது அவை சிப்பாய்களை ஏற்றிச்செல்கின்றன எனத் தெரிந்தது. 'கிளிநொச்சியில் இருந்து ஒரு இராணுவ நடவடிக்கையை ஆமி ஆரம்பிக்கப்போகிறான் போலும்' என்று மணி எண்ணிக்கொண்டான். அதற்கான துருப்புகளைக் கொண்டு செல்வதற்காக வீதியில் பாதுகாப்புப் போட்டிருக்க வாய்ப்புண்டு.

அரை மணித்தியாலத்தில் மீண்டும் கிளிநொச்சியிலிருந்து ஆனையிறவுக்கு வாகனங்கள் திரும்பிப் போயின. அதிலும்

சிப்பாய்கள். ஓ! துருப்புகளை மாற்றிக் கொள்கிறான் என்று புரிந்தது. அதற்குத்தான் இந்தப் பாதுகாப்பு.

வீரன் கேட்டான், "அண்ணை, வோக்கி ரோக்கியில் விபரத்தைக் குடுப்பமே? பிறகு எங்களுக்கு ஏதும் நடந்தால் பட்ட கஸ்ரம் எல்லாம் வீண் போயிடும்."

"ம்ம் சரிதான்ரா வீரா. இன்னும் ஒரு மணித்தியாலம் பொறுப்பம். பிறகு அறிவிப்பம். அறிவிச்சால் அதோட அனேகமாக சாவுதான்ரா. இந்த இடத்துக்கு வருவான் ஆமி."

படைகளை ஏற்றுவதும் இறக்குவதுமாக வாகனங்கள் ஓடிக்கொண்டே இருந்தன. விடிந்தபோது றோட்டில் நின்ற ஆமிக்காரர் தங்களுடைய தளத்திற்குத் திரும்பினார்கள். அந்தப் பரிமாற்றத்தைப் பாதுகாக்கவே அவர்கள் சென்றிக்கு வந்திருக்கிறார்கள். இது உறுதிப்படவும் மணிக்கு அந்தரங்கத்தில் அடித்துக்கொண்ட பயம் விலகியது. மணி இனித் தப்பவியலாதபடி சாவு நெருங்கிவிட்டது என எண்ணியிருந்தான். தகவலை அனுப்ப முயற்சி செய்வது என்றும் முடிவு செய்திருந்தான். ஆனால் இப்போ மனதில் தென்பு பிறக்கிறது.

விடிந்துவிட்டது. வீதியைக் கடக்க முடியாது. அங்கேயே தங்கிக் கொண்டனர் இருவரும். மறுநாள் இரவுவரை இருந்துதான் ஆகவேண்டும்.

காலை பத்துமணி போல் பின்னால் படையினரின் சத்தம் கேட்டது. புதருக்குள் பதுங்கிக்கொண்டனர். பையை எறிந்துவிட்டதால் உருமறைப்புச் செய்யும் 'நெற்'றும் கைவசம் இல்லை. 'சந்தேகமே இல்லை. அவங்கள் இந்தப் பிரதேசத்தைக் கிளியர் பண்ணுறாங்கள்.' வீரன் புரிந்துகொண்டான்.

பரந்து ஆனால் ஒரே வரிசையில் பக்கவாட்டாக நகர்ந்து வருகின்றனர் இராணுவத்தினர். ஆனால் ஐம்பது மீற்றருக்கு ஒருவராய்த்தான் வந்துகொண்டிருந்தனர். அருகே வருவார்களா தெரியவில்லை... சுடுவதற்கு ஆயத்தமாக இருந்தான் வீரன். மணி சைகை காட்டினான் 'சுடவேண்டாம். நான் குண்டு அடிப்பன்' என்று. மேலும் ஆமியைக் கண்டால் கண்களால் நேர்கொண்டு அவன் கண்களைப் பார்க்கவேண்டாம். அப்படிப் பார்த்தால் அவன் உள்ளுணர்வு பெற்று உன்னைப்

பார்ப்பான் என்பதைச் சைகையில் காட்டினான். இதுபற்றி ஏற்கெனவே மணி வீரனுக்குச் சொல்லியிருப்பதால் அவன் சைகையைப் புரிந்துகொண்டான்.

இந்தா வந்துவிட்டார்கள்! அருகே நெருங்குகிறது படையினரின் காலடி ஓசை. இவர்கள் இருந்ததற்குச் சரி நேராக ஒருவன் வருகிறான். வீரன் படபடப்புத் தாங்கமாட்டாமல் இருந்தான். மணி இதயம் அடிக்க குப்புறப் படுத்தபடி ஆமியின் கால்கள் மட்டும் தெரியக்கூடியாறு பார்த்துக்கொண்டிருந்தான். ஆமி நெருங்கவும்; ஆமியின் கண்களைப் பார்க்கக்கூடாது என்பது ஞாபகம்வர வீரன் அதை அடக்கமாட்டாதவனாய்ப் பார்த்துவிட்டான். அவ்வளவுதான். அதே சமநேரத்தில் அந்தச் சிப்பாயும் திரும்பி வீரனைப் பார்த்தான். நிச்சயமாகப் பார்த்தான். வீரன் குண்டை எறிவதற்கு மனதில் தயாரானான். அந்தக் கணத்தில் ஆமிக்காரன் பட்டென்று முகத்தைத் திருப்பி அப்பால் நடந்தான். சுடவில்லை.

அவங்கள் கடந்துபோனதும் அந்த வியப்புத் தாங்க முடியாமல் வீரன் மணிக்குச் சொன்னான். "நீ உண்மையா கண்டிருந்ததை அவன் பார்த்திருந்தான் எண்டால் சுடமாட்டான்."

"ஏன்?"

"அவன் உன்னைச் சுட வெளிக்கிட்டால் நீ முந்திக்கொண்டு அவனைச் சுடுவாய். ஆக தான் சாவது நிச்சயம் எண்டு அவனுக்குத் தெரியும். ஆனால் உன்னைக் கடந்துபோனால் நீ அவனை எந்தக் காரணத்துக்காகவும் சுடமாட்டாய். அப்பிடிச் சுட்டால் உன்ர இடத்தை நீ காட்டிக் குடுத்திடுவாய். மற்ற ஆமியால நீ சுடப்படுவாய். அது அவனுக்குத் தெரியும். தான் பேசாமல் காணாததுபோலப் போனால் நீ தன்னையும் சுடப்போறதில்லையெண்டும் அவனுக்குத் தெரியும். தவிர இது ஒரு பரஸ்பர புரிந்துணர்வுதான். இரண்டு எதிரிகளுக்கிடையில வினோதமா வாற புரிந்துணர்வடா இது. அதோட நீ வேவுக்காரன் எண்டதும் விளங்கும் அவனுக்கு. வேவுக்காரன் நல்ல பாம்பு மாதிரி தனக்கு ஆபத்து என்றால் மட்டும்தான் மற்றவனைக் கொத்துவான். மற்றும்படி மறைஞ்சு தப்பிப்போகத்தான் விரும்புவான்."

மணியின் அனுபவமா அறிவா இது? அல்லது இரண்டுமேதானா? கல்லிலும் முள்ளிலும் இருந்துகூட மனிதன்

கற்றுக்கொள்வதற்கு முடிவே இல்லையென்று வீரன் இந்தக் கணத்தில் எண்ணினான். மணியின் பேச்சு சில சமயங்களில் இப்படி முடிவிலாத ஆச்சரியமாய் மாறிவிடுவதுண்டு.

மீண்டும் அந்தப் பிரதேசத்தைக் கிளியர் பண்ண ஆமி வருவான் என்று மணி அச்சத்தில் இருந்தான். ஆனால் வரவில்லை. அன்று பகல்பொழுது தாகத்திலும் பசியிலும் அச்சத்திலும் கழிய மறுத்துக் கழிந்தது.

தாகம்! தீராத தாகம்! இருந்த ஒரு சொட்டுத் தண்ணீரை நாக்கு நனைக்கப் பாவித்துக் கொண்டனர். வியர்வை சுரக்கச் சுரக்கத் தாகம் நாக்கை வறட்டியது. பசியெடுத்தது. எழும்பி எங்கும் போகமுடியாது. இவர்கள் இன்னும் இந்தத் தளத்தைவிட்டு வெளியேறவில்லை என்று தெரிந்தால் கண்டிப்பாக இவர்கள் இருவரும் கிடைக்கும் வரை இந்தத் தளம் முழுவதும் தேடுவார்கள். வீட்டிற்குள் புகுந்த சர்ப்பத்தை யாரும் காணவில்லையே என்று விட்டுவிடுவார்களா என்ன?

இருள் சூழத்தொடங்கிற்று. உப்புக்காற்று இரைந்து மோதியது. வீரனின் முகத்தில் தாகத்தின் வலி. தாகத்தின் வலி எல்லாப் புலன்களையும் சாகடிக்கவல்லது. உப்பு வெளியில் புலன்கள் செயலிழந்து கொண்டிருந்தன.

இரவு பதினொரு மணிபோல் வீதியைக் கடந்தனர். அங்கிருந்து தவழ்ந்து மறுகரையில் வெட்டைப் பிரதேசத்திற்குச் சென்று மீண்டும் பரந்தன் பக்கம் தவழத் தொடங்கினர். இருவராலும் முடியவில்லை. இது பதின்மூன்றாவது நாள்! ஒழுங்கான சாப்பாடு இல்லை. தண்ணீரும் இல்லை. இடைவிடாத களைப்பு. வாழ்வதே சலித்து இது நரக வாழ்க்கை என்பது போலப்பட்டது. இந்த முறையுடன் வேவுத் தொழிலையே கைவிட்டுவிடவேண்டும் என்று உண்மையாகவே மணி எண்ணினான். ஆனால் முகத்தில் அதைக் காட்டிக்கொள்ளவில்லை. காட்டிக்கொண்டால் அடுத்த கணமே வீரன் செயலிழந்துவிடுவான். வீரன் தன் கடைசித்துளி சக்தியைப் பயன்படுத்தித் தவழ்கிறான். ஜட்டி வேறு அரிவாள்போல தொடையை அறுக்கிறது. வேர்வை படிந்து ஊத்தை பிடித்த ஜட்டி உண்மையில் அரிவாளுக்குச் சமமானது. அது தொடையை அறுக்க உருவாகும் வலி மீதமுள்ள சக்தியைத் தின்றுவிடுவதாக இருக்கிறது.

வீரன் அடிக்கடி கேட்டான். "இன்னும் எவ்வளவு தூரம்? எவ்வளவு தூரம்" என்று. மணி ஒரு கிலோமீற்றரில் இருந்து குறைத்துக் குறைத்துச் சொல்லி வந்தான். ஆனால் உண்மையில் மூன்று கிலோ மீற்றருக்கும் அதிகமாகத் தவழ்ந்துவிட்டனர். இதற்கு மேல் இயலாது. முடியவே முடியாமல் உள்ளது, இந்த உடம்பில் உள்ள சக்தியைக் கொண்டு மேலும் நகர்வதற்கு. மணி தான் வகுத்த திட்டத்தைக் கைவிட்டு இந்தப் பகுதியால் வெளியேறிவிடலாமா என்று யோசித்தான்.

மறுகணமே 'கூடாது இதற்குள்ளால் போகவே முடியாது. ஆமியின் காவலரணுக்குப் பின்னால் இருப்பது வெட்டைப் பிரதேசம். நகர்ந்து அருகே போவதுகூடச் சாத்தியமில்லை. போனாலும் ஒரு சண்டையைச் சந்திக்க வேண்டியிருக்கும். மோதல் ஒன்றைச் சந்திக்காமல் இதனைத் தாண்டிவிட முடியாது. ஆனால் மீதமுள்ள குண்டும் ஒரு துவக்கும் போதுமானது அல்ல.'

மீண்டும் தன் சக்தியையெல்லாம் திரட்டி வீதியைக் கடந்து மறுபக்கம் போக நினைத்தான். ஆனால் பரந்தன் சந்தியை வீதியின் கிழக்குப் பக்கமாகக் கடக்கமுடியாது. முழுதும் வெளிப்பிரதேசம். ஏ9 வீதியை மேற்குப்புறமாக இனிக் கடந்துதான் ஆகவேண்டும். இந்த இக்கட்டான நிலையை வீரனுக்கு விளக்கினான். வீரன் தலையாட்டினான். முதல் முறையாக அழுதான். மணி அதைக் காணவும் தாங்கமுடியாமல் தத்தளித்தான்.

"வீரா, மனதை விட்டுடாதை, மனதை விட்டுடாதை வீரா" சொல்லிக்கொண்டே வந்தான் மணி.

பரந்தன் சந்தியில் இருந்து ஒரு கிலோமீற்றர் முன்னே வீதியைக் கடந்தனர். மீண்டும் தவழ்ந்து கொஞ்சம் உள்ளே போனதும், அந்தப் பகுதியில் சில பற்றைகள் வெட்டை வெளியில் இருந்தன. அதில் ஒன்றில் புகுந்து ஓய்வெடுத்தனர்.

தாங்க முடியாத உடல் வலி. முழங்கால் தேய்ந்து இரத்தம் கசிந்தது. கையில் மூட்டு வலி எடுத்தது. தாகம்! உலகையே வெறுக்க வைக்கும் தாகம்.

"அண்ணை... தண்ணி... அண்ணா... தண்ணி" வீரன் தவித்தான். மணி பயந்தான், வீரன் மயங்கப்போகிறான் என்று. "வீரா வீரா" என்று முகத்தில் தட்டினான். கன்னத்தில் அடித்தான். வீரன்

ம்...ம்...ம்ம் என்றான். எதுவும் கதைக்க அவனால் முடியவில்லை. தண்ணியைத் தவிர இந்த உலகில் எதுவும் மனிதனுக்கு முக்கியமல்ல என்ற ஓர்மை பிறந்தது.

அந்தக் கணத்தில் வீரனுக்கு யாழ்ப்பாணத்தில் தன்னருகே காயப்பட்டு "தண்ணி தண்ணி" என்று இவனிடம் கைகூப்பி இறந்த தோழனின் ஞாபகம் வந்தது. 'ச்சா நான் கொடுக்காமல் விட்டனே' மனம் தன்னையே கொல்கிறது. மீண்டும் "தண்ணி... தண்ணி... அண்ணை" என்றான். அவனது குரலே அவனுக்கு விசித்திரமாகக் கேட்கிறது. அது அவனின் தோழனின் குரலைக் கேட்டது போன்ற பிரமை தந்தது.

மணியாலும் நகரமுடியவில்லை. இந்த இடத்தில் எங்கும் தண்ணி தேடமுடியாது. "வீரா... எழும்பு. மயக்கம் வருதா? மயக்கம் வருதா?" பதில் இல்லை.

"டேய் மயக்கம் வந்தால் ஒன்றும் செய்ய ஏலாது. என்னால தூக்கிக்கொண்டு போகேலாது. வீரா வீரா..." மணிக்குப் புதிய அச்சம் சூழ்ந்து மிரட்டியது.

"டேய், எழும்பி மூத்திரம் பெய்து அதை ஏந்திக் குடியடா. டேய் அது ஒண்டும் பிரச்சினை இல்லை. மயக்கம் வராது. பாம்பு கடிச்சால் வைத்தியர்மார் மூத்திரம் குடிக்க குடுக்கிறவையள். குடியடா. எழும்பு."

முடியவில்லை. அவனால் எழுப்ப முடியவில்லை.

மணி ஏதாவது இலைச்சாற்றைப் பிழிந்து வாயில் ஊற்ற முடியுமா என்று பார்த்தான். எதுவுமே இல்லை.

ஏதோ உணர்வு உந்த "வீரா இந்தச் சந்தியக் கடந்தால் தண்ணியிருக்கும். வா போவம். அங்க தண்ணி இருக்கு வா... வாடா" என்று சொல்லிப்பார்த்தான். இனி இங்கிருக்கும் ஒவ்வொரு வேளையும் அதி ஆபத்தானது.

அவன் சொன்ன சொல்லுக்கு சக்தியிருந்தது போலும். வீரன் கண் திறந்தான். எழுந்தான். அதைப் பார்த்ததும் மணிக்கு உடலில் தென்பூறிப் பாய்ந்தது. மீண்டும் வரம்பு மறைப்பில் குனிந்தபடி ஓடினார்கள். முழங்காலை ஊன்ற முடியாது. அது புண்ணாகிவிட்டது. வீரன் தன் உயிரின் இறுதி சக்தியைப் பாவித்து உடலை இயக்கினான். மணியின் நிலைமையும் அதுதான்.

பரந்தன் சந்திப் பகுதியை மேற்குப்புற பக்கவாட்டாகக் கடந்து ஆனையிறவுப் பக்கம் முன்னேறினார்கள். உள்ளே வந்த வழியால் திரும்பிப்போவதே இலகுவானது.

அந்த இடத்தில் வீதிக்கரையை அண்டி ஒரு சிறு கட்டடம் இருக்கிறது. முன்னர் கடையாக இருந்திருக்கலாம். பின்னால் சிறிய மண் வீடு. அது உருக்குலைந்து சிதைந்துவிட்டது. அதன் அருகே ஒரு தென்னங்கன்று. அதை நைற்ஸ்கோப்பில் பார்த்தான் மணி. ஆமியின் நடமாட்டம் எதுவும் இல்லை. வெட்டையில் வீரனை விட்டு மெல்லென நகர்ந்துபோனான். அதில் இளநீர் இருக்கக்கூடும்.

நெருங்கி தென்னங்கன்றைப் பார்க்கையில் வெறும் குரும்பை மட்டும் இருந்தது. இன்னும் நீர் சுரக்காத இளம் குரும்பைகள். ஆனாலும் அவற்றிற்குள் கொஞ்சமேனும் இளநீர் இருக்கலாம். இருக்கவேண்டும் என்று நம்பினான். அவற்றைப் புடுங்கிக்கொண்டு போனான். அதை வாயால் பிய்த்தான். பிய்ப்பதற்குச் சக்தியில்லை. சக்தி மனதில் இருக்குமளவுக்கு மணியின் உடலில் இல்லை. குறட்டை எடுத்துக் குத்தினான். குத்தவும் கையில் பலம் இல்லை. இந்தச் சிறு குரும்பையைக் குத்த முடியவில்லை என்பது அவனுக்கு ஆச்சரியமாய் இருந்தது. மரங்கொத்திப் பறவைபோலப் பலமுறை குத்தி உறிஞ்சிப்பார்த்தான். ஏதோ நீர் கசிகிறது. பொச்சின் நீர்த் தன்மையா...? இல்லை, இளநீர் கொஞ்சமேனும் இருக்கிறதா? குடைந்து உறிஞ்சினான். ஏதோ நாக்கு நனையும் அளவுக்கு வருகிறது. குடிக்கமுடியாது உறிஞ்சமுடியும்.

இரண்டு குரும்பைகளைக் குத்தி வீரனுக்குக் கொடுத்தான். வீரன் வெறிகொண்டு தன் சக்தியையெல்லாம் திரட்டி உறிஞ்சினான். ஏதோ நீர் வருவதுபோலத்தான் இருக்கிறது. ஆனால் வரவில்லை. கொஞ்சம் நாக்கு நனைகிறது. இரண்டாவதில் கொஞ்சம்போல நீர் வந்தது. குடிக்க முடியவில்லை. உறிஞ்சும்போது நாக்கு போதுமாய் நனைந்து தொண்டைக்குள் நீர் நிச்சயமாக ஊறிப்போகிறது. விழுங்க முயற்சித்தால் அதற்குப் போதுமானதாய் நீர் இல்லை. தவிப்பு, தாளாத தவிப்பு. மணி மற்றதை உறிஞ்சினான்.

விடியும் தருணம் வந்தது. அன்று அந்தப் புதருக்குள் மறைந்தனர். அன்று போக முடியவில்லை என்பது

வீரனுக்கும் ஏமாற்றம் தந்தது. வாழ்வில் இத்தனை கனதியான ஏமாற்றத்தை முன்னெப்போதும் பட்டிருக்கவில்லை. ஆமியிடம் அகப்பட்டபோதும் கூட இத்தனை ஏமாற்றம் இருந்ததில்லைபோல் இப்போது பட்டது. மணி தனது விடாத உற்சாகத்தால் அவனைத் துடிப்புடன் வைத்திருந்தான். அப்படிச் செய்யாவிட்டால் மணி தானே செயலிழந்துவிடுவேன் என்று எண்ணினான். அதற்கும் அஞ்சினான்.

அன்றைய பகலில் துரத்தே தெரிந்த ஈச்சம்பற்றை ஒன்றில் சிகப்புப் பழங்களைக் கண்டு மணி உற்சாகம் கொண்டான். ஆபத்தைப் பொருட்படுத்த தாகம் அனுமதிக்கவில்லை. போனான். குலையாகச் சிலதைப் பிடுங்கி வந்தான். அதைச் சப்பித் தின்றனர். அதில் கறுத்த பழங்களில் கொஞ்சம் நீர்ப்பற்று இருக்கிறது. ஆனால் அதன் கயர் தன்மையால் நாக்கு துவர்க்கிறது. துவர்க்கும் நாக்கு மேலும் வறட்சியானதாய் உணரவைக்கிறது. ஆனால் ஈச்சங்காய்களின் நீரை உடல் உறிஞ்சியிருக்கும். அது இப்போதைக்கு நல்லது.

தரிசாகிப்போன நிலத்தில் சூழல் தகித்தது. விரக்தி கொண்ட விழிகளில் இராணுவ வாகனங்களின் இராட்சத இரைச்சல் சினமேற வைக்கிறது. ஒருகாலம் இது குமரபுர கிராமத்தின் வயல் நிலங்களால் செழுமை கொண்டிருந்தன. பச்சை வயல்களில் அப்போது இளங்கனவு குடிகொண்டிருந்தது. ஒருவேளை செத்துக்கொண்டிருக்கும் அந்த வயல் நிலங்கள் தங்கள் மீட்பர்களைத்தான் இப்போ தம் மடியில் எஞ்சிய இருள் பச்சைக்குள் மறைத்து வைத்துக்கொண்டிருக்கின்றனவோ? தம் உயிர்ப்பில் எஞ்சிய கடைசிநீரையும் உணவையும் இவர்களுக்கு ஊட்டிக் கொண்டிருக்கின்றனவோ?

38

பகல் முடிந்து இருளும் தருணம் தாகம் மீண்டும் தவித்தது. இங்கிருக்கும் ஒவ்வொரு நிமிடமும் ஆபத்தானது என்று மணி உணர்ந்தான். நள்ளிரவுவரை காத்திராமல் இருண்டதும் புறப்பட்டான். மெல்ல வடக்கே நகர்ந்து ஏ9 வீதியை அவதானித்துக் கிழக்குப்புறமாக அதை வெற்றிகரமாகக் கடந்தனர். இந்தத் திசையால்தான் உள்ளே வந்திருந்தார்கள். கிழக்குப்புறம் நகர்ந்தால் ஆனையிறவு நீரேரி ஊரியான் பக்கம் போகும். காத்திருப்பதில் பயனில்லை. இங்கிருந்து மீண்டும் இரு பன்றிகள்போலத் தவழ்ந்து தண்ணீர் இருந்த இடத்தை அடையவேண்டும்.

உப்புவாடை முகத்தில் குளிர்மையாய் அறைந்தது. அது ஒரு சுகம்போல, ஒரு சக்தி போல இருந்தது. சோர்வுற்று இயங்க மறுக்கும் உடலுக்கு இது ஓர் அற்ப ஆதாரமாய் இருந்தது. முழங்கால்களில் பன்றிகள் போலத் தவழ முடியாது. குரங்குகளைப் போலக் கைகளை ஊன்றி தாவித் தவழ்ந்தார்கள். இதோ இன்னும் கொஞ்சத்தூரம்...! இதோ இன்னும் சில தூரம்...! அதோ தெரிகிறது நீர்க்கரை...! என்ற உந்துதலில் உடல் இயங்குகிறது. நீர்க்கரையோ இரங்க மறுத்து ஏமாற்றிச் சுழித்து அப்பால் விலகுகிறது. இரக்கம் கெட்ட நீர்க்கரை!

இறுதியிலும் இறுதியாய் அவர்களைக் கரை சேர்த்தது எதுவென்று உணராமல் இதோ கரையை அண்மித்துவிட்டனர். மலையில் உறைபனி உருகி நீர்ச்சுனையாவது போல மனதில் நம்பிக்கை சுனைகொள்கிறது.

அட...! ஐயோ!

அதன் அருகே சென்றபோதுதான் மணி கவனித்தான்: ஏ9 வீதியில் இருந்து காவலரண் தொடர் தொடங்கும்வரை வெறும் தண்ணீராய் இருந்த பகுதிக்கும் காவலரண்களைப் புதிதாய்ப் போட்டுவிட்டார்கள். அரண்களால் வெற்றிடம் தொடுக்கப்பட்டுவிட்டது. ஐயோ! சர்வநாசம்.

மனதில் சாவை நோக்கி இழுபடும் உபாதை... பட்டாம்பூச்சியின் நைந்த சிறகுகளில் பேரிடி... மின்மினியின் தலையில் பெருமின்னலின் பாரம்.

இவர்கள் இந்தப் பகுதியால் நுழைந்து வந்ததை இராணுவம் ஊகித்திருக்கக் கூடும். கிளியர் பண்ணியதால் தடயத்தைக் கண்டிருப்பார்களோ? அல்லது 'வோக்கி ரோக்கி'யில் முதல் நாள் கதைத்தபோது இராணுவத்தின் ஒரு டிறைக்சன் ஃபைன்டர் திசையைக் காட்டியிருக்கக்கூடும். இரண்டின் வெட்டுப்புள்ளி கிடைக்காவிட்டாலும் திசை கிடைத்திருக்குமே. அதுதான் இந்த இடத்தில் பாதுகாப்பு நிலைமாறுதலுக்குக் காரணமாக இருக்கக்கூடும். அல்லது வேறாகவும் இருக்கலாம்.

இப்போது நிச்சயமாக இதைக் கடக்க முடியாது. ஒருவேளை காவலரணைக் கடந்தால் மறுபக்கம் தண்ணீர்! ஓடமுடியாது. பன்றியைச் சுடுவதுபோலச் சுட்டுவிடுவார்கள். இதை வீராவுக்கு எப்படிச் சொல்ல? நயமாகச் சொல்ல மூளைக்கு சக்தியில்லை. மணி சொன்னான். "இதுக்குள்ளால போக முடியாது வீரா! வேற இடம் பாக்கவேணும்" சொன்னானே தவிர மணிக்கு சக்தியில்லை. மூளை எதையும் சிந்திக்கும் நிலையில் இல்லை. தாகம் வந்துவிட்டால் அது தவிப்பை மட்டுமே உணரும். தவிப்பு எல்லை மீறிவிட்டால் மூளை வேறெதையும் சிந்திக்காது. அதற்கு நீர் வேண்டும். நீர் மட்டுமே வேண்டும். மனம் தண்ணீரைத் தவிர வேறு எதன்மீதும் திரும்ப மறுத்தது. ஏங்கித் தவித்தது. தவிப்படங்காத மனம் எதனிலும் நிலைகொள்ளாது.

மணி அப்படியே வானத்தை மல்லாக்காகப் பார்த்தபடி படுத்துவிட்டான். வீரன் அசைவின்றிக் கிடந்தான். கடைசித் துளி இயலுமையையும் உடல் கைவிட்டுக்கொண்டிருந்தது. நிலம் உடலைக் கனத்து இழுக்கிறது. இழுத்த இழுப்பில் சுகம் பரவும் ஒரு போதையை மனம் உணர்கிறது.

சூழ்ந்த வானமும் வயல்நிலமும் மேய்ச்சல் தரையும் சர்வ சாட்சியமாய் இந்தத் துயர்ப்பாடுகளைப் பார்த்திருந்தனவே தவிர தாங்கிக்கொள்ளவோ இவர்களைத் தத்தெடுக்கவோ வரவில்லை. இரட்சிக்க மனமின்றி வீணில் கிடந்தனவோ! கடலும், வயல் கனவும் கைவிட்ட தனித்த மனிதர்கள் இவர்கள். கனவின் மீட்பர்களாய் வந்து கனவின் சூட்சுமச்

சுழிக்குள் அகப்பட்டுவிட்ட மனிதர்களாய்த் தரையில் கிடந்தனர்.

உயிருக்கு வாழ்வின் மீது இருக்கும் இச்சைபோல வேறெதற்கும் எதனிலும் இருப்பதில்லை. சாவின் கணம் நெருங்குகையில் மட்டும் எவர் ஒருவருக்கும் உயிர்கொள்ளும் வாழ்வின் மீதான இச்சை உக்கிரமாய் வெளிப்படும். ஆயினும் அந்த இச்சை அவனது அன்று. அது அனிச்சையாய் வெளிப்படுவது. உயிர்ப்பொறியின் சூக்கும இச்சை அது. அந்தச் சூக்கும இச்சையின் உக்கிரமே இப்போது சக்திமுனை. அதுவன்றி வேறேது சக்தி இப்போது இவர்களிடம்?

திடீரென்று மணி எழுந்தான். 'இந்த நிலையில் படுத்தால் உறக்கமோ மயக்கமோ இழுத்துப் போய்விடும். அது கொண்டுபோய்ச் சேர்க்குமிடம் நிச்சயம் மரணம் என்ற மா கடலாகத்தான் இருக்கும்.' இது ஒன்றுதான் ஆழ்மனதில் மின்னலாய்ப் பட்டது.

"எழும்படா வீரா! எழும்பு வீரா... எழும்பு" மணி முயன்றான். புதிரான மணியின் பதட்டத்தை வீரன் உணரவில்லை. ஆனால் உயிர்ப்புலன்கள் உணருகின்றன. அது வீரனை அசைக்கிறது.

"எழும்படா வீரா? வீரா... எழும்பு..."

"அண்ணை முடியேல்லை. என்னால முடியேல" வெளிவர முடியாமல் வார்த்தைகள் ஓசையிழந்து வெளிவந்தன.

மீண்டும் தொடக்கப்புள்ளிக்கு வந்துவிட்ட உணர்வு மனதில் படர மனம் நம்பிக்கையின் பிடியை நழுவவிட்டது. மனதிடம் இருந்து நம்பிக்கை பிடிநழுவிவிட்டால் மீதமுள்ள சக்திதான் என்ன? உடல் மனதிடம் இருந்து முற்றாய் விலகிவிடப் போகிறது. விலகினால் இது வெற்று உடல்.

"எழும்படா இந்தா... இதுக்குள்ளால போவம் எழும்பு" மணியின் குரலில் பதட்டம் இருந்த அளவுக்கு ஓசை இருக்கவில்லை.

"என்னால முடியேல... சுட்டுப்போட்டு போங்கோ என்னை... சுட்டுப்போட்டு போங்கோ..." இயங்கமறுக்கும் உடல் சாவை விரும்பும் தருணம் இது. அதுவே விடுதலை என நம்பும் தருணம் இது.

ஆனால் மணிக்கு இது சக்தியைக் கொடுத்தது. மணி அடித்து எழுப்பினான். “என்ன நடந்தாலும் பரவாயில்லை. இந்தா... இதில இருக்கிற பொயின்றுக்குக் குண்டடிச்சிட்டு ஓடுவம்.”

வீரன் மறுபடி கண்விழித்து அசைந்து நிமிர்ந்து பார்த்தான். சாத்தியத்தின் ஒரு பொறி மனதை அசைத்ததோ?

மணிக்கு அதைக் கண்டு வேகம் பிறந்தது. “அந்தா இருக்கு! அந்த ‘பொயின்ற்’க்குப் போனால் போதும். அங்க முன்னால ‘மைன்ஸ்’ இருக்காது. ஏனெண்டால் அது தண்ணி நிக்கிற ஏரி, இப்ப தண்ணி இல்லை. நாங்கள் வரேக்க அதைக் கடந்துதான் வந்தம். இந்தப் பகுதியில ஐந்நூறு மீற்றருக்கு ஒரு பொயின்றுதான் இருக்கு. சிலவேளை எல்லாத்துக்கயும் ஆமி இருக்கவும் மாட்டான்” மணி உற்சாகம் ஊட்டினான். வேறென்ன இருக்கிறது கொடுப்பதற்கு? இருந்தும் சொற்களில் வெளிப்படும் உற்சாகம் மணியின் தொனியில் வெளிப்படவில்லை. ஆனால் ஒருவகை மனத் தீவிரம் இருந்தது.

ஒரு மண் வரப்பைத் தவிர வேறெந்த மறைப்பும் அந்தப் பிரதேசத்தில் இல்லை. வரப்பில் கொஞ்சம் புற்கள் உயர்ந்து நிற்கின்றன. அதுவும் உலர் புற்கள். உரு மறைப்பு ‘நெற்’ இப்போது இவர்களிடம் இல்லை. மணி ஒலி வெளிப்படாது ஆனால் தீவிரத்துடன் சொன்னான். “வீரா, இப்ப வேற வழியில்ல அந்த இடத்துக்கு நாங்கள் நகர வேணும். ஆமி கண்டால் சுட்டுட்டு எழும்பி ஓடு! தப்பினால் தப்பிறம். நான் செத்தால் இந்தக் குறிப்பேட்டைக் கொண்டு போ. உன்னட்டயும் உன்ர இருக்கு. இதுதாண்டா எங்கட சொத்து.”

பட்டபாடுகளின் கடைசிப்புள்ளி இது.

அவர்கள் மெதுவாக நகர்ந்து போனார்கள். கையில் விலைமதிப்பற்ற தகவல். காவலரணை அண்மித்துவிட்டார்கள். இருளின் அப்பால் மின்விளக்குகளின் ஒளி தெரிகிறது. காவலரண் அமைதியில் தோய்ந்து கிடக்கிறது. யாரும் உரையாடும் குரல் எதுவும் இல்லை. கீழே குழிவெட்ட முடியாத பகுதியிது. வெட்டினால் தண்ணீர் வந்துவிடும். நிலத்தின் மேல் ஆறடி உயரம் வரை மரக்குற்றிகளால் அந்தக் காவலரண் ஆக்கப்பட்டிருந்தது. இருட்டின் கருமை குறைந்து சாம்பல் வர்ணமாய்ப் படர்ந்து கிடந்தது.

மணி சைகையில் வீரனை முள்ளுக்கம்பியை வெட்டச் சொன்னான். தான் குண்டை அந்தப் பொயின்றுக்கு அடித்ததும் ஓடச் சொன்னான். மணி தான் பின்னால் வருவதாகவும் சொன்னான். அவனது சைகையைப் புரிந்துகொண்டதைப் பதில் சைகையால் காட்டினான் வீரன். வீரனின் முகத்தில் ஒரு பிரகாசம்.

முழு இருள் என்று சொல்லமுடியாது. இருந்தாலும் யாரும் காணாத வரம் கிடைத்திருக்கிறது. அதைப் பயன்படுத்தி வீரன் நகர்ந்தான். கெட்டிக்காரன், இடத்தை அடைந்துவிட்டான். நம்பிக்கை சுடர தன் சக்தியையெல்லாம் திரட்டி முள்ளுக் கம்பியை குறட்டால் வெட்டினான்.

ச்சா... வெட்டுவிழவில்லை. அவனால் முடியவில்லை. வெட்டும் பலம் கைகளுக்கு இல்லை. மறுபடி சக்தியையெல்லாம் திரட்டி முயன்றான். பலமிழந்த கைகள் பயத்திலும் பதறுகின்றன. இது மீட்சியின் கடைசிப் புள்ளி. ஆனாலும் முடியவில்லை. மூன்றாம் முறை... ம்கூம் முடியவில்லை. நான்காம் முறை... வெற்றி! மகா வெற்றி. முயற்சி திருவினையாகி உப்புக்காற்றில் துருப்பிடித்த கம்பி முறிந்தது.

அதேநேரம் மணி அங்கே மெல்ல நகர்ந்து காவலரணை அடைந்து விட்டான். எட்டி உள்ளே குண்டை அடிக்கப் போனான். ஏதோ ஒன்று தடுத்தது.

'ஒருவேளை ஆமி யாரும் இல்லையோ? அதுதான் தான் நகர்ந்து வந்ததை அவதானிக்கவில்லையோ?' வீணாகக் குண்டை அடித்துச் சத்தம் எழுப்பினால் அடுத்த பொயின்றில் இருந்து சுடுவார்கள். பின்னர் தப்புவதும் சாவதும் இவர்கள் கையில் இல்லை. இது தேவையின்றி ஆபத்தை உருவாக்குவதாகி விடும். ஒருவேளை இதற்குள் ஆமி இல்லையென்றால் இரகசியமாகச் சுலபமாய் நகர்ந்து தப்பிவிடலாம். இறுதிப் புள்ளியின் வெற்றிவாசல் சுலபமாய்த் திறந்துவிடும்.

மரக்குற்றிகளின் கீழடுக்கிலிருந்து சாய்ந்தவாறு மெல்லென நிமிர்ந்து பட்டென எட்டிப்பார்த்துவிட்டு மீண்டும் கீழிருந்தான் மணி. அட... யாருமில்லை! மனம் பூரித்துக் குதூகலித்தது. அந்தக் குதூகலிப்பு எழுந்த அதே வேகத்தில் உள் மனம் குறுகுறுத்தது. உள்ளே ஏதோ ஒரு ஒளிப்பொட்டைக் கண்டதாய் உறுத்துகிறது மனம். மணியோ காணவில்லை. ஆனால் மனம்

கண்டதுபோல பிரமை தருகிறது. மறுபடி மரக்குற்றிகளில் சாய்ந்து மெல்லென நிமிர்ந்து உள்ளே பார்த்தான். சரிதான். அங்கே ஒரு ஒளி நிலத்தைக் குத்தியவாறு...

நிலத்திலிருந்து ஒரு சிப்பாய் ஒரு பெண்ணின் படத்தை வைத்து ரோச்லைற் அடித்துப் பார்த்தபடி ஏதோ எழுதிக்கொண்டிருந்தான். வெளிச்சம் தாளில் மட்டும் நின்றது. 'பட்'டெனக் கீழே குனிந்த மணி குண்டை அடிப்பதற்கு மறுபடி நிமிர்ந்தும் ஏதோ தன்னை அறியாமல் தடுக்க மறுபடி எட்டிப்பார்த்தான். அந்தச் சிப்பாய் படத்தையே பார்த்தபடி இருக்கிறான். அவன் ஏதோ எழுதுகிறான்.

ஒரு மின்னல் பொறியாய் அருளினியின் சாயலை நினைவுக்குக் கொண்டுவந்து திரும்பியது அது. இந்தக் கணத்தில்தான் அங்கே முள்ளுக் கம்பி முறிந்தது.

மணி கைக்குண்டை அடிக்கவில்லை. கீழே குனிந்தான். மறுபடி திரும்பித் தவழ்ந்தான். வீரனுக்குக் குழப்பம். வீரன் 'என்ன?' என்று கேட்டான். மணி கையால் சைகை காட்டினான். 'ஆமி இல்லை... தவழ்ந்து போ' என்று. வீரன் எழுந்து ஓடப்போனான். மணி சைகை காட்டினான் 'ஓடாத... தவழ்ந்து போ... தவழ்ந்து போ...' அவன் அதை அசட்டை செய்ததாய்ப் பட்டது. பதட்டத்தில் மணி மெல்ல குரலும் வைத்தான். வீரன் அதைக் கேளாது அதற்கு அவசியம் இனி இல்லையென்றெண்ணி எழுந்து ஓடினான்.

அட நாசம்! வேறு வழியின்றி மணியும் குனிந்தபடியே ஓடினான். நெஞ்சு பதறுகிறது. ஆனாலும் எதுவும் நடக்கவில்லை. ஓடுகிறான். இதோ... வென்றுவிட்டோம். இதோ எதிரியைக் கடந்துவிட்டோம். முள்ளுக்கம்பி தாண்டி நூறு மீற்றர்போல் கடந்திருப்பார்கள். பாழாய்ப்போக... முழங்குகிறது 'பட்பட்பட்...' என்று சூட்டுச்சத்தம் பின்னிருந்து... அதே காவலரணில் இருந்து!

தாயே! ஓடிய வேகத்தில் வீரன் விழுந்தான் நிலத்தில்.

பாய்ந்து அருகே விழுந்து படுத்தான் மணி. குண்டு துளைத்துவிட்டது எங்கோ. வீரனை இழுத்தான். வீரன் முயற்சிசெய்து முனகுவது கேட்டது. "ஓடடா ஓடு" மணி கத்தினான். வீரனை உலுப்பினான். முடியவில்லை. திரும்பிப் பார்த்தான். அருகே இல்லாவிட்டாலும் ஆமியின்

சூட்டெல்லைக்குள் வரக்கூடிய இடத்தில்தான் விழுந்து கிடக்கிறார்கள். மணி வீரனை "வீரா... வீரா" என்று பதட்டமாய்த் தட்டினான்.

அடி தாயே! மணியே எதிர்பாராதவாறு அனிச்சையாய் வீரன் மறுபடி எழும்பி ஓடினான். இன்னும் கொஞ்சத்தூரம் சில காலடிகள் குனிந்து ஓடி மறுபடி குப்புற நிலத்தில் மோதி விழுந்தான்.

மணி தவழ்ந்துபோய் அவனருகே படுத்தான். எப்படியாவது இன்னும் சற்று தூரம் போய்விடவேண்டும். ஆனால் முடியவில்லை. வீரனை இழுத்து இழுத்து நகர்த்தினான். வீரனோ அசைவின்றிக் கிடக்கிறான். வீரன் உடல் அசாதாரணமாய்க் கனக்கிறது. கொஞ்ச தூரத்தில் பட்டுப்போன மரமொன்று விழுந்து கிடந்தது. அது நீரில் ஊறி இந்தக் கோடை வெயிலில் காய்ந்து வைரம் பாரித்துக் கிடந்தது. அதனைத் துப்பாக்கிச் சூட்டுக்குக் காப்பாக்கி அப்பால் படுத்துவிடவேண்டும். துப்பாக்கிக் குண்டுகளைத் தடுக்க இது போதுமானது. மணி ஆவேசமாய் ஒவ்வொரு அடியாக இழுத்தான். தன் சக்தியையெல்லாம் திரட்டி இழுத்தான். இன்னும் கொஞ்சத் தூரம். இன்னும் சற்று தூரம். இதோ அருகே இருக்கிறது மரம். பின்னால் சுட்டுக்கொண்டே இருக்கிறான் எதிரி. சன்னங்கள் அருகருகே மண்ணில் குத்தியும் மிதந்து காற்றைக் கிழித்தும் சீறுகின்றன. இதோ அடைந்துவிட்டான். மணி மரத்திற்கு மறுபுறம் வீரனை இழுத்துப்போட்டுத் தானும் படுத்துக்கொண்டான். சாதாரண துப்பாக்கிச் சூட்டைத் தடுக்கக் கூடியது இந்த மரம். போதும். இனி முடியாது. அவ்வளவுதான். இதற்கு மேல் ஏலாது.

நெஞ்சுக் குழிக்குள் இதயம் முன்னரிலும் உக்கிரமாய்ப் படபடக்கிறது. நெஞ்சுச் சுவர்களை அது முட்டி இடிக்கிறது. கொண்டுவந்த தகவல் கையில் இருக்கிறது. மறு கையில் வீரன் இருக்கிறான். பின்னால் இராணுவம் இருக்கிறது. இராணுவம் தன் நிலைகளைத் தாண்டி வரப்போவதில்லை. ஆனால் தாக்காமல் இருக்கவேண்டுமே... துப்பாக்கிச் சூட்டினால் முடியாது போனாலும் செல் தாக்குதல், விமானத் தாக்குதல் என எதுவாயினும் நடத்தக்கூடும்.

இருள்தான் இப்போதைக்குப் பாதுகாப்பைத் தந்து கொண்டிருக்கிறது. இவர்கள் எங்கே என அவனால்

காணமுடியாது. இருளின் துணையில் இருக்கமுடிகிறது. ஆனாலும் இது நீடிக்காது. இந்த வெளியின் இருளைச் சில மணித்தியாலயத்தில் தின்ன வந்துவிடும் சூரியன். இந்த இருள் அதனிடம் பலியாகிவிடும். இவர்களைக் கைவிட்டு அது பலியாகிவிடும்.

மனம் இப்போது செயலில் நிலைகொண்டது. முதலில் ஜீ.பி. எஸ் எடுத்து தாங்கள் இருக்கும் இடத்தை ஃபிக்ஸ் பண்ணி அதை றோமியோவின் கட்டளைத் தளத்திற்கு அறிவித்தான். 'இக்கரைக்கு வந்துவிட்டோம்' என்றதும் சக்தி முழுதும் உடலில் இருந்து வடிந்துவிட்டது. கோட்சீற்றைப் பார்க்க சக்தி இல்லை.

'இந்த இடத்தில் செத்தாலும் ஆமி முன்னே வந்து எங்கள் உடல்களை எடுக்கமாட்டான். எப்படியும் நம்மவர்கள் இந்தக் குறிப்பேட்டை எடுத்துவிடுவார்கள்' என்ற நம்பிக்கைதான் கடைசித் துளி சக்தியையும் மனதில் இருந்து உறிஞ்சி அகற்றியது.

மணி வானத்தின் நட்சத்திரங்களைப் பார்த்தபடி குசுகுசுக்கும் குரலில் வோக்கி ரோக்கியில் கூப்பிட்டான். 'தென்னவன்... தென்னவன்... விக்டர் வண்... தென்னவன், தென்னவன்... விக்டர் வண்..."

39

றோமியோவின் தொலைத்தொடர்பு உதவியாளன் தென்னவன் கட்டளை நிலையத்தில் மணியின் குரல் கேட்டுத் திகைத்து மனம் பொங்கினான். சேரா அங்குதான் அப்போது நின்றிருந்தார். அவசரமாய் வெளியே பாய்ந்து சேராவை அழைத்தான் தென்னவன். அதே நேரம்... "விக்டர் வண் விக்டர் வண்... தென்னவன்" என்று பதில் கொடுத்தான். சில நாள்களின் முன்னரே செத்துப்போயிருந்த அந்தக் கட்டளை நிலையம், சடுதியாய் அதிசயித்து உயிர்பெற்று உத்வேகம் கொண்டது. மணியின் குரலோ பாழ்கிணற்றினுள் வீழ்ந்து நாளாகிப் போனவனின் இறுதிக்குரல் கேட்பதுபோலக் கேட்கிறது. சேராவின் மனதில் தீராத பரபரப்பு. சேராவால் நம்பவே முடியவில்லை. இத்தனை நாள்களின் பின்னுமா மீண்டு வரமுடியும்?

கிளிநொச்சியின் நிலைமை அவருக்குத் தெரியும். உள்ளே ஆமி கண்டுவிட்டால் மீண்டுவருவது சாத்தியமில்லாச் செயல். அதுவும்... இத்தனை நாள்களின் பின்.

"இந்த இடத்தில மணி அடிச்சிருக்கு. வந்து பூசை வையுங்கோ. பிரசாதம் வாங்குங்கோ" என்று அறிவித்தான் மணி. தாம் இருக்கும் இடத்தின் ஃபிக்சையும் கொடுத்தான். அவ்வளவுதான்.

எதிர்முனையில் "அப்பா கும்பம் தூக்குவார்" தென்னவன் கோட்சீற் இல்லாமலேயே மணி அறிவித்த சங்கேத மொழியைப் புரிந்துகொண்டான். கட்டளை நிலையம் அதைப் புரிந்துகொண்டமை மணிக்கு ஆசுவாசமாய் இருந்தது. அந்த ஆசுவாசமே மறுவளமாய்ச் செயலறும் மனதைத் தந்தது.

"விக்டர் வண்... விக்டர் வண்... தென்னவன்" கட்டளை நிலையம் மணியை அழைக்கிறது. ஆனால், மணியிடம் இருந்து பதிலில்லை. மணி நிறுத்திவிட்டான். சேரா துடிப்பானார். அவசரமாக இயங்கி, முறியடிப்பு அணியொன்றைத் தன் கட்டளை நிலையத்திற்கு உடன் வருமாறு கட்டளையிட்டு, மணி கொடுத்த ஃபிக்சை வரைபடத்தில் தேடிப்பிடிக்க

முயன்றுகொண்டிருந்தார்... அந்த அணியுடன் தானே நேரில் போய்விடும் உத்தேசத்துடன் அவசரமாய்த் தேடுகிறார் இடத்தை. அவரது போராளிகள் அவர்கள்.

தகவல் றோமியோவுக்குப் போனது. அதைக் கேட்டதும் றோமியோவால் தன் நிலையை உணரமுடியவில்லை. அவரின் அனுபவத்திற்குள் சிக்காத படைத்துறை அற்புதம் இது. அச்செய்தியே அவருள் சக்திமூலமாகிப் பிரவாகிக்கிறது உடலெல்லாம். றோமியோ ஊன்றுகோலை ஊன்றி காலை உதறி நடந்தார், தன் வாகனத்தை நோக்கி. மிடுக்கேறிய நடையில் ஒரு தீவிரமும்... தன் மருத்துவப் போராளியையும் மெய்ப்பாதுகாவலர்களையும் அழைத்தபடி நடக்கிறார். அவரின் அசாதாரண அவசரக்குரல் கேட்டு ஓடிவந்து வாகனத்தில் ஏறினர் அவர்கள். இறுதியாக அவசரமாய் ஏறிய மருத்துவப் போராளியிடம் "எல்லாம் எடுத்தியா?" எனக் கேட்கிறார். வாகனம் மண்ணைக் கிளறிச் சீறிப் புறப்படுகிறது.

தகவலறிந்த கில்மன் அங்கு நிகழக்கூடிய ஆபத்தை உணர்ந்து பீரங்கிப் படையணியையும் விமான எதிர்ப்பு அணியையும் தாக்குதலுக்கு தயார் நிலையில் இருக்குமாறு கட்டளையிட்டபடியே சேராவின் இடத்திற்கு விரைகிறார்.

40

மணி வீரனைப் புரட்டிப் பார்த்தான். முதுகில் வெடி விழுந்திருக்கிறது. வெடி நெஞ்சுப் பகுதி முடிந்து வயிறு தொடங்கும் இடப்பக்க கீழ் விலாப்பகுதியில் பட்டு வயிற்றைப் பிரித்து வெளியேறி இருந்தது.

பச்சை இரத்தம் ஊறிக்கொண்டு வெளியே வந்தது. மணியின் கையெல்லாம் இரத்தம். இரத்தத்தின் நெடி விரக்தி உணர்வைத் தந்தது. சிதைந்த தசை கொழுப்புடன் வெளிப் பிதுங்கி நின்றது. வீரன் அசைவற்றுக் கிடந்தான். மூச்சு விடுகிறான் வீரன். வேறு எந்த உணர்வும் இல்லை. அசைவும் இல்லை.

மணி கைக்குண்டு ஹோல்சரிலுள்ள காயத்திற்குக் கட்டுப்போடும் ஃபீல்ட் கொம்பிறசரை எடுத்து அந்த மரத்தின் அணைவில் படுத்த நிலையில் பதுங்கியபடியே வீரனின் காயத்தைக் கட்டிவிட முயல்கிறான். இவனின் அசைவு இப்போதைக்காயினும் எதிரிக்குத் தெரியக்கூடாது. முயன்று கட்டுப்போட்டுவிட்டான். கட்டுப்போட்டு மணி மண்ணில் சாய்ந்தபின்னும் அது ஒப்புக்குப் போட்ட கட்டோ என மனம் உறுத்துகிறது. மணியின் மனம் மரணத்தைச் சுற்றிச்சுற்றி வந்தது.

அந்த உப்புவெளியில் உதவிக்குக் காத்திருக்கின்றன ஒரு உயிரும் இன்னொரு பாதி உயிரும். அந்த மனித சஞ்சாரமற்ற உப்புத் தரையில் இதோ இருக்கிறது எதிரிப் படைத்தளத்தின் வரைபடம். இந்தப் போரையே திசைமாற்றிவிடக்கூடிய மாயத் திறவுகோல். இதுபோதும் காடுகளில் மேலும் உத்தரிக்க முடியாத மக்களுக்கு ஊர் திரும்பும் ஒளிப்பாதையைத் திறந்துவிட.

இருள்... எப்போதும் போராளிகளின் பக்கம் இருக்கும் இருள் இப்போதும் இவர்கள் பக்கம்தான் இருந்தது. இன்றைய மீதமுள்ள அதன் அழிமுகம்வரை அது அடைகாத்திருக்கும், ஒன்றரைப்பாதி உயிரையும் அதைவிட மேலாய் ஒப்பில்லாத ஒரு சாவியையும்.

மணி வீரனின் காயத்தில் போட்ட கட்டில் கைவைத்துப் பார்த்தான். அது ஈரலித்துப் பிசுபிசுத்தது. மெல்லிய

இளஞ்சூட்டில் இருக்கிறது. இரத்தம் கட்டுப்பட்டுவிட்டதா? இல்லையா? இருட்டில் எதுவும் சரியாகத் தெரியவில்லை. மேலும் தாகம் மணியையும் கொன்றுகொண்டிருந்தது. வீரனோ அசைவில்லை. ஏதோ நினைவுவர மணி எட்டி வீரனின் கையைப் பிடித்து நாடித் துடிப்பைப் பார்க்கிறான். துடிப்பு இருக்கிறது. அது குறைவாய் இருப்பதாகவே பட்டது. வீரனின் நெஞ்சில் கைவைத்துப் பார்த்தான். ம்ம்... துடிப்புக் குறைந்துவிட்டதாகவே படுகிறது. குறையும் இதயத் துடிப்பை ஊக்கி அதிகரிக்கப்போடும் 'புறப்பிறனோல்' ஊசியைப் போட முடிவுசெய்தான். கைக்குண்டு 'ஹோல்சரின்' பின் பொக்கற்றில் இருந்து அதை எடுத்தான். வீரனின் புஜத் தசையில் நடுங்கும் கையோடு அதைப் போட்டுவிட்டான். வேறு வழியில்லை.

இப்போதிருக்கும் அடுத்த கேள்வி ஒன்றுதான். 'முதலில் வரப்போவது யார்? சூரியனா... இல்லை றோமியோவா?' மணியின் மனம் அந்தக் கேள்வியின் சுருக்கில் தொங்குகிறது.

தன் உயிரை எதிரியின் தளத்தில் காத்த வீரன் தன்னால் வீழ்ந்து கிடக்கிறான். தொடர்பில்லாமல் மனதில் இதயனின் தாய் மயானத்தில் தன் பிள்ளை பிணத்திற்கு முகத்தில் மழைத்துமி பிடிக்காமல் சேலைத் தலைப்பைக்கொண்டு மறைத்த காட்சி அபத்தமாய் வந்துபோகிறது. அசட்டுத்தனமாய் வீரனின் அம்மா எப்படியிருப்பாள் என்று ஒரு தாய் முகத்தைக் கற்பனை செய்ய வைத்தது மணியை.

மணிக்குக் குற்றஉணர்வு விசமுள்ளுப்போல் குத்தியது. அது தன்மீதான ஆத்திரமாய் ஆகியது. தன் தவறின் விளைவு, தன் தடுமாற்றத்தின் விளைவு, தன் காதலின் விளைவு, தன் சுயநலத்தின் விளைவு, தன் அயோக்கியத்தனத்தின் விளைவு எனத் தீராத தன் நிந்தனையால் தன்னைத்தானே வெறிகொண்டு தன் அகத்தில் தாக்கினான்.

திடீரென்று வீரனின் கழுத்திலிருந்த சயனைட் குப்பியைக் கழற்றி எடுத்தான். ஒருவேளை வீரன் விழித்துக்கொண்டால் அதைக் கடித்துவிடக்கூடும் என அஞ்சினான். குப்பியைக் கழற்றியவன் தன் கழுத்தில் அதைப் போட்டான். அவன் கழுத்தில் தொங்கிய நச்சுக்குப்பியின் கீழே முடியப்பட்டிருந்த கறுப்பு நூலில் அருளினியின் சிலுவை தொங்கி நெஞ்சை உரசியது. இப்போதுதான் அதை உணர்கிறான். ஆத்திரம் கொண்டவனாய் அதைப் பிடுங்கினான். அதுவோ அந்த

நச்சுக்குப்பியில் இருந்து விடுபட்டுவர மறுத்தது. பிடுங்கி எறிந்துவிட ஆவேசம் கொள்கிறான். முடியவில்லை. பதறும் கைகளுடன் கழற்றிப் பிரித்துவிட முயன்றான். அந்தச் சிலுவையோ நச்சுக்குப்பியிலிருந்து முடிச்சவிழ மறுத்தது. பதறும் கைகளால் எத்தனை முயன்றும் முடியவில்லை. தரையிலிருந்த தன் தலையைத் தூக்கிக் கழற்றி அதை அப்பால் போட்டான்.

அழுகை வந்தது. அந்தப் போர்க்களத்தில் கூடியிருந்த அமைதி விரக்தி தந்தது. வானம் தன் கனம் தாங்காமல் நான்கு புறமும் தூரத்தே சரிந்து விழுந்துவிட்டது. ஒரு கோளத்தின் உள்ளே வீரனை வைத்தபடி மணி தனித்து விடப்பட்டிருப்பவனாய் உணர்ந்தான். வீரனின் உடலில் சூடு இருக்கிறது. நெஞ்சில் கை வைக்க அது மேலும் கீழும் அசைந்து இன்னமும் மூச்சிருப்பதை உணர்த்துகிறது.

அந்த உப்புவெளியில் தாகத்தைவிடக் கொடுமையாய் இருந்தது மணியின் மன உத்தரிப்பு. 'வந்துவிடுவார்களா?'

ஏதோ மனம் உந்த மணி எறிந்த சிலுவையைத் தவழ்ந்து எடுத்து வீரனின் கழுத்தில் கொழுவினான்.

மல்லாந்து படுத்தான் மணி. இனி ஒரு துளியும் இயலாது. நாக்கு வறண்டுவிட்டது. ஈட்டிய அற்புத வெற்றியோ இதயத்தில் நிறையாமல் தன் குற்றத்தின் குரூரம் கொல்கிறது அவனை. அருளினியின் பிரார்த்தனை மொழி அநியாயமாய் ஞாபகம் வந்தது. அது எரிச்சலூட்டியது. ஆனால் மனம் அதை விடாமல் பின்தொடர்ந்தது. வீரனின் தலையைத் தடவினான். மீண்டும் தடவினான். அழுதான்.

அபத்தமாய்ப் பிரார்த்தனை அருளினியின் மொழியுடன் கூடியும் விலகியும் மனதில் வந்தது. மல்லாக்காய்ப் படுத்தபடி ஒரு கையால் வீரனின் தலையைத் தடவ மனம் அசட்டுத்தனமாய் அருளினியின் மொழியைப் பின்தொடர்ந்து அசைகிறது.

'ஜீவன்களிடத்தில் அன்பு கொண்ட கர்த்தரே... பாவப்பட்ட எம் மக்களை இரட்சித்து அருளும். பிதாவே... அகதியாகி அலையும் எம் மக்களுக்கு அமைதியை அருளும். சுதந்திரத்தைத் தாரும் ஐயனே... எம்மிடத்தில் அன்புகொண்டு உண்மையில் நீர் இருப்பீராயிருந்தால் படைத்தவர் நீராகவே இருந்தால் உம்மால்

இரட்சித்துக் காக்கவும் முடியும். கடவுளே! போராளியாகிக் களத்தில் நிற்கும் எம் உறவுகளை உமது கிருபையால் காத்தருளும் கர்த்தரே... விடுதலையை உணர்ந்தவர் நீரே... முடிவிலாத உம் அன்பினால் பாவங்களை மன்னிக்க இயலும். முடிவிலாத உம் கருணையால் வீரனை இரட்சிக்க முடியும். கடவுளே... உமது அன்பை நான் கண்டுகொள்ள வீரனை இரட்சியும். என்னிடம் அடைக்கலம் புகுந்த வீரனை என் பாவத்தால் நிந்தித்துவிட்டேன்...' மணியின் மொழி அவனுக்கே அபத்தமும் அர்த்தமுமாய் அவனோடு பேசியது.

காலம் கசங்கிக் கருமையாய் அந்த வெளியில் அலைகிறது. ஓசை கரைந்து ஊமையாய் அலறுகிறது. எரிச்சலை வெளியெங்கும் பரப்பிக் கடக்கிறது குளிர்காற்று. குருட்டு அமைதியில் மனம் குமைந்து தன்னைத் தான் கொல்கிறது. காத்திருக்கும் ஒரு மணித்துளியில் யுகவெளியைக் கண்டதுபோல உணர்வு.

அருளினியின் முகம் எழுந்தும் அழிந்தும் உச்சுகிறது. தன்மீதும் ஆவேசம் அவனுக்கு. மணி திரும்பி ஆற்றாமையோடு அந்த எதிரி அரணைப் பார்த்தான்.

'உனக்குச் சொல்லவில்லையா உன்னவள்?' எனக் கேட்டது மணியின் அந்தரங்க மனம்.

மணியின் குரல் உவர் பிடித்து வெயிலில் வெடித்த கட்டாந்தரைக்குக் கேட்டிருக்கும். உப்புக் காற்றின் உள்மனதிற்கும் கேட்டிருக்கும். வர்ணம் இழந்து சரிந்து விழுந்த வானத்திற்குக் கேட்டிருக்கும். காப்புத் தந்து இப்போது காப்பாற்றி நிற்கும் காய்ந்த மரத்திற்கும் கேட்டிருக்கும். தூரக் காடுகளுக்குக் கேட்டிருக்கும். மௌனத்தில் உறைந்த மலைகளுக்குக் கேட்டிருக்கும். எங்கோ ஊமையாய்க் கிடக்கும் பாலை நிலத்திற்கும் கேட்டிருக்கும். ஆதி உயிரை உலகுக்கு அளித்த ஆழிக்கும் இது கேட்டிருக்கும். கர்ப்பத்தில் ஜனித்த கருவுக்கும் கேட்டிருக்கும். அவனுக்கு மட்டும் கேட்கவில்லை 'உனக்குச் சொல்லவில்லையா உன்னவள்?' என்று மணி சொல்லிய சொல்.

அவனோ இருளில் தவறவிட்ட தனது இரையைத்தேடி இடையிடையே சுட்டபடி இருக்கின்றான் இலக்கின்றி.

❋❋❋